રુદ્ર
એક નવા યુગની શરૂઆત

"એક અનાથથી ઈશ્વર બન્યાની વાત"

જીજ્ઞેશ આહીર

AJ
PUBLISHING HOUSE

અનિરુદ્ધ લાવડીયા
શોપ નં-૫ બ્રહ્માની કોમ્પ્લેક્ષ
માનસરોવર, આજી ડેમ ચોકડી
ભાવનગર રોડ, રાજકોટ – 360 005

Rudra: Ek Nava Yug Ni Sharuaat
(Novel)
Written by Jignesh Ahir
A J Publishing House, Rajkot
2016
ISBN : 978-93-85818-94-3

પ્રથમ આવૃત્તિ : 2016

Rs. 220/-

પ્રકાશક
અનિરુદ્ધ લાવડીયા
એજે પબ્લિશિંગ હાઉસ

Email: ajpublishinghouse@yahoo.com

Website: www.ajpublishinghouse.com

અર્પણ

મારા માતા પિતાને

ભીમાભાઇ ખાટરીયા
ધનુબેન ખાટરીયા

અનુક્રમણિકા

પ્રસ્તાવના

માણસ ઘણીબધી વસ્તુઓ સાથે જોડાયેલો હોય છે, જેમકે તેનો પરિવાર, તેની જ્ઞાતી, તેનું ગામ, તેનો ધર્મ, તેનું શહેર, તેનું રાજ્ય અને તેનો દેશ..!! એ પરિસ્થિતિ ઉપર આધારીત છે કે માણસ પડખે ઉભો રહે છે. જેમકે બે પરિવારોના ઝઘડામાં તે હંમેશા પોતાના પરિવારનો સાથ આપશે, બે ગામના ઝઘડામાં તે હંમેશા તે પોતાના ગામનો સાથ આપશે અને દેશમાં ફરીફાઇની સ્થિતિમાં તે પોતાના રાજ્યનો સાથ આપશે..!!

માણસે પહેલા ભગવાને આપેલી એક જમીનને અલગ પાડી, પછી પાણી અલગ કર્યા, ધર્મો અલગ કર્યા,જ્ઞાતી અલગ કરી, પણ શા માટે..?? ગાંધીજી અને બીજા લાખો સ્વાતંત્રસેનાનીઓએ તેમના દેશને આઝાદ કરવવા કેટલીય કુરબાનીઓ આપી, પણ શા માટે કે એક દિવસ તેમના જ દેશવાસીઓ પોતાના જ ભાઇઓનું શોષણ કરે..?? તમે આંબેડકરને સમ્માન આપો છો પણ તેમની જ જ્ઞાતીના લોકોને અછુત ગણો છો..!!

કેમ આટલો ભેદભાવ છે..?? માણસ કેમ આટલો વિચિત્ર છે..? તે હમેંશા એવો રસ્તો કેમ અપનાવે છે, જ્યાં માત્ર અને માત્ર પતન છે..?? હંમેશા અંદરોઅંદર જગડતા અને મક્કારીથી ખખબદતા આ કળીયુગનો અંત ક્યારે આવશે..?? કે પ્રલય સિવાય કોઇ આ વિનાશ તરફ જઈ રહેલી માનવજાતીને નહી બચાવી શકે..!!

પણ આ યુગમાં એક એવા માણસનો જન્મ થાય છે, જેની વિચારસરણી બધાથી અલગ છે, તેને કંઇક મોટા બદલાવ લાવવા છે, પણ પૈસા અને સત્તા સિવાય બીજા કોઇ સામે માથું ન નમાવનાર આ કાળામાથાના માનવીની સાનને આ રુદ્ર કેવી રીતે ઠેકાણે લાવે છે, આ તેની વાર્તા છે..!!

રુદ્રનો ભૂતકાળ અંધકારમય હતો, છતા આ માણસ એવો પ્રયત્ન કરે છે, કે તે બધામાં પ્રકાશ શોધે..!! અંતે તે પણ માણસ છે, તેની માણસને માણસ બનાવવાની દોટ તેને ક્યાં રસ્તે લઈ જતી હતી, તેનો પોતાને પણ ખ્યાલ ન હોતો..!! પણ તે પોતાની સામે ઝઝુમે છે.....!! રુદ્રની

આ વાર્તા રુદ્રના પોતાના પોતાની સાથેના સંઘર્ષની છે, તેના સાચા પ્રેમને પામવાની અને તેના માટે રાખેલી ધીરજની છે..!! અતિપ્રિય મિત્ર સાથે દગાની છે, મિત્રોના એકબીજા માટેના બલિદાનની છે, પ્રેમ મેળવીને ખુશ થવા કરતા તેને ત્યાગીને મળતા સુખના અહેસાસની છે..!! ભારતના કલુષિત રાજકારણની છે, અને તેમાં રમતા માનવીના જુગારની છે, એ લાચાર સ્ત્રીઓની છે, જેમની રક્ષા માટે કોઇ આગળ નથી આવતું, આ વાત એ સમાજને ઉન્નતી તરફ લઈ જવાની છે, જે જાતે જ પતનનો માર્ગ પસંદ કર્યો છે..!! તો હવે વધારે સમયના વેડફતા આપણે આ નવી દુનિયામાં પ્રવેશ કરીએ..!!

વાચક મિત્રોને વિનંતી

આ મારી પહેલી નવલકાથા છે, એટલે મારા ઓછા અનુભવના કારણે કદાચ થોડી ક્ષતીઓ રહી ગઈ હશે..!! તો હું બધાને નમ્ર વિનંતી કરું છું કે મારા મિત્ર અને વડિલ બનીને મારું માર્ગદર્શન કરજો, જેથી આવી ભુલો હું ભવિષ્યમાં અટકાવી શકું..!! તમારા વિચારો સાંભળવા મને ખુબ ગમશે, તો તમે તમારા સુચન માટે મને આ નીચે આપેલા ઇ-મેઇલ એડ્રેસ પર ઇ-મેઇલ કરી શકો છો, અથવા આપેલ સરનામે, મને પત્ર પણ મોકલી શકો છો..!!

સરનામું :

યાદવ નગર, કનૈયા ચોક,

ઢસા રોડ, મચ્છુધામની બાજુમાં

ગઢડા સ્વામીના – 364750

જીલ્લો: બોટાદ

Email – info@jigneshahir.com

પાત્ર પરિચય

રુદ્ર ચૌહાણ – નાયક

અનંતરાય ચૌહાણ – રુદ્રને દત્તક લેનાર અને નામ આપનાર ભારતના જાણીતા ઉદ્યોગપતિ

ગૌરી ચૌહાણ – ભારતના વડાપ્રધાન શક્તિસિંહ રાઠોડની દિકરી

રિતેષ માથુર – રુદ્રના પરમ મિત્ર અને સલાહકાર, એક સમયના બિહારના પટના જીલ્લાના બાહુબલી

મીનાક્ષી માથુર – રિતેષ માથુરના પત્નિ

ચેતન મહેતા – સસ્પેંડેડ IPS ઓફિસર અને રુદ્રનો પરમમિત્ર

નિરુપમા દલાલ – રુદ્ર કોર્પોરેશનની હેડ ઓફ કોમ્યુનીકેશન અને ચેતનની જુની મંગેતર

શ્યામ વર્મા – રુદ્રનો પર્સનલ સેક્રેટરી

અરવિંદ જૈન – પહેલા અમદાવાદના મેયર અને ત્યારબાદ ગુજરાતના ગૃહમંત્રી

કુણાલ જૈન – અરવિંદ જૈનનો એકનો એક પુત્ર

શક્તિસિંહ રાઠોડ – ભારતના વડાપ્રધાન, ભૂતકાળમાં ગુજરતના મુખ્યમંત્રી અને આચાર્ય રામાનુજના બાળપણના સાથી

અખિલેશ યાદવ – શક્તિસિંહ રાઠોડનો દિકરો અને ગૌરી રાઠોડનો ભાઇ

કેતન દેસાઇ – શક્તિસિંહના પર્સનલ સેક્રેટરી

મનોજ દેસાઇ – કેતન દેસાઇનો એકનો એક પુત્ર

દિનદયાલ શર્મા – ભારતના ગૃહમંત્રી

નિતેષ શર્મા – ભારતના રેલ્વેપ્રધાન

મુકુંદરાય – નાણામંત્રી

વેંકટેશ નાયડુ – કોર્પોરેટ અફેર્સ

હરેશ પટેલ – કાયદા મંત્રી

અજેય સેન – પરિવહન અને હાઇવે રોડ ડેવલપમેન્ટ ખાતું

તેજપાલ રાણા– રેલ્વે ખાતું, પેટ્રોલીયમ અને ખનીજ ખાતું

કવિપ્રિયા નાયડું – વેંકટેશ નાયડુની દિકરી અને કુણાલ જૈનની પત્ની

અનુજ ત્રિપાઠી – ચીફ જસ્ટીસ ઓફ ઈંડિયા

કુસુમ ત્રિપાઠી – અનુજ ત્રિપાઠીની પૌત્રી

DSP ઉમેશ શુક્લા – દિનદયાલનો સાથી

નિર્મળાદેવી – ઉમેશ શુક્લાની પત્નિ

સુધા, અનુરાધા – ઉમેશ શુક્લાની દિકરીઓ

ગુલામહૈદર શેખ – દિલ્લિના કમિશનર ઓફ પોલીસ અને રુદ્રના સાથી

સાકેત રાણા – તેજપાલ રાણાનો સૌથી નાનો પુત્ર

દિલબાગ સિંહ – લોકશક્તિ પાર્ટીના પ્રમુખ

અનુરાગ ચેટર્જી – ભારતના રાષ્ટ્રપતિ

રામાનુજ આચાર્ય – ગુજરાતના આઝાદી પછીના ક્રાંતિકારી સમાજસેવક

રમેશ આચાર્ય – રામાનુજ આચાર્યનો પુત્ર

કુમુદ આચાર્ય – રામાનુજ આચાર્યની દિકરી

સુમિત્રા આચાર્ય – રામાનુજ આચાર્યની પત્ની

અનિકેત મંદાર – આઇબી ડાયરેક્ટર

વિપુલ મહાજન – ઓપોઝીશન પાર્ટીનો લીડર (જનકલ્યાણ પાર્ટી)

અર્જુન નાગપાલ – સ્પિકર

મનોજ કશ્યપ – એટર્ની જનરલ ઓફ ઇન્ડિયા

મનન આહુજા – પ્રીન્સીપલ સેક્રેટરી

પ્રદિપ સિંન્હા – સીબીઆઇ ડાયરેક્ટર

રાજેશ બક્ષી – કંમ્પ્રોટોલર અને ઓડિટ જનરલ

નૌમન ખાન – ડાયરેક્ટર ઓફ સીબીડિટી

ઈલીયારાજા મુનાપર – ઓલ ઇન્ડિયા દ્રવિડ યુનાઇટેડના પ્રમુખ (AIDU)

માર્તન્ડ પીલ્લઇ – AIDU મેમ્બર્સ

નાગેશ્વરન ઐયર – AIDU મેમ્બર્સ

થંગરાજ ચેટીયાર – AIDU મેમ્બર્સ (ઈલીયારાજા મુનાપારના જમાઇ)

ત્રીનાથ નાદાર – AIDU મેમ્બર્સ

લોકશક્તિ પાર્ટી – સત્તાધીશ પક્ષ

જનકલ્યાણ પાર્ટી – વિરોધ પક્ષ

AIDU – પ્રાદેસીક પક્ષ

પ્રકરણ – 1
પ્રથમ મુલાકાત

9 એપ્રિલ 2015 – હોટેલ બ્લુમુન, લંડન

લંડન શહેરની આલીશાન હોટેલ બ્લુમુનમાં આજે ભીડ વધારે હતી. આ હોટેલમાં સામાન્ય રીતે VIP માણસોનો જ ઘસારો વધારે રહેતો. સરકારી મહેમાન, મોટા બિઝનેસમેન, બીજા દેશના રાજદૂતોને આ હોટેલ વધારે પસંદ આવતી. બપોરનો એક વાગવા આવ્યો હતો અને હોટેલની અગાસી પરના રેસ્ટોરન્ટમાં ભીડ વધી રહી હતી. રેસ્ટોરન્ટની કાચની દીવાલોને કારણે અંદર બેઠા બેઠા દૂર-દૂર સુધી ફેલાયેલી લંડનની ઊંચી ઇમારતો અને એમા જીવન માટે સંઘર્ષ કરતું જીવન એક પ્રેક્ષકની જેમ બેસી માણી શકાય એવી વ્યવસ્થા હતી. રેસ્ટોરન્ટની ભીડથી દૂર એક ખૂણામાં કાચની દીવાલને અડકીને આવેલા ટેબલ પર બેઠેલી, એક યુવતી બહાર દેખાતા ખુલ્લા આકાશને તાકી રહી હતી. તેના કપાળ પરથી છલકતી તેજસ્વીતા તેના રૂપમાં વધારો કરી રહી હતી, તેની આખો સુંદર, ઊંડી અને કામણગારી હતી, જ્યારે તેનું નાક સુંદર અને નાનું હતું. તેણે પહેરેલી સુંદર ગુલાબી સાડી તેની ભારતીય હોવાનો પરિચય આપી રહી હતી. તે યુવતીનું ધ્યાન જમવા માટે મુકેલી ડિશ કરતા બહાર દેખાતા ખુલ્લા આકાશમાં પરોવાયેલુ હતું.

“મે આઇ સીટ હિઅર..???” એ યુવતીની એકલતાને ભંગ કરતું પણ સભ્યતાથી ભરેલુ આ અંગ્રેજી વાક્ય યુવતીના કાન પર પડ્યું એટલે તે યુવતીની નજર સામે ઊભેલા યુવક પર પડી, તે યુવક તે યુવતીને પણ શરમાવે એટલો દેખાવડો હતો. મોટું કપાળ, આકર્ષક ચહેરો, અને તેનું ભરાવદાર શરીર તેણે પહેરેલા આછા ગુલાબી શર્ટ અને કાળા પેન્ટમાં આકર્ષક લાગી રહ્યો હતું. યુવતી તે યુવકને જોતા જ ઓળખી ગઈ કે સામે ઉભેલો યુવક બીજો કોઇ નહિ પણ ભારતનો સૌથી શ્રીમંત વ્યક્તિ રુદ્ર અનંતરાય ચૌહાણ છે. દુનિયાના સૌથી કુશળ બિઝનેસમેન તરીકે તેણે નામના મેળવેલી છે, પણ આ બધા સાથે તે યુવતીને એ પણ યાદ આવે છે કે તે પોતે ભારતના વડાપ્રધાન શક્તિસિંહ રાઠોડની દીકરી, ગૌરી રાઠોડ છે. સામે ઉભેલો વ્યક્તિ તેના પિતાની લોકશક્તિ પાર્ટીનો સૌથી મોટો વિરોધી માણસ છે. ગૌરીએ શિષ્ટાચારની દૃષ્ટિએ માત્ર મોંઢુ હકારમાં હલાવીને બેસવાની હા પાડી..!! રુદ્ર પણ વિનયથી આભાર માની બેસી ગયો. એ બેઠો ત્યાં સુધીમાં તો બટલર ટેબલ પાસે આવી ઉભો રહી રહી

ગયો. રુદ્રએ એક ગુજરાતી ડિશનો ઓર્ડર આપ્યો એટલે ઓર્ડર લઈને બટલર ત્યાંથી ચાલતો થયો. આ બધામાં પાંચેક મિનીટ જેટલો સમય લાગ્યો હશે, ત્યાં સુધી ગૌરી બસ એ જ વિચારતી રહી કે રુદ્ર શા માટે આ જ ટેબલ પર બેઠો હશે ?

“શું મારે મારી ઓળખાણ આપવાની જરૂર છે, મિસ રાઠોડ?” રુદ્રએ ફરી ગૌરીના વિચારોમાં ખલેલ પહોંચાડી.

“ના, મિસ્ટર ચૌહાણ ભારતનો કોઈ નાગરિક, તમને ના ઓળખતો હોય એવું કેવી રીતે બની શકે? તમને તો ગરીબોના વિચારતી રહી કે રુદ્ર શા માટે આ જ ટેબલ પર બેઠો હશે ?

“શું મારે મારી ઓળખાણ આપવાની જરૂર છે, મિસ રાઠોડ?” રુદ્રએ ફરી ગૌરીના વિચારોમાં ખલેલ પહોંચાડી.

“ના, મિસ્ટર ચૌહાણ ભારતનો કોઈ નાગરિક, તમને ના ઓળખતો હોય એવું કેવી રીતે બની શકે? તમને તો ગરીબોના ધનકુબેર કહેવામાં આવે છે..!!!” ગૌરીએ પણ સામાન્ય વર્તન જ ચાલુ રાખ્યું. થોડી વાર સુધી બન્ને ચૂપ જ રહ્યા, ત્યાં સુધીમાં રુદ્રની ડિશ પીરસાય ગઈ.

“તમે અહીં કોઇ સેમિનાર કે લેક્ચર માટે આવ્યા લાગો છો..!!!” રુદ્રએ જ શાંતિભંગ કરતા સવાલ પૂછ્યો. ગૌરીની વિશ્વના ખ્યાતનામ અર્થશાસ્ત્રીઓમાં ગણના થાય છે અને તેમને લેક્ચર આપવા માટે દુનિયાની મોટી મોટી યુનિવર્સિટીઓ તરફથી અવારનવાર આમંત્રણ પણ મળતા રહેતા હોય છે. હાલમાં તે ભારતની દિલ્હી યુનિવર્સિટીના વાઇસ ચાન્સેલર છે. રુદ્રનાં સીધા પણ સ્વાભાવિક સવાલથી ગૌરી થોડી મૂંઝાઇ ગઈ, જે તેના ચહેરા પરથી ચોખ્ખું જોઇ શકાતું હતું. પણ પછી ખાલી હકારમાં જ મોઢું હલાવી ગૌરીએ વાત પતાવવાની કોશિશ કરી. આ જોતા જ રુદ્રના ચહેરા પર સ્મિત આવી ગયું. ગૌરી સમજી ના શકી કે રુદ્ર શા માટે હસ્યો.

“શું હું જાણી શકું કે મે એવી કઈ રમૂજ કરી જેના કારણે તમને હસવું આવી ગયું...??” ગૌરીએ અકળાઇને પૂછી લીધું.

“કંઈ નહિ, બસ એ વિચારતો હતો કે પાંચ દિવસ પછી તમારા લગ્ન છે અને તમે અહિંયા હજું લેક્ચરો આપવામાં વ્યસ્ત છો?” રુદ્રની આ વાતથી ગૌરી સમસમી ઊઠી. ગૌરીની સગાઈ ભારતના ગૃહપ્રધાન દિનદયાલ શર્માના એક ના એક પુત્ર અને ભારતના સૌથી યુવા નેતા અને રેલ્વે મંત્રી નિતેષ શર્મા સાથે થયેલી હતી.

15 એપ્રિલ, 2015 ના રોજ બન્નેના લગ્ન થવાના હતા. ગૌરીના આ લગ્ન એક રાજકીય સમજોતાના ભાગ રૂપે જ હતાં. એટલે ગૌરી એક વખત, ખાલી એક અઠવાડિયું આઝાદીની જિંદગી જીવી લેવા માંગતી હતી. જુની યાદો સાથે ફરીથી ભૂતકાળમાં લટાર મારી આવવા માંગતી હતી. આ બાબત તેના પિતાથી પણ અજાણ ન હતી. ભારતમાં તે મીડિયાની નજરમાં આવ્યા વગર ના રહી શકત એટલે ગૌરીએ એકાંત માણવા લંડન પસંદ કર્યુ, જ્યાં અમુક વર્ગના લોકો સિવાય તેને કોઇ ઓળખતું નાં હોય. આજે લંડનમાં તેનો છેલ્લો દિવસ હતો અને કાલે ભારત પાછી ફરવાની હતી.

‘‘માફ કરજો મિસ્ટર ચૌહાણ પણ આ મારો અંગત મામલો છે, તો મહેરબાની કરીને તમે તમારા લંચ પર ધ્યાન આપશો તો વધારે સારું રહેશે..!!’’ ગૌરીના અવાજમાં ગુસ્સો સ્પષ્ટ દેખાઇ રહ્યો હતો.

‘‘એ કોણ હતું, મિસ રાઠોડ..??, જેને યાદ કરવા માટે તમે તમારા લગ્ન પહેલા અહીં એકાંતવાસ માટે આવ્યા છો..?’’ રુદ્ર રોકાયો નહિ. ગૌરી સમજી ના શકી કે રુદ્ર જેવો માણસ શા માટે તેની જિંદગીમાં દખલ દઈ રહ્યો છે.

‘‘તમે તમારી મર્યાદા ઓળંગી રહ્યા છો, મિસ્ટર ચૌહાણ..!!!!’’ ગૌરીનો અવાજ પણ થોડો ઊંચો થઇ ગયો.

એ જ સમયે રુદ્રના મોબાઇલમાં બે-ત્રણ વખત અલાર્મ જેવો બિપ બિપ નો અવાજ આવ્યો તરત રુદ્રના ચહેરાના ભાવો થોડા બદલાયા. ‘‘તમે અહીંથી સીધાં તમારા સ્યુટ પર જ જજો, અને દરવાજો લોક કરી બહાર ‘ડુ નોટ ડિસ્ટર્બ’ ન લેબલ મારી દેજો. બસ મારી એટલી વાત યાદ રાખજો કે તમારી એક મૂરખાઇ કોઇ માટે મૃત્યુનું કારણ બની શકે છે...!!’’ આટલું ઉતાવળમાં બોલી રુદ્ર ઉભો થઈ સીધો રેસ્ટોરન્ટની બહાર નીકળી ગયો. ગૌરી અવાચક બની રુદ્રને જતો જોતી રહી. રુદ્ર ગયો એની થોડી જ વારમાં ગૌરીના બોડીગાર્ડસ સામે દેખાયા અને તે લોકો પણ જાણે કોઇક જગ્યા એથી દોડીને આવતા હોય તેવું લાગી રહ્યું હતું. તે લોકોનું ધ્યાન પણ ગૌરી તરફ જ હતું. ગૌરીને સુરક્ષિત જોઇ જાણે તેમને હાશકારો થયો હોય તેમ સ્પષ્ટપણે દેખાઈ રહ્યું હતું.

ગૌરીને આ બધું રહસ્યમય લાગી રહ્યું હતું. તેને સૌથી રહસ્યપૂર્ણ વર્તન તો રુદ્રનું લાગ્યું. રુદ્ર

ભલે તેના પિતાની પાર્ટીનો સૌથી મોટો વિરોધી માણસ હોય પણ ચરિત્રની દ્રષ્ટિ એ રુદ્રનો દુશ્મન પણ તેના પર અવિશ્વાસ ના કરે..!! રુદ્ર ખાલી ભારત નો સૌથી વધુ ધનવાન માણસ હતો અથવા મોટો બિઝનેસમેન હતો એટલે નહી પણ તેના લોકકલ્યાણના કામોના કારણે ભારતની પ્રજાના દિલો પર રાજ કરતો હતો...!! રુદ્રનો બિઝનેસ દેશ-વિદેશમાં ફેલાયેલો હતો, કોઇ પણ મોટા નેતાને તેને મળવા માટે એપોઇન્ટમેન્ટ લેવી પડતી હતી, પણ જો કોઇ સામાન્ય માણસની વાત આવતી તો તે મદદ માટે હંમેશા તૈયાર રહેતો. રુદ્ર મોટા ભાગે જુનાગઢમાં જ રહેતો અને તેની ઓફિસનું હેડકવાર્ટર પણ જુનાગઢમાં જ આવેલું હતું. સરકારને રુદ્ર આંખમાં કણાની જેમ ખૂંચતો પણ લોકોનો રુદ્ર પ્રત્યેનો લગાવ એટલી હદ સુધી હતો કે રુદ્રનાં એક અવાજ પર આખું ભારત બંધ રહેતું, અને સરકાર જનપ્રવાહ વિરુદ્ધ જઈ શકે તેમ ન હતીં. વધુમાં રુદ્ર એટલો બધો ચાલાક હતો કે સરકારના રુદ્રને ફસાવવા માટેનાં તમામ પ્રયત્નો એ વ્યર્થ કરી દેતો. જો એક શબ્દમાં કહેવામાં આવે તો રુદ્ર ભારતનો લોકનાયક હતો.

ગૌરીને એ જ વાત રહસ્યમય લાગી કે આવો માણસ શા માટે આવું વર્તન કરે ? અને ગૌરીને રુદ્રનાં આ વિચિત્ર વર્તન પાછળનાં કારણને જાણવાની કુતુંહલતા વધી ગઈ હતી. તેને એ પણ જાણવું હતું કે તેને કેવી રીતે ખબર પડી કે તે લગ્ન પહેલા તે કોઇની યાદો સાથે એકલી રહેવા અહી લંડન આવી હતી...!! તે ટેબલ પરથી ઉભી થઈને રેસ્ટોરન્ટની બહાર નીકળી. તેની પાછળ તેના ચાર બોડીગાર્ડ પણ જોડાયા જેમાંથી બે બ્રિટિશ હતાં. ગૌરીનો સ્યુટ છઠ્ઠા માળ પર હતો, ગૌરી લિફ્ટમાં થઈને નીચે પહોંચી, ત્યાં સુધી ગૌરીનાં મગજમાંથી રુદ્રના વિચારો હટતા ન હતાં. ગૌરીએ સ્યુટમાં અંદર ગઈ, જ્યારે તેના બોડીગાર્ડસ બહાર ઉભા રહી ગયા. રુદ્રનાં કહેવા પ્રમાણે ગૌરીએ દરવાજાને લોક કર્યો અને તે પોતાના બેડરૂમ તરફ જવા લાગી. તેનું ધ્યાન સામે સોફા પર ગયું, જ્યાં રુદ્ર બેઠેલો હતો. ગૌરીનું હૃદય એક ધબકારો ચૂકી ગયું. તેને કશું જ સમજાય નહોતું રહ્યું. તે સીધી હોલમાં આવી અને રુદ્રની સામેના સોફા પર બેઠી.

"કોનો જીવ જોખમમાં છે?" ગૌરીએ કુતૂહલતા વશ પૂછી લીધું.

"તમારો...!!!" રુદ્રએ સામાન્ય ભાવમાં જ જવાબ આપ્યો.

"હું જાણી શકું કે મારા જીવ નો દુશ્મન કોણ છે?" ગૌરીને હવે આ બધું વધારે રહસ્યમય

લાગી રહ્યું હતું.
"તમારા પિતા, તમારો થનાર પતિ અને સસરા...!!!" રુદ્ર ગંભીર હતો.
"તમને ખ્યાલ આવે છે મિસ્ટર ચૌહાણ, તમે શું વાત કરી રહ્યાં છો..???" ગૌરી અવાજમાં ગુસ્સો સ્પષ્ટ દેખાઇ રહ્યો હતો.

આ સાંભળતાં રુદ્રથી ફરીથી હસાય ગયું. તે ઊભો થઈ બેડરૂમમાં ગયો અને એક કાળા કલરની ઓફિસ બેગ જેવી બેગ લઈને પાછો આવ્યો. તેણે બેગમાંથી એક કોમ્પ્યુટર સીડીનો થપ્પો કાઢ્યો, એમાંથી એક સીડી શોધી, ત્યાં પડેલા ડીવીડી પ્લેયરમાં લગાવી ટીવી ચાલુ કર્યુ. ગૌરીને આ બધું શું થઈ રહ્યું છે તે સમજાતું નહોતું, પણ પોતાની જાતને ધીરજ રાખવા માટે સમજાવી, તે રુદ્રની હરકતો જોતી રહી. રુદ્ર કંઈ પણ બોલ્યા વગર ટીવી ચાલુ કરી સોફા પર બેઠો.

આ સીડીમાં પ્રધાનમંત્રીનાં નિવાસ પંચવટીમાં આવેલી લાઇબ્રેરી દેખાઇ રહી હતી. પ્રધાનમંત્રી અને એમના પુત્ર અખિલેશ રાઠોડ લાઇબ્રેરી રૂમમાં બેઠા હતાં. અખિલેશ ગૌરી કરતા નાનો હતો અને ખાસ દેખાવડો ન હતો. ગૌરીને તેની માતાનું રૂપ મળેલું જ્યારે તેના ભાઈને તેના પિતાની કદરૂપતા.
"હું એ નિતેષને નહી છોડું, પપ્પા... સાલાની આટલી હિમ્મત કે એ મારી બહેન પર નજર નાખેં..???" અખિલેશના ચહેરા પર ગુસ્સો સ્પષ્ટ દેખાઈ રહ્યો હતો, પણ શક્તિસિંહ રાઠોડ બિલકુલ શાંત દેખાતા હતાં.
"અત્યારે એ પ્રસ્તાવનો સ્વીકાર કરવો એ મારી મજબૂરી બની ગઈ છે...!!" શક્તિસિંહ રાઠોડના ચહેરા પર પીડા તરી આવી. અખિલેશ તેના પિતા આગળ કંઈ બોલે તેની રાહ જોવા લાગ્યો.
"આપણી સરકારની બીજી ટર્મ પૂરી થવા આવી છે, હવે આગળ આપણી પાર્ટીનું ભવિષ્ય મને સાવ ધુંધળું દેખાઇ રહ્યું છે, સાલ્લાં 320 સાંસદોમાંથી ગણીને પાંચ જ એવા હશે, જેની ઇમેજ સાફ હશે..!! ઓછાંમાં પૂરું છેલ્લા ત્રણ વર્ષમાં મીડિયાએ ઘણાં બધાં કોભાંડોનો પર્દાફાશ કર્યો છે, જે આપણને ખૂબજ નડતર રૂપ થશે. અખિલેશ..!! હવે પહેલા જેવું નથી રહ્યું, કે પૈસા ના જોરે કે બંદૂકનાં ઇશારા પર વોટ મળે.... કાંઈક નવું કરવું પડશે..!!!"

શક્તિસિંહ બોલી રહ્યા હતાં પણ અખિલેશ પાસે એટલી ધીરજ ના હતી કે તેના પિતાની વાત શાંતિથી સાંભળે.

''પાર્ટીની જીત અને ગૌરીનાં લગ્નને શું લેવા-દેવા, પપ્પા?'' અધીરા અખિલેશને જોઇ રાઠોડ સાહેબને થોડો ગુસ્સો તો આવ્યો પણ તેમણે પોતાની જાતને શાંત રાખવાનો પ્રયત્ન કર્યો.

''જો બેટા, બહુ જ ઊંડો સંબંધ છે, પણ તું સમજી નહિ શકે...!!!'' શક્તિસિંહ થોડી વાર તેના પુત્રના હાવભાવ વાંચવાં માટે રોકાયાં.

''આજે મને આખી વાત કરો પપ્પા, હવે હું સાવ નાદાન પણ નથી કે તમારી વાત ના સમજી શકું.!!'' અખિલેશ પૂરી વાત જાણવા ઉત્સુક હતો.

શક્તિસિંહ તેના પુત્ર સાથે સામાન્ય રીતે રાજકારણની વધારે વાતો કરતો નહિ, પણ આજે તેના પુત્રની વાત સાંભળી તેને પોતાનો જૂનો ઈતિહાસ ખોલવાની ઈચ્છા થઈ ગઈ.

''હું એક સમયે ગુજરાતનો વિધાનસભ્ય હતો અને આ દિનદયાલ આ પાર્ટીનો એક સામાન્ય કાર્યકર્તા અને મારો ખાસ માણસ હતો. એ સમયે ગુજરાતમાં પરિવર્તન અને વિકાસનાં સુત્રો ગુંજતા હતા. તારા વ્હાલા કાકા રામાનુજ આચાર્ય, આ બધાનાં સુત્રધાર હતા. એ માણસ ખાનદાની અમીર હતો. બહુ જ પૈસા હતાં તેના પાસે..!! તેના પિતા એ જ મને ભણાવ્યો હતો...!!! હવે એ સમયનાં ગુજરાતના મુખ્યમંત્રી મોહન માલવિયા રામાનુજથી બહુ જ ડરતા હતા, એટલે લલિત ગુપ્તા, જે એ સમયે આપણી પાર્ટીના મુખ્ય નેતા અને દેશના વડાપ્રધાન હતાં. તેમના માટે આ ક્રાંતિ શાંત પાડવી જરૂરી બની ગઈ હતી નહિતર ધીમે ધીમે તે પુરાં દેશમાં ફેલાઇ જાત અને પાર્ટી માટે પોતાની જોહુંકમી ચલાવવી અઘરી પડી જાત...!!! એમને ખબર પડી કે મારી અને રામાનુજ વચ્ચે ઉડા સંબંધો છે. અમે ખાસ મિત્રો છીએ એટલે એમણે મને ઓફર આપી કે જો હું રામાનુજને ઠેકાણે પાડી દઉ..!! તો એ મને ગુજરાતનો નવો મુખ્યમંત્રી બનાવી દેશે...!!!'' અખિલેશને તેની પિતાની વાતમાં રસ પડી રહ્યો હતો પણ ગૌરીની આંખમાંથી મૂંગા આંસુ નીકળી રહ્યા હતા.

''હા, હું તો ઠીક પણ દીદી અને રમેશ એકબીજા સાથે સૌથી વધારે સમય કાઢતાં હતાં..!!!'' અખિલેશ પોતાના બાળપણના ધુંધળાં સંસ્મરણો યાદ કરતા બોલ્યો.

''ના બેટા....!!! એ માત્ર એકબીજા સાથે સમય નોહતાં કાઢતાં, પણ ગૌરી રમેશનાં પ્રેમમાં

ગળાડૂબ હતી..!!! છોડ એ વાત અત્યારે હું ક્યાં હતો..?? હા.. તો તકલીફ એ હતી કે હું રામાનુજને બદનામ નહોતો કરી શકું તેમ એટલે મે તેના પરિવાર સહિત તેની પૂરી હવેલીને, દિનદયાલની મદદથી આગ લગાડી દીધી હતી, અને તેના પૂરા પરિવારને એ જ હવેલીમાં મે અગ્નિસંસ્કાર આપી દીધો..!!! અને ગેસ લિકેજનાં કારણે આ બન્યું તેવું સાબિત પણ કરી દીધું..!!! હું રામાનુજનો ખાસ મિત્ર હતો એટલે લોકો એ મારી વાતનો વિશ્વાસ પણ કરી લીધો. એક વર્ષમાં મને મોહન માલવિયાની જગ્યાએ બેસાડી દેવામાં આવ્યો. દિનદયાલને શરત પ્રમાણે ગુજરાતનો ગૃહમંત્રી બનાવવો પડ્યો...!!''

શક્તિસિંહની આંખમાં ગુસ્સો તરી આવ્યો, તેમણે જોરથી ટેબલ પર હાથ પછાડ્યો. ''મે જ એ સાપને દુધ પાયું જેથી તે મને આગળ જતા ડંખ મારે..!!"

અખિલેશ પૂરી વાત સાંભળવા માંગતો હતો એટલે તેણે તેના પિતાને રોક્યાં નહિ. પણ ગૌરીથી હવે નોતું સંભળાતું કે તેના પિતા એ જ રામાનુજ આચાર્યના પરિવારને મારવામાં મુખ્ય ભૂમિકા ભજવી હતી. રુદ્ર એ ત્યાં ટેબલ પર પડેલ પાણીનો ગ્લાસ ગૌરી તરફ આગળ ધર્યો. ગૌરી સ્વસ્થતો ન હતી, પણ છતાં તેણે ટીવી પર ચાલતી પોતાના પિતા અને ભાઈની વાત સાંભળવા લાગી.

''બસ, એ પછી મે અને દિનદયાલે હાથ મિલાવી લિધાં. અમે બન્ને એક પછી એક અમારા દુશ્મનો રસ્તામાંથી હટાવતા ગયા, અને ખાલી પાંચ જ વર્ષમાં ગુજરાતના મુખ્યમંત્રીથી ભારતના વડાપ્રધાન સુધીની સફર કરી લીધી. લલિત ગુપ્તા પર જે આત્મઘાતી હુમલો થયો હતો, તે પણ મેં જ કરાવ્યો હતો અને લલિત ગુપ્તાનાં મૃત્યુ બાદ અમે જ પાર્ટીનાં સર્વેસર્વા બની ગયા. પણ હવે, ખબર નહી કેમ હવે દિનદયાલનાં મનમાં લાલચે જન્મ લઈ લીધો છે..!! તે હવે એમ ઇચ્છે છે કે મારા પછી નિતેષ, તેનો દીકરો જ ભારતનો વડાપ્રધાન બને એટલે જ તો તેણે ગૌરીનો હાથ માંગ્યો...!!! જેથી નિતેષને મારો વારસદાર સાબિત કરવામાં કોઇ જ તકલીફ ના પડે...!!! એને ખબર છે તારામાં એટલી લાયકાત નથી કે તું એક સાંસદ પણ બની શકે...!!! વડાપ્રધાનતો બહુ દુરની વાત છે..!!!'' શક્તિસિંહની આખોમાં તેના પુત્ર પ્રત્યે ગુસ્સો અને અણગમો દેખાઇ આવતા હતા.

"તો હવે શું તમે મારી બહેનનાં લગ્ન તેની સાથે કરી દેશો..??" અખિલેશના ચહેરા પર ચિંતા ચોખ્ખી દેખાય રહી હતી.

"હા, તો મારી પાસે બીજો ક્યો રસ્તો છે..? મને દિનદયાલ સાથેની દુશ્મની અત્યારે ભારે પડે તેમ છે અને તેના વગર આવતી ચૂંટણી જીતવી પણ મુશ્કેલ છે. તું જ કે મારે શું કરવું..??" શક્તિસિંહ તેના દીકરાની બુદ્ધિ ચકાસવા માંગતા હતાં, પણ અખિલેશને વધારે મૂંઝાયેલો જોઇ તેમણે જ બોલવાનું ચાલુ કર્યુ.

"મારી પાસે એક પ્લાન છે" શક્તિસિંહ હળવેથી બોલ્યા અને અખિલેશ પણ આ પ્લાન સાંભળવા ટટ્ટાર થયો.

"હું પહેલા ગૌરી અને નિતેષના લગ્ન કરાવીશ અને પછી હું નિતેષ ને જ મારો વારસદાર ઘોષિત કરી દિનદયાલનો વિશ્વાસ જીતી લઈશ...!! ચૂંટણીના એકાદ મહિના પહેલા જ હું નિતેષની હત્યા કરાવી દઈશ જેનો આરોપ આંતકવાદી સંગઠન પર નાખી દઈશ અને હું ગૌરીને ઈમોશનલ બ્લેકમેલ કરી તેના પતિની જગ્યાએ તેને ચૂંટણીમાં ઉભી કરી દઈશ અને આમપણ ગૌરીનું ભારતમા ખૂબ સારું નામ છે એટલે તે પોતાના નામ અને લોકોની એક વિધવા માટેની સહાનુભૂતિથી તો જીતી જ જશે..!!!! ગૌરી બનશે ભારતની નવી વડાપ્રધાન અને મારી ડાહી દીકરીને હું મારા ઈશારા પર જ ચલાવીશ જેથી ભવિષ્યમાં તારો રસ્તો આસાન થઈ જશે..!!" એક વિજયી સ્મિત સાથે શક્તિસિંહે પોતાની વાત પૂરી કરી.

અખિલેશ તો પોતાના પિતાની બુદ્ધિ પર ઓવારી જ ગયો, પણ, અચાનક તેના ચહેરા પર ઉદાસી પણ છવાઇ ગઈ.

"પણ પપ્પા આમાં દીદીને શું કામ વચ્ચે નાખો છો..?? એ બિચારીનો તો કોઇ વાંક નથી..!!! અને નિતેષની હત્યા પછી એનું શું થશે..? એ શું આખી જિંદગી વિધવા તરીકે જ જીવશે..?" અખિલેશને ખરેખર પોતની મોટી બહેનની ચિંતા હતી.

"હા, એ બાબતનું મને પણ દુખ રહેશે પણ દીકરી કરતા મને મારા દીકરાનાં ભવિષ્યની ચિંતા વધારે છે...!!" રાઠોડ સાહેબની આ વાત સાથે સીડીનો એ સીન પુરો થયો.

આ સીન જોયા પછી ગૌરી તો સ્તબ્ધ થઈ સોફા સાથે ચોટી જ ગઈ. રુદ્રએ એના પ્રતિભાવોની પરવા કર્યા વગર જ બીજી સીડી ચાલુ કરી દીધી.

આ સીડીમાં કોઇ ફાર્મહાઉસના ડ્રોઈંગરૂમનો સીન હતો. જેમાં ગૃહમંત્રી દિનદયાલ શર્મા અને તેમનો દીકરો નિતેષ શર્મા વચ્ચે વાત ચાલી રહી હતી. દિનદયાલે ભારતીય નેતાની જેમ ખાદીનાં કપડાં પહેરેલા હતા. જ્યારે નિતેષ કોઇ બગડેલા નબીરાની જેમ લુંગી પહેરીને દારૂના એક પછી એક પેગ પી રહ્યો હતો.

''બેટા, રાઠોડને બાટલીમાં ઉતારી દીધો છે, હવે એ આજકાલમાં જ તારી અને ગૌરીની સગાઈની ઘોષણા કરશે.'' દિનદયાલ કોઇ મોંઘી દાટ દારૂનો ગ્લાસ હાથમાં લેતાં બોલ્યો.

''તો હવે શું કરવાનુ છે?'' નિતેષ પોતાનો ખાલી ગ્લાસ ભરવા લાગ્યો.

''હવે શું... તમારા બન્નેના લગ્ન થાય એટલે તમારે બન્નેને હનીમૂન પર જતું રહેવાનું બીજું શું..!!!'' દિનદયાલે ખુશ થતા કહ્યું.

''તમને ખબર છે ને..., મને એ રોતલ છોકરીમાં જરાય રસ નથી. એના કરતા સારી છોકરીઓ તો આપણે વેચી મારીએ છીએ, અરે હા આજે જ મહારાષ્ટ્રમાંથી એક જોરદાર માલને ઉઠાવ્યો છે. પેલો ઇન્સ્પેક્ટર, એ બહુ ઉછળતો હતો ને, તેની એકની એક દીકરીને ઉઠાવી લીધી છે...!! આજે તેની સાથે જ સુહાગરાત મનાવવાનો છું'' નિતેષના ચહેરા પર રાક્ષસી હાસ્ય તરી આવ્યું ''અને, મને એ તો કહો કે એ કંટાળાજનક છોકરી સાથે લગ્ન કરી આપણને શું ફાયદો થશે..???'' નિતેષને પાછી વાત યાદ આવતા તેના પિતાને પુછ્યું.

''તને નવો વડાપ્રધાન બનાવવા માટેનું ગ્રીનકાર્ડ છે, એ છોકરી..!!'' દિનદયાલની આંખમાં ચમક હતી.

''અને એ કેવી રીતે..?'' પેગ ગટગટાવતાં તેણે તેના પિતાને પુછ્યું

''તારા લગ્ન બાદ તું રાઠોડનો વારસદાર બની જઈશ, અને પછી મોકો જોઇ ને બાપ-દીકરાની દગાથી હત્યા કરાવતાં કેટલી વાર....?? તું એનો દામાદ અને મારો દીકરો એટલે તત્કાલીન વડાપ્રધાન તરીકે હું તારું જ નામ આપી દઈશ અને આપણી પાસે 320 સભ્યોની બહુમતી તો છે જ..!!! એટલે ચૂંટણી પહેલા જ તું નવો વડાપ્રધાન થઈ જઈશ અને હું એ બન્ને હત્યાઓનો બધો આરોપ આંતકવાદી સંગઠનો પર લગાવી દઈશ અને સહાનુભૂતિથી લોકો આપણી જ પાર્ટીને વોટ આપશે ને..!! અને તું ફરીથી બની જશે ભારતનો વડાપ્રધાન....!!!!'' દિનદયાલ પોતે જ પોતાની બુદ્ધિ પર ઓવારી ગયો અને હાથમાં રહેલો દારૂનો આખો ગ્લાસ એકસાથે ગટગટાવી ગયો.

''પણ ગૌરી નું શું?'' નિતેષે તેના પિતા સામે જોયું.

''એનું શું છે હવે..?? એ તો માસ્તરની છે ને..? એક કામ કરશું આપણે એને નાણાપ્રધાન બનાવી દઈશું અને એમ ના કરવું હોય તો તારે જેટલો સમય તેની સાથે પથારી પર મોજ કરવી હોય એટલી મોજ કરી લેવાની અને પછી એનું પણ રામ-નામ સત્ય..!!!''

દિનદયાલ ને પાછો કંઈક વિચાર આવ્યો. ''ના.. ના... એની હત્યા ના કરાંય... નહિતર બધાને એવું લાગે કે કોઇ આપણી પાર્ટીને નહિ... પણ રાઠોડ ખાનદાનને જ નિશાન બનાવી રહ્યું છે અને કદાચ આપણી પર પણ શક જઈ શકે....!!! હંમ્મ... મગજમાં બેસી ગયું ...મીડિયા અને લોકોની સામે આપણે તેને કોઇ અજ્ઞાત જગ્યા પર વેકેશન (હવાફેર કરવાં) પર મોકલી દઈશું, બાકી હકીકતમાં તેનેઆ જ ફાર્મહાઉસમાં નજરકેદ કરી રોજ આપણા જ કાર્યકરો દ્વારા તેના પર બળાત્કાર કરાવીશું, જેથી આપણા કાર્યકરો પણ ખુશ અને ધીમેધીમે આ રોજે રોજની પીડા આપી તેને ગાંડી કરી દઈશું અને દુનિયા સામે એવું જાહેર થશે કે ભાઇ અને બાપના મૃત્યુના કારણે તે માનસિક અસ્થિર થઇ ચુકી છે...!!!'' દિનદયાલ આગળ કઇ બોલે તે પહેલા ગૌરી એ ટીવી જ બંધ કરી દીધું.

''મિસ્ટર ચૌહાણ...!! આવી ખોટી ક્લિપો બતાવતાં તમને શરમ નથી આવતી...?? આ બન્ને સીડી ખોટી છે.....!!હું એ કદી નાં માની શકું કે આ લોકો આટલી નિચ હરકતો પણ કરી શકે....!! અને રહી વાત મારા પિતાની તો, એમના અને રામાનુજ અંકલ વચ્ચે ખુબજ સારા સંબંધો હતા...!! એને મારા પિતા તેમના પરમ મિત્ર સાથે આવું કદી ના કરે એટલે પ્લીજ હવે તમે અહીંથી જવાની મહેરબાની કરો...!!!'' ગૌરી ઘણી અસ્વસ્થ દેખાઇ રહી હતી તે પોતાના મનને મનાવવાનો પ્રયત્ન કરી રહી હતી કે આ બધું ખોટું જ છે..!!!

ગૌરીની વાત સાંભળતા રુદ્રને ફરીથી હસવું આવી ગયું. થોડી વાર રૂમમાં શાંતિ છવાયેલી રહી. ગૌરી વધારે કંઇ બોલાવાનાં મુડમાં ન હતી.

''જો હું એ સાબિત કરી દઉ કે બન્ને ક્લિપિંગ્સ, જે તમે જોઇ એ સાચી છે તો..??'' રુદ્ર પોતાની વાત મનાવવા હઠ પકડી હતી.

''તો તમે કહો તે કરવા હું તૈયાર છું...!!!'' ગૌરીને તેના પિતા પર પુરો વિશ્વાસ હતો.

''વચન આપો છો કે આ સાચું હશે તો હું કહું તેમ કરશો..?'' રુદ્રએ ભારપુર્વક કહ્યું.

''હા..!!'' ગૌરી એટલા જ વજનથી બોલી.

રુદ્રએ ત્રીજી સીડી લગાવી. ટીવી ફરીથી ચાલુ થયું. સામે દિલ્હીમાં આવેલા વડાપ્રધાન નિવાસના એક બેડરૂમનો સીન દેખાયો જે ગૌરીનો જ બેડરૂમ હતો. ગૌરી આ જોતા જ સમસમી ઉઠી. ગૌરીને પોતાની આંખો પર વિશ્વાસ નોતો આવી રહ્યો કે તેના બેડરૂમમાં પણ જાસુસી કેમેરો હતો....!!! અને તેના રૂમમાં થતી તમામ ગતિવિધિ પર રુદ્ર નજર રાખતો હતો...!!! પણ અત્યારે અકળાઇને રાડો પાડવા કરતાં ચુપ રહેવાનું જ ગૌરીને યોગ્ય લાગ્યું. સામે ટીવીમાં સવારનો સીન આવી રહ્યો હતો જે, બે મહીના પહેલા નો હતો. આ સમય સામાન્ય રીતે ગૌરીને નાહવાનો હતો અને ગૌરીને પોતાની આદતની ખબર હતી કે તે કપડાં હંમેશા રૂમમાં આવીને જ બદલતી હતી. આ સમયે તેને પોતાની આ ટેવ પર ખુબજ ગુસ્સો આવી રહ્યો હતો. એ જ સમયે સોફાની બાજુમાં પડેલી ફૂલદાની પર તેનું ધ્યાન ગયું. એ ફુલદાની પર ગૌરીનો હાથ પણ જતો રહ્યો, એણે પૂરું મન બનાવી લીધું હતું કે એ ફુલદાનીનો ઘા રુદ્રનાં માથા પર જ કરશે, પછી પરિણામ જે આવે તે...!! ગૌરીનું ધ્યાન ટીવી પર તો હતું જ. સમય પ્રમાણે તે નાહવા માટે બાથરૂમમાં ગઈ એ પણ તેણે જોયું, પછી તરત જ સીન બદલાઇ ગયો, હવે ગૌરી ડ્રેસિંગ ટેબલ પર બેઠા બેઠા વાળ સુકવી રહી હતી. મતલબ કે વચ્ચેનો વિડીયો એડીટ થયેલો હતો.

''ચિંતા નાં કરતા મિસ રાઠોડ, તમે જેવું વિચારો છો એવું મે કશું જ નથી જોયું. આ બધા જ વિડીયો મારી વિશ્વસનીય લેડી આસિસ્ટંટ એડીટ કરીને જ મને બતાવે છે, એટલે એ ફુલદાની તમારે મને મારવી નહી પડે..!!'' રુદ્રએ સ્મિત સાથે બોલ્યો. ગૌરીને હાશકારો તો થયો, છતાં તેની ખાનગી પ્રવૃત્તિ આમ રુદ્ર સામે હતી, એ વાતનો તો ગુસ્સો હતો જ. હવે ગૌરીને એ વિશ્વાસ પણ આવી ગયો કે સીડીઓ સાચી હતી કારણ કે જો તેના બેડરૂમમાં સ્પાય કેમેરો રુદ્ર મુકી શકતો હોય તો, બીજે એવા કેમેરા મુકવા તેની માટે અઘરુંન હતું. ટીવીમાં આવેલા બેડરૂમમાં, કોઇ દરવાજા પર નોક નોક કરી રહ્યું હતું, જેથી ગૌરીનું ધ્યાન ફરી ટીવી પર ગયું. ડ્રેસિંગ ટેબલ પર બેઠેલી ગૌરી ઉભી થઈને દરવાજો ખોલ્યો તો દરવાજા પર તેના પિતા હતાં.

''આવો ને ડેડી, આજે તો તમે સવાર સવારમાં જ મને ચોંકાવી દીધી...!!!'' ગૌરીના ચહેરા પર મોટું સ્મિત આવી ગયું. શક્તિસિંહ અંદર આવ્યા.

''હા, બેટા થોડી જરૂરી વાત કરવી હતી..!!'' રાઠોડ સાહેબે સોફા પર જગ્યા લેતા બોલ્યા. ગૌરીએ પોતાના ભીના વાળ પર ટુંવાલ વિંટોળ્યો અને તેના પિતાની બાજુમાં, તેમના તરફ જ મોઢું કરીને બેસી ગઈ. તેના પિતા આગળ કંઇ બોલે તેની રાહ જોવા લાગી.

‘‘આજે હું તારી પાસે એક યાચના લઈને આવ્યો છું, જો તારાથી શક્ય હોય તો મને મદદ કરજે..!!’’ શક્તિસિંહ ખુબજ પીડામાં હોય તેમ વાત કરી રહ્યાં હતાં.

‘‘બોલો ને શું કરવાનુ છે મારે..??’’ ગૌરીના ચહેરા પર આતુંરતા હતી.

‘‘જો હું ગોળ ગોળ વાત નહિ કરું. મે આ બાબતમાં બહુજ વિચાર કર્યો છે અને પછી આ નિર્ણય પર પહોંચ્યો છું.’’ શક્તિસિંહનો ચહેરો ઉદાસ દેખાઇ રહ્યો હતો. ગૌરીને કંઈ બોલવા કરતા રાહ જોવાનું વધારે ઉચીત લાગ્યું.

‘‘બેટા, જો તને વાંધો ના હોય તો તું નિતેષ સાથે લગ્ન કરવા માટે માની જા...!!!! મારી પણ અમુક મજબૂરીઓ છે, જેના કારણે મારે આ નિર્ણય લેવો પડ્યો છે..!!’’ રૂમમાં સન્નાટો છવાઈ ગયો.

‘‘ઠીક છે, જો તમે આ બાબતમાં વિચાર કરી ને જ મારી સામે આ પ્રસ્તાવ મુકતા હોય તો મારી હા જ છે...!!’’ ગૌરીના ચહેરાની એક પણ રેખા પર ફરક ના પડ્યો. ગૌરીને એટલો ખ્યાલ હતો કે તેના પિતા કોઇક મુસીબતમાં છે, નહિતર તેના પિતા તેની સામે આવો પ્રસ્તાવ કદી ના મુકે...!! એટલે તેણે વધારે વિચાર્યા વગર હા પાડી દીધી. આ સાથે રુદ્રએ ટીવીને બંધ કરી દીધી.

‘‘તો બોલો મિસ રાઠોડ...!!! કહો આ ક્લિપિંગ પણ ખોટું છે...!! અને જો આ સાચું હોય તો બીજા ક્લિપીગ પણ સાચા જ છે..!!’’ રુદ્રએ કટાક્ષ કરતા ગૌરીને પુછ્યું. રુદ્ર ગૌરીની સામે જ જોઇ રહ્યો હતો, પણ ગૌરીના ચહેરા પર ન સમજાય તેવા ભાવો દેખાય રહ્યા હતા અને પછી થોડી જ વારમાં ગૌરી ચોધાર આંસુ એ રડી પડી.

‘‘મારા પિતા.... આવું કદી... ના કરે....!!!’’ ગૌરીથી માંડ માંડ બોલાતું હતું. રુદ્રએ ગૌરીને પાણીનો ગ્લાસ અને ટિસ્યુ પેપર આપ્યા. ગૌરી થોડીવાર પછી માંડ શાંત પડી.

‘‘જુઓ મિસ રાઠોડ, આ જે તમે જોયુ તે બધું જ સાચું હતું અને હું નથી ઇચ્છતો કે તમે આ લોકોની ગંદી રાજરમતમાં ફસાવ...!!!’’ રુદ્રએ પોતાના ઇરાદો સ્પષ્ટ કર્યો પણ ગૌરીના મગજમાં તો તેના પિતાનાં અને દિનદયાલના શબ્દો જ ઘુમી રહ્યા હતા.

‘‘મિસ રાઠોડ..!?!’’ રુદ્રએ ગૌરીનો ખભો હલાવીને બોલાવી ત્યારે ગૌરી સદમામાંથી જાગી.

‘‘હવે મને એટલું કહો કે તમારે મારી મદદની જરૂર છે..??’’ રુદ્ર મુખ્ય વાત પર આવ્યો પણ ગૌરીને કશું જ સમજાઇ નોહતું રહ્યું.

"તમે મારી શું મદદ કરશો..??" ગૌરી હવે ધીમેધીમે સ્વસ્થ થવાનો પ્રયાસ કરી રહી હતી.
"પહેલા તમારે અહીંથી નિકળવું પડશે...!!! છુંપાઇ ને..!!!" રુદ્રએ ખુબજ સ્વાભાવિક રીતે વાત કરી.
"એ કેવી રીતે થશે?" ગૌરીનું મન તો ન હતું પણ છતાં વાતમાં રસ લઈ રહી હતી. રુદ્રએ પોતાની બેગમાંથી એક પ્લાસ્ટિકની બેગ કાઢી ગૌરીને આપી.
"સવારે પાંચ વાગ્યે તમે રૂમસર્વિસ માટે ફોન કરજો. એક અંગ્રેજ લેડી આવશે અને એના કેવા પ્રમાણે જો તમે બધું કરશો તો આરામથી એરપોર્ટ પર પહોંચી શકશો. અને આ લાસવેગસની ટિકિટ છે, તમે રાખો..!! અને યાદ રાખજો સવારે ખાલી તમારી પાસે પંદર મિનીટ જ હશે અને એ સમયે બહાર કોઇ બોડીગાર્ડસ નહિ હોય...!!" રુદ્ર શાંતિથી બધું ગૌરીને સમજાવ્યું કે અહીંથી તેને કેવી રીતે નીકળવાનું છે. ગૌરી બધું જ સમજી લીધું પણ હજી તેનું મન ખુબજ ઉદાસ હતું પણ તેને ખબર નહિ કેમ રુદ્ર પર વિશ્વાસ કરવાનું મન થતું હતું. રુદ્ર બધું સમજાવી પોતાની બેગ લઈ બેડરૂમમાં જતો રહ્યો.

ગૌરીને હજી પણ તેના પિતાના શબ્દો કાનમાં ગુંજી રહ્યા હતા. પછી તેને વિચાર આવ્યો કે રુદ્ર ક્યાં ગયો તો તે ચેક કરવા પાછી બેડરૂમમાં ગઇ તો રુદ્રનું ક્યાંય નામોનિશાન ન હતું...!!!

પ્રકરણ – 2
મુંઝવણ...!!!

10 એપ્રિલ 2015

સવારના પાંચ વાગ્યા હતા. લંડનના એરપોર્ટ પર રુદ્ર વેઇટીંગ રૂમમાં ગૌરીની રાહ જોઇ રહ્યો હતો, પણ ગૌરીનો કોઇ જ અણસાર દેખાઇ રહ્યો નહોતો. રુદ્રની ફ્લાઇટ ઉપડવાનો સમય થઇ રહ્યો હતો, એ જ સમયે રુદ્રની બાજુની ખાલી બેંન્ચ પર ગૌરી આવીને બેસી ગઈ.

''તમારા અંગરક્ષકોએ તમને હેરાન તો નોહતા કર્યા ને?'' રુદ્રએ આજુંબાજું જોઇને પુછ્યું. ગૌરીના ચહેરા પર ઉદાસી સ્પષ્ટ જોઇ શકાતી હતી. તે આવી તો ગઈ હતી પણ તેને રુદ્ર સાથે જવાની કોઇ જ ઇચ્છા ન હતી. ગૌરીએ રુદ્રની પ્રશ્નનો જવાબ ના આપ્યો.

સામાન્ય રીતે ગૌરી સાડી માંજ હોય પણ રુદ્રએ આપેલા કપડાંમાં જીન્સ, ટીશર્ટ અને રંગબેરંગી સ્કાર્ફ હતું સાથે મોટા ગોગલ્સ પણ હતા. ચાઇનીઝ પ્રકારની વાળની વીગ અને લાંબુ વિચીત્ર ખોટું નાક ગૌરીએ લગાવેલુ હતું. આ વેશમાં ગૌરીને ઓળખવી થોડી મુશ્કેલ તો હતી જ.

ગૌરી પાસેથી કોઇ જવાબ ના મળતા રુદ્ર ઉભો થયો અને ગૌરીનો હાથ પકડી ટર્મીનલ તરફ ચાલવા લાગ્યો, જે ટર્મીનલ ભારત જવા માટેનું હતું. રુદ્રએ ગૌરીના હાથમાં એક પાસપોર્ટ હળવેથી મુકી દીધો. ગૌરીએ ખોલીને જોયું તો કોઇ મેધા દિક્ષીતના નામનો પાસપોર્ટ હતો, પણ ફોટો તો પોતાના આ અત્યારના લૂકનો જ હતો. ગૌરી તો રુદ્રની હોંશિયારીથી દંગ જ રહી ગઈ. તેને એ જ સમયે ઘણા બધા સવાલ પુછવા હતા પણ કોઇનું ધ્યાન ના ખેંચાય એ માટે એ ચુપ જ રહી.

બધા સિક્યોરિટી ચેક વટાવી રુદ્ર પોતાના ચાર્ટડ પ્લેન તરફ જવા લાગ્યો. થોડી જ મીનીટોમાં પ્લેન રનવે પર દોડવા લાગ્યું.

''આ બધું શું ચાલી રહ્યું છે..?? મિસ્ટર ચૌહાણ..!!'' ગૌરીએ પ્લેનમાં ચાલુ થતા જ પ્રશ્ન કર્યો.

"તમારા પિતા અને બીજી જાસુસી એજન્સીઓની આંખમાં ધુળ નાખી રહ્યો છું..!" રુદ્ર કોઇપણ હાવભાવ વગર જ બોલ્યો.

"એટલે તમે મારા પ્રશ્નોના જવાબ નહિ આપો..??" "શું જવાબ જોઇએ છે તમારે..?"

"તમારો આગળનો શું પ્લાન છે..!! અને આમ ભાગી જવાથી તમને કે મને શું ફાયદો થશે..??" ગૌરીની આતુંરતા વધતી જતી હતી.

"મિસ રાઠોડ...!!! તમને મારા પર ભરોસો છે કે નહિ..??" રુદ્રએ સામે પ્રશ્ન કર્યો.

"કાલે અચાનક મને કોઇ મારા પિતા અને સસરાના કાળા ભુતકાળની ઝાંખી બતાવે છે..!! એ માણસ મારા રૂમમાં ક્યાંકથી છુંપાઇને આવે છે..!! અને છુંપાઇને ક્યાંક જતો પણ રહે છે એનો મને ખ્યાલ પણ નથી આવતો..!! મારા સિક્યુરીટી ગાર્ડસને બે વખત છેતરે છે..!! હોટેલનો સ્ટાફ તેના ઇશારા પર નાચે છે..!! મને લાસવેગસનુ કહી ભારત પાછી લઈ જાય છે..!!! સામાન્ય જનતા માટે જે ભગવાન છે, એ માણસ મારી જાસુસી કરે છે..!!! તો મને કહો મિસ્ટર ચૌહાણ કે આ બધાનો હું શું અર્થ કાઢું અને કેવી રીતે તમારો ભરોસો કરું..???" ગૌરી પણ શાંતિથી અને તર્કબધ્ધ રીતે પોતાના સવાલ પુછવા લાગી.

"શું તમે નિતેષને તમારી સગી આંખે છોકરીઓ સાથે ગેરવર્તણૂક કરતા નથી જોયો..?? તમને પહેલેથી નિતેષના ચાલ-ચલણ પર શક નહોતો..?? તમારા પિતાએ કરેલા તમામ ગોટાળા અને સ્કેમની જાણકારી તમને નહોતી..?? દિનદયાલ ખાદીના કપડાં પાછળ હજારો ખોટા કામો કરે છે તેનો અંદાજો તમને નહોતો..?? તો શા માટે તમે લગ્ન માટે તરત હા પાડી..?? કેમ તમે એ લોકોને દુનિયા સામે ખુલ્લા નથી પાડતા..??" રુદ્ર જવાબ આપવાને બદલે સામે બીજા સવાલ કર્યા.

"હા...!! મિસ્ટર ચૌહાણ..!! તમારી વાત સાચી છે..!! પણ મને ખબર ન હતી કે તે લોકો આટલી નીચ હરકતો કરતાં હશે..!! પણ હા... અમુક સમયે મે જરૂર આંખ આડા કાન તો કર્યા જ હતાં..!! હું મારા પિતાને અનહદ પ્રેમ કરતી અને કદાચ એટલે મને તેમના દોષ દેખાતા ન હતાં...!!!" ગૌરીની આંખમા પસ્તાવો સ્પષ્ટ દેખાતો હતો.

"સાચું કહું તો રમેશના મૃત્યુ બાદ સાવ ગાંડી થઈ ગઈ હતી. મારું ગાંડપણ મારી માતાથી સહન ના થયું અને આઘાતમાં એ પણ ભગવાનને વહાલી થઈ ગઇ..!! મારા પિતાએ મારું ગાંડપણ સહન કર્યુ અને મને ઉછેરવા લાગ્યા પણ જ્યારે હું આત્મહત્યા કરવાની કોશીશો કરવા લાગી ત્યારે તેમણે મને લંડન ઇલાજ માટે મોકલી દીધી.....!!!" ગૌરીની આંખ ભીની

થઈ ચુકી હતી અને રુદ્ર બસ તેને રોક્યાં વગર સાંભળી રહ્યો હતો.

''ત્રણ વર્ષ લાગ્યા મને એ સદમામાંથી બહાર નીકળતા..!! પછી હું ભારત પાછી ના આવી શકી અને આવું પણ શું કામ..?? હું મારા પિતાના પોલીટીકલ કેરિયરમાં બાધા રૂપ બનવા નહોતી માંગતી..!!! અને જેના કારણે મારા હૃદયના ધબકારા ચાલતા હતા, હવે તે પણ આ દુનિયામાં નહતો રહ્યો..!! એટલે મે અહીયા જ મારું મન ભણવામાં લગાડ્યું..!!'' ગૌરી થોડીવાર રોકાઇ. પ્લેન વાદળોને ચીરતું આગળ વધી રહ્યું હતું.

''અર્થશાસ્ત્ર રમેશને ખુબજ ગમતું...!! એને દેશનો સૌથી મોટો અર્થશાસ્ત્રી બની એવા કોઇ અર્થતંત્રની રચના કરવી હતી કે દેશમાં કોઇ ગરીબ જ ના રહે..!!'' ગૌરીના ચહેરા પર સ્મિતની લહેરકી આવી ગઈ. ગૌરી અત્યારે ભુતકાળમાં ખોવાઇ ચુકી હતી. ખબર નહિ કેમ તે રુદ્ર સામે પોતાનું દિલ ખોલી રહી હતી.

''હું અર્થશાસ્ત્રને ખુબજ નફરત કરતી હતી પણ રમેશની યાદો સાથે જીવવા મે અર્થશાસ્ત્રને વહાલું કરી લીધું. મેં દસ વર્ષ અહી લંડનમાં જ અભ્યાસ કર્યો અને થોડી નામના પણ મેળવી પણ હવે મારે ભારત પાછું ફરવું હતું..!! દસ વર્ષ બાદ જ્યારે હું રમેશનું અધૂરું સ્વપ્ન પૂરું કરવા ભારત પાછી ફરી ત્યારે હું અહીંના રાજકારણથી બિલકુલ અજાણ હતી. મને મારા પિતા અને દિનદયાલ અંકલ ખુબજ સારા લાગતા હતાં..!!'' ગૌરીના ચહેરા પર દર્દ સ્પષ્ટ દેખાતું હતું.

''તમે કોઇ પણ દલીલ વગર નિતેષ સાથે લગ્ન કરવા માની કેમ ગયા..??'' રુદ્રએ ગૌરીને અટકાવતા પ્રશ્ન કર્યો. ગૌરીએ આંખ જીણી કરી રુદ્ર સામે જોયું.

''પ્લીજ મિસ્ટર ચૌહાણ..!!! આ સવાલની અપેક્ષા મને તમારી પાસેથી તો ન જ હતી..!!'' ગૌરી હજી રુદ્રની આંખોમાંજ જોઇ રહી હતી. ''છતાં પણ જો મારે જાણવું હોય તો તમે મને જવાબ નહિ આપો..??'' ''અત્યારે મને નથી તમે સમજાઇ રહ્યાં કે નથી તમારી રમત સમજાઇ રહી..!!'' ''એવું કેમ...?? હું તો ખુલ્લી કિતાબ જેમ છું...!!''

''પણ એનો શું ફાયદો જો એ કિતાબની લિપી જ સમજમાં ના આવે?''

''તમે નિતેષ સાથે લગ્ન કરવાં શા માટે રાજી થયા..??'' રુદ્રએ ફરી વાતને પાટા પર લાવવા એ જ સવાલ કર્યો.

''હું નિતેષ સાથે ક્યારેય પરણવાની જ ન હતી...!! આજે જ હું આત્મહત્યા કરવાની હતી અને મને એ પણ ખબર છે કે તમને આ વાતની જાણ હતી જ અને એટલે જ તમે મને કાલે

મળવા આવ્યા હતાં જેથી મારું મગજ બીજી જગ્યાએ વળે અને હું આ પગલુ ના ભરું...!!!" ગૌરી ખુબજ ઝડપથી પણ અકળાઇને બોલી ગઈ..!!

"તમે નિતેષ સાથે લગ્ન કરવાં શા માટે રાજી થયા.?" રુદ્રએ ફરી એ જ સવાલ કર્યો.

"તમે સાંભળ્યુ નહિ મે શું કીધું..??" ગૌરી અકળાતા બોલી.

"તમે અત્યારે શું કરવાના હતા તે વાત કરી પણ આ આત્મહત્યા કરવાની નોબત તમે આવવા જ કેમ દીધી..?? શું રમેશ આચાર્ય અત્યારે જીવતા હોત તો તમારા પગલાને બરાબર ગણત..??" રુદ્રનો અવાજ તીખો થઈ ગયો.

"હું મજબૂત રહેવાનો ડોળ કરી કરીને થાકી ચુકી હતી.... અને ક્યાં સુધી હું મારી જાતને ખોટા દિલાસા આપતી રહેત..?? મારા માટે રમેશ વગર જીવવું અશક્ય બની ચુક્યું હતું..!! મે ઘણી સફળતા મેળવી હતી પણ રમેશ વગર એ બધું જ નકામું હતું..!! હું બસ આત્મહત્યા કરવાના પ્લાન જ બનાવતી અને એ જ સમયે મારા પિતા મારા માટે આત્મહત્યાનો પુરો સામાન લઈને આવ્યા હતાં તો હું શા માટે પાછળ રહું..??" ગૌરીના ચહેરા પર ન સમજાય તેવા ભાવો હતાં.

"પણ શા માટે આત્મહત્યા..??" રુદ્રએ પણ અકળાતા પૂછ્યું. ગૌરી ચુપ જ રહી..!! રુદ્રના ચહેરા પર ગુસ્સો વધી રહ્યો હતો.

"જેમ તમને રમેશ આચાર્ય વગર જીવવું અશક્ય લાગે છે, તેમ મને પણ તમારા વગર જીવવું અસંભવ જ લાગે છે...!!" રુદ્રથી બોલાઇ ગયું. રુદ્ર ગૌરીની નજરને ટાળવા પોતાની આંખો બંધ કરી ઉંઘનો કોટો પુરો કરવાનો ચાલુ કરી દીધુ. ગૌરી પણ રુદ્રની વાતથી વાતથી ઘણું બધું સમજી ચુકી હતી, પણ હવે તેને વાતને ચોળીને ચીકણી કરવાની ઇચ્છા ન હતી એટલે આ બાબતમાં કંઇ બોલવા કે પુછવા કરતા પોતાને સુંઇ જવાનું જ યોગ્ય લાગ્યું.

ચાર કલાકની ઉંઘ બાદ ગૌરીની આંખ ખુલી ત્યારે ટેવ પ્રમાણે તેણે પોતાના મોબાઇલ માટે આજુબાજુ જોયું, પછી તેણે પોતાનું પર્સ ફંફોળવાનુ ચાલુ કરી દીધું.

"મિસ્ટર ચૌહાણ, મારો મોબાઇલ ગુમ છે....!!!" ગૌરી ચિંતા સાથે બોલી.

"એ લાસવેગસની ફ્લાઇટમાં મિસ ગૌરી રાઠોડ સાથે સફર કરી રહ્યો હશે...!!!" રુદ્રએ આંખો ખોલ્યા વગર જ જવાબ આપ્યો.

"એટલે?" ગૌરીએ આતુરતાથી પુછ્યું.

“એક ગૌરી શક્તિસિંહ રાઠોડ લાસવેગસની ફ્લાઇટમા પણ જર્ની કરી રહી છે. જેની પાસે તમારો મોબાઈલ છે...!!!” રુદ્રએ જવાબ આપ્યો.

રુદ્ર આંખો ચોળતો ઉભો થયો અને ખુબજ લાપરવાહીથી આળસ મરડી. ગૌરી તો બસ રુદ્રને જોતી જ રહી. પ્લેન ખુબજ આલીશાન હતું. રુદ્રએ પોતાની જરૂરીયાત પ્રમાણે પ્લેનમાં ઘણા ફેરફાર કરાવ્યા હતાં. પ્લેનમાં બધી જ સુવિધાઓ હતી, જાણે તમે પોતાના ઘરમાં જ ના રહેતા હોવ....!!!

ગૌરી સામે જોયા વગર જ રુદ્ર બાથરૂમ તરફ ચાલવા લાગ્યો. ગૌરીને રુદ્ર ઘણો રહસ્યમય માણસ લાગી રહ્યો હતો પણ એ જ સમયે તેની નજર બહાર તરફ ગઈ અને થતા સુર્યોદયને નિહાળવા લાગી.

ગઈકાલે રુદ્રનાં ગયા પછી ગૌરી અડધી રાત્રી સુધી રડતી રહી. રામાનુજ આચાર્યના પરિવાર સાથે ગૌરીને ખુબજ લાગણી હતી. ગૌરી કશું જ જમ્યાં વગર મોડી રાત્રે સુઈ ગઈ હતી. ગૌરીની ઉંઘ સવારમાં ઉડી નહોતી પણ સમય પ્રમાણે એક લેડી તેના બેડરૂમ સુધી પહોંચી ગઈ હતી. અંતે ઘણો વિચાર કર્યા બાદ, તે રુદ્ર સાથે જવા તૈયાર થઈ ગઈ.

હજી ગૌરીનું મન શાંત નહોતું પડ્યું પણ મહામહેનતે પોતાની જાત એ સમજાવીએ સ્વસ્થ થવાનો પ્રયત્ન કરી રહી હતી.

પંદર મિનીટ પછી રુદ્ર નાહીને બહાર આવ્યો. રુદ્રએ આછા વાદળી કલરનો શર્ટ અને બ્લેક પેન્ટ પહેર્યુ હતું.

“પ્લીજ તમે પણ ફ્રેશ થતા આવો. પૂંજા તમને જરૂરી બધી જ વસ્તુની વ્યવસ્થા કરી આપશે.” ત્યાં જ ગૌરીની પાછળ એક સુંદર એરહોસ્ટેસ આવીને ઉભી રહી ગઈ. ગૌરીએ દલીલ કર્યા વગર પુજા પાછળ ચાલવા લાગી. પુજા તેને બાથરૂમ સુધી લઈ ગઈ.

“તમારી જરૂરીયાતની બધી વસ્તુ અંદર છે. તમારા માટે બે-ત્રણ સાડીઓ મે પસંદ કરી છે, તમે જેવી પહેરો છો એવી જ..!!” પુજાએ સ્મિત સાથે પોતાની વાત પૂરી કરી.

“એટલે તમને એટલો બધો સમય મળી ગયો કે તમે મારા માટે સાડીઓની શોપીગ કરી શકો?” ગૌરીએ આતુંરતાથી પુછ્યું.

"હા.....!, ચૌહાણ સાહેબે મને પંદર દિવસ પહેલા, તમારા માટે સારામાં સારી સાડીઓ પસંદ કરવાનું કીધું હતું." આ સાંભળીને ગૌરીના ચહેરાની બધી રેખાઓ તંગ થઈ ગઈ. હજી કાલ બપોર સુધી તો તે પોતે રુદ્રને મળી ન હતી, કદી તેની સાથે વાત પણ કરી ન હતી અને રુદ્રને પંદર દિવસ પહેલા ખબર હતી કે હું તેમની સાથે આજે તેમના ચાર્ટડ પ્લેનમાં સફર કરવાની હતી...!! ગૌરી એક પણ શબ્દ બોલ્યા વગર બાથરૂમમાં જતી રહી.

ગૌરી થોડી જ મિનિટોમાં ફ્રેશ થઈને બહાર આવી. તેણે આછા ગુલાબી કલરની સાડી પહેરી હતી અને તેના પર સુંદર ફુલોની ડિઝાઇન હતી. વાળ ભીના હતા અને ગૌરીએ વાળને ખુલ્લા જ રાખ્યા હતાં. કપાળ પર એક નાની બીંદી ચોડી હતી. પ્લેનમાં ધીમું સંગીત વાગી રહ્યું. એ સંગીત જાણે ગૌરીની ખુબસુરતીનું જ વર્ણન કરી રહ્યું હોય તેમ લાગી રહ્યું હતું. સવારનો બ્રેકફાસ્ટ પીરસાય ચુક્યો હતો. ગૌરી રુદ્રની સામેની બાજુ એ જઈ બેઠી. રુદ્ર તો બસ ગૌરીને જોતો જ રહ્યો અને ગૌરીને પણ ખ્યાલ આવી ગયો કે રુદ્ર તેની સામે કંઈક અલગ જ ભાવથી જોઇ રહ્યો છે..!!! એટલે એ થોડી શરમાઇ અને ખોટી ઉધરસ ખાઇ પોતાના ગળા પાસે હાથ ફેરવવા લાગી. ગૌરીની ઉધરસે રુદ્રને પણ શરમમાં મુકી દીધો.
પરાઠા અને દહી સાથે મસાલાવાળી ચા ગૌરીનો સૌથી મનગમતો બ્રેકફાસ્ટ હતો અને હવે ગૌરીને એ આશ્ચર્ય ના થયું કે રુદ્રને કેવી રીતે ખબર પડી કે તેને શું ભાવે છે....!!
"તમે આજે ખુબજ સુંદર લાગો છો..!!! અત્યારે જ તમારા પ્રેમમાં પડી જવાનું મન થાય છે...!!!" રુદ્રએ પરાઠાનું બટકું મોઢામાં મુકતાં કહ્યું.

ગૌરીને રુદ્રની આવી રીતે વાત કરવાની સ્ટાઇલથી ગુસ્સો તો આવ્યો પણ તેને સમજાયુ નહિ કે શું કહેવુ.
"મને વધારે મુંઝવો નહિ. હું આમ પણ ઘણી પરેશાન છું..??" ગૌરીએ વાત બદલવાનો પ્રયત્ન કર્યો.
"સારું, પ્લીજ તમે નાસ્તો કરવાનું ચાલુ કરો, કાલ રાત્રીનું તમે કાંઇ જ નથી ખાધું...!!" ગૌરી આગળ કઈ બોલે તે પહેલા રુદ્ર બોલ્યો.
"એટલે તમે હોટેલનાં મારા રૂમમાં પણ કેમેરા મુક્યાં હતાં...?? એ હોટેલ પર હું હવે તો કેસ કરીશ જ...!!!" ગૌરીએ થોડા ગુસ્સા સાથે બોલી અને બ્રેકફાસ્ટ ચાલુ કરી દીધો.

"હં..., માફ કરજો પણ જરૂરી હતું. ગુસ્સામાં આવી ને તમે જો આત્મહત્યાનો પ્રયાસ કર્યો હોત તો મારે બચાવવા તો આવવું પડે ને? અને પ્લીજ હોટેલને બક્ષી દેજો, એ હોટેલનો માલિક હું જ છું..!!!" રુદ્ર એ હસતાં હસતાં જ કહ્યું.

"મને એ કહેશો કે તમારે આટલી બધી જાસુસી કેમ કરવી પડી અને મહત્વની વાત તો એ છે કે તમે પકડાયા કેમ નહિ..? શું ભારતીય સિક્યુરિટી સિસ્ટમ આટલી બધી પાંગળી છે કે વડાપ્રધાન નિવાસમાં સ્પાય કેમેરા લાગેલા હોય અને એ કોઇને ખબર ના પડે..!!" ગૌરીને આ બધા પ્રશ્નો ક્યાંરના સતાવી રહ્યા હતાં.

"અત્યારે તો હું તમારા એકપણ સવાલનો જવાબ નહિ આપી શકું"

"જુઓ, મિસ્ટર ચૌહાણ, તમે એમ સમજતા હોવ કે આ વિશ્વાસઘાત અને દુખમાં મારી બુદ્ધિ નહિ ચાલે તો એ તમારો વહેમ જ છે...!! મને ભલે તમારા ઇરાદાઓની ખબર ના હોય પણ હું એમ સાવ આસાનીથી તમારી જાળમા ફસાવ તેમ પણ નથી..!!" ગૌરીએ કડક શબ્દોમાં રુદ્રને કહી દીધું.

।"હવે તો તું ફસાઇ જ ગઈ છે..!!" રુદ્ર ખુબજ ધીમે ગણગણ્યો. "શું બોલ્યા...??" ગૌરીને સંભળાયુ નહિ કે રુદ્ર ધીમેથી શું બોલ્યો. "કંઇ નહિ...!!!" રુદ્રએ વાત ટાળતા કહ્યું.

"તો હવે મને જણાવી દો કે તમારા બધાની આ રાજનીતિની રમતમાં મારે શું ભાગ ભજવવાનો છે..!!!" ગૌરીએ સીધો જ સવાલ કર્યો.

"તમે કોઇ કટપુતળી નથી કે હું તમને તમારી મરજી વિરુદ્ધ નચાવ્યે રાખું...!!! તમે તમારી રીતે ગમે તે કરવા સ્વતંત્ર છો..!!!" રુદ્રએ સ્પષ્ટતા કરી. ગૌરી રુદ્રની વાત સાંભળતા જ હસવા લાગી.

"તમે હજી મને મુર્ખ જ સમજી રહ્યા છો...!!! આપણે લંડનથી નીકળ્યા તેને ચાર-પાંચ કલાક થવા આવ્યા હશે અને અત્યારે ભારતની ખુફિયા એજન્સી RAW મને શોધવા માટે આકાશ પાતાળ એક કરી રહી હશે. ભારતના વડાપ્રધાનની દીકરી લંડનમાથી અચાનક ગાયબ થઈ છે, તો ઈંગલેંડની MI6 પણ પુરા જોશથી કામે લાગી હશે કારણ કે આ ઈંગલેંડની પણ પ્રતિષ્ઠાનો પ્રશ્ન બની ગયો હશે..!! બધી ન્યુઝ ચેનલ પર ખાલી મારા ગાયબ થયાના ન્યુઝ આવી રહ્યા હશે. આજે વિશ્વની સૌથી મહત્વની ખબર હું બની ગઈ હોઇશ કે દિનદહાડે ભારતના વડાપ્રધાનની દીકરી ગાયબ થઈ ગઇ....!!" ગૌરી આવેશમાં પણ પુરા હોશમાં રુદ્રને સંભળાવી રહી હતી.

‘‘અને મિસ્ટર ચૌહાણ, હવે તમે મને એમ કહો છો કે હું ગમે ત્યાં જવા માટે સ્વતંત્ર છું..?? જ્યારે મિડીયા અને લોકો મને સવાલ કરશે કે તમે ક્યાં ગાયબ થઈ ગયા હતાં...?? તો હું શું એમ કહીશ કે જમીનથી 18000 ફુટ ઉપર હું મિસ્ટર રુદ્ર ચૌહાણ સાથે દહીને પરાઠા ખાવા ગઈ હતી...??’’ ગૌરીના અવાજમાં ગુસ્સો સ્પષ્ટ હતો.

પણ રુદ્ર ગૌરીની વાત સાંભળતા જ રુદ્ર ખડખડાટ હસવા લાગ્યો અને બીજી સેકંડે ગૌરીને પણ હસવું આવી ગયું.

‘‘આમ પણ તમારી પાસે વધારે વિકલ્પ ન હતાં એટલે મને થયું કે તમને જીવવાનો એક મકસદ આપી દઉ પણ......’’ રુદ્ર થોડો રોકાયો પણ ગૌરી પૂરી સ્વસ્થતાથી તેની વાત સાંભળી રહી હતી.

‘‘...હવે તમારે દુનિયાથી છુંપાઇને રહેવું હોય તો એમ અને તમે દેશની જનતા સામે તમારા પિતા અને થનાર સસરાની પોલ ખોલવા માંગતા હોય તો એમ...!!! તમે કોઇ પણ પગલું ભરવા માટે સ્વતંત્ર છો...!! મિસ રાઠોડ, તમને વિશ્વાસ નહિ આવે પણ દિનદયાલ શર્મા દેશનું સૌથી મોટું હ્યુમન ટ્રાફિકિંગનુ રેકેટ ચલાવે છે, અને તમારા પિતા આડકતરી રીતે તેમાં સહકાર પણ આપે છે..!!! તે રાત્રે હું તે પોલીસ ઇન્સ્પેક્ટરની દીકરીને બચાવવા સફળ તો થયો હતો પણ દરેક વખતે મને આવી સફળતા નથી મળતી...!!! આવા તો કેટલાય હીન ગુનાહો કરે છે જેની તમે કલ્પના પણ ના કરી શકો..!!’’ રુદ્રના અવાજમાં ગુસ્સા કરતા દર્દ વધારે હતું.

રુદ્રની વાત સાંભળતા જ ગૌરીના મોઢામાં પરાઠાનો કોળીયો એમનો એમ જ રહી ગયો. ગૌરીની આખોમાં આજે પિતા માટે એટલી નફરત અને ગુસ્સો હતો કે કદાચ આજે જો તેના પિતા તેની સામે ઉભા હોત તો તે તેમના પર બંદૂક ચલાવતા પણ ના ખચકાત.

‘‘હેલો મેડમ...!!!’’ એક ચપટી વગાડતા રુદ્રએ ફરીથી ગૌરીને વર્તમાનમાં લાવી દીધી પણ ગૌરી કંઈ જ બોલી નહિ. રુદ્રએ ગૌરીનું મુડ ઠીક કરવા ટીવી ચાલુ કર્યુ. ટીવીમાં ન્યુઝ ચેનલ ચાલુ હતી. જેમાં બન્નેનુ ધ્યાન એક સાથે ગયું. રુદ્ર પાસે સેટેલાઇટ ટીવી હતું જેમાં તે કોઇપણ દેશની કોઇપણ ચેનલ ગમે ત્યાં અને ગમે ત્યારે જોઇ શકતો.

''આજ કી સબસે બડી બ્રેકિંગ ન્યુઝ...!!, ગૌરી રાઠોડ પિછલે પાંચ ઘંટે સે ગાયબ હે...!!'' ન્યુઝ ચેનલનો એંકર બરાડા પાડી બોલી રહ્યો હતો. રુદ્રએ તરત ચેનલ બદલીને કોઇ ગીતની ચેનલ લગાવી દીધી. ગૌરી તો બસ રુદ્રને જોઇ રહી અને રુદ્રની જીગરનું ખાલી અનુમાન જ કરવા લાગી.

''માફ કરજો, મિસ્ટર ચૌહાણ, તમને નથી લાગતું કે આપણા આ પગલાથી આપણે બન્ને ખુબજ મુશ્કેલીમાં મુકાય શકીએ તેમ છીએ અને તમારા નામ અને પ્રતિષ્ઠાને પણ ખુબજ મોટો આંચકો લાગશે...!!'' ગૌરી ચિંતાતુંર થતા બોલી.

।'તમે તો ક્યાંરનાં મુશ્કેલીમાં મુકાયેલા જ હતા, એમાં આ એક વધારે પણ તમારે મારી ચિંતા કરવાની જરૂર નથી...!!'' રુદ્રએ પોતાના નાસ્તા પર જ ધ્યાન આપ્યું. ''જો તમે બધો પ્લાન બનાવીને જ રાખ્યો છે, તો શા માટે મને વિકલ્પ આપો છો મને કહી જ દો કે મારે શું કરવાનું છે?'' ગૌરી અકળાતા બોલી. ''મારી સાથે લગ્ન..!!!'' પ્લેનમાં એક મિનીટ માટે શાંતિ છવાઇ ગઇ. ''તો શું તમે આ બધું મારી સાથે લગ્ન કરવા માટે કરેલું...?'' ગૌરીએ થોડા ગુસ્સા અને થોડી આતુંરતાથી પુછ્યું.

''જો તમને એમ લાગતું હોય તો એમ હશે પણ તમને સ્પષ્ટપણે એક વાત કરી દઉ કે, જ્યાં સુધી તમે આ પ્લેન પર છો, ત્યાં સુધી તમે ચિંતામુક્ત છો, જ્યારે આ પ્લેન ભારતમાં લેન્ડ કરશે એટલે તમારે નિર્ણય લેવો પડશે...!! જો તમે મારી સાથે લગ્ન કરવા તૈયાર થશો તો તમારી આ બધી તકલીફો, અને રમેશ આચાર્યના બધાં સપના મારા...!!! હું તમને રમેશ આચાર્યના અધુરા સ્વપ્ન પુરા કરવા પુરા મનથી મદદ કરીશ......!!'' રુદ્ર ઉભો થયો અને બાજુના સોફા પર જઇ ફરીથી લાંબો થયો અને શાંતિથી ગીત સાંભળતા સાંભળતા આંખ બંધ કરી દીધી.

''મિસ્ટર ચૌહાણ હજી વાત પૂરી નથી થઈ..!! મને જવાબ આપો શા માટે તમારે મારી સાથે લગ્ન કરવા માંગો છો...!!!'' ગૌરીથી થોડું જોરથી બોલી પણ રુદ્રએ જવાબ ના આપ્યો.

''મારી સાથે લગ્ન કરીને તમને શું મળશે...??? શું તમે પણ સિંહાસન પાછળ છો...??'' ગૌરીએ બીજો સવાલ કર્યો.

''કદાચ એમ હોય શકે..!!'' રુદ્રએ હસતા હસતા જવાબ આપ્યો.

''જો બધે મારે જ બકરી બની હલાલ થવાનું હોય તો હું મારા પિતાને જ કેમ ફાયદો ના કરાવું..!!'' ગૌરી રુદ્રનો પ્લાન જાણવા માંગતી હતી.''જો તમારે હજી નિતેષ કુમાર સાથે

લગ્ન કરવા જ હોય તો હું તમને ક્યાં રોકું છું...!! મે મારી ફરજ પૂરી કરી અને તમને હકીકતની જાણકારી આપી, બસ મારું કામ પૂરું થયું..!!!'' રુદ્ર કઠોરતાથી બોલ્યો.

ગૌરી હવે અકળાઇ ગઈ હતી, તેણે ટેબલ પર પડેલું ચાકુ ઉપાડ્યું અને પોતાના હાથ પર મુક્યું.

''મારા માટે આત્મહત્યા જ સૌથી સારો ઉપાય છે...!! હું મરી જ જાવ એટલે આ બધી રામાયણનો એક સાથે અંત આવે...!! ના રહેશે વાંસ અને નહિ વાગે વાંસળી...!!!'' ગૌરી મક્કમતાથી બોલી પણ રુદ્રના ચહેરાની એક પણ રેખા ના ફરકી.

''પુજા આ મેડમનું કામ પતે એટલે તરત બોડી ડિસ્પોઝ કરી દેજે. પ્લેનમાં કોઇ દુખી જીવની લાશ પડી હોય તો એ અપશુંકન કહેવાય..!!'' આ સાથે ગૌરી અને રુદ્રની વાતો સાંભળી રહેલા ક્રુ મેમ્બર્સ હસી પડ્યા.

ગૌરીએ પ્રયત્ન કર્યો કે ચાકુ પોતાના હાથ પર મારી દે પણ જીગર ના ચાલ્યું એટલે ચાકુ બાજુમાં મુકી દીધું. ગૌરીને એ તો ખ્યાલ આવી ચુક્યો હતો કે રુદ્ર કોઇ મોટો પ્લાન બનાવીને જ બેઠો છે, પણ એ શું હશે તે જાણવુ જરૂરી હતું, એટલે તેણે પહેલા શાંતિથી વિચારવાનું નક્કી કર્યુ. તે ઉભી થઈ બાજુની સીટ પર જઈને લાંબી થઈ. ગૌરી પડખું ફરીને સુતી સુતી બારીની બહાર દેખાતા વાદળોમાં ધ્યાન પોરવી પોતાના વિચારોને વહેવા દીધા.

જો હું નિતેષ સાથે લગ્ન કરીશ તો મારા પિતા નિતેષને મારવામાં સફળ થાય કે નિતેષ મારા પિતાને બધી તરફ અધોગતી તો મારી જ થવાની છે. હું મારા પિતાને તેમના કાળા ઈતિહાસ માટે સવાલ કરીશ અથવા તો ન્યાય માંગવા જઈશ તો મને એ કાં તો જબરદસ્તી પરણાવી દેશે.... અથવા તો મારી નાખશે અને હું આ લોકોને ખુલ્લા પાડવાનો પ્રયત્ન કરીશ તો પણ, મને નથી લાગતું કે આ લોકો આસાનીથી મને સફળ થવા દેશે,અને કદાચ મારામાં મારા પિતા સામે લડવાની હિમ્મત પણ નથી. આત્મહત્યા કરી લઉ....?

રુદ્ર મારી સાથે શા માટે લગ્ન કરવા માંગે છે..?? હું રુદ્રને પહેલી વાર મળી છું છતાં તેને મારી બધી પસંદ નાપસંદ વિશે પહેલેથી જ ખબર છે..!! શું એ મને પ્રેમ કરતો હશે..? ના એણે મારા વિશે બધી માહિતી એકઠી કરી હશે..!! તો શું એ પૈસા માટે આ બધું કરતો હશે?

ના.. ના.. એની પાસે ક્યાં પૈસાની તાણ છે..?? તો શું એ પણ મારા પિતાની ખુરશી પાછળ છે?? ના તે પોતે કોઇ એક વડાપ્રધાન કરતા ઓછું માન થોડો ધરાવે છે..!!!, તેને લોકનાયક કહેવામાં આવે છે, તો એ શું કામ મારા પિતાની ખુરશી પર નજર નાખે? તો શું કામ? શું કામ? શું કામ? શું કામ? આમ ને આમ વિચારમાં અકળાઇને અચાનક જ ગૌરી ઉભી થઈ ગઈ.

તે ઉઠીને રુદ્ર પાસે ગઈ. રુદ્ર આંખો બંધ કરી હજી ગીત જ સાંભળી રહ્યો હતો. તેણે આજુબાજુ જોયું કે કંઇ બેસવા જેવું હોય તો, ત્યાં એક એરહોસ્ટેસ સ્ટુલ લઈને ત્યાં પહોંચી ગઈ. આટલી ઉત્તમ સર્વિસ જોઇ ગૌરીને નવાઇ લાગી. તેણે એરહોસ્ટેસનો આભાર માની સ્ટુલ પર બેઠક લીધી.

"ઓકે હું તમારી સાથે લગ્ન કરવા માટે તૈયાર છું." ગૌરીએ ખુબજ ધીમા અવાજમાં કહ્યું.

રુદ્ર ગૌરીનો મધુર અવાજ સાંભળતા જ સીટ પર બેઠો થયો.

"શું તમે મને પ્રેમ કરો છો??" ગૌરી રુદ્ર કંઇ બોલે તે પહેલા જ પૂછી લીધું.

રુદ્ર શરમાઇ ગયો એટલે ગૌરીના ભાવ તરત ઉચા થઈ ગયાં

"મારી સાથે લગ્ન કરવા પાછળ આ જ કારણ છે..??" ગૌરીને પોતાના પહેલા પ્રશ્નનો મુંગો જવાબ મળતા તરત જ બીજો સવાલ કર્યો.

"કદાચ....!!" રુદ્ર હજી રહસ્ય પરથી પડદો ઉઠાવવા માંગતો ન હતો.

"જો એવું જ હતું તો તમે સ્પાય કેમેરાનો ઉપયોગ શા માટે કર્યો..? તમે મારા પિતા પાસે આવી શકતા હતા અને મારો હાથ માંગી શકતા હતા..!!! અને મારા પિતા તો ઉલટાનાં ખુશ થાત કારણ કે તમારું નામ મારા પિતાની પાર્ટીને સારો સપોર્ટ આપી શકત અને આજે તમારે મને આમ ભગાડવી પણ ના પડત...!!!" ગૌરીના તર્ક સાંભળતા જ રુદ્ર મોંઢા પર સ્મિત આવી ગયું.

"પણ ન તો તમે મારા પિતા પાસે આવ્યા કે ન મારી પાસે અને જ્યારે આવ્યા ત્યારે તો તમે તોફાન સર્જી નાખ્યું..!! અને તમે આ બધો પ્લાન ઘણા સમયથી બનાવીને રાખ્યો હતો..!! બરાબર ને? એટલે હું એ તો ન માની શકું તમે આ બધું માત્ર તમારા પ્રેમને બચાવવા માટે કર્યુ છે..!! તમે મને ગુમરાહ કરી રહ્યા છો..!! શું મકસદ છે તમારો..??" ગૌરીથી છેલ્લુ વાક્ય થોડું જોરથી બોલાય ગયું.

“અને બીજી વાત....” રુદ્ર કોઇ જવાબ આપે તે પહેલા જ ગૌરી આગળ બોલવા લાગી

“તમારી પાસે મારા પિતા અને દયાલ અંકલ વિરૂધ્ધ બધા સબુત હતા અને તમારી પાસે પૈસા અને પાવર પણ છે કે તમે બન્નેનો સામનો કરી શકો, તો શા માટે તમે એમને ખુલ્લા નથી પાડતા...?? તમે મારી સાથે લગ્ન કરવા મારા પિતાને પણ બ્લેકમેઇલ કરી શકતા હતાં..!! તો શા માટે મારી પાસે આ પ્રસ્તાવ લઈને આવ્યા..??” ગૌરી હવે સાવ સ્વસ્થ હતી અને પોતાનું મગજ દોડાવવા લાગી હતી.

“મતલબ કે તમારે મારી સાથે લગ્ન નથી કરવા..? રુદ્ર બીજા કોઇ પ્રશ્નોનાં જવાબ આપ્યા વગર સીધો સવાલ કર્યો.

“સર બે કલાકમાં જ આપણે ભારત પહોંચી જશું. આગળ શું કરવાનું છે?” પુજાએ બન્નેની વાતમાં દખલ દેતાં પુછ્યું.

“તો, મિસ રાઠોડ તમે નક્કી કરો કે શું કરવાનું છે એટલે પ્લેનને ક્યાં લેન્ડ કરાવવું એ ખબર પડે..!! રુદ્રએ ગૌરી ને પાછો એ જ સવાલ કર્યો.

“કેવા માણસ છો મિસ્ટર ચૌહાણ તમે? તમે મને પહેલા મારા સવાલોના જવાબ આપો...!!!!” ગૌરી હવે ગુસ્સામાં હતી.

“પુજા, આપણે દિલ્હીમાં ઉતરશું અને ત્યાંથી મિસ રાઠોડ માટે એક કારની વ્યવસ્થા કરજો એમને જ્યાં જવું હોય ત્યાં તેમને પહોંચાડી દેજો...!!” કહેતો રુદ્ર વોશરૂમ તરફ જવા લાગ્યો.

ગૌરી માટે હવે એ જીવન-મરણ નો પ્રશ્ન બની ગયો હતો કે રુદ્ર શા માટે તેની સાથે લગ્ન કરવા માંગે છે પણ રુદ્ર જવાબ જ નથી આપવા માંગતો. હવે પોતે જો દિલ્હીમાં ઉતરશે તો તેના પર તો તવાઇ લાગશે, તેને કેટલા બધા સવાલોના જવાબ આપવા પડશે અને તે કોઇ પણ સંજોગોમાં રુદ્ર ફસાય તેવું પણ કરવા નોતી ઇચ્છતી અને રુદ્ર લગ્નની હા સિવાય બીજું કંઈ સાંભળવા તૈયાર જ નહતો.

ત્યાં જ રુદ્ર પાછો પોતાની જગ્યાએ આવ્યો. રુદ્રને જોતા ગૌરીને ગુસ્સો આવી રહ્યો હતો.

“જો તમારે મને આમ અડધેથી જ એકલી મુકવી હતી, તો શાં માટે મને અહીં સુધી લાવ્યા? આમેય હું બધાથી દુર જ જવાની હતી..!! તો કેમ મને આવી મુંઝવણમાં મુકી..?” ગૌરીએ ગુસ્સા સાથે પુછ્યું.

“કદાચ તમને ખબર નહિ હોય કે તમે જ્યારે ગુસ્સો કરો છો ત્યારે તમારું નાક લાલ-લાલ થઈ જાય છે અને તમે ખુબજ સુંદર લાગો છો અને હા મે તમારો સાથ અડધેથી નથી મુક્યો. હું તો તમારો સાથ આખી જિંદગી નિભાવવા માંગું છું, પણ તમે જ મને છોડીને જવા માંગો છો..!!!” રુદ્રએ અદા સાથે વાત કરી અને ગૌરીને પાછી શંકા ગઈ કે આ માણસ તેના પ્રેમમાં તો છે જ..!! પણ હવે તેની પાસે વિચારવા માટે વધારે સમય પણ ન હતો.

“ઠીક છે હું તમારી સાથે લગ્ન કરવા તૈયાર છું.” ગૌરીને બધા કરતા આ જ રસ્તો યોગ્ય લાગ્યો. રુદ્ર એક ક્ષણની પણ રાહ જોયા વગર પુજાને બોલાવતા કહ્યું.

“પ્લેનને સીધું આપણા ખાનગી એરપોર્ટ પર લઈ જાવ અને અમે ત્યાંથી સીધા શિવમહેલ જઈશું અને લગ્ન આજે જ કરવાના છે. લગ્ન પછી તરત જ પત્રકાર પરિષદ ગોઠવવાની છે, તો માથુર સાહેબને કહેજો કે તેની વ્યવસ્થા કરાવે અને હા પ્લીજ જમવાનું કંઈક કરો પછી ક્યાંરે છેક મેળ પડશે...!!” રુદ્રએ પેટ પર હાથ ફેરવતા કહ્યું. ગૌરી તો બસ આ બધું જોઇ જ રહી હતી.

પ્રકરણ – 3

લગ્ન કે સમજોતો..!!!

10 એપ્રિલ 2015 : જુનાગઢ ખાનગી એરપોર્ટ, સવારના 11:30

રુદ્રનાં જુનાગઢમાં આવેલા પોતાના ખાનગી એરપોર્ટ પર પ્લેન લેંન્ડ થયું. ગૌરી અને રુદ્ર બન્ને એકસાથે પ્લેનમાથી બહાર આવ્યા. સામે ગાડીઓનો કાફલો અને સિક્યોરિટી જોઇને ગૌરી તો દંગ જ થઈ ગઈ. શું રુદ્રનો વૈભવ હતો...!! ત્યાં સામેથી એક અધિકારી જેવો દેખાતો માણસ દોડીને પ્લેન તરફ આવી રહ્યો હતો. તેના માથાના થોડા થોડા સફેદ વાળ તેની ઢળતી યુવાનીની સાક્ષી પૂરી રહ્યા હતાં, પણ તેની સ્ફુર્તિ ગજબની હતી. તેના ચહેરા પર નરમાશ દેખાતી હતી. આછી મુછમાં સોહામણો લાગતો હતો.

‘‘રુદ્ર...!!! મામલો ખુબજ બગડી ગયો છે...!! આપણે બધી વિધિ જલ્દી પતાવવી પડશે...!!!’’ માથુર સાહેબ ઉતાવળમાં બોલી રહ્યા હતાં. ગૌરીને થોડી નવાઇ લાગી કે સામેવાળો માણસ રુદ્ર સાથે તુંકારે વાત કરી રહ્યો હતો.

‘‘મિસ રાઠોડ...!!!, તમારી પાસે આ છલ્લો મોકો છે, તમારો વિચાર હજી પણ બદલાયો હોય, તો તમારે જ્યાં જવું હશે ત્યાં હું તમને પહોંચાડી દઈશ પણ જો તમે એક વખત મારી સાથે ચાલવાનું ચાલુ કર્યુ તો જીવનભર તમારે મારો સાથ આપવો પડશે...!! બોલો...!!’’ રુદ્ર ગૌરી સામે જ જોઇ રહ્યો હતો. ગૌરી અને રુદ્રની આખો એક-મેકને મળી અને ગૌરીને રુદ્ર પર અવિશ્વાસ કરવાનું મન ના થયું.

‘‘અમારે કંઈ કારમાં જવાનું છે..??’’ ગૌરીએ સીધા માથુર સાહેબને જ પુછ્યું, એટલે રુદ્ર ગૌરીનો જવાબ સમજી ગયો, ત્રણેય પાંચમાં નંબરની કારમાં બેઠા, માથુર સાહેબ આગળની સીટ પર બેઠા જ્યારે રુદ્ર અને ગૌરી પાછળની સીટ પર..! કાફલો એક સાથે શિવમહેલ તરફ નીકળી ચુક્યો હતો.

‘‘તમે તો સવારના આકાશમાં ઉડતા રહ્યા પણ અહીંયા દુનિયા આખી ઉથલપાથલ થઈ ગઈ છે...!!! આ મામલો આંતરરાષ્ટ્રીય સ્તરે ખુબજ નિંદાને પાત્ર બન્યો છે...!!!’’ માથુર સાહેબના ચહેરા પર ચિંતા હતી.

‘‘કેમ? એ લોકોને ગૌરીનો પત્ર ના મળ્યો.?’’ રુદ્રએ સહજતાથી પૂછી લીધું.

“પત્ર...?? મારો ક્યો પત્ર..?’’ ગૌરીથી પુછાય ગયું. રુદ્રએ ગૌરીના સવાલની અવગણના

કરી માથુર સામે જોયુ. ''હા, પત્ર તો તરત મળી ચુક્યો હતો, પણ એ લોકોને એવી શંકા છે કે એ પત્ર ખોટો છે...!!'' માથુરે સ્પષ્ટતા કરી. રુદ્રએ પોતાના પેન્ટના ખિસ્સામાંથી એક પત્ર કાઢ્યો અને ગૌરીના હાથમાં મુકી દીધો.

''મિસ રાઠોડ, આ એ પત્રની કોપી છે..!!! પ્લીજ, આ ગોખી લેજો...!! પત્રકાર પરિષદમાં તમારે આ જ બોલવાનું થશે...!!'' કહી રુદ્રએ પોતાનું ધ્યાન બારી બહાર ઝડપથી સરકી રહેલા વૃક્ષોમાં પોરવ્યું અને બરાબર જામેલા તડકામાં પોતાને પોરવી દીધો. ગૌરી લેટર વાંચવામાં મશગુલ થઈ ગઈ.

વ્હાલા પપ્પા,

મને માફ કરજો આવી રીતે કહ્યા વગર હું જઈ રહી છું. હું તમને ઘણા સમયથી કહેવા માંગતી હતી પણ આપણા પરિવારની આબરૂ ખાતર હું કશું બોલી ના શકી પણ હવે હું તેના વગર રહી શકું તેમ નથી. એટલે તેની સાથે લગ્ન કરવા માટે જઈ રહી છું. તમારા આર્શીવાદ લેવા, અમે બન્ને ટુંક સમયમા જ તમારી સામે હાજર થઈશું. મહેરબાની કરીને મારી શોધખોળમાં સમય બગાડશો નહિ.

તમારી દિકરી

ગૌરી રાઠોડ

આ પત્ર વાંચ્યા પછી તો ગૌરીની આંખો પહોંળી થઈ ગઈ. એ કાચની બહાર જોઇ રહેલા રુદ્ર સામે એકધારી જોઇ રહી.

''મે હા પાડી એ પહેલા જ, તમે આ પત્ર મારા રૂમમાં મુકી દીધો હતો..?? અને મારી હેંડરાઇટીગની કોપી કેવી રીતે કરી..? એટલે તમે ગમે તેમ કરીને પણ મારી સાથે લગ્ન કરવાના જ હતા?.'' ગૌરીના અવાજમાં આશ્ચર્ય અને ગુસ્સો બંન્ને હતાં.

''હું શું કરવા ઇચ્છતો એ મહત્વનું નથી. મેં તમને કોઇ પણ પ્રકારે દબાણ નથી કર્યુ, ઉપરથી મે તમને વિકલ્પ આપ્યા હતા....!!'' રુદ્રએ તરત જવાબ વાળ્યો.

''પણ તમારી આ બધી તૈયારી જોતા તો એવું જ લાગે છે કે મારી પાસે કોઇ વિકલ્પ હતો જ નહિ...!!!'' ગૌરીએ તરત દલીલ કરી.

''એ તમારો વહેમ છે. તમે લોકોની સામે તમારા પિતાની સચ્ચાઇ મુકી શકતા હતાં અથવા

ખાનગીમાં તેમનો વિરોધ પણ કરી શકતા હતા પણ તમારામાં આ બધા પગલા ભરવાની હિમ્મત નહોતી એટલે તમે આ રસ્તો પસંદ કર્યો જેથી હું અને તમારા પિતા સામસામે આવી જઈએ અને તમે તમારા પિતાનો પરોક્ષ રીતે વિરોધ કરી શકો..!!! તો મને દોષી કહેવો એ યોગ્ય નથી...!! અને હજી પણ સમય જતો નથી રહ્યો, તમે આ લગ્નનો પ્રસ્તાવ અસ્વીકાર કરવા હજી પણ સ્વતંત્ર છો..!!'' રુદ્રએ ગૌરીની દુખતી નસ પર હાથ મુકી દીધો હતો.

ગૌરી ચુપ થઈ ગઈ. તેનામાં તેના પિતા સામે લડવાની હિમ્મત નહોતી એ વાતનો સ્વીકાર તો એને કરવો જ રહ્યો.
''ભાભી...!!!, માફ કરજો પણ મારા ભાઇ રુદ્રની આ જ ખાસિયત છે કે તે સામેવાળાને એવી પરિસ્થિતીમાં મુકી દે છે કે તેની પાસે ભાઇની વાત માનવા સિવાય બીજો કોઇ રસ્તો જ ના રહે...!!'' માથુરસાહેબ ગૌરીને વિચારલીન જોઇ ઉતાવળમાં બોલી ગયા. રુદ્રએ માથુરસાહેબ સામે આંખ કાઢી એટલે તે તરત ચુપ થઈ આગળ જોવા લાગ્યા. ગૌરીએ ત્રાસી આંખે રુદ્ર સામે જોઇ લીધું પણ એ કંઈ બોલી નહિ. જુનાગઢ શહેરને ચીરતો રુદ્રનો કાફલો આગળ વધી રહ્યો હતો.

ગૌરીનું ધ્યાન શહેરમાં પોરવાયું. ગૌરી આ જ શહેરમાં મોટી થઈ હતી. પણ રામાનુજ આચાર્યના પરિવાર સાથે બનેલી ઘટના બાદ ગૌરી આજે 15 વર્ષ પછી જુનાગઢ આવી હતી. ગૌરી જેમ જેમ શહેરને જોતી ગઈ, તેમ જ તે વધારે વિસ્મિત થતી ગઈ.

તે પોતાને પૂછી રહી હતી કે શું આ જ જુનાગઢ છે...!!! એકદમ ચોખ્ખા રસ્તા, ક્યાંય પણ ખોટી જગ્યાએ પાર્કીંગ નહિ, આટલા માણસો હોવા છતાં આરામથી લોકો રસ્તો ક્રોસ કરી રહ્યા હતાં. એક જગ્યાએ તો પોલીસકર્મી પોતાની જીપમાંથી ઉતરી એક ઉમરલાયક વુધ્ધ સ્ત્રીને રસ્તો ક્રોસ કરાવી રહ્યો હતો. ત્યાં જ આગળ એક સિગ્નલવાળા ચાર રસ્તા આવ્યા, પણ ત્યાં કોઇ ટ્રાફિકપોલીસ ઉભી ન હતી, પણ બધા વાહનચાલકો સિગ્નલ પ્રમાણે વર્તન કરી રહ્યા હતાં. દરેક સો મીટરે કચરાનો ડબ્બો મુકેલો હતો. આટલી ભીડ અને વાહનો વચ્ચે પણ ઘણી શાંતિનો અહેસાસ થઈ રહ્યો હતો. શું આ ભારતનું જ કોઇ શહેર છે..?? ગૌરીને રુદ્રને આ બાબતમાં ઘણા બધા સવાલ કરવા હતાં પણ ત્યાં રુદ્રનો શિવમહેલ આવી ગયો.

ગયો. તેના દરવાજા જાણે પુરાણા કોઇ રાજમહેલની યાદ તાજી કરાવતા હોય તેવા તોતિંગ હતા. રુદ્રની કારનો કાફલો નજીક પહોંચતાં જ દરવાજા ઓટોમેટીક ખુલી ગયાં. કાફલો અંદર દાખલ થયો. ગૌરી તો બસ આ વૈભવને જોતી જ રહી. આગળના ભાગના મોટા બગીચાને વટાવીને કારનો કાફલો અંદર પહોંચ્યો. બગીચાની આગળની બાજુએ જ મંડપ લાગેલો હતો. આજુબાજુમાં ખુરશીઓ મુકાયેલી હતી અને અમુક મહેમાનો પણ ત્યાં બેઠેલા જ હતા. ગૌરીને એમ લાગ્યું કે એ રુદ્રના અંગત જાણીતા માણસો જ હશે.

ગૌરીનું ધ્યાન એ મહેલ તરફથી હટતું ન હતું. તેને આ જગ્યા ધુંધળી ધુંધળી યાદ આવી રહી હતી. આ એ જ જગ્યા હતી જ્યાં રામાનુજ આચાર્યની હવેલી હતી અને એક નાનકડું ગામ પણ હતું. અત્યારે નથી તો એ ગામ દેખાતું કે નથી એ નથી હવેલી દેખાઇ રહી..!! તો શું રુદ્ર ચૌહાણે એ હવેલી અને ગામને હટાવીને આ મહેલ ઉભો કર્યો હશે..!! પણ એ હવેલીની માલિકી તો મારા પિતા પાસે હતી..!! તો શું એમણે જ રુદ્રને આ હવેલી વેચી દીધી હશે..!! પણ એ ગામ..??

"તમે તૈયાર થવામાં થોડી ઉતાવળ રાખજો.... સાડાબાર વાગ્યા છે, સાંજના પાંચ પહેલા લગ્નની વિધિ પતાવવાની છે...!!" કાર ઉભી રહી એટલે રુદ્રએ સુચના આપી અને ગૌરી પોતાના વિચારોની દુનિયામાંથી ઝબકીને બહાર આવી.

"મિસ્ટર ચૌહાણ, શું મારે સાજ સજવો જરૂરી છે...??" ગૌરીથી પુછાઇ ગયું.

"હું તમને વિનંતી કરી શકું, બાકી તમારી મરજી પણ હા એટલું જરૂર કહીશ કે જ્યારે નજીકના ભવિષ્યમાં, તમે મારા પ્રેમમાં પાગલ થશો અને તમને આપણા લગ્ન યાદ આવશે, એ સમયે તમને જ તમારી આડોડાઇ પર ગુસ્સો જરૂર આવશે..!!" રુદ્રએ મજાક કરતાં કહ્યું.

"મને આવી મજાક બિલકુલ પસંદ નથી..!!" ગૌરી ગુસ્સે થતા બોલી.

"હું ભાભીને અંદર લઈ જાવ છું, રુદ્રભાઇ..!!! તમે પણ તૈયાર થઇ જાવ..!!" એક ઠસ્સાદાર સ્ત્રી મહેલ તરફથી દોડતી આવી. ગોળ ચહેરો, કદ નાનું અને શરીર ઉંચાઇ પ્રમાણે જાડું હતું, મોંઘીદાટ સાડી અને ઘરેણાથી લદાયેલી આ સ્ત્રી ઘણી આકર્ષક લાગી રહી હતી. તે ગૌરીના ખભા પર હાથ રાખતા તરત બોલી. ગૌરીને ના પાડવી હતી પણ પછી બધાનું માન રાખવા અને સંકોચના કારણે તે દલીલ કર્યા વગર મહેલ તરફ ચાલવા લાગી.

"અરે..!! ગૌરીબેન ત્યાં નહિ..!! ત્યાં તો તમે કંકુ પગલા કર્યા બાદ જ પગલા મુકી શકશો..!!

અહીયા બહાર ગેસ્ટહાઉસ છે, ત્યાં બધી જ વ્યવસ્થા કરી છે..!!'' કહેતી મીનાક્ષી ગેસ્ટહાઉસ તરફ ગૌરીને દોરી ગઈ..!!

''અને તમે શું જોઇ રહ્યા છો..!! રુદ્રભાઇને તૈયાર કરવા લઈ જાવ..!!'' મીનાક્ષી પાછળ પોતાના પતિ માથુરસાહેબ તરફ જોતા બોલી..!!

રુદ્ર અને માથુરસાહેબ મહેલમાં દાખલ થયાં. ગૌરીને ખુબજ વિચીત્ર લાગણી થઈ રહી હતી પણ મીનાક્ષીનો ભોળો સ્વભાવ ગૌરીને થોડી રાહત આપી રહ્યો હતો.

ગેસ્ટહાઉસમાં ગૌરી દાખલ થઈ એટલે તરત ગૌરીને પંદર-સત્તર છોકરીઓએ ગૌરીને પકડી અંદર ખેંચી ગઈ..!! બધી યુવાન અને ભણેલી લાગી રહી હતી.

''આ બધો ઓફીસ સ્ટાફ જ છે..!! અને રુદ્રભાઇ માટે ખુબજ ખાસ છે..!! આમાંથી ઘણીબધી તો તમારા દયાલ અંકલ પાસેથી જ છોડાવીને બચાવી લવાઇ છે..!! તેમના ઘરવાળાઓ એ તેમનો સ્વીકાર કરવાની ના પાડી એટલે રુદ્રભાઇ પોતાની બહેનોનો દરજ્જો આપી, આ મહેલમાં જ રહેવાની વ્યવસ્થા કરી દીધી..!!'' મીનાક્ષી હળવેથી બોલી. ગૌરી હવે આ બધું જોઇ આશ્ચર્ય થતું ન હતું અને અત્યારે ગૌરીને એ છોકરીઓ કરતાં પોતાના લગ્નનું દુખ વધારે હતું.

ગૌરીનો મુંઝાયેલો ચહેરો જોઇ મીનાક્ષી સમજી ગઈ કે ગૌરી કોઇ ઉડી ચિંતામાં છે.

''તમે બધા બે મિનીટ બહાર જાવ ચલો..!! ફટાફટ..!!'' મીનાક્ષી થોડા ઉચા અવાજમાં બોલી...!! એટલે અડધી જ મિનીટમાં આખો રૂમ ખાલી થઈ ગયો. ગૌરી આશ્ચર્યથી મીનાક્ષી સામે જ જોઇ રહી હતી.

''બોલ બહેન, શું તકલીફ છે..??'' મીનાક્ષીએ ગૌરીનો હાથ પકડતા પુછ્યું.

''જે દુખની મને જ ખબર નથી, એ દુખ હું તમને કેવી રીતે સમજાવું..!!'' ગૌરીના અવાજમાં કોઇ દર્દ છુંપાયેલું હોય તે સ્પષ્ટ દેખાતું હતું..!!

''તમારા અને રુદ્રભાઇના લગ્નના કારણે દુખી છો? કે પછી ભાગીને લગ્ન કરી રહ્યા છો એટલા માટે..?'' મીનાક્ષીએ તરત સામે સવાલ પુછ્યો.

''કદાચ બન્નેના કારણે..!!''

''તમને શું લાગે છે, કે તમે તમારો ભુતકાળ ભુલી રુદ્રભાઇને પ્રેમ નહિ કરી શકો..??''

''તમને પણ મારા ભુતકાળ વિષે ખબર છે...!!'' ગૌરીની આંખ પહોંળી થઈ ગઈ.

''મને આ મહેલ પહેલા જે હવેલી હતી, તેના ઈતિહાસ વિષે ખબર છે..!!''

''તમે રામાનુજ આચાર્યના પરિવારની વાત કરો છો..??''

''હા..!! અને તેમના પરિવારના અકાળ મૃત્યુ બાદ એ હવેલી પર તમારા પિતાનો કબ્જો હતો..!! અને રુદ્રએ એ હવેલી, તમારા પિતા પાસેથી ખરીદી લીધી..!!'' ''કારણ..??''

''એ તો મને નથી ખબર..!! પણ આજે તમે જેની સાથે જીવનભર એક નવા જ સંબંધના તાતણે બંધાવાના છો..!! તો તેના વિષે એટલું કહી દઉ કે એ તમને અનહદ પ્રેમ કરે છે..!!''

''તો મને કેમ એ જબરદસ્તી લગ્ન કરવા માટે મજબુર કરે છે..??'' ગૌરીએ અકળાઇને ઉભી થઈ અને અરીસા સામે બેસી ગઈ. મીનાક્ષી તેની પાછળ ઉભી રહી ગઈ.

''ગૌરીબેન, હું લગભદ રુદ્રભાઇ તેર વર્ષથી ઓળખું છું..! પણ આજ સુધી, તેમના નિર્ણયોના મર્મને સમજવા મારે ખુબજ વિચારવું પડે છે..!! અને હું એટલુ વિશ્વાસ સાથે કહી શકું છું કે એ તમારી સાથે કદી ખોટું નહિ કરે, અને ખોટું નહિ થવા દે...!!'' ગૌરી મીનાક્ષીની વાત સાંભળતા રુદ્રના વિચારોમાં ખોવાઇ ગઈ.

''ક્યાં ખોવાઇ ગયા, બેન.!!!'' મીનાક્ષીએ ગૌરીના ખભાને દબાવતા પુછ્યું.

''કંઇ નહિ..!!'' ગૌરી ઉદાસ ચહેરે જ બોલી.

''શું તમારું મન હળવું થયું...?'' મીનાક્ષીએ પૂછ્યું.

''છોડો આ બધી વાત....!! મને ફટાફટ તૈયાર કરો લગ્નમાં મોડું ના થવું જોઇએ....!!''

''હું તમને એક વિનંતિ કરવા માંગું છું.......!! તમે મહેલના તમામ લોકો સામે એમ જ રાખજો કે તમે અને રુદ્રબાઇ એકબીજા પ્રેમમાં છો..!! અહિં કોઇને ખબર નથી કે તમે કોઇ સમજોતાવશ આ લગ્ન માટે તૈયાર થયા છો..!!'' ગૌરીએ માથું ઉચું કરી, મીનાક્ષી સામે જોઇ લીધું અને મુક સમંતિ પણ આપી.

>>>>>>>>>>>>>>>>>>>>>><<<<<<<<<<<<<<<<<<<<<

લગ્નમંડપમાં વધારે માણસો ન હતાં. ધીમે ધીમે મહેલમાં કામ કરતા બધા જ માણસો મંડપ આગળ પાછળ જમા થવા લાગ્યાં હતાં. જોતજોતામાં મંડપ આખો ભરચક થઈ ગયો. બધાએ નવા કપડાં પહેર્યા હતાં. આ બધો તામ-જામ જોતા એ સ્પષ્ટ હતું કે રુદ્રએ આ લગ્નનું પ્લાનિંગ બહુજ પહેલાથી કરેલું હતું. રુદ્ર પણ તૈયાર થઈને નીચે પહોંચી ગયો હતો. રુદ્ર શેરવાની અને સાફામાં, કોઇ રાજાને પણ ઝાંખો પાડી દે તેવો શોભી રહ્યો હતો..!!

પંડિતજીએ કોઇ પણ જાતના વિલંબ વિના લગ્નની વિધિ ચાલુ કરી. જ્યારે ગૌરીના મંડપમાં આવવાનો સમય થયો, એટલે રુદ્રની આંખો તો બસ સામે દેખાતા ગેસ્ટહાઉસ તરફ જ હતી. ત્યાં જ મીનાક્ષી ગૌરીને લઈને બહાર આવતી દેખાઇ..!!

ગૌરીએ લાલ કલરનાં પાનેતરમાં અદભુત દેખાઇ રહી હતી. જેમ જેમ ગૌરી મંડપની નજીક આવતી જતી હતી, તેમ તેમ રુદ્રના દિલની ધડકનો વધુ ને વધુ તેજ થઈ રહી હતી. ગૌરી મંડપમાં રુદ્રની બિલકુલ નજીક પહોંચી ગઈ..!! રુદ્ર તો બસ જાણે કોઇ સ્વપ્ન જ જોઇ રહ્યો હોય તેમ તેને લાગી રહ્યું હતું. ગૌરી જ્યારે રુદ્રની પાછળ થઈ તેની બાજુમાં મુકેલા પાટલા પર બેઠી, ત્યારે ગૌરીના પાલવનો એક છેડો રુદ્રના માથા પર પડ્યો અને ગૌરીનું ધ્યાન જતા જ તેણે તરત પોતાનો પાલવ ખેંચી લીધો પણ રુદ્રતો જાણે એ પાલવમાં ક્યાંક ખોવાઇ જ ગયો હતો. ગૌરીના પાનેતરથી માંડી તેના એક એક ઘરેણા રુદ્રે પોતે પસંદ કર્યા હતા.

"આજે તમારી સુંદરતાના વખાણ કરવા માટે કોઇ કવિ પાસે શબ્દભંડોળ ખુંટે તેમ છે..!! પણ તમારા ચહેરાની આ ઉદાસી આ પુરા માહોલને ગ્રહણ લગાડી રહી છે...!!" રુદ્રએ હળવેથી ગૌરીના કાનમાં કીધું.

ગૌરીને છેલ્લા બે કલાકમાં એ તો ખ્યાલ આવી જ ગયો હતો કે દેશના લોકો રુદ્રને જે રીતે પ્રેમ કરે છે, તે એ પ્રેમને યોગ્ય તો છે જ..!! ગૌરીને એ પણ સમજાઇ ગયું હતું કે રુદ્ર પોતાને પણ અનહદ પ્રેમ કરે છે..!! પણ રુદ્રની પ્રેમ પામવાની આ રીત ગૌરીને બિલકુલ ગમી નહિ.

લગ્નવિધિ ચાલુ થઈ ચુકી હતી. ગૌરીને જુનાગઢ આવી ત્યારથી ન સમજાય તેવાં ભાવો અંદરથી ઉમટી રહ્યા હતાં. રમેશ આચાર્ય ગૌરીની યાદમાંથી હટી જ નોહતો રહ્યો...!!! તેની સાથેની વાતો...!!! રમેશના નખરાં..!!! બધું જ તેને આંખો સામે તરી આવતું હતું. જેમ જેમ તે રમેશની યાદોમાં ખોવાતી ગઈ, તેમ તેને આ જગ્યા અને તેની સાથેનાં સંસ્મરણો પણ તાજા થતા ગયા..!! ફેરા ફરવાનાં ચાલુ થયા એટલે આગળ ચાલી રહેલા રુદ્રને ગૌરી ધારી ધારીને જોવા લાગી. તેને વિશ્વાસ નહોતો બેસતો પણ છતાં તેને એ મજબુત માંસપેશીવાળા માણસમાં દુબળો પાતળો રમેશ દેખાઇ રહ્યો હતો. ગૌરીને પોતાના પર ગુસ્સો આવી રહ્યો હતો કે ક્યાં સીધોસાદો રમેશ અને ક્યાં આ બહુરૂપી માણસ..!! ક્યાંક રમેશે બધાને છેતરવા પ્લાસ્ટિક સર્જરી તો નહિ કરાવી હોય ને..?? ના પણ રમેશમાં આટલી

જીગર કે હિમંત નથી..!! તે બિચારો સાધુ માણસ હતો..!! કોઇ તેને મારતું, ત્યારે એ પ્રતિકાર પણ નહોતો કરી શકતો, જ્યારે આ માણસે તો કેન્દ્રીયમંત્રીને તેની સભામાં પીટ્યાના વિડીયો વાઇરલ થયેલા છે..!! હું ખોટી દિશામાં વિચારી રહી છું..!! આ બંન્ને માણસ અલગ છે..!!

ગૌરીને એ પણ ખ્યાલ આવી રહ્યો હતો કે ચોરી ફરતે ફરાઇ રહેલો એક એક ફેરો તેને રુદ્રની નજીક અને રમેશથી દુર લઈ જઈ રહ્યો છે..!! આ વિચારતા જ ગૌરીની આંખમાંથી આંસુઓની ધાર નીકળવા લાગી. લગ્નમાં સામેલ લોકોને તો એવું જ લાગ્યું કે ભાગીને લગ્ન કરી રહ્યા છે એટલે પોતાના પિતાને યાદ કરીને રડવું આવી રહ્યું હશે..!! રુદ્રનું પણ ધ્યાન ગયું એટલે તરત તેણે ગૌરીનો હાથ ખુબજ આત્મીયતાથી પકડી લીધો.

ગૌરી ચોંકીને રુદ્ર સામે જોયું, એ હાથનો સ્પર્શ તેને જાણીતો લાગ્યો. તે ફરીથી રમેશ અને રુદ્ર વચ્ચે ગુંચવાઇ ગઈ અને એ મંથનમા જ લગ્નવિધી ક્યારે પૂરી થઈ ગઈ, તે ગૌરીને પણ ખ્યાલ ના રહ્યો. લગ્નવિધિ પછી ગૌરીના કપાળ પર સિંદુર અને ગળામાં મંગળસુત્રએ સ્થાન લઈ લીધું હતું.

એક દિવસ પહેલા ગૌરી આ રુદ્ર નામના માણસને પહેલી વખત રૂબરુમાં મળી હતી અને આજે તે ભારતના સૌથી શ્રીમંત માણસની પત્ની બની ચુકી હતી. શિવમહેલની રાણી બની ચુકી હતી. લગ્ન થયા પછી ગૌરીને ગૃહપ્રવેશ કરાવવાનો હતો, એટલે બન્ને મહેલ તરફ ચાલતા થયાં.

રુદ્રના પોતાના અંગત કોઇ સંબંધી ન હતા, અને ગોદ લેનાર અનંતરાય ચૌહાણના નજીકના કુંટુંબીઓ રુદ્ર સાથે સંબંધ નહોતા રાખતા એટલે રુદ્ર તેની સાથે કામ કરતા માણસોને જ, તે પોતાનો પરિવાર ગણતો હતો એટલે રીતેશ માથુરની પત્ની મીનાક્ષીએ જ ગૌરીને ગૃહપ્રવેશ કરાવ્યો. જ્યારે ગૌરીએ પોતાનો જમણો પગ મહેલમાં મુક્યો ત્યારે આતિશબાજીથી આખો મહેલ ઝળહળી ઉઠ્યો. ઉભેલા મહેમાનો તથા મહેલમાં કામ કરતા તમામ લોકોએ ગૌરી અને રુદ્ર પર ફુલોનો વરસાદ વરસાવવાં લાગ્યાં. બન્ને મહેલમાં દાખલ થયા.

એ આલિશાન મહેલની શાન જ કંઈક અલગ હતી. રુદ્રનો ઠાઠ કોઇ રાજા કરતા ઓછો નહતો.

બન્ને આગળનાં હોલમાં વિશાળ ઝુમરની નીચે બેઠા. થોડીવારમાં જ બન્ને માટે સરબત હાજર થયું.

''રિવાજ પ્રમાણે હજી અમુક વિધિ બાકી છે..!! પણ અત્યારે પરિસ્થિતી અનુકુળ ન હોવાથી ચાલશે..!!'' મીનાક્ષી બોલ્યા વગર ન રહી શકી. માથુરે તરત તેની સામે આંખ કાઢી એટલે તે તરત ચુપ થઈ ગઈ.

''તો મિસિઝ ચૌહાણ, જો તમારે ફ્રેશ થવું હોય તો થઈ જાવ, હજી ઘણું કામ કરવાનું બાકી છે...!!'' ગૌરીને રુદ્રએ બદલેલા સંબોધનનો ધ્યાનમાં આવ્યા વગર ના રહ્યું.

''મને મિસિઝ ચૌહાણ કહેવા માટે તમે કેટલી બધી મહેનત કરી અને કેટલું મોટું રિસ્ક લીધું નહિ..!?!'' ગૌરીએ ધીમેથી પોતાના પતિને કટાક્ષમાં જ પૂછ્યું.

''આપણે પહેલા પત્રકાર પરિષદમાં આપણા લગ્નની જાહેરાત કરવાની છે...!!'' રુદ્રએ ગૌરીની વાતને અવગણીને સહજતાથી જ જવાબ આપ્યો.

ગૌરીને પત્રકાર પરિષદમાં જવું આકરું તો લાગી રહ્યું હતું પણ એ જરૂરી હતું. ગૌરી અને રુદ્ર પત્રકાર પરિષદમાં જવા નીકળી ગયા. ગાડીઓનો કાફલો રુદ્રની હેડ ઓફિસ તરફ જવા લાગ્યો.

પુરા રસ્તામાં રુદ્ર કે ગૌરી એક શબ્દ પણ નાં બોલ્યા. ઓફિસમાં ફરતો મીડિયાકર્મિઓનો જમાવડો દુરથી જ દેખાઇ રહ્યો હતો. રુદ્રની હેડઓફિસ 40 એકરમાં ફેલાયેલી હતી. મોટા મોટા પણ ખુબજ આકર્ષક બિલ્ડીગો વચ્ચે એક મોટો બગીચો હતો. રુદ્રની ઓફીસની બિલ્ડીગોનું સ્ટ્રકચર પૂરી દુનિયામાં વખણાતું હતું.

બગીચામાં જ એક મંચ હતો અને ત્યાં હજારો માણસો બેસી શકે તેવી વ્યવસ્થા હતી. રુદ્રની કાર મંચની બિલકુલ નજીક જઈને જ ઉભી રહી. મિડીયાકર્મીઓ એક કલાકથી રુદ્રની રાહ જોઇ રહ્યા હતાં. તેમને જે પ્રમાણે જણાવવામાં આવ્યું હતું તે પ્રમાણે આજે તેમને ખુબજ મોટા ન્યુઝ મળવાના હતાં અને બસ તેની જ રાહ જોઇ રહ્યાં હતાં કોઇને આજના એજેન્ડા વિષે ખબર ન હતી પણ કોઈ મોટો ફુગ્ગો ફુટવાનો હશે તેનો અંદાજ જરૂર હતો. એમાં પણ છેલ્લા દસ-પંદર કલાકથી ગૌરી રાઠોડ ગાયબ હતી. એ સાથે આ લોકો ને બીજા

સનસનીખેઝ ન્યુઝ અહીંથી મળી જાય તો ચાંદી જ ચાંદી થઈ જાય.

''કેમ છો...? મારા વ્હાલા મિત્રો..!!'' બધાની કુતુંહલતા વચ્ચે રુદ્રએ સંબોધન કર્યુ. ગૌરી ત્યાં મંચ આગળ પાર્ક કરેલી કારમાંજ બેઠી હતી. બધા શાંત થઈ રુદ્ર તરફ જોવા લાગ્યા.

''આજનો દિવસ મારા માટે શ્રેષ્ઠ હતો. આજે હું લગ્નના બંધનમાં બંધાઇ ગયો છું.'' રુદ્રની આ વાત સાંભળતા જ ખળભળાટ મચી ગયો.

''તમે એ જાણવા આતુંર હશો,કે એ કોણ છે...?? તો આ રહી મારી ધર્મપત્ની ગૌરી ચૌહાણ..!!!!'' કહી રુદ્રએ હાથ લાંબો કર્યો, ગૌરી તરત કારનો દરવાજો ખોલી બધાના આશ્ચર્ય વચ્ચે બનાવટી હસતા હસતા રુદ્રની સાથે ઉભી રહી ગઈ. બધા એક સાથે ચિત્ર-વિચિત્ર સવાલો પુછવા લાગ્યા. થોડીજ વારમાં ખુબજ શોર-બકોર થઈ ગયો હતો. રુદ્રએ હાથ ઉંચો કરીને બધાને શાંત રહેવા અપીલ કરી. થોડી વારમાં જ કુતુંહલતાવશ બધા શાંત થતા રુદ્રએ પોતાની વાત ફરીથી આગળ ચલાવી.

''સૌથી પહેલા હું બ્રિટીશ સરકાર અને ભારત સરકારની માફી માંગવા ઇચ્છું છું..!!! હું કે ગૌરી એવું જરાપણ ઇચ્છતા ન હતા કે અમે આવું કશું પણ કરીએ પણ સંજોગો જ કંઇક એવા ઉભા થયા હતા કે અમારી પાસે ભાગવા સિવાય બીજો કોઇ રસ્તો જ ન હતો. હું અને ગૌરી છલ્લા એક વર્ષથી એકબીજાના પ્રેમમાં હતા, પણ મારા અને તેમના પિતા વચ્ચેનાં સંબંધોમાં ખુબજ તણાવ હોવાને કારણે અમારા લગ્ન અમને શક્ય લાગતા ન હતાં. અમે આગળ કંઇ વિચારીએ તે પહેલા રાઠોડ સાહેબે, ગૌરી સામે નિતેષ શર્માના લગ્નનો પ્રસ્તાવ મુકી દીધો હતો અને ગૌરીએ પિતાનું માન રાખવા હા પણ પાડી દીધી...!! અમે બન્ને કિસ્મતનો ઇશારો સમજી એકબીજાથી દુર પણ થઈ ગયા હતા. ત્રણ મહીના સુધી એકબીજા સાથે કોઇપણ સંપર્ક પણ રાખ્યો ન હતો. પણ કદાચ અમારી કિસ્મતને કંઈક અલગ જ મંજુર હતું, જેના કારણે અમે ફરીથી લંડનમા અકસ્માતે ભેગા થયા અને આ વખતે અમે અમારી ભાવના દબાવી ના શક્યાં અને કંઇ પણ વિચાર્યા વગર ભાગીને લગ્ન કરી લીધા. આખર અમે પણ માણસ છીએ અને અમે સમાજની જુઠ્ઠી માન મર્યાદાને કારણે અમારું જીવન વેડફવા માંગતા ન હતા'' આટલું સાંભળતા બધાએ તાળીઓ પાડી રુદ્રની વાતને વધાવી લીધી.

''આ આખી વાતમા ગૌરીના પિતા બિલકુલ બેખબર હતાં. એમને અમારા વિશે કોઇ જ ખબર ન હતી. અમે અમારા ડરના કારણે તેમને અમારા સંબંધ વિષે કોઇ જ વાત કરી ન હતી...!! અમે તેમને મોકો જ ના આપ્યો કે તે અમારી વાત સાંભળે..!! એટલે જાહેરમા હું

તેમની પાસે માફી માંગું છું અને મને વિશ્વાસ છે તે મને માફ કરી દેશે. આ સાથે હું દેશના લોકોને તથા વિરોધી પોલિટિકલ પાર્ટીઓને અપીલ કરું છું કે આ વાતને વધારે ના ચગાવે, આ અમારા અંગત જીવનને લગતો પ્રશ્ન છે. લોકોમાં ખોટી વાતો અને અફવાઓનો સંચાર ના થાય એટલે જ મે સ્પષ્ટપણે વાત કરવા આ પરિષદનું આયોજન કર્યુ છે. ફરીથી, હું એ તમામ લોકોની માફી માંગુ છું જે અમારા કારણે દુખી અથવા તો હેરાન થયા છે.'' રુદ્ર હાથ જોડી નમસ્કાર કર્યા અને ગૌરીને ઇશારો કર્યો કે તેને કાંઇ કહેવું હોય તો એટલે ગૌરીએ માઇક હાથમાં પકડ્યુ. એ કંઈ બોલે તે પહેલા જ એનાથી એક ધ્રુસકુ નંખાઈ ગયું.

''પપ્પા મને માફ કરજો, તમને દુખી કરવાનો મારો હેતું કદી ન હતો પણ હું મારી ભાવનાઓને દબાવી ના શકી. પ્લીજ મને માફ કરી દેજો........ પ્લીજ........ મને......... માફ કરી દેજો.......'' અને ગૌરી જોર જોરથી રડવા લાગી. રુદ્ર એને સંભાળતો મંચથી નીચે ઉતરી સીધો કારમાં બેઠો. કાર શિવમહેલ તરફ દોડવા લાગી. રુદ્રના ખભા પર માથું નાખી ગૌરી બસ રડતી રહી. રુદ્રએ પણ ગૌરીને હળવી થવા દીધી. ગૌરીને રોવું એનું નોહતું આવી રહ્યું કે તેણે આવી રીતે લગ્ન કરી લીધા પણ પોતાની સાથે પિતાએ કરેલા દગાનો પણ એટલો જ ગુસ્સો હતો, જે આંસુ દ્રારા બહાર નીકળી રહ્યો હતો. રમેશ આચાર્યથી આજે તે અલગ થઈ ગઈ તેનું પણ એટલું જ દુખ હતું.

આ બાજુ, દશ જ મિનીટમાં પુરા દેશમાં રુદ્ર અને ગૌરીની લવસ્ટોરી સૌથી મોટી ન્યુઝ બની ગઈ હતી. હાઇ પ્રોફાઇલ પ્રેમ લગ્ન...!!! દરેક ન્યુઝ ચેનલ આ વાતને વધારી ચડાવીને બતાવી રહી હતી, જેથી લોકોને આ મામલામાં થોડો વધારે રસ પડે...!! ''શું વડાપ્રધાન આ લગ્નનો સ્વીકાર કરશે.??'', ''રુદ્ર ચૌહાણ અને ગૌરી રાઠોડ વચ્ચે કેવી રીતે થયો પ્રેમ? જાણવા માટે જુઓ અમારી ખાસ પેશકશ દિલ વાલે દુલહનીયા લે ગયે..!!!.'', ''શું આપણા વડાપ્રધાન એક પિતા તરીકે નિષ્ફળ ગયા છે?'', ''આ ખબર સાંભળ્યા પછી, આપણા રેલ્વે પ્રધાન નિતેષ શર્માના દિલ પર શું વિતી હશે એ જાણવા અમારા સંવાદાતા તેમનો સતત સંમ્પર્ક કરવાનો પ્રયત્ન કરી રહ્યા છે.''
પાંચ જ મિનીટમાં આ ન્યુઝ PMO સુધી પહોંચી ગયા અને ત્યાંથી વડાપ્રધાન સુધી...!!! એ સમયે શક્તિસિંહ રાઠોડ ઓફિસમાં બેઠા બેઠા ગૌરીનો પતો કેવી રીતે મેળવવો અથવા એ

ચિઠ્ઠીનો શું મતલબ હોઈ શકે તે વિચારી રહ્યા હતા. ત્યાં જ તેમના સેક્રેટરી કેતન દેસાઈ દોડતા ઓફિસમાં દાખલ થયા અને કંઈ પણ બોલ્યાં વગર સીધું ટીવી ચાલુ કર્યુ. રાઠોડ સાહેબ કંઈ સમજે તે પહેલા તેમનું ધ્યાન ન્યુઝ પર ગયું. ટીવીમાં આવી રહેલા ન્યુઝ પર વિશ્વાસ ના આવતા, તેમણે ચેનલો બદલવાનુ ચાલુ કર્યુ, પણ બધી જ ન્યુઝ ચેનલ પર ખાલી રુદ્ર અને ગૌરી જ છવાયેલા હતા. રુદ્ર અને ગૌરી એ કહેલી વાત શાંતિથી સાંભળ્યા બાદ શક્તિસિહે જોરથી પોતાના હાથ ટેબલ પર પછાડ્યા. દેસાઇ મદદ કરવા માટે દોડ્યો પણ રાઠોડ સાહેબે આંખ કાઢી તેમને બહાર જવા ઈશારો કર્યો. દેસાઈ ચુપચાપ બહાર જવા લાગ્યો.

''સાંભળ દેસાઇ, તને હું કહું નહિ ત્યાં સુધી, ગમે તે મળવા આવે... કોઇને પણ અંદર નહિ આવવા દેતો અને હા...., આ ફોન પર કોઇનો ફોન ટ્રાન્સફર ના થવો જોઇએ......!!! હવે જા.....'' દેસાઇ માથું નીચે નાખી જતો રહ્યો. રાઠોડ સાહેબ એમની દિકરીને ચાહતા હતા, પણ ત્યાં સુધી જ્યાં સુધી એ તેમની અને તેમની ખુરશીની વચ્ચે ના આવે અને આ વખતે ગૌરીએ હદ વટાવી દીધી હતી. ગૌરીએ ખાલી તેમની વિરુધ્ધ જઈને લગ્ન જ નોતા કર્યા પણ પુરા દેશ સામે તેમના કપડાં ઉતારી લીધા હતા. તેમના ગુસ્સાનો કોઇ પાર ન હતો પણ તેમને ખબર હતી કે આ સમય જોશથી નહિ પણ હોશથી કામ લેવાનો છે.

તેમણે વિચારવાનું ચાલુ કરી દીધું કે એ આ પરિસ્થિતિ માંથી કેવી રીતે નિકળશે....!!! જો હું આ લગ્નનો અસ્વીકાર કરું તો લોકોમાં મારી ખુબજ બદનામી થશે એટલે ગમે તે રીતે મારે આ લગ્નનો સ્વીકાર તો કરવો જ પડશે પણ દિનદયાલ આમાં આડો ફાટશે તો? બસ આમવિચારતા પ્રધાનમંત્રી પોતાની ઓફિસ બેઠા રહ્યા જ્યારે ઓફિસની બહાર દેસાઈ પર આફત આવી ગઈ હતી. મીડિયા, બીજા જાણીતા અધિકારીઓ, નેતા અને કાર્યકરો મળવા આવી રહ્યા હતા, ફોન કરી રહ્યા હતા અને દેસાઈ મહામહેનતે આ બધાને પાછા વળાવી રહ્યો હતો. દેસાઈ પચાસએક વર્ષનો હશે. શરીરની સામાન્ય ઉંચ્ચાઇ અને સામાન્ય દેખાતો આ માણસ શક્તિસિંહનો સૌથી ખાસ માણસ હતો. શક્તિસિંહની સાથે તેમનું કેરીયર ચાલુ થયું ત્યારથી હતો. બન્ને એકબીજાને ત્રીસેક વર્ષથી તો ઓળખતા હશે..!! શક્તિસિંહને દેસાઇ કરતા વધારે વિશ્વાસ પોતાના દિકરા પર પણ ન હતો.

રુદ્રની જાહેરાત પછી બે કલાક પસાર થઈ ચુક્યાં હતા. આ બે કલાકમાં પ્રધાનમંત્રી તો કોઇને

મળ્યા ન હતા પણ બે વખત દિનદયાલનો ફોન આવી ચુક્યો હતો અને એક વખત એ પોતે રૂબરૂ ધક્કો ખાઇ ચુક્યાં હતાં પણ દેસાઇએ તેમને શક્તિસિંહ સાથે ન તો ફોન પર વાત કરવા દીધી ન તો મળવા દીધા.

શક્તિસિંહને એક જ પ્રશ્નનો જવાબ નહોતો મળી રહ્યો કે ગૌરી અને રુદ્ર કોઇ દિવસ ભેગા થયા જ નથી તો પ્રેમ કેવી રીતે થયો...??? રુદ્ર જેવો માણસ ભાગીને લગ્ન કરે એ પણ શક્તિસિંહને હજમ થતું ન હતું. આ આખી વાતમાં કંઇક મારા નાક નીચે રંધાઈ ગયું છે અને એની મને ખબર નથી પડી રહી...!!! શક્તિસિહે ઘડિયાળ સામે જોયું સાંજના છ વાગી ગયા હતાં. તેમણે ઇન્ટરકોમ પર દેસાઇને અંદર આવવાની સુચના આપી અને એક જ મિનીટમાં દેસાઇ હાજર થઈ ગયો.

‘‘બોલ દેસાઇ, તારે શું કહેવું છે.’’ શક્તિસિંહએ કડક અવાજમાં પુછ્યું.

‘‘દુનિયા ગમે તે કહે પણ મને ખબર છે, ગૌરી દિકરી અઠવાડીયા પહેલા લંડન ગયા ત્યાં સુધી એ ચૌહાણને કોઇ દિવસ મળ્યા ન હતાં. આ આખી વાતમાં કોઇ ષડ્યંત્ર છે.’’ દેસાઇએ પોતાની મનની વાત કહી દીધી.

‘‘તો હવે શું..?’’ શક્તિસિંહને વાતમાં રસ પડી રહ્યો હતો.

‘‘આપણી પાસે અત્યારે આ લગ્નના સ્વીકાર સિવાય બીજો કોઇ રસ્તો નથી અને આપણે જો એવું નહિ કરીએ તો દેશમાં તમારી બહુ જ બદનામી થશે..!!! રુદ્ર એ બહુ જ સમજી વિચારીને આ પગલું ભરેલું છે...!!!’’ દેસાઇ માથું નીચે કરીને બોલ્યો.

‘‘તો?’’ શક્તિસિંહ અકળાયા.

‘‘તમે બેનબા સાથે વાત કરી લો ને એટલે તરત ખબર પડશે, કે આગળ શું કરવું....!!’’ દેસાઇ એ પોતનો વિચાર રજુ કર્યો.

‘‘પણ એનો ફોન તો લાસવેગસમાં છે, આપણે રુદ્ર કે પછી રુદ્રનાં મહેલ પર ફોન કરવો પડશે જે મને મંજુર નથી..!!’’ રાઠોડ સાહેબે સ્પષ્ટતા કરી.

‘‘આપણે હાર્ટઅટેકનું નાટક કરીએ તો..?? તમને હોસ્પિટલમા દાખલ કરી દઈએ તો..? જ્યારે બેનબાને ખબર પડશે કે તરત દોડતા આવશે.!!! અને બીજું બે-ચાર દિવસ મિડીયાવાળાને તમારે કોઇ જવાબ નહિ આપવો પડે..!!’’ દેસાઇએ બીમાર પડવાના ફાયદા જણાવી દીધા.

"હંમ આ વિચાર સારો છે, જા ફટાફટ વ્યવસ્થા કર." પ્રધાનમંત્રીએ તરત સુચના આપી.

>>>>>>>>>>>>>>>>>>>>>>>>>><<<<<<<<<<<<<<<<<<<<

જ્યારે બીજી બાજું રુદ્ર અને ગૌરી બન્ને શિવમહેલ પહોંચ્યા. કારની બહાર નીકળી રુદ્રએ માથુરને સુચના આપી દીધી કે કોઇ પણ માણસ તેનો સંપર્ક ના કરી શકવો જોઇએ. રુદ્ર અને ગૌરી મહેલમાં દાખલ થયા.

શિવમહેલ 5 એકરની જમીન પર ફેલાયેલો હતો. મહેલમાં કુલ મળીને 155 કમરા હતાં, જેમાં રુદ્ર સાથે કામ કરતા તેના ખાસ માણસો રહેતા અને આવનાર ખાસ મહેમાનો માટે પણ અહીંયા જ વ્યવસ્થા કરવામા આવતી. જ્યારે પાંચ જ રૂમ કંઇક વધારે ખાસ રીતે બનાવવામાં આવ્યા હતા. અત્યાર સુધી એ પાંચમાંનો એક જ રૂમ ઉપયોગમાં લેવાતો હતો, જે રૂદ્રનો પોતાનો બેડરૂમ હતો. જ્યારે બીજા ચારની જાળવણી સમયસર થતી રહેતી. રુદ્રનો બેડરૂમ મહેલના વચ્ચેના ભાગમાં હતો જે ભાગમાં મુખ્ય પ્રવેશદ્રાર પણ હતું. મહેલમાં અંદર પહોંચતા જ એક મોટો ગોળ દિવાનખંડ આવતો જ્યાંથી મહેલના અલગ અલગ ભાગમાં જઈ શકાતું અને ત્યાં એકસાથે ઘણા બધા લોકોની બેસવાની વ્યવસ્થા પણ હતી. જ્યારે એ દિવાનખંડની ઉપર એક મોટો ગોળ ગુબ્બજ હતો. અને એ ગુમ્બજની આસપાસ જ આ ખાસ બેડરૂમ હતાં જ્યાંથી રુદ્રનો આખો મહેલ, જુનાગઢ શહેર અને ગીરનારની પર્વતમાળા જોઇ શકાતી. રુદ્ર ગૌરીને પોતાના બેડરૂમની બાજુવાળા રૂમમાં જ લઈ ગયો. મોટો આલીશાન બેડરૂમ જેમાં એક નાનો સ્વિમિંગ પુલ પણ હતો. બન્ને બાજુ મોટી ગેલેરી હતી જ્યાં બેઠા બેઠા જુનાગઢની લીલીછમ પર્વતમાળા જોઇ શકાતી અને બીજી બાજું ધમધમતા જુનાગઢ શહેરને...!! ગૌરીને ત્યાં સોફા પર બેસાડી રુદ્ર પોતે ખુરશી ખેંસી બાજુમાં બેઠો.

"તમારી આ ઉદાસી, મને સહન નથી થતી........!!!" રુદ્રએ ખુબજ લાગણી સાથે પુછ્યું, પણ ગૌરીએ કોઇ જ જવાબ ના આપ્યો.

"ઠીક છે, તમે ફ્રેશ થઈ જાવ..!!! પછી આપણે કંઇક આગળ વિચારીએ..!!"

રુદ્રએ ખુબજ પ્રેમથી અને આત્મીયતાથી કહ્યું કે ગૌરીને એ વાત અંદર સુધી સ્પર્શી ગઈ. તેને હવે વારંવાર રુદ્રમાં રમેશની જલક જ દેખાઇ રહી હતી. ગૌરી દલીલ કર્યા વગર બાથરૂમ તરફ જવા ઉભી થઈ.

પંદર મિનીટ બાદ ગૌરી બહાર આવી, રુદ્ર ત્યાં સોફા પર બેઠો બેઠો જ ક્યાંક ખોવાઇ ગયો હોય તેવું ગૌરીને લાગ્યું. રુદ્ર શું પંદર મિનીટથી પોતાના માટે વિચારી રહ્યો હશે? એવો સવાલ ગૌરીને અંદરથી ઉભો થયો. તે હવે રુદ્રના પ્રેમના માયાઝાળમાં ફસાવા લાગી હતી. ગૌરીને સમજાઇ નહોતું રહ્યું કે તે કેમ રુદ્ર તરફ ચુંબકની જેમ ખેંચાઈ રહી છે..!! તેણે જ્યારે જ્યારે રુદ્રને ટીવીમાં કે છાપામાં રુદ્રના ફોટા જોયા ત્યારે તેને રુદ્રને જોતા કંઇક અલગ જ લાગણી જન્મતી..!! ત્રણ વર્ષ પહેલા જયારે રુદ્રને નામ આપનાર અને દતક લેનાર અનંતરાય ચૌહાણ મૃત્યુ પામ્યા ત્યારે ગૌરીથી રુદ્રનું દુખ વિચારી રડાઇ ગયું હતું.

"અરે તમે નાહી લીધું..!! ત્યાં કેમ ઉભા છો અહીં આવો..!!!" રુદ્રના અવાજમાં એટલી મિઠાશ હતી કે ગૌરી પોતાને રોકી ના શકી અને ચહેરા પર સ્મિત સાથે તે રુદ્ર પાસે પહોંચી ગઈ..!!

"તમે મારા માટે ડ્રેસનું કલેકશન ખુબજ સારું કર્યુ છે..!!!" ગૌરીએ પોતાના આછા પીળા ચુડીદાર ડ્રેસ તરફ ઇશારો કરતા કહ્યું પણ આ સાંભળતા જ રુદ્ર શરમાઇ ગયો.

"તમે કેટલા સમયથી મને પ્રેમ કરો છો..??" ગૌરી હવે ધીમે ધીમે પોતાના દુખમાંથી બહાર આવી રહી હતી.

"એ તો મને પણ યાદ નથી...!!" રુદ્રથી બોલાઇ ગયું પણ ગૌરી આ વાત સાંભળી ચમકી. તેને હવે ખાતરી થઇ ચુકી હતી કે રુદ્ર તેના પ્રેમમાં ગળાડુબ છે....!!

"તમે રામાનુજ આચર્યને ઓળખો છો..??" ગૌરીએ હિમ્મત કરીને પૂછી જ લીધુ પણ રુદ્ર આ સવાલથી ચોક્યો નહિ.

"હા, આ તેમની જ જમીન હતી..!! જે મે તમારા પિતા પાસેથી ખરીદી હતી..!! તમારા પિતા જ આ પરિવારની સૌથી નજીક હતા, એટલે રામાનુજ આચાર્યના પરિવારના મૃત્યુ બાદ તેમની તમામ સંપતિના માલીક તે જ બની ગયા હતાં." રુદ્રનો ચહેરો ભાવહીન હતો.

"તમે મારા પિતાની જાસુસી શા માટે કરો છો..??" ગૌરી બીજો સવાલ પણ પૂછી જ લીધો. રુદ્ર જવાબમાં માત્ર હસ્યો અને રૂમમા આવેલ ટીવી ચાલુ કર્યુ. જેમાં શક્તિસિંહ અને દેસાઇ વચ્ચે થઈ રહેલી વાત ચાલી રહી હતી. ગૌરી ફરીથી શોક થઈ ગઈ કે રુદ્ર PMO ઓફીસ સુધી પણ પહોંચી ગયો....!!!

પ્રકરણ– 4

ખુલાસો કે દગો..?

10 એપ્રિલ 2015– સાંજના 7:30

''તમે ચા લેશો?'' રુદ્ર ગૌરીને પૂછી રહ્યો હતો. બન્ને જણા રુદ્રના પ્રાઇવેટ પ્લેનમાં દિલ્હી જવા રવાના થઈ ચુક્યાં હતાં. તેમને મિડીયા દ્વારા ખબર મળ્યા હતાં કે પ્રધાનમંત્રીને હાર્ટઅટેક આવ્યો છે અને હોસ્પિટલમાં દાખલ કરાયા છે....!!! ગૌરીને તેના પિતાના આ નાટકમાં ભાગ ભજવવા જવું ન હતું પણ હજી આ રુદ્રનામનું રહસ્ય એનાથી ઉકેલાતું ન હતું એટલે રુદ્રના કહેવાથી તેની સાથે દિલ્હી પિતાની ખબર પુછવા જવા તૈયાર થઈ ગઈ.

''ના...'' ગૌરીએ વિનયથી ના પાડી દીધી.

રુદ્રએ જોયું તો ગૌરી કોઇ ઉંડા વિચારમા ખોવાયેલી હોય તેમ લાગ્યું. રુદ્રએ તેને ખલેલ પહોંચાડ્યા વગર પોતાના લેપટોપમાં મન પોરવ્યુ. ગૌરી હવે ઘણી સ્વસ્થ થઈ ચુકી હતી. તે હવે આ બે દિવસમાં અને ભુતકાળમાં તેની સાથે બનેલી ઘટનાઓના વિશ્લેષણમાં લાગી હતી. તટસ્થપણે તે રુદ્ર અને પોતના પિતાને સમજવાનો પ્રયત્ન કરી રહી હતી. જેમ જેમ તે પોતાની યાદોમા ઉંડી ઉતરતી ગઈ, તેમ તેમ તેને અમુક વાતો પરથી પડદા ઉઠતા હોય તેવું લાગ્યું. તેની પોતાની પાસે ઘણા બધા સવાલોના જવાબ હતા, પણ તે જાણી જોઇને એ વાતોને અવગણી રહી હતી પણ હવે તેને ઘણું બધું સ્પષ્ટ દેખાઇ રહ્યું હતું.

તેના પિતાની મક્કારી તે હવે સ્પષ્ટપણે સમજી ચુકી હતી. રુદ્ર પર શક કરવાનું તેને મન થતું ન હતું. રુદ્રએ જે હતું તે બધું ચોખ્ખે ચોખ્ખું કહી દીધું હતું. ગૌરીને રુદ્રનો મકસદ સ્પષ્ટ થતો ન હતો, પણ તે પોતાને ખુબજ પ્રેમ કરે છે એવો અંદાજો તો ગૌરી આરામથી લગાવી શકતી હતી. થોડી જ વારમાં પ્લેન લેન્ડ થવાની તૈયારી કરવા લાગ્યું એટલે હવે રુદ્રને ગૌરી સાથે વાત કરવી જરૂરી બની ગઈ હતી.

''મિસિસ ચૌહાણ..!!!, હવે તમારે ખુબજ મક્કમ થવું પડશે, મિડીયાવાળા, તમારા મિત્રો, તમારા સગા-વ્હાલા બધા જ તમને ઘેરી વળશે અને તમારે તમારા પર કાબુ રાખવાનો

છે...!! તમારો એક ખોટો શબ્દ આપણને ખુબજ મુશ્કેલીમાં મુકી દેશે...!!'' રુદ્રની વાત સાંભળતા ગૌરી ફરી વર્તમાનમાં આવી.

''પણ એટલું યાદ રાખજો તમારે તમારા પિતા કે ભાઇને એ ભનક પણ નથી લાગવા દેવાની કે તમે એ લોકોની બધી હકીકતથી માહિતગાર છો...!!!'' ગૌરીએ ખાલી હકારમાં માથું હલાવ્યુ.

પ્લેન લેન્ડ થયું. બન્ને બહાર નીકળ્યા એટલે બન્નેની નજર દુર ઉભેલા મિડીયાકર્મિઓની ભીડ પર પડી. બધા એકસાથે ફોટો ક્લિક કરી રહ્યા હતાં. ગૌરીએ આંખો પર કાળા ચશ્મા લગાવી દીધા હતા. જ્યારે રુદ્રએ સફેદ સિલ્કિ શર્ટ અને જીન્સનું બ્લેક પેંટ પહેર્યુ હતું અને માથે ભુખરા રંગનું બ્લેઝર પહેર્યુ હતું. રુદ્રએ કાળા ચશ્મા આખો પર લગાડી દીધા..!! બન્ને પ્લેનમાંથી ઉતરી સીધા કારમાં બેસી હોસ્પિટલ તરફ જવા લાગ્યા, એરપોર્ટના મુખ્ય દરવાજા બહાર મીડિયાવાળા અને દિલ્હીની જનતાએ રસ્તો જામ કરી દીધો હતો. બધાને રુદ્ર સાથે વાત કરવી હતી. મહામહેનતે ડ્રાઇવરે કારને બહાર કાઢી શક્યો.

સામાન્ય જનતા રુદ્રને ખુબજ પ્રેમ કરતી હતી. રુદ્રનું આ સાહસ લોકોને ઘણું પસંદ આવ્યું હતું. રુદ્ર એ તમામ પ્રેમીપંખિડાઓ માટે આદર્શ બની ચુક્યો હતો, જેમને તેમના પરિવારવાળા સાથ નહોતા આપતા, છતાં આ લગ્નના સદમાને કારણે અચાનક બીમાર થયેલા પ્રધાનમંત્રી માટે લોકોને સહાનુભુતી પણ એટલી જ હતી. બસ બધાની એક જ ઇચ્છા હતી કે ગૌરી-રુદ્ર સાથે રહે, રાઠોડ સાહેબ આ લગ્નનો સ્વીકાર કરે, શર્મા ફેમીલી આમાં બાધારૂપના બને. છેલ્લા ત્રણ-ચાર કલાકથી તો ન્યુઝ ચેનલો માટે રુદ્ર-ગૌરીથી વધારે મહત્વની કોઇ ખબર રહી ન હતી.

દિલ્હી ચાલુ તો હતું પણ પોલીસ બંદોબસ્ત ખુબજ જોરદાર હતો જેથી કોઇ અસામાજીક તત્વ આવી પરીસ્થિતિનો લાભ ના લઇ લે...!! ડ્રાઇવરે મહામહેનતે ગાડીને AIIMS હોસ્પિટલે પહોંચાડી. એ આખો રસ્તો જામ થયેલો હતો સામાન્ય નાગરિકને અંદર પ્રવેશવાની મનાઈ હતી. ખુબજ કડક પોલીસ બંદોબસ્ત વચ્ચેથી કાર હોસ્પિટલના કંમ્પાઉન્ડમાં દાખલ થઈ. બન્ને કારની બહાર નીકળ્યા અને અંદર જવા લાગ્યા. રુદ્ર સાથે આવેલા બોડીગાર્ડસ બહાર જ ઉભા રહ્યા.

ગૌરીનું હૃદય હવે વધારે જોરથી ધડકવા લાગ્યું હતું, કારણકે તેને હવે બધાનો સામનો કરવો પડે એમ હતો, બધાને જવાબ આપવાનો હતો. જે રૂમમાં શક્તિસિંહને દાખલ કરાયા હતા તે આખી વિંગના બધા દર્દીઓને બીજી વિંગમા ટ્રાન્સફર કરી દેવાયા હતાં અને એ આખી લોબી મુખ્ય નેતાઓ અને રાઠોડ પરિવારના સદસ્યોથી ભરેલી હતી. જ્યારે ગૌરી અને રુદ્ર બન્ને દાખલ થયા ત્યારે બધાનું ધ્યાન તેમના પર ગયું. આખી લોબીમાં સન્નાટો છવાઇ ગયો. અખિલેશ દોડતો તેની દીદી પાસે આવ્યો.

અખીલેશે ખુન્નસ ભરેલી નજર રુદ્ર પર ફેંકી અને પછી પોતાની બહેન તરફ જોયું. અખિલેશ કંઈ બોલે તે પહેલા ગૌરી એ જ પૂછી લીધુ. ''પપ્પાની તબિયત કેમ છે.?''

''કંઈ કહી શકાય તેમ નથી.'' અખીલેશે પરાણે જવાબ આપ્યો.

''તું અહીં બાજુમાં આવ..!! મારે તારી સાથે વાત કરવી છે.'' અખિલેશ તેની બહેનને રુદ્ર અને બીજા માણસોથી દુર હાથ ખેચીને લઈ ગયો. બધા દુરથી જ આ બધું ચુપચાપ જોઇ રહ્યા હતાં. અખિલેશ ગૌરીને ખેચીને બાજુના જ રૂમમાં લઈ ગયો.

''હવે મને કે તે આવું કેમ કર્યુ...?? અને એમ ના કહેતી કે તું એને પ્રેમ કરે છે...!! તું તો કદી તેને મળી પણ નહોતી...!!!'' અખિલેશ પોતના મનની શંકા દુર કરવા માંગતો હતો.

''જો ભાઇ, આ બરાબર સમય નથી, આ બધી વાત કરવાનો..!! એક વાર પપ્પાની તબિયત સુધરવા દે પછી હું બધી હકીકત તમને લોકોને કહી દઈશ...!!!'' અખિલેશ બીજો સવાલ કરે તે પહેલા ગૌરી રૂમની બહાર નીકળી ગઇ. ત્યાં તેણે જોયું તો બધા રુદ્રને ઘેરી ધમકાવતા હતાં.

''જો તું એમ ના સમજતો કે તારી પાસે બહુ બધા પૈસા છે, એટલે તું જીતી જઈશ, તો એ માત્ર તારો વહેમ છે...!! એક વાર કાકાને સાજા થઈ જવા દો પછી જુઓ તારી શું હાલત કરીએ છીએ.'' કોઇ રાઠોડ ખાનદાનનો નજીકનો માણસ રુદ્ર સાથે તોછડાઇથી વાત કરી રહ્યો હતો. ગૌરી આ સાંભળતા જ ગુસ્સે થઇ ગઈ.

''બસ અરુણભાઇ, હવે આગળ એક શબ્દ ના બોલતા'' ગૌરીએ રુદ્રનો હાથ પકડી લીધો. ''હું રુદ્રને પ્રેમ કરું છું અને મેં તેમને આવી રીતે લગ્ન કરવા માટે ઉકસાવ્યા હતા...!!! તો જેને જે કંઇ કહેવું હોય,તે મને કહે એમને નહિ...!!!'' બધા ચુપ થઈ પોતપોતાની જગ્યા લઈ લીધી અને પાછળ ઉભેલા અખીલેશે બાજુની દિવાલ પર હાથ પછાડી પોતાનો ગુસ્સો વ્યક્ત કર્યો. રુદ્ર તો બસ ગૌરી સામે જ જોઇ રહ્યો હતો, તેણે ગૌરી આવું કઈ કરશે તેવી આશા તો

નોહતી જ રાખી.

બન્ને દુર બેંન્ચ પર બેઠા, લોકોથી દુર...!! દેસાઇ ત્યાં બધાની વચ્ચે જ બેઠો હતો પણ કંઈ બોલ્યો નહિ કે ના સામે આવ્યો. દિનદયાલ અને નિતેષે પણ ચુપ રહેવાનુ જ નક્કી કર્યુ.

''તમારો આભાર....!!!'' રુદ્રએ હળવેથી ગૌરીના કાનમા બોલ્યો. ગૌરીએ રુદ્રના હાથ પર હાથ મુક્યો અને તેને હળવેથી દબાવ્યો, જાણે એમ કહેતી હોય કે હું તારી સાથે છું. ઓપરેશન રૂમમાંથી ડોકટરોની ટીમ બહાર આવી. બધાએ તેમને ઘેરી લીધાં. ગૌરી અને રુદ્ર ત્યાં જ બેઠા રહ્યા.

''સાહેબ હજી ખતરાથી બહાર નથી આવ્યા, હવેના બાર કલાક બહુ જ મહત્વના છે એટલે બધાએ ધ્યાન રાખવાનું છે કે તેમને કોઇ વાતનું દુખ ના લાગે અને ખાલી દેસાઇ સાહેબને અત્યારે અહીં રોકાવાની પરવાનગી છે. બાકી બધા મહેરબાની કરી અત્યારે જ ઘરે જતા રહો...!!'' કહી ડૉક્ટરો ત્યાંથી નીકળી ગયા.

હળવે હળવે બધા રુદ્ર અને ગૌરી તરફ નફરત ભરી નજર ફેકતા ત્યાંથી નીકળવા લાગ્યાં. હવે છલ્લે માત્ર શર્મા પરિવાર, અખિલેશ, દેસાઇ અને રુદ્ર-ગૌરી જ બેઠા હતા. અંતે ગૌરી ઉભી થઈને શર્મા પરિવાર જ્યાં બેઠો હતો ત્યાં પહોંચી. ગૌરી કંઇ બોલે તે પહેલા જ, બાપ-દિકરો બન્ને ઉભા થઈ ચાલવા લાગ્યા. નિતેષે ગૌરી તરફ ખુન્નસથી જોયું પણ દયાલ તેને ખેંચતો આગળ નીકળી ગયો. ગૌરી અંતે ઉભી થઈ દેસાઇ તરફ ગઈ. દેસાઇ ગૌરી સામે જોયા વગર જતો રહ્યો. અખિલેશ આ બધું જોઇ રહ્યો હતો અને ગૌરી તેની પાસે પહોંચે તે પહેલા તે પણ ઉભો થઈ ચાલવા લાગ્યો.

ગૌરી રુદ્ર જ્યાં બેઠો હતો, ત્યાં પાછી આવી. રાત્રીના દસ વાગી ગયા હતા. હોસ્પિટલની બહાર શોર ઓછો થઈ ગયો હતો. બન્ને થોડીવાર ચુપચાપ બેઠા અને પછી એ બન્ને પણ ઉભા થયા. બન્ને હોસ્પિટલની બહાર નીકળ્યા ત્યારે મિડીયાવાળા હજી પણ બહાર જ હતા. ફરીથી ડ્રાઇવરે મહામહેનતે ગાડી બહાર કાઢી અને મેઈન રોડ પર લીધી. થોડી વાર બાદ ગાડી એક હોટેલના કંમ્પાઉન્ડમા ઉભી રહી. ગૌરી કંઈ જ બોલી નહિ અને ચુપચાપ કારની બહાર નીકળી. બન્ને હોટેલમાં અંદર જવા લાગ્યા અને ડ્રાઇવર પણ પાછળથી સામાન કાઢી હોટેલ મેનેજમેન્ટને સોંપી દીધો. આ હોટેલ માહેશ્વરી રુદ્રની પોતાની માલિકીની જ હતી. એટલે તે બન્ને રુદ્ર માટે હંમેશા રિઝર્વ રહેતા સ્યુટમાં પહોંચ્યાં.

હોટેલનો મેનેજર ખુદ બધી વ્યવસ્થા કરી ગયો હતો. ગૌરીનું મન બેચેન હતું તેને સમજાઇ નોતું રહ્યું કે તે શું કરે છે? આ બધું શું થઈ રહ્યું છે...? તે ગુમસુમ થઈને બેડ પર બેઠી. રુદ્રએ ગૌરીને આમ ઉદાસ બેઠેલી જોઇ ના શક્યો.

''શું તમને ભુખ લાગી છે..? મને તો બહુ લાગી છે. હું તો મારા માટે કંઈક મંગાવું છું..!!!'' રુદ્રએ ગૌરીનું ધ્યાન બીજે ખેંચવા પ્રયત્ન કર્યો. પોતે હાથમાં છાપું લીધું અને સામેના સોફા પર જ બેઠો.

''ના, બસ મારે બસ સુઇ જવું છે'' ગૌરીએ ઉદાસ અને થાકેલા અવાજમાં જ જવાબ આપ્યો.

ગૌરીને આ દોઢ દિવસ પછી હજીએ નોતું સમજાતું કે એ તેના પિતાની હકીકતની ખબર પડી એટલે દુખી છે કે પછી રમેશ આચાર્યના મોતનું કારણ ખબર પડી એટલે કે પછી રુદ્ર સાથે લગ્નના કારણે...!! ખબર નહિ કેમ તે રુદ્ર પર વિશ્વાસ કરી રહી હતી અને તેના માટે લડી પણ રહી હતી. રુદ્ર પ્રત્યેની આ લાગણીના કારણે તે પોતે કોઇ ગુનેગાર હોય તેવું મહેસુસ કરી રહી હતી. એટલા બધા વિચારોના વાવાઝોડા દિમાગમા ચાલી રહ્યા હતા કે ગૌરીને અત્યારે શાંતિથી સુઈ જવાનું જ યોગ્ય લાગ્યું.

''શું મે તમને લગ્ન કરવા મજબુર કર્યા એટલા માટે દુખી છો..??'' રુદ્રએ અફસોસ કરતો હોય તેમ પુછ્યું.

''ના...!!'' ગૌરીએ તરત જવાબ આપ્યો.

''તો શું તમે મને પતિ તરીકે સ્વીકારી લીધો..?'' રુદ્ર ખુશ થતા બોલ્યો.

''બિલકુલ નહિ..!!'' ગૌરીએ આંખો કાઢતા બોલી.

''જુઓ પ્લીજ ગુસ્સે ન થતા..!!!'' રુદ્ર છાપું બાજુ પર મુકી ગૌરીના પગ પાસે ગોઠણીયાભેર બેસી ગયો. રુદ્રની આવી હરકતથી ગૌરી ચોંકી ગઈ.

''પ્લીજ..!! અત્યારે તમે તમારા પ્રેમનો ઇઝહાર ના કરતા..!!! મારી ના જ છે..!!!'' ગૌરીને રુદ્રની હરકતો પરથી ખ્યાલ આવતા રુદ્ર કંઇ બોલે તે પહેલા જ પોતે બફાટ કરી નાખ્યો. રુદ્રનાં ચહેરા પર સ્મિત આવી ગયું.

''સાચી વાત એ છે કે હું તમને પ્રેમ નથી કરતો પણ તમે મને ગમો છો અને હું તમને ખુબજ માન આપું છું...!!! તો મારા મિત્ર બની શકશો...??'' રુદ્રને જાણે ગૌરીની વાતથી કોઇ ફરક

જ ના પડ્યો હોય તેમ બોલ્યો.

"સારું, પણ મારી એક શરત છે...!!" ગૌરી મોકાનો ફાયદો ઉઠાવવા માંગતી હતી. રુદ્રએ હજી પણ ત્યાં નીચે જમીન પર જ ગોઢણીયાભેર બેઠો હતો તે કુતુંહલતાથી ગૌરીની આંખમાં જોઇ રહ્યો હતો.

"આ જે કાંઇ બન્યું તે ખાલી તમે મને મેળવવા નથી કર્યુ, પણ આ બધા પાછળ કોઇ કારણ છે..!! એ શું છે..?? એ મને કહેશો તો હું આપણા મિત્રતાના સંબંધ વિષે આગળ વિચારી શકીશ..!!" ગૌરીએ જીણી આંખ કરતા પુછ્યું.

રુદ્ર ઉભો થયો અને ગૌરીનો હાથ પકડી તેને પણ ઉભી કરી. બન્ને એકબીજા સામે ઉભા હતાં..!!! અને એકબીજાની આખોમાં આખો નાખીને ખોવાઇ ચુક્યાં હતાં. ગૌરીએ પહેલી વખત રુદ્રને આટલા નજીકથી અને શાંતિથી જોયો હતો. દરેક સેકંડે ગૌરીના ચહેરાના ભાવો બદલાઇ રહ્યા હતાં. રુદ્રએ હળવેથી પોતાના હાથને ગૌરીની પીઠ પાછળ લઇ ગયો અને જટકા સાથે પોતાના તરફ ખેંચી. ગૌરીની કોઇ જ પ્રતિક્રિયા ના આવી બસ તે રુદ્રની આંખોમા ખોવાયેલી રહી પણ પાંચમી સેંકંડે ગૌરી ભાનમાં આવી અને રુદ્રને ધક્કો મારીને પોતાનાથી દુર કરી દીધો.

"મેં તમને પહેલા જ કહ્યું હતું કે હું રમેશને પ્રેમ કરું છું અને આ લગ્ન માત્ર એક સમજોતો છે...!! બસ....!!!" ગૌરીએ રાડ પાડી. રુદ્રના મગજમાં એક સાથે ઘણા બધા વિચાર આવી ગયાં. તે કંઇ પણ બોલ્યા વગર બાથરૂમ તરફ જતો રહ્યો. ગૌરી થોડીવાર ત્યાં જ ઉભી રહી, તેનું ધ્યાન સામે સોફા પર ગયું. ત્યાં રુદ્રનું પર્સ પડેલું હતું. ગૌરીના મગજમાં ખબર નહિ શું આવ્યું અને તેણે પર્સ હાથમાં લઈ જોયું તો પોતાનો જ બાળપણનો એક ફોટો હતો.

પંદર વર્ષની એક છોકરી, પેન્ટ-શર્ટમાં, બોયકટ વાળ કપાવેલા.!! આ ફોટો ગૌરીએ સ્પેશ્યલ રમેશ માટે પડાવેલો...!! અને આ ફોટાની માત્ર એક જ કોપી હતી જે રમેશ પાસે હતી. તેણે પર્સ ફંફોળ્યુ તો તેમાં રમેશ આચાર્યના સ્કુલનું આઇકાર્ડ પણ હતું..!! સાવ ઝાંખુ થઈ ગયેલુ અને ફોટો પણ ના દેખાય તેટલો ઝાંખો પડી ગયેલો..!! એ જ પર્સમાંથી તેને રામાનુજ આચાર્યના ઘરનો ફેમીલીફોટો પણ મળ્યો જેમાં ગૌરી પોતે રમેશની બાજુંમાં બેઠી હતી.ગૌરીના હાથમાંથી પર્સ નીચે સોફા પર પડ્યું અને ગૌરી પાછી ફરી બેડ પર પછડાઇ..!! શું રુદ્ર જ રમેશ છે....?? ના એ શક્ય કેવી રીતે બને....?? પણ એ તો બળીને મરી ચુક્યો

હતો...!!! પણ એ હવેલીમાં તે રાત્રે પંદર-વીસ જણા હતાં અને બધા ખુબજ ખરાબ રીતે બળી ચુક્યાં હતાં..!! કોઇની લાશ ઓળખવી પણ અસંભવ હતી..!! તો શું રમેશ ત્યારે બચીને ભાગી ગયો હતો..!!! અને અત્યારે બદલો લેવા માટે બધાની સામે આવ્યો છે..!! ગૌરી રુદ્ર દ્વારા બોલાયેલા એક એક શબ્દને યાદ કરી રહી હતી..!! ગૌરીને આત્મહત્યાવાળો સંવાદ વારંવાર મગજમાં આવી રહ્યો હતો..!! પોતાનું રુદ્ર તરફનું ખેંચાણ..!! ગૌરીનો શક વિશ્વાસમાં બદલી રહ્યો હતો.

રુદ્ર બાથરૂમમાંથી બહાર આવ્યો. તેણે ગૌરીને ખોવાયેલી જોઇ..!! પોતાના પર તેને ખીજ પણ ચડી..!!
"સોરી..!! હવે આગળથી હું એવું કોઇ જ વર્તન નહિ કરું, જેનાથી તમને દુખ પહોંચે..!!" રુદ્ર ગૌરીની નજીક પહોંચતા ખેદ સાથે બોલ્યો.
"તું જ રમેશ છે ને..??" ગૌરીને હવે પુરો વિશ્વાસ આવી ચુક્યો હતો. રુદ્ર અચાનક આવા સવાલથી ચોંકી ઉઠ્યો..!! તેનું ધ્યાન ખુલ્લા પર્સ તરફ ગયું. તેને મામલો સમજમાં આવતા વાર ના લાગી. રુદ્ર થોડીવાર કંઇજ ના બોલ્યો એટલે ગૌરીએ તેને હા સમજી લીધી.

15 વર્ષથી જો તમે કોઇની રાહ જોઇ રહ્યા હો અને અચાનક એ તમારી સામે આવી જાય ત્યારે માણસની સામાન્ય બુદ્ધિ કામ નથી કરતી. રુદ્ર અને ગૌરી સાથે આ જ થયું. ગૌરીને મનમાં એ વિશ્વાસ બેસી ગયો કે રુદ્ર જ રમેશ છે, જ્યારે રુદ્રના મનની પરિસ્થિતી કંઇક અલગ હતી. તે આટલા વર્ષોથી ગૌરીનું ધ્યાન રાખી રહ્યો હતો. તે મનમાં ઘણી વખત ગૌરીને પરણી ચુક્યો હતો અને આજે તે પોતાની પત્નિના રુપમાં સામે ઉભી હતી, પણ પોતાને કોઇ બીજું જ સમજી રહી હતી. રુદ્ર કોઇ પ્રતિક્રિયા આપે તે પહેલા ગૌરીની આંખમાથી આંસું ચાલુ થઈ ગયાં. ગૌરી રુદ્રને વળગી જોર જોરથી રડવા લાગી અને આ વખતે તો રુદ્ર પણ પોતાની જાત ને ના રોકી શક્યો.
"તે કેમ...મારી સાથે આવું ...કર્યુ.....મારી સામે...કેમ ના....આવ્યો...!! ગૌરીના મોઢામાંથી શબ્દ કરતા રુદનનો અવાજ વધારે આવી રહ્યો હતો.
"તને... ખબર છે...... તારાં મૃત્યુના .... સમાચાર સાંભળી ...... હું પાગલ......થઈ ગઈ હતી.... અને પછી..... પપ્પા એ મને લંડન મોકલી......દીધી હતી કે હું તારી યાદોથી દુર રહી

શકું.........'' ગૌરી આટલુ તો માંડ બોલી શકી અને તેનાથી વધારે રડાય ગયું. એ જેમ વધારે રડતી, તેમ તે વધારે ભીંસથી રુદ્રને પોતાની બાથમાં જકડવાનો પ્રયત્ન કરતી હતી.

રુદ્રને ગૌરીને કહેવું હતું કે તે રમેશ નથી પણ હવે તેને પોતાના પર કંટ્રોલ કરવો અઘરો થઈ ચુક્યો હતો. રુદ્રને બીજો ડર એ પણ હતો કે જો એ ના પાડશે તો, ગૌરી બીજા દસ સવાલ સાથે ઉભી રહેશે અને એ સવાલોનો જવાબ રુદ્ર નહિ આપી શકે અને કદાચ તેના પુરા પ્લાન પર પાણી ફરી વળશે..!! રુદ્ર પોતાની સાથે જ જજુમી રહ્યો હતો. એક બાજું રુદ્ર પોતાને કહી રહ્યો હતો કે આ જે થાય છે તે બધું જ ખોટું છે અને બીજી બાજું તેને આ થવા દેવું હતું. કદાચ રુદ્રના જીવનની આ સૌથી નબળી ક્ષણ હતી.

થોડા સમય પછી માંડ બન્ને શાંત થયા પણ હજી ગૌરીના હિબકા તો ચાલુ જ હતા. રુદ્રએ ગૌરીને પાણીનો ગ્લાસ લઈને પાણી પાયું.

''તું ક્યાંરથી આટલો કઠોર થઈ ગયો? રમેશ...!!!'' ગૌરી હવે થોડી સ્વસ્થ થઈ શકી હતી.

''સમયે મને બનાવી દીધો છે..!!!'' રુદ્ર એમજ બોલી ગયો. ગૌરી આગળ કંઈ બોલે તે પહેલા રુદ્રએ ગૌરી ના હોઠો પર પોતાના હોઠ જડી દીધા અને બન્ને પાછા એક બીજાના આલિંગનમા ખોવાઇ ગયા.

રુદ્ર ગૌરીને આગળ એક પણ સવાલનો મોકો જ ના આપ્યો. પંદર વર્ષોની જુદાઇ બન્નેને આજની રાતમાં જ વસુલ કરવી હતી. મોડી રાત સુધી બન્ને જાગતા રહ્યા અને પછી થાકના કારણે બન્નેને ક્યાંરે ઉંઘ આવી ગઇ, તે તેમને ખ્યાલ જ ના રહ્યો. બન્ને હવે એક થઈ ચુક્યાં હતાં.

>>>>>>>>>>>>>>>>>>>>><<<<<<<<<<<<<<<<<<<<

11 એપ્રિલ 2015– હોટેલ મહેશ્વરી, સવારના સાત,

સવારના સાત વાગવા આવ્યા હતાં પણ રુદ્ર કે ગૌરી બન્નેમાંથી એકને પણ એકબીજાના આગોશમાંથી નિકળવાનું મન થતું ન હતું. પણ હકીકતનો સામનો કર્યા સિવાય છુટકો પણ ન હતો. રુદ્ર હળવેથી ઉભો થયો, ગૌરી એને ખેંચી ફરી પોતાના બાહુપાશમાં જકડી લીધો. રુદ્ર પોતાના આંગળીના ટેરવા ગૌરીના ચહેરા પર ફેરવી રહ્યો હતો, ગૌરીના

હાથ પકડીને ખેંચી ઉભી કરી. બન્ને ફ્રેશ થયા, ત્યાં સુધીમાં ટેબલ પર બ્રેકફાસ્ટ પીરસાઈ ગયો હતો.

‘‘મને હવે પૂરી વાત કરીશ..!!! રમેશ..?’’ ગૌરી હવે સાવ સ્વસ્થ હતી.

‘‘પ્લીજ, અત્યારે પાછું..... આ બધું ચાલુ ના કર..!!, તને બધા જ પ્રશ્નોના જવાબ મળશે પણ બરાબર સમયની રાહ જો અને મારા પર વિશ્વાસ રાખ..!!’’ રુદ્રએ વાત ટાળવાનો પ્રયત્ન કર્યો અને બ્રેકફાસ્ટ ચાલુ કરી દીધો.

ગૌરી હવે સાવ હળવી ફુલ બની ગઈ હતી. એ જેની રાહ છલ્લા પંદર વર્ષથી જોઇ રહી હતી એ વ્યક્તિ ભલે બદલાયેલા રૂપમાં પણ પોતાની સામે હતો. બન્નેએ આખું બાળપણ સાથે કાઢ્યું હતું. બન્ને વચ્ચે ખુબજ ઉડી મિત્રતા હતી. ગૌરી માટે હવે જવાબ જાણવા એટલા મહત્વના પણ નહોતા રહ્યા. પણ આ બધી ઘટનાના કારણે ગૌરીમા એક અજબનો આત્મવિશ્વાસ આવી ચુક્યો હતો, તેનામા દુનિયા સામે લડવાની હિમ્મત આવી ચુકી હતી. તેના પિતાનો ડર હવે ગૌરીને નહોતો સતાવી રહ્યો. રુદ્ર તો ગૌરી માટે ડુબતાનો સહારા જેવો હતો.

બન્નેએ જમવાનું પતાવ્યું અને ઉભા થયા. ગૌરીએ આસમાની રંગની સાડી પહેરી હતી જ્યારે રુદ્ર આછા પીળા કલરનો ખાદીનો શર્ટ અને જીન્સનું બ્લેક પેન્ટ પહેર્યુ હતું. રુદ્ર માટે તેના પેંન્ટનો કલર ફિક્સ હતો. બહુ ઓછી વખત તે પેંન્ટ-શર્ટ સિવાય બીજું કંઇ પહેરતો. બન્ને હોટેલની બહાર નીકળ્યા.

ગૌરી પાછળની સીટ પર રુદ્રને પકડી તેના ખભા પર માથું રાખી આગળ દેખાતા રોડને જોતી બેઠી હતી. સવારનાં આઠ વાગ્યા હતાં, ભીડને ચિરતી કાર હોસ્પિટલમાં પહોંચી. હજી કોઈ ઘરનું સદસ્ય આવ્યું ન હતું, પણ પાર્ટીના અમુક કાર્યકરો અને અમુક મુખ્ય નેતા ત્યાં હાજર થઈ ચુક્યાં હતાં. રુદ્ર અને ગૌરીએ લોબીમા બેન્સ પર જગ્યા શોધી ચુપચાપ બેસી ગયા હતાં. ગૌરી બિલકુલ ઉદાસ ના હતી. તેને હવે ઘણુંબધું સમજાઇ પણ રહ્યું હતું.

થોડીવાર બાદ દેસાઇ બહાર આવ્યો, તેની નજર આ બન્ને પર પડી. તેને આ મોકો પરફેક્ટ લાગ્યો, તે ગૌરી પાસે આવ્યો. બન્ને હાથે રુદ્ર અને ગૌરીને નમસ્કાર કર્યા.

''બહેન, સાહેબ હોંશમાં આવી ગયા છે...!! તમે અંદર જાવ, કાલ રાતના તમને યાદ કરે છે...!!'' દેસાઇ ખુબજ ગરીબડો થઈને બોલ્યો. ગૌરીને તો બધી ખબર હતી કે નાટક છે પણ હવે પોતે પણ નાટક કરવા તૈયાર હતી. ગૌરી કંઈ પણ બોલ્યા વગર સીધી રૂમમાં જતી રહી. દેસાઇ રુદ્રને આંખ મિચકારી ભીડમાં ભળી ગયો...!! શક્તિસિંહ બેડ પર ખુલ્લી આંખે સુતા હતા. મોઢા પર ઓક્સિજન માસ્ક હતો. ગૌરીને જોઇ એટલે તેમણે હાથ ઉંચો કરી બાજુમાં બેસવા ઇશારો કર્યો. ગૌરી તેની બાજુમાં જ બેઠી, પોતાના પિતાનો હાથ પોતના હાથમા લીધો.

''બેટા તે મારાથી આ... વાત... કેમ છુંપાવી...?'' રાઠોડસાહેબને બોલવામાં તકલીફ પડી રહી હોય તેમ બોલી રહ્યાં હતાં. ગૌરીએ પણ ખાલી મગરમચ્છના આંસુ જ સાર્યા, એક શબ્દ પણ ના બોલી.

''શું તું એને પ્રેમ કરે છે..? કે પછી એ તને ફસાવી રહ્યો છે..??'' ગૌરીએ જવાબ ના આપ્યો એટલે શક્તિસિંહે ફરી એ જ સવાલ પુછ્યો. ''બોલને બેટા..!! શું હકીકત છે..!!''

''હા પપ્પા, હું તેને ખુબજ પ્રેમ કરું છું, પણ કદી તમને કહેવાની હિમ્મત ના થઈ...!!'' ગૌરી પર પણ હવે રુદ્રની અસર થઈ રહી હતી.

''બેટા..!! તને અંદાજો છે, તે મને અત્યારે કંઇ પરિસ્થિતીમાં મુકી દીધો છે..?? હવે આ સરકારને ટકાવવી મારા માટે કેટલી મુશ્કેલ બની જશે..!!'' રાઠોડસાહેબ પારાવાર દર્દમાં હોય એવી જ રીતે વાત કરી રહ્યા હતાં.

''મને તમારી તકલીફોનો અંદાજો છે..!! પણ પપ્પા પણ હું નબળી પડી ગઈ હતી અને મારાથી આ પગલું ભરાઇ ગયું..!!'' ગૌરી એક એક જવાબ વિચારીને આપી રહી હતી.

''કોઇ વાંધો નહિ દિકરા...!!! હજી પણ કંઇ નથી બગડ્યું, તું દેશના લોકોને કહી દે કે તને એણે ફોસલાવી હતી..!! હું હજી પણ દયાલને સમજાવી લઈશ..!! આપણી પાર્ટીની આબરુનો સવાલ છે..!!'' રાઠોડસાહેબ હાથ જોડતા વિનંતી કરી.

''પણ આવા સ્ટેટમેન્ટથી તો લોકો રુદ્રને નફરત કરવાં લાગશે..!!'' ગૌરીએ પોતાના પિતાનો વિરોધ કરતા કહ્યું.''તને એની બદનામીની ચિંતા છે પણ મારું શું..?? આ પાર્ટી અને સરકારનું શું? તારા ભાઇના ભવિષ્યનું શું..?'' રાઠોડસાહેબે અંતે પોતાનો ઉકળાટ કાઢ્યો.

''પણ, આ આખી વાતમાં રુદ્રનો ક્યાંય દોષ નથી...!! મે જ તેને ભાગીને લગ્ન કરવા ઉશ્કેર્યો હતો..!! અને હવે હું તેને દગો દઉ...??'' ગૌરીએ ખોટે ખોટું રડવા લાગી.

''આટલી જલ્દી, તું રમેશને ભુલી ગઈ..??'' રાઠોડ સાહેબ ગૌરીને શબ્દોથી ઘાયલ કરવા માંગતા હતાં.

શક્તિસિંહના શબ્દો ગૌરીના હ્રદયને ચિરીને જતાં રહ્યાં, પણ ગૌરી ભાવાવેશમાં આવી કોઇ ગાંડપણ કરી રુદ્રએ બનાવેલી બાજી બગાડવા નોતી માંગતી..!!!

''ખબર નહિ પણ રુદ્રએ મારા પર વિજય પ્રાપ્ત કરી લીધો છે...!!! હું હવે તેની થઈ ચુકી અને હવે ભુતકાળને યાદ કરી વધારે દુખી થવા નથી માંગતી...!!'' ગૌરીના ચહેરા પર એક પણ ભાવ ન હતો.

શક્તિસિંહની આંખો ગૌરી પર જ હતી અને ગૌરી વાત સાંભળ્યા બાદ તો જાણે શક્તિસિંહ પર જાણે વિજળી પડી હતી. ગૌરી કેટલી હદે રમેશને ચાહતી તે શક્તિસિંહ બરાબર જાણતો હતો અને ગૌરી હમણા લંડન પણ રમેશની યાદો સાથે જીવવા તો ગઈ હતી..!! કંઇક તો ખોટું છે...!!! પણ શું..?

''એ અત્યારે અહીયા આવ્યો છે..!!'' રાઠોડસાહેબને જવાબ ખબર હતી, તો પણ પુછ્યું.

''હા...!!'' ગૌરી માત્ર એટલુ જ બોલી શકી.

''એને અંદર બોલાવીશ..!!!'' રાઠોડસાહેબ વિનંતીના સુરમાં જ બોલ્યા.

ગૌરી ઉભી થઈ દરવાજા પાસે ગઈ અને ઇશારાથી રુદ્રને અંદર આવવા કહ્યું. બધાનું ધ્યાન આ બન્ને પર જ હતું પણ ચુપચાપ બધાં આ તમાશો જોઇ રહ્યા હતાં. રુદ્ર અંદર આવ્યો.

''તું થોડી વાર બહાર જઇશ..!!! મારે રુદ્ર સાથે એકાંતમા થોડી વાત કરવી છે...!!'' શક્તિસિંહે ગૌરીને ફરીથી વિનંતી કરી. ગૌરી દલીલ કર્યા વગર ઉભી થઈ બહાર જતી રહી. શક્તિસિંહ બેડનો ટેકો લઇ બેઠા.

''હવે મને કહો રુદ્રકુમાર તમે શું ઇચ્છો છો?'' શક્તિસિંહ હવે સાવ સામાન્ય વર્તન કરવા લાગ્યા.

''હું જે ઇચ્છતો હતો, તે મે મેળવી લીધું છે...!! હવે મને બીજી કોઇ જ ઇચ્છા નથી...!!'' રુદ્ર પણ ઉસ્તાદ હતો.

''જો દિકરા, હું ગૌરી જેટલો ભોળો નથી કે તારી વાતમા આવી જઈશ, મારી દિકરીમાં આટલી હિમ્મત નથી કે આટલુ મોટું પગલું ભરે..!! એટલે તું બેધડક તારી માંગો મારી સામે મુકી દે...!!! તો આપણે બન્ને ખુલીને ચર્ચા કરી શકીએ...!!!'' શક્તિસિંહને વાત ચોખ્ખી જ કરવી હતી.

''જો તમે એમ જ ઇચ્છતા હો તો એમ..!!, હું દિનદયાલ શર્માની બરબાદી ઈચ્છું છું અને આ કામમાં તમારા સાથની જરૂર છે..!!'' રુદ્ર હવે મુદ્દા પર આવ્યો.

''શું હું જાણી શકું કે તારે એની સાથે શું દુશ્મની છે..?'' શક્તિસિંહને વાતમાં રસ પડ્યો.

''ના, એ મારો અંગત પ્રશ્ન છે.'' રુદ્ર વાત વધારે ગુંચવવા માંગતો હતો.

''તો હું પણ આમાં તારી કોઈ જ મદદ નહિ કરી શકું...!!!'' શક્તિસિંહ હજી પોતાનો હાથ ઉપર રાખવા માંગતા હતાં, તેમની આ વાતથી રુદ્ર હસી પડ્યો. એ બેડ પરથી ઉભો થયો અને રૂમમાં આટા મારવા લાગ્યો.

''જુઓ સાહેબ, અત્યારે તમારી પાસે મારી મદદ કરવા સિવાય બીજો કોઈ જ રસ્તો નથી, એટલે સમજદાર વ્યક્તિ થઈને મદદ કરવા માટે હા પાડી દેશો, તો હું તમને વચન આપું છું કે તમારા પર આંચ નહિ આવે...!!!'' રુદ્ર હવે પોતાના વાસ્તવિક અંદાજમા વાત કરવા લાગ્યો. ''એટલે તું મને ધમકી આપે છે?'' શક્તિસિંહને એ છોકરાની ગુસ્તાખી ના ગમી.

''અરે પપ્પાજી..!!! શા માટે તમારું બ્લડ પ્રેશર વધારો છો? તમે પોતે પણ ઇચ્છો છો કે દિનદયાલ તમારા રસ્તામાંથી હટી જાય તો પછી મારી મદદ લઈને તેને હટાવવામા તમને શું વાંધો છે? તમે જે ઉમેશ શુક્લાને 100 કરોડ આપ્યા, તેટલો ખર્ચો મારી પાછળ નહિ કરવો પડે..!!!'' રુદ્ર આંખ મિચકારતા બોલ્યો. 100 કરોડની વાત સાંભળતા જ શક્તિસિંહના ચહેરાનો રંગ ઉડી ગયો.

''અખિલેશ પોતે જ ગયો હતો ને....!!! પૈસાની ડિલીવરી આપવા.....!!! તેના સબુત છે, મારી પાસે......!!!''રુદ્ર શક્તિસિંહને વધારે ડરાવ્યો.

''તને કેવી રીતે ખબર પડી..??'' શક્તિસિંહ માંડ બોલી શક્યાં.

''એ સિવાય મને એ પણ ખબર છે...!! કે જુનાગઢમાં તમારું જે જુનું મકાન છે, તેના ભોયરામાં તમે 500 કરોડ રોકડ સંતાડ્યા છે, અને એ સિવાય તમારી કાળી સંપતિનો હિસાબ કરીએ તો ટોટલ 50,000 કરોડ સુધી પહોંચે છે..!!'' રુદ્ર ફરી પાછો શક્તિસિંહ પાસે આવીને બેઠો. શક્તિસિંહનો ચહેરો સાવ ફિક્કો પડી ચુક્યો હતો.

''હું વચન આપું છું, આ બધું હું કોઇને પણ નહિ કહું, હું તમારી મિત્રતા ઇચ્છું છું..!!'' રુદ્રએ પોતાનો જમણો હાથ આગળ કર્યો.

''તું દયાલ સાથે શું કરવા માંગે છે?'' શક્તિસિંહે પરાણે હાથ મિલાવ્યો.

''એની સાથે એવું કંઇક કરીશ કે નર્ખ એને આ જીંદગી કરતા વધારે સુખદ લાગશે..!!'' રુદ્રની આંખોમાં ક્રુરતા સ્પષ્ટ દેખાઇ રહી હતી. ''તું મને દગો નહિ આપે તેની શું ખાતરી?''

''મે આજ સુધી કોલસાકાંડમા, મિલેટ્રીના હથિયારોના મામલામાં, તમારી 50,000 કરોડની સંપતિ બાબતમાં મોઢું બંધ તો રાખ્યું છે..!!! એ જ તમારી સલામતી અને કિંમત છે..!!! બાકી અખતરો કરવો હોય તો આવી જાવ મેદાનમાં...!!!!'' રુદ્રના મોઢે આ સાંભળતા જ શક્તિસિંહના ચહેરા પર પરસેવો વળી ગયો. તેમને ખ્યાલ આવી ગયો કે સામે બેઠેલો નાનો છોકરો કેટલો ખતરનાક છે...!!!

''તે મારી દિકરી ને આમાં કેમ ફસાવી?'' શક્તિસિંહ હજી પણ રુદ્રના ઇરાદા જાણવાનો પ્રયત્ન કરી રહ્યો હતો.

''આ તો બહુ જ સરળ વાત છે, આ પહેલો તમાચો હતો દિનદયાલના ચહેરા પર...કે તેના દિકરાના લગ્નનાં પાંચ જ દિવસ પહેલા તેની થનારી પુત્રવધુને કોઇ ભગાડીને લઇ જાય...!!!'' રુદ્રની આ વાત સાંભળતા જ શક્તિસિંહને બધો મામલો મગજમાં બેસી ગયો. હવે તેને મુંઝવતો એક જ સવાલ હતો એ હતો કે આ બન્ને વચ્ચેની દુશ્મનીનું કારણ શું છે..?? પણ તે જવાબ રુદ્ર આપવા માંગતો ન હતો.

''તે ગૌરીને, આ લગ્ન માટે રાજી કેવી રીતે કરી..???'' શક્તિસિંહથી પુછ્યા વગર ના રહેવાયું.

''મે તેને ફસાવી નથી, પણ અમે હકીકતમાં એકબીજાના પ્રેમમાં છીએ..!! હવે એમ ના પુછતાં કે પ્રેમ ક્યાંરે થયો..??'' રુદ્રએ ઠેકડી કરતા બોલ્યો.

''દિનદયાલ સાથે બદલો લીધા પછી શું..? મતલબ કે ....'' શક્તિસિંહ આગળ કઇ બોલે તે પહેલા રુદ્ર એ હાથનો ઇશારો કરી તેમને રોકી લીધા.

''જુઓ પપ્પાજી તમારી સરકારનો સમય પુરો થવામાં દોઢ વર્ષ જેવો સમય બાકી છે, તો હું તમને આ દોઢ વર્ષ શાંતિથી પરું કરવા દઇશ, અને જો તમારા કર્મો સારા રહ્યા તો આવતી ચુંટણીમાં પ્રચારમાં અને ફંડમાં પણ હું મદદ કરીશ...!!!

તમારી દિકરી તો હવે સુખી છે જ અને રહ્યો તમારો દિકરો તો પેલી કહેવત છે ને સારી

દુનિયા એક તરફ બીવી કા ભાઇ એક તરફ..!!!" રુદ્રએ શક્તિસિંહનો હાથ દબાવી, આંખ મિચકારી."અને મારો પોતાનો આવડો મોટો બિઝનેસ છે, મને આ રાજકારણમા રસ પણ નથી. અને આમપણ તમે એ જાહેર કરી જ દીધું છે કે તમે આવતી ચુંટણીમાં ઉભા નહિ રહો..!! તો તમને શું ફરક પડે છે તમારા બાદ કોણ વડાપ્રધાન બને છે..!! અને તમે એ બરાબર જાણો છો કે તમારો સુપુત્ર આ ખુરશીને લાયક નથી, તો કદાચ તમારી દિકરી કે હું આ પદનો ભાર માથે લઇએ તો તમને શું તકલીફ છે...!! ઘી ઢોળાશે તો ખીચડીમાં છે ને...??" રુદ્ર એ સ્મિત સાથે પૂછ્યું.

"તો મારા દિકરાનું શું..??" શક્તિસિંહને લાગ્યું કે તે રુદ્રની જાળમાં ફસાઇ ચુક્યો છે..!!

"મેં કહ્યું તો ખરું, એ જીવશે ત્યાં સુધી હું તેને કોઇ કમી નહિ આવવા દઉ, અને સિંગાપોરમાં રુદ્ર કોર્પોરેશન એક મોટો પ્લાન્ટ નાખવાની છે, તેનો તમામ ભાર હું તેના પર નાખી દઇશ, અને હું ખાતરી આપું છું, કે બહુ સારી જીંદગી જીવશે..!!" રુદ્ર એટલી ગંભીરતાથી બોલી રહ્યો હતો કે શક્તિસિંહને તેના પર વિશ્વાસ આવી ગયો.

"તું આટલો બદલાઇ ક્યાંરથી ગયો? તું હંમેશા સત્ય અને ન્યાય માટે લડે છે ને..?? ગરીબોનો કેબુર છો તું..!! દુનિયાના 100 શક્તિશાળી વ્યક્તિઓમાં તારું નામ આવે છે તો તને આવા દાવપેચમાં શું રસ છે..??? અને તું ધારે તો તારી પોતાની પાર્ટી ઉભી કરીને ચુંટણી આરામથી જીતી શકે તેમ છો..!! તો શા માટે આવા આડા રસ્તા પકડે છે..??" શક્તિસિહેને હજી રુદ્ર પર થોડો શક હતો.

"હું બિઝનેસમેન છું..!! રાઠોડ સાહેબ..!! એક નવી પાર્ટી ઉભી કરવામાં ખર્ચો અને પૈસા બંન્નેનો વ્યય થાય છે અને જીતની કોઇ જ ગેરંન્ટી નથી હોતી..!! જ્યારે અહિંયા તો પિચ તૈયાર છે, બસ મારે સારી રીતે રમવાનું છે એટલે જીત મારી...!! તો હું શા માટે સ્ટેડિયમ અને ટીમ ઉભી કરવામાં પૈસા વેડફું....??" રુદ્રએ ભવા ઉલાળતા કહ્યું. શક્તિસિંહ હજી રુદ્રને શકની નજરે જ જોઇ રહ્યો હતો. રુદ્રને આ વાતનો અંદાજ આવી ગયો. તે શક્તિસિંહ નજીક ગયો, અને હળવેથી બોલ્યો.

"જુઓ પપ્પાજી, આ વાત તમે મગજમાં ઉતારી લો..!! તમે હા પાડશો કે ના પાડશો, આજે નહિ તો કાલે, પણ આ ખુરશી મારી કે ગૌરીની થવાની જ છે..!! પણ તમારે એ વિચારવાનું છે કે તમે પરાણે હાર માનશો કે પ્રેમથી...!! બીજું...!! તમારા બંન્ને સંતાનની જવાબદારી મારી..!! તમારી દિકરી તો આમપણ અત્યારે રુદ્ર એમ્પાયરની રાણી બની જ ચુકી છે અને

અખિલેશને હું મારા બિઝનેસમાં ભાગીદાર બનાવવા તૈયાર છું...!! તેને તમે જબરદસ્તી આ ખુરશી પર બેસાડશો તો પણ તેજપાલ રાણા, વેંકટેશ નાયડુ, મુકુંદરાય જેવા નેતા તેને કોરેકોરો ખાઇ જશે...!! અને તમે આમપણ નિવૃત્તિ જાહેર કરી દીધી છે...!! તો શા માટે આટલા લોહીઉકાળા કરો છો..?? તમે ચિંતામુક્ત થઈને ભેગા કરેલા પૈસા વાપરો..!!'' રુદ્રએ શાંતિથી સમજાવ્યા

શક્તિસિંહને રુદ્રની વાત ગળે ઉતરી ગઈ. તેની પાર્ટીમાં પણ હવે શક્તિસિંહ અને દિનદયાલનો બહુ જ વિરોધ થઈ રહ્યો હતો અને દિનદયાલના દેહ વ્યાપારનો ધંધો તેની પોતાની અને પાર્ટીની છબી ખરાબ કરી રહ્યો હતો. આ બધાના કારણે જ શક્તિસિંહે નિવૃત્તિ જાહેર કરી દીધી હતી, જેથી તે શાંતિથી આ છેલ્લો સમય પુરો કરી શકે..!! છલ્લા આઠ વર્ષથી તે આ દેશ પર રાજ કરી રહ્યો હતો. શક્તિસિંહે જેટલું કમાવવાનું હતું એટલું કમાઇ લીધું હતું. હવે છલ્લે તે કોઇપણ સાથે ટસલ કરી પૂરી બાજી બગાડવા માંગતો ન હતો. રુદ્ર તેની વાતનો પાક્કો માણસ હતો, જે બેમતની વાત હતી. તેણે બાજુમાં પડેલો બેલ દબાવ્યો દેસાઇ તરત હાજર થઈ ગયો.

''જાહેરાત કરી દો કે, બન્નેના લગ્ન હું ધામધુમથી કરીશ.....!!!!અને ગૌરીને અંદર મોકલજો..!!'' દેસાઇ રાઠોડના ચહેરાની જોઇ સમજી ગયો કે બાજી રુદ્રના પક્ષમાં છે. દેસાઇ તરત જ બહાર દોડી ગયો. બીજી જ મિનીટે ગૌરી અંદર આવી. શક્તિસિંહે પરાણે હસવાનો પ્રયત્ન કર્યો.

''તને ખબર છે દિકરી હું પણ તારા લગ્ન નિતેષ સાથે ક્યારેય કરાવવા માંગતો ન હતો પણ તારા આ વડાપ્રધાન બાપની પણ અમુક વિવશતાઓ હતી પણ હવે કશો જ વાંધો નહિ, રુદ્રકુમારના સાથથી હવે બધી જ તકલીફો દુર થઈ જશે....!!!!'' શક્તિસિંહ પરાણે લાફો મારી ગાલ લાલ રાખ્યો અને તેની દિકરીને ભેટી પડ્યા....!! ગૌરીએ પણ સામે એવો જ પ્રતિસાદ આપ્યો.

પ્રકરણ – 5
વડાપ્રધાન નિવાસ

રૂમમાં રુદ્ર અને ગૌરી બન્ને એક બીજા સામે જ જોતા રહ્યા. ગૌરી પોતાના પતિની અસીમ શક્તિઓથી હેરાન જ રહી ગઈ. તેના પિતાને રુદ્ર આવી રીતે મનાવી લેશે તે તો કદી, ગૌરીએ સ્વપનમાં પણ કલ્પના કરી નોહતી.

''ગૌરી બેટા, તારે અત્યારે આપણા ઘરે જ પાછું આવવાનું છે, હું તારા લગ્ન કરી દઉ પછી જ જુનાગઢ જવાનું છે..!!'' શક્તિસિંહને પોતાનો ખોટો હરખ બતાવી રહ્યા હતા.

ત્યાં જ ડોક્ટરોની ટીમ અંદર આવી અને બધાને બહાર જવાની સુચના આપી. રુદ્ર અને ગૌરી બન્ને બહાર નીકળ્યા, ત્યાં સુધીમાં બહાર ઘણી બધી ભીડ જમા થઈ ગઈ હતી. બધાને દેસાઇએ સમાચાર આપી દીધા હતા કે રાઠોડ સાહેબ આ લગ્ન માટે માની ગયા છે. હવે રુદ્ર સાથે વેર રાખવાનો કોઇ મતલબ જ નોહતો બનતો, એટલે બધા તેને શુભકામના આપવા લાગ્યા અને ન્યુઝ ચેનલોમાં સામાન્ય લોકોનો ઉત્સાહ પણ દેખાઇ રહ્યો હતો. જાણે બધા આ નવા બંધનથી ખુશ હતા.

ભીડમાંથી બન્ને બહાર નીકળ્યા, દુર ખુણામાં અખિલેશ ઉભો હતો. પણ તેને જોતા એવું નોહતું લાગતું કે તે ખુશ હશે. ગૌરી તેની પાસે ગઈ. ''મને માફ નહિ કરે, મારા ભાઇ..!!!'' ગૌરીએ એટલા વ્હાલથી પૂછ્યું કે અખિલેશ પોતાને રોકી ના શક્યો અને પોતાની બહેનને ભેટી પડ્યો. અખિલેશ સ્વાર્થી હતો પણ તેની બહેનને ઘણો પ્રેમ કરતો. અખિલેશ પુરા મનથી રુદ્રને પણ ગળે મળ્યો. ત્રણેય વચ્ચે થોડી વાત-ચીત થઈ અને પછી થોડું એકાંત મેળવવા, બન્ને બધાથી થોડા દુર ગયા.

''તો હવે..!'' ગૌરીએ કામુકતાથી ભવા ઉલાળતા પુછ્યું.

''હવે હું જાન લઈને, તારા ઘરે આવીને જ તને લઈ જઈશ.''

''મારા પિતાને તે કેવી રીતે મનાવ્યા..!!!'' ગૌરીને ફરીથી રહસ્ય જાણવાની ઇચ્છા થઈ ગઈ.

''જેમ તને લગ્ન માટે મનાવી હતી તેમ..!!!'' રુદ્રના ચહેરા પર ટિખળભર્યુ સ્મિત હતું.

ગૌરી બીજો કોઇ સવાલ કરે, તે પહેલા રુદ્ર ગૌરી સાથે ભીડમાં ભળી ગયો. રુદ્રએ આજુબાજુ બધે નજર ફેરવી પણ ક્યાંય દિનદયાલ કે તેનો પુત્ર દેખાયા નહિ. ત્યાં જ ન્યુઝ ચેનલનો કોઇ રિપોર્ટર દિનદયાલ શર્માનુ લાઇવ ઇન્ટરવ્યુ ચલાવી રહ્યો હતો. રુદ્રનું ધ્યાન ટીવી પર ગયું.

''તમે આ પુરા મામલામાં શું કહેવા માંગો છો?'' રિપોર્ટરે પહેલો સવાલ પુછ્યો.

''હું અને મારો પરિવાર રાઠોડ સાહેબ સાથે છીએ અને હંમેશા રહેશું..!!! ગૌરી દિકરીએ આ પગલું ભરી મારા દિકરાની જીંદગી બચાવી લીધી છે..!! જો બન્નેના લગ્ન થઈ ગયા હોત તો, બે માંથી એક પણ સુખી ના રહી શકત...!!!'' દિનદયાલ પણ અત્યારે પોતાને વિલન સાબિત કરવા નોહતો માંગતો. ''તો તમે આ ફરીથી થનાર લગ્નમાં રાઠોડ સાહેબની સાથે હશો..!!'' રિપોર્ટર બીજા સવાલ સાથે તૈયાર જ હતો.

''હા, કેમ નહિ..!!, રાઠોડ સાહેબ લોકશક્તિ પાર્ટીના વરિષ્ઠ નેતા જ નહિ, પણ મારા પરમ મિત્ર પણ છે..!! તો જો તેમના ઘરે પ્રસંગ હોય તો મારે તો ત્યાં રહેવું જ પડે ને..?'' દિનદયાલ સામાન્ય રહેવાનો પ્રયાસ કરી રહ્યા હતા.

''શું તમે રુદ્ર ચૌહાણને માફ કરી શકશો? જે પુરા દેશ સામે તમારી થનાર પુત્રવધુને ભગાડીને લઈ ગયો છે?'' રિપોર્ટર વધારે મસાલા માટે દિનદયાલને ઉશ્કેરવાનો પ્રયત્ન કરી રહ્યો હતો. ''હું ગૌરી દિકરીના નિર્ણય સાથે છું, પણ જો એ બન્નેએ અમારી સંમતિ લીધી હોત, તો મને વધારે ગમ્યું હોત...!!!'' દિનદયાલ પરાણે પોતાનો હાથ ઉપર રાખવાનો પ્રયાસ કરી રહ્યો હતો.

''મતલબ કે તમે આ લગ્નનો ના છુટકે સ્વીકાર કરી રહ્યા છો..!!, જો એ બન્ને પહેલા તમારી પાસે પરવાનગી માંગવામા આવ્યા હોત તો તમે ગૌરી ચૌહાણને ઇમોશનલ બ્લેકમેલ કરી હોત..!! અને આ લગ્ન જ ના થવા દીધા હોત...!!'' રિપોર્ટર તેને મળેલ તકનો પુરો લાભ લેવા માંગતો હતો.

''તમે તમારી મર્યાદા ઓળંગી રહ્યા છો...!!! અને હું શા માટે પરવાનગી ના આપું..??? આ તો ગૌરી દિકરીને ડર હશે કે ચૌહાણસાહેબ અને લોકશક્તિ પાર્ટીના સંબંધો સારા નથી એટલે અમે આ લગ્નનો સ્વીકાર નહિ કરીએ...!!! પણ હકીકત કંઇક અલગ જ હતી....!!'' દિનદયાલ જોરથી બોલતા પોતાનો બચાવ કરવા લાગ્યા અને રિપોર્ટર આગળ કંઇ બોલે તે પહેલા ઉભા થઈ નમસ્કાર કરી જતા રહ્યા. આ જોઇ રુદ્રના ચહેરા પર એક વિજયી સ્મિત આવી ગયું.

બધા વાતોમાં મશગુલ હતાં. ગૌરી, દેસાઇ અને અખિલેશ સાથે વાતોમાં પરોવાયેલી હતી એટલે રુદ્રને અહીંથી નીકળવાનો મોકો પરફેક્ટ લાગ્યો, તે બધાથી નજર બચાવી બહાર નીકળી ગયો પણ આ વખતે મિડીયાએ તેને ઘેરી લીધો. રુદ્રએ હાથ ઊંચા કરી બધાને શાંત રહેવાની અપીલ કરી. બધા રુદ્રને સાંભળવા એક્દમ ચુપ થઈ ગયા.

''હું આ દેશની જનતાનો તેમના સાથ બદલ આભાર માનું છું. હું, રાઠોડ સાહેબ સાથે એકાદ કલાક બેઠો હોઇશ, એ સમય દરમિયાન અમે અમારી ગેરસમજણો દુર કરી અને તેમણે સહર્ષ ખુશાલી સાથે અમારા લગ્ન ફરી કરાવવાનો નિર્ણય લીધો છે, લગ્નની તારીખ આવશે એટલે તમને જાણ કરવામા આવશે. હું મિડીયાને તથા વિપક્ષને ફરી વિનંતી કરું છું કે આ લગ્ન અમારો અંગત મામલો છે, અને મારા માટે મારા જીવનનો સૌથી સુંદર પ્રસંગ તો તેમાં મધ નાખવાની કોશિશ કરજો, મરચું નહિ....!!!'' રુદ્રએ હાથ જોડી નમસ્કાર કર્યા અને ત્યાંથી નીકળી ગયો.

ગૌરી ફરીથી ભુતકાળમાં સરી ગઈ અને બેડ પરના તકિયાને જ રુદ્ર સમજી વળગી રહી, અત્યારે હવે તેને તેના પિતા પર ન તો ગુસ્સો આવતો હતો કે ન કોઇ ઉદાસી હતી, બસ એ રુદ્રમય બની ગઈ હતી. અચાનક વિચારતા તેને રૂમનો કેમેરો યાદ આવી ગયો. અત્યારે રુદ્ર પોતાને જોતો જ હશે, એ વિચારી ગૌરી વધારે શરમાઇ ગઈ. ગૌરીને અત્યારે રુદ્ર સાથે વાત કરવી હતી, પણ તે ગુંચવાયેલી હતી, ખબર નહિ રુદ્ર અત્યારે દિલ્હીમાં હશે કે પછી પાછો જુનાગઢ પહોંચી ગયો હશે? અને ગૌરી પાસે તો રુદ્રનો મોબાઇલ નંબર પણ ન હતો અને પોતાનો મોબાઇલ તો દુર-દેશમાં ક્યાંક હતો. હવે શું કરવું એ જ વિચારવા લાગી.

અચાનક તેનું ધ્યાન સામેની દિવાલ પર ગયું, જ્યાં તે કેમેરો હોવાની સંભાવના હતી. એ આખી દિવાલમાં ખાલી એક એ.સી જ એવી જગ્યા હતી, જ્યાં માઇક્રો કેમેરો આસાનીથી લાગી શકે અને આખો રૂમ બરાબર દેખાય...!!! ગૌરીએ રૂમનું બારણુ બંધ કર્યુ અને સોફા પર ચડી આખુ એ.સી ફંફોસવાનું ચાલુ કર્યુ અને અંતે તેને કેમેરાની લોકેશન મળી જ ગઈ. કેમેરો ખુબજ નાની સાઈઝનો હતો અને ગૌરીને એ અહેસાસ પણ થયો કે આવો કેમેરો શોધવો ખુબજ અઘરો પણ હતો. પણ ગૌરીને કેમેરા કરતા એ પ્રશ્ન વધારે મુંઝવતો હતો કે આ

કેમેરો અંદર આવ્યો કેવી રીતે? આ કામ ઘરના જ કોઇ મેમ્બરનું છે કે પછી કોઇ નોકર-ચાકરનું...?? પણ એ ઘરનો ભેદી કોણ હોઇ શકે..? કોણ..? એ તેને ખ્યાલ નોતો આવી રહ્યો. ગૌરી એ કેમેરો હટાવ્યો નહિ પણ કેમેરાને ઠેંગો દેખાડી પાછી બેડ પર આડી પડી. જાણે એમ કહેવા માંગતી હોય કે તેને હવે કોઇ જ ફરક નથી પડતો.

એ જ સમયે દરવાજા પર કોઇએ નોક કર્યુ. ગૌરીએ ઉભા થઈ લોક ખોલ્યો તો એક ગિફ્ટ સાથે અખિલેશ ઉભો હતો. અખિલેશે કંઈ જ બોલ્યા વગર પેકેટ ગૌરીના હાથમા મુકી દીધું અને જતો રહ્યો.

ગૌરી તે ગીફ્ટનું પેકેટ લઈ પાછી રૂમમા આવી. તે હજી ગીફ્ટને ખોલવા જ જઈ રહી હતી ત્યાં અંદરથી અવાજ આવ્યો, જાણે કોઇ મોબાઇલની રિંગ વાગતી હોય...!! ગૌરીને ખ્યાલ આવી ગયો કે આ રુદ્રની જ યુક્તિ હશે. તેણે ફટાફટ ગીફ્ટ ખોલ્યું તો અંદર એક બ્રાંડ ન્યુ મોબાઇલ હતો, જેવો તેની પાસે પહેલા હતો.

''હલ્લો...'' ગૌરીએ ફટાફટ ફોન ઉપાડી લીધો.

''હેલો મેડમ..! હું નીરુપમા વાત કરું છું. હું ચૌહાણ સરની સેક્રેટરી...!!''.

''હાજી.... બોલો..!!!'' ગૌરીનું મોઢું પડી ગયું, તેને હતું કે રુદ્રનો ફોન હશે.

''મે બસ ખાતરી કરવા ફોન કરેલો કે તમને મોબાઇલ મળ્યો કે નહિ..?''

''હા, મળી ગયો..!!'' ગૌરી કઠોર અવાજમાં બોલી.

''અને હા..!! મે એવો પુરો પ્રયત્ન કર્યો છે કે તમને તમારા જુના મોબાઇલ જેવો જ આ મોબાઇલ લાગે એટલે તમારા જુના મોબાઇલનો બધો ડેટા આ મોબાઇલમાં મે ટ્રાન્સફર કરી દીધો છે.'' નિરુપમા ગૌરીના ગુસ્સાની અવગણના કરી.

''આભાર...!!!'' ગૌરીને હવે કોલ કાપવો હતો.

''મેડમ, મેં એક ગુસ્તાખી પણ કરી લીધી છે, તમારા આ નવા મોબાઇલમાં, મે ચૌહાણ સરનો ફોટો આગળની સ્ક્રિન પર મુક્યો છે..!!! પ્લીજ તમને ના ગમ્યું હોય તો સાહેબને મારી ફરીયાદ ના કરતાં....!!'' નિરુપમાએ વિનંતીના સુરમાં કહ્યું.

''હા, વાંધો નહિ'' કહી ગૌરી એ ફોન કાપી નાખ્યો.

બે મિનીટ તેણે ખાલી મોબાઇલની સ્ક્રિન પર ના રુદ્રના વોલપેપરને જોયે રાખ્યું. ''મારે રુદ્ર

સાથે વાત કરવી છે પણ હવે તો પહેલા ફોન હું તો નહિ જ કરું એ જ કરશે કરવો હોય તો....!!!'' ગૌરીએ મન મક્કમ કર્યુ અને રૂમની બહાર નીકળી તો બહાર સારી એવી દોડાદોડી થઈ રહી હતી.

ગૌરીએ દિનદયાલને અંદર આવતાં જોયા. એ સીધા શક્તિસિંહના રૂમમાં જ ગયા. ગૌરીના ધ્યાનમાં એ પણ આવ્યું કે એ ગયા એટલે બધા બહાર નીકળવા લાગ્યા અને બે મિનીટમા જ રૂમનું બારણુ પણ બંધ પણ થઈ ગયું. ગૌરીને એ લોકોની વાત સાંભળવી હતી. પણ શું કરે..? એ શક્ય ન હતું, એટલે કંટાળી પાછી રૂમમાં જતી રહી.

''અભિનંદન શક્તિ...!!! તારી દિકરીના લગ્ન માટે...!!!'' દિનદયાલ કટાક્ષ કરતાં કહ્યું. બન્ને એકલા હતા એટલે ઔપચારીકતાની કોઇ જરૂર નહતી.

''બસ કર દયાલ...!! વાગ્યા પર મિઠું ના ભંભેર...!!!'' શક્તિસિંહ હજી દયાલ સાથે સંબંધ બગાડવા માંગતો ન હતો.

''તું જ કે ને એ બન્નેના લગ્નનો સ્વીકાર કરવા સિવાય મારી પાસે બીજો શું રસ્તો હતો..??'' શક્તિસિંહના ચહેરા પર ગુસ્સો દેખાતો હતો.

''રુદ્રએ ચાલાકીથી આપણી સાથે ગેમ રમી લીધી છે...!!'' દયાલના ચહેરા પર ન સમજાય તેવા ભાવ હતાં

''એટલે..?'' શક્તિસિંહને હવે રહસ્ય ખુલતું હોય તેમ લાગ્યું.

''દયાલ..!! સાચું બોલજે..!! એવી કોઇ વાત છે જે મને ખબર નથી..??'' શક્તિસિંહને લાગ્યું કે જે વાત રુદ્રએ નથી કરી તે કદાચ દયાલ કહી દે..!

''તને પેલી નીરૂપમા દલાલ યાદ છે..??'' દયાલે સવાલ કર્યો. શક્તિસિંહ પોતાના મગજને ભાર દઈ વિચારવા લાગ્યા..!!

''મને તો એવું કોઇ નામ યાદ નથી આવતું..!!'' દયાલ પોતાની ખુરશીથી થોડો આગળ નમી કોઇ ખાસ વાત કરવા જતો હોય તેમ શક્તિસિંહ તરફ નમ્યો.

''તને યાદ છે, છ-સાત વર્ષ પહેલા, એક નવા જ ભરતી થયેલા ACP ચેતન મહેતાએ અમદાવાદના મેયર અરવિંદ જૈનના દિકરાની કોઇ છોકરીના અપહરણ કરવા બદલ ધડપકડ કરી હતી. તેના છોકરાએ આ જ નીરુપમાને પોતાના જ ઘરમાં એક કે બે વર્ષ સુધી સંતાડી રાખી હતી. એટલે એ મેયરની અને આપણી પાર્ટીની આબરૂ બચાવવા એ છોકરીને તારા

કહેવાથી હું અહીંયા દિલ્હીમાં લઈ આવ્યો હતો...!!'' દયાલ પૂરી ઘટના યાદ કરાવતો હોય તેમ બોલ્યો.

''હા..!! યાદ આવ્યું..!! અને તે પેલા પોલીસ ઓફિસરને લાંચના કેસમા સસ્પેન્ડ પણ કરાવ્યો હતો...!! તો તેનું અત્યારે શું છે..?'' શક્તિસિંહે અકળાતા પૂછ્યું.

''એ પોલીસ ઓફિસર ચેતન મહેતા, છલ્લા પાંચેક વર્ષથી રુદ્રની કંપનીનો ચીફ સિક્યોરીટી ઓફિસર છે અને રુદ્રએ તેને તેના લાંચના કેસમાંથી પણ બહાર કાઢી લીધો હતો અને જે છોકરીને આપણે ઉપાડીને અહીં લાવ્યાં હતા, તેને પણ રુદ્ર આપણા સંકજામાંથી છોડાવી લીધી હતી...!! અને છોકરી પણ અત્યારે તેની કંપનીમાં કોઇ ઉચી પોસ્ટ પર છે..!!!'' દયાલે પોતાની વાત પૂરી કરી, ખુરશીને ટેકો દઈ પાછળ લાંબો થયો. શક્તિસિંહનું મોઢું પણ ખુલ્લુને ખુલ્લુ જ રહી ગયું.

''તો શું તું એમ કહેવા માંગે છે કે રુદ્ર આ બધું એ બન્ને માટે કરે છે..??'' શક્તિસિંહ પોતાના તર્ક દોડાવવા લાગ્યો.

''અને એક મિનીટ..!!! આ વાત તે મને પેલા કેમ ના કરી...?? અને આ અરવિંદ જૈનનાએ જ છોકરાના લગ્ન, આપણા નાયડુ સાહેબની દિકરી કવિપ્રિયા સાથે થયા છે ને..??'' શક્તિસિંહના મગજમાં તરત બીજો પ્રશ્ન ઉઠ્યો. ''હા....!!! એ કુણાલના લગ્ન તેની જ સાથે થયા છે, એટલે તો આપણે નાયડુ સાહેબને વધારે સાચવવા પડે છે, એક તો દક્ષીણમાં તેમનું અને ઇલિયારાજા મુનાપારનું જ ચાલે છે અને બીજું આટલા વર્ષોમાં અરવિંદે ગુજરાતમાં પોતાનો સારો એવો દબદબો જાળવી રાખ્યો છે..!! યાદ છે ને, ગયા વર્ષે તારે જબરદસ્તી તેને ગુજરાતનો ગૃહપ્રધાન બનાવવો પડ્યો હતો..??'' દિનદયાલ મુદાથી ભટકી ગયો. ''એ બધી મને ખબર છે...!! તું મને જવાબ આપ કે, એ છોકરી..!! શું નામ છે, એનું....?? હા, નિરુપમાં..!! તે ભાગી ગઈ તો, તે મને જાણ કેમ ના કરી..??'' શક્તિસિંહે અકળાતા કહ્યું.

''એ છોકરીને આરબના દેશોમા વેચવા લઈ જ જવાતી હતી,પણ નીતેષની નજર તેના પર બગડી અને તેણે પોતાની માટે, અહીં ભારતમાં જ તેને રાખી. એકાદ વર્ષ સુધી આમને આમ ચાલ્યું અને પછી એક દિવસે એ છોકરી ગાયબ થઈ ગઈ..!! મે ઘણી શોધખોળ કરાવી, પણ એ મળી નહિ અને બે વર્ષ બાદ એ છોકરીને, મે રુદ્ર સાથે જોઇ પણ પછી તો તને પણ ખબર છે કે રુદ્રનો ચાળો કરવા જેવો ન હતો..!! અને રુદ્ર બે વર્ષ ચુપ રહ્યો હતો એટલે મને સામેથી

કાંકરીચાળો કરવો યોગ્ય ના લાગ્યો..!!" દયાલના ચહેરા પર લાચારી સ્પષ્ટ દેખાતી હતી.

શક્તિસિંહે બીજી જ સેકન્ડ બેલ દબાવ્યો એટલે દેસાઇ દોડતો આવ્યો.
"મારે આજે ને આજે જ રુદ્ર, તેનો ચીફ સિક્યોરીટી ઓફિસર ચેતન મહેતા અને તેની કંપનીમાં કામ કરતી નીરુપમા દલાલ વચ્ચે શું સંબધ છે, તેની પૂરી વિગત જોઇએ..!! દોડ ફટાફટ.!" શક્તિસિંહ ઉતાવળમા હતાં. દિનદયાલના ચહેરા પર પણ ચિંતાનો કોઇ પાર ન હતો.
"સાલ્લુ, રુદ્ર મારી સાથે ગેમ રમે છે કે આની સાથે..??" શક્તિસિંહને તરત મનમાં વિચાર આવ્યો.
"મને લાગે છે કે રુદ્ર કોઇ મોટા દાવ ખેલવા જઈ રહ્યો છે અને તે હા પાડી આખી બાજી તેના હાથમાં આપી દીધી..!! કાલે હું કેટલી વાર આ જ વાત કહેવા આવતો હતો પણ આ ગધેડા દેસાઇએ તને મળવા જ ના દીધો...!!" દયાલ જોરથી ખુરશીના હાથા પર પોતાના હાથ પછાડ્યાં.

બન્ને ઘણા સમય સુધી ચુપચાપ બેઠા રહયા અને શું રિપોર્ટ આવે છે તેની રાહ જોવા લાગ્યા.

પ્રકરણ – 6
જુનાગઢ

રુદ્ર હોસ્પિટલથી નીકળી હોટેલ પર ગયો. બે કલાક હોટેલમાં રોકાઇ તે એરપોર્ટથી પોતના પ્રાઇવેટ પ્લેનમાં જ જુનાગઢ માટે નીકળી ગયો. પ્લેનના બધા ક્રુ મેમ્બરોએ રુદ્રને સુભેચ્છા આપી. જુનાગઢ પહોંચી રુદ્ર સીધો ઓફિસ પર જ ગયો. ઓફિસમા બધાએ રુદ્રને ઘેરી શુભેષ્છાઓ પાઠવવા લાગ્યા. રુદ્રએ એક ગ્રાંડ પાર્ટીનું પ્રોમીસ આપ્યું પછી જ તેની ઓફીસનાં કર્મચારીઓએ રુદ્રને જવા દીધો. રુદ્રની કેબીન 25 માં માળે હતી. રુદ્ર લીફ્ટમાં ગયો અને 25 નંબરનુ બટન દબાવ્યું, ત્યાં જ એક ઓફીસનો કર્મચારી લીફ્ટનો દરવાજો બંધ થાય તે પહેલા જ લીફ્ટમાં ઘુસી ગયો.

‘‘અરે ધવલ…!!! કેમ છે ભાઇ ઘણા દિવસ પછી મળ્યાં…!!’’ રુદ્રએ આંગતુંક યુવકને જોતા તરત જ બોલ્યો.

‘‘જવા દે ને, સર…!!! તારા લફડામાંથી ફ્રી થાય ત્યારે અમારા જેવા નાના માણસો પર ધ્યાન જાય ને…!!!’’ ધવલના કટાક્ષ પર રુદ્રને ખોટી ઉધરસ આવી ગઈ.

‘‘અરે યાર…!!! આ ઓફીસનો બોસ છું…!! મારી થોડી તો ઇજ્જત રાખ..!!’’ રુદ્ર હસતા હસતા પણ વિનંતીના સ્વરમાં બોલ્યો. ‘‘’’હવે તને સર તો કીધું…!! બાકી કેતો હોય તો તારા પગ ધોઇને પાણી પીવ..!!’’ ધવલે બીજો હથોડો માર્યો. રુદ્ર ખખડાટ હસવા લાગ્યો.

છઠ્ઠા માળ પર જ ધવલ ઉતરી ગયો અને લીફ્ટ આગળ વધી. 25 માં માળે માથુર લીફ્ટની બહાર જ ગુલદસ્તા સાથે ઉભો હતો. રુદ્ર લીફટની બહાર નીકળ્યો, એટલે તરત માથુર તેને આત્મીતતાથી ભેટી પડ્યો અને ઓફીસના બીજા કર્મચારી પણ રુદ્રને શુભેચ્છા પાઠવવા લાગ્યાં. રુદ્ર અને માથુર બન્ને રુદ્રની કેબીનમાં દાખલ થયા. આખી કેબીન ગુલદસ્તાઓથી ભરેલી હતી. રુદ્રનો ચહેરા પર એક મોટા સ્મિતે જગ્યા લઈ લીધી.

થોડી વાર બાદ, રુદ્રની કેબીનમાં મુકાયેલા બધા ગુલદસ્તાઓને બહાર લઈ જવાયા અને રુદ્રએ કેબીનમા પોતાની ચેર પર જગ્યા લીધી. કેબીન ઘણી મોટી હતી, પણ જગ્યા પ્રમાણે તેમાં ફર્નીચર સાવ ઓછું હતું. છતાં પણ ઓફીસ ખુબજ સુંદર અને સુઘડ દેખાતી હતી.

ગેલેરીમા ઉભા રહો એટલે જુનાગઢને પેલે પાર ગીરનારની પર્વતમાળાની ગોદમા શાનથી ઉભેલો શિવમહેલ દેખાતો હતો.

''ક્યાં ખોવાઇ ગયો..?'' રુદ્ર કાચની બહાર દેખાતા ગીરનારને જોઇ રહ્યો હતો એટલે માથુરે શાંતિ ભંગ કરતો પ્રશ્ન કર્યો.

''કંઇ નહિ..!!'' રુદ્રએ ગીરનાર પરથી નજર હટાવી માથુર સાહેબ તરફ જોતા બોલ્યો.

''બોલ ને ભાઇ..? કેવી રહી તારી સુહાગરાત...!!'' માથુર સાહેબે ઠેકડી કરતા કહ્યું. માથુર સાહેબનો સવાલ રુદ્ર માટે તમાચા જેવો હતો. ''કંઇ નહિ...!!'' રુદ્ર દબાયેલા અવાજમાં બોલ્યો ''જો રુદ્ર તું વાત નહિ કરે, તો તેનું સમાધાન પણ નથી જ આવવાનું, મને કહે..!! શું થયું...?'' માથુર સાહેબ હવે ગંભીરતાથી પુછ્યું.

''મે ગૌરીને છેતરી...!! તે મને રમેશ સમજવા લાગી હતી અને મે તેના અજ્ઞાનનો લાભ લીધો..!! હું નબળો પડી ગયો હતો.'' રુદ્રની આંખમાં ઝળઝળીયા આવી ચુક્યાં હતાં.

''તું આટલો નબળો કેવી રીતે પડી શકે...!! મે મારી આખી જીંદગીમાં તારા જેવો ઇન્દ્રીયજય માણસ ક્યાંય જોયો નથી અને મને તું કહે છે કે તું નબળો પડી ગયો..??'' માથુર સાહેબના અવાજમાં આશ્ચર્ય અને ગુસ્સો બંન્ને હતાં.

''મને નથી ખબર, મને શું થયું..!! પણ સામે ગૌરી હતી, જેની હું ઘણા વર્ષોથી રાહ જોઇ રહ્યો હતો અને અચાનક એ સામે આવી અને મને બાથ લીધો, ત્યારે હું પીગળી ગયો...!! ખબર નહિ મને શું થયું પણ હું તેને વશ થઈ ગયો..!! મારે ત્યાંથી દુર ભાગી જવું હતું પણ હું ત્યાં જ જડાઇ ગયો...!! મારે સાચું કહેવું હતું પણ મારા મોઢામાંથી શબ્દો જ ના નીકળ્યા...!! માથુર સાહેબ એ ક્ષણ મારી જીંદગીની સૌથી નબળી ક્ષણ હતી....!!'' રુદ્ર રડવા જેવો થઇ ગયો. માથુર સાહેબ ઘણા વર્ષોથી રુદ્રને ઓળખતા હતાં. તેણે રુદ્રની રોડથી મહેલ સુધીની સફર જોઇ હતી. રુદ્ર સપનામાં પણ કોઇનું ખોટું ના કરી શકે એટલો વિશ્વાસ તો માથુર સાહેબને રુદ્ર પર હતો જ, પણ આ પરિસ્થિતી કંઇક અલગ જ હતી. માથુર સાહેબ ઉભા થઇ રુદ્ર પાસે ગયા. રુદ્ર માથુર સાહેબને એક નાના છોકરાની જેમ વળગી પડ્યો.

''હવે જ્યારે ગૌરીને ખબર પડશે કે મે તેને દગો દીધો છે ત્યારે....!!'' રુદ્રનો દર્દભર્યો અવાજ માથુર સાહેબને પણ દુખી કરી રહ્યો હતો.

''જે થઇ ગયું, તે થઈ ગયું..!! હવે તેનો અફસોસ કરી આપણી બધી મહેનત પર પાણી ના ફેરવતો...!!!'' માથુર સાહેબ રુદ્રની પીઠ થપથપાતા બોલી રહ્યા હતાં.

''સમય આવે તે પહેલા તેને હકીકતની ખબર ના પડવા દેતો અને પછી જે સજા મળે તેના માટે તૈયાર રહેજે...!!!'' માથુર સાહેબે રુદ્રને હિમ્મત બંધાવી. રુદ્ર થોડો શાંત થયો. બંન્ને પોતપોતાની જગ્યા પર બેઠા.

''હંમ..!! હું મારી નબળી ક્ષણને આપણા પુરા મિશનની નિષ્ફળતાનું કારણ નહિ બનવા દઉ..!! મારા વ્યકતિગત સ્વાર્થ કરતા, આ સમુહનો સ્વાર્થ મોટો છે..!!'' રુદ્ર ફરી પાછો સામાન્ય થઈ ગયો.

રુદ્રની આ ખાસિયત હતી. તેણે તેના દુખો પર વિજય મેળવી લીધી હતી. તે કોઈપણ પરિસ્થિતીને આરામથી સ્વીકાર કરી લેતો. આજે તે, એ વિચારી વધારે અકળાઇ રહ્યો હતો કે જ્યારે ગૌરીને જ્યારે ખબર પડશે કે મે તેની પંદર વર્ષની તપસ્યા ભંગ કરી દીધી છે..!! ત્યારે તેના પર શું વિતશે..!!

માથુરસાહેબે વાતાવરણ બદલવા ફાઈલોનો મોટો થપ્પો ટેબલ પર મુક્યો. રુદ્રએ એક એક ફાઇલ ઉપાડી, તેનેપાના ફેરવવતો, બધું ચેક કરવા લાગ્યો. વીસ મિનીટ બાદ રુદ્રએ માથુર સાહેબ સામે જોયું.

''આ તો અણુબોમ્બ છે...!!''

''તો પછી..!! આપણા દસ હજાર સૈનિકો કામે લાગેલા છે, તો કાંઇક તો હાથમાં આવશે જ ને...!!!'' માથુર સાહેબે હોશથી કહ્યું.

''મતલબ કે આમાં બધાની કુંડળી આવી ગઇ...??'' રુદ્રને પોતાની આંખો પર વિશ્વાસ નહોતો આવી રહ્યો.

''હંમ..!! આ તો માત્ર ફેક્ટસ અને ફિગર્સ જ છે, આ બતાવેલા એક-એક મુદ્દાના સબુત છે આપણી પાસે..!!'' માથુર સાહેબ તરત બોલ્યા.

''તો આપણા શેડો વર્કર્સનો ફોર્મ્યુલા સફળ થયો ખરો...!!'' રુદ્રએ શાંતિનો શ્વાસ લીધો. માથુર સાહેબ રુદ્રને પાછો કામમાં પરોવાયેલા જોઇ ખુશ થઇ ગયાં.

શેડો વર્કર્સ રુદ્રની પોતાની ખાનગી જાસુસી કંપની હતી. રુદ્ર આ ખાનગી કંપનીમાં જ એક મોટું ગેરકાયદેસર જાસુસી તંત્ર ચલાવતો..!! રુદ્ર અને ચેતને બંન્નેએ મળીને આ કંપનીની શરૂઆત કરી હતી..!! આજે તેમની પાસે દસ હજાર કરતા પણ વધારે સ્ટાફ હતો. આમાનું કોઇપણનું નામ કાયદેસર ચોપડે ન હતું પણ બધું ખાનગીમાં અને ગુપ્ત રીતે ચાલતું..!!

એ બધા જ કાયમી કર્મચારીઓ પણ ન હતાં, અમુક રુદ્રના નામ પર મફતમાં કામ કરી રહ્યા હતાં, તો અમુક પૈસા માટે પણ તેમને અંદાજો પણ ન હતો, કે તે રુદ્ર માટે આવું કંઇ કરે છે..!! તો અમુક બેવકુફીમાં માહિતી સ્પલાઇ કરી રહ્યા હતાં, તેમને ખ્યાલ પણ ન હતો કે તેમના દ્વારા અપાતી માહિતીનું શું થઈ રહ્યું છે..!!!!

''પણ આ ફાઇલ સાચી તો છે ને..?'' બીજી મીનીટે રુદ્રને વિચાર આવતા પૂછ્યું. માથુરસાહેબ હસવા લાગ્યા.

''મને ખબર હતી, તું મારા પર વિશ્વાસ નહિ કરે, એટલે જ મે પહેલા આ ફાઇલ પ્રદિપ સિંહ પાસે ચેક કરાવડાવી છે..!!'' માથુર સાહેબે ચેરને ટેકો દેતા બોલ્યા.

''હવે તું આ ફાઇલનુ કરીશ શું..?? મતલબ કેવી રીતે ઉપયોગ કરીશ..!!'' માથુરે કુતુંહલતાથી પુછ્યું.

''સમયની રાહ જુઓ..!! માથુર સાહેબ....!!!!'' રુદ્રના ચહેરા પર ચમક હતી.

રુદ્રએ નીરુપમાને મોકલવા ઇન્ટરકોમ પર સુચના આપી. નીરુપમા ત્રીજી જ મિનીટમા કેબીનમા પહોંચી. નીરુપમા રુદ્રના સિક્યોરિટી ડિપાર્ટમેન્ટમા કોમ્યુનીકેશન હેડ હતી અને તેની પર્સનલ સેક્રેટરી હતી.

નિરુપમાનું શરીર બેઠા ઘાટનું અને નમણુ હતું. અપસરાને શરમાવે તેવી ખુબસુરતી હતી. તેની ડ્રેસીંગ સેન્સ ગજબની હતી, પણ હવે તે મોટાભાગે સીધાસાદા ડ્રેસ વધારે પહેરતી હતી. નીરુપમાએ કેબીનમા આવવા માટે રુદ્રની પરવાનગી લીધી અને માથુરસાહેબને નમસ્કાર કરી ખુરશી પર જગ્યા લીધી.

''સર, મે મોબાઇલ ગૌરી મેડમ સુધી પહોંચાડી દીધો છે અને તેમની સાથે ફોન પર વાત પણ થઈ ગઈ છે, પણ તે ખુબજ ગુસ્સામા હતાં..!!'' નિરુપમાએ અપડેટ આપી.

''મે તમને એ કામે નથી બોલાવ્યા, પણ બીજું એક અગત્યનું કામ હતું.'' રુદ્રના ચહેરા પર ગંભીરતા હતી.

''શું સર..?''

''કાલનો દિવસ કદાચ આપણા બધા માટે, જીવનનો સૌથી મહત્વનો દિવસ બની રહેવાનો

છે...!!! અને મારે તમારી એક કામમા ખુબજ જરૂર છે...!!!'' રુદ્ર વાત કરતા ખચકાયો.

''બોલો ને સર..!! શું કરવાનુ છે..!!!'' નીરુપમાએ ઉતસુકતાથી પૂછ્યું.

''પણ જો તમારું ઝમીર ના પાડે તો મને ના કહી દેજો. મન મારીને કામ કરવાની જરૂર નથી...!!!'' રુદ્રએ ખચકાતા કહ્યું.

''મે એવું કદી જોયું નથી કે સાંભળ્યુ નથી કે ઇશ્વર કદી શેતાનનું કામ કરવાનુ સોપે..!!!'' નીરુપમા અને ચેતન રુદ્રના ભક્ત બની ચુક્યાં હતાં.

''કાલે ચેતન તમને એક વિડીયો મોકલશે, જેને તમારે એવી રીતે એડિટ કરાવડાવવાનો છે કે તે બિલકુલ સાચો લાગે...!!!'' રુદ્રના મોઢામાથી ખુબજ મહેનતથી શબ્દો નીકળ્યા.

''કેવા પ્રકારનો વિડીયો છે અને મારે કેવું એડિટીગ કરવાનું છે..!!''

''બે કોલેજીયન છોકરીઓ છે...!! જેમનો વિડીયો તમારી પાસે આવશે, એ વિડીયો એવી રીતે એડિટ કરવાનો છે કે જોવાવાળા ના રોમટાં ઉભા થઈ જાય...!!! પણ જરાપણ શક ના જવો જોઇએ કે એ વિડીયો ખોટો છે..!!'' રુદ્રએ આખો ગ્લાસ પાણીનો પી ગયો.

રુદ્રનું ઝમીર આવું કોઇ કામ કરવા માટે તેને પરવાનગી નહોતું આપતું, પણ આજે તેને આવું કાંઇક કરવું એ તેની મજબૂરી બની ગઈ હતી. પણ નીરુપમાના ચહેરાની એક રેખા પણ ના હલી.

આજ સુધી રુદ્રએ કેટલીય છોકરીઓની ઇજજત બચાવી હશે, એ બજારમા વેચાતા બચાવી હશે, પણ આજે રુદ્ર જ આવું કાંઇક કરવાનુ કહેતો હતો, જેના કારણે એ બન્ને છોકરીઓની આખી જીંદગી બરબાદ થઈ જાય....!!! તો તેની પાછળ કાંઇક કારણ તો હશે જ એટલે તે નિરુપમા આ બાબતમા નિશ્ચિંત હતી કે તેના હાથે કશું ખોટું નહિ જ થાય.

''સારું, કોઇ વાંધો નહિ થઈ જશે..!!!'' નિરુપમા તરત બોલી.

રુદ્ર તો બસ નીરુપમાને જોતો જ રહી ગયો.

''તમને એવો વીડીયો બનાવવાથી કોઇ જ ફરક નહિ પડે..??'' રુદ્રના ચેહેરા પર આશ્ચર્યનો પાર ન હતો.

''હા, સર કેમ નહિ પડે....!!! પણ તમે બનાવવાનુ કીધું છે, તો કાંઇ કારણ તો હશે...!! મને એટલો વિશ્વાસ છે કે એ ક્લિપનો દુરઉપયોગ તો નહિ જ થાય...!!'' નિરુપમાના જવાબથી

રુદ્ર ખુશ થઇ ગયો અને પછી પૂરી યોજના, તેણે નિરુપમાને સમજાવી. નિરુપમા પૂરી યોજના સમજી, બંન્નેની રજા લઈ કેબીન છોડી જતી રહી.

"આ પ્લાન તે ક્યારે બનાવ્યો..??" નિરુપમાના ગયા બાદ માથુરે રુદ્રને તરત પુછ્યું.

"પ્લાનતો ક્યારનો બનેલો હતો પણ સાચા સમયની રાહ જોતો હતો..!!"

"પણ તને નથી લાગતું કે આમા તું ફસાઇ શકે છે...!! અને આ અપહરણની મને કોઇ જરૂર નથી લાગતી, તું તેને એમ પણ મજબુર કરી શકે તેમ છો..!!!"

"માથુરસાહેબ...!! મુદ્દો કામ કરાવવાનો નથી, મુદો સજાનો છે..!! એ માણસ પરમ દિવસની સવાર નહિ જોવે, અને તેણે કરેલા તમામ ગુનાની સજા તેને બસ થોડી જ ગોળીઓથી મળી જાય, એ વ્યાજબી નથી..!! એ માણસને એ અહેસાસ તો થવો જોઇએ કે જ્યારે તેણે બીજાની બહેન દિકરીને વેચવા બજારમાં મુકી હશે..!! ત્યારે તેમના પર શું વિતી હશે..!! આ વાત હિસાબ બરાબર કરવાની છે..!! અને રહી વાત મારા ફસાવાની, તો એ જોયું જશે..!!" રુદ્રએ ટેબલ પર પડેલ પેપરવેઇટને હળવેથી ફેરવ્યું.

"અને હા..!! મારા સસરા અને દયાલ વચ્ચે શું વાત થઈ..??" રુદ્રને યાદ આવતા બોલ્યા.

"હા...!!! તારી વાત સાચી નીકળી...!! દયાલને એવું લાગે છે કે આ બધું તું ચેતન અને નિરુપમા માટે કરે છે..!!" માથુરે ખુરશીને ટેકો આપી, બંન્ને વચ્ચે થયેલી વાત સવિસ્તાર રુદ્રને જણાવી. રુદ્રએ માથુરની પૂરી વાત સાભળ્યા પછી પોતાની ખુરશીને ટેકો આપી ધીમે ધીમે ગોળ ગોળ ફેરવવા લાગ્યો.

"બુદ્ધિના લઠ્ઠ....!!! હવે ગમે તેવા ધમપછાડા કરે, કાલ રાત્રી સુધીનો જ ટાઇમ છે એમની પાસે....!!!" રુદ્ર પેનને ટેબલ પર ગોળ ગોળ ફેરવવા લાગ્યો.

"અને આ ફાઇલનું શું થયું..?"

"અરે હા...!! પરફેક્ટ આવી જ માહિતી મારે જોઇતી હતી...!! મજા પાડી દીધી માથુર સાહેબ તમે તો..!!" રુદ્રએ એક ફાઇલને ફરીથી હાથમાં લેતા કહ્યું.

"કાલની પાર્ટીની તૈયારી કરો..!! જલદી...!!" રુદ્રએ ઘડિયાળ સામે જોતા કહ્યું.

"મારા તરફથી પાર્ટીની પૂરી વ્યવસ્થા થઈ ચુકી છે બસ હવે બધાને આમંત્રણ આપાવાના જ બાકી છે...!!!" માથુરે વિગત આપી.

રુદ્રએ 12 એપ્રિલ એટલે આવતીકાલે એક મોટી પાર્ટીનુ આયોજન તો એક મહિના પહેલાનું કરેલુ હતું. રુદ્રને ખાલી શક્તિસિંહના જવાબ પ્રમાણે તેમા થોડા ફેરફાર કરવાના હતા.

શાક્તસિંહે લગ્નની હા પાડી એટલે રુદ્રને કોઇ જ ફેરફાર કરવાની જરૂર ના પડી. આ પાર્ટી દુનિયા માટે તો શાક્તસિંહે રુદ્ર અને ગૌરીના લગ્નને આપેલ સંમતિની ખુશીમા આપી રહ્યો છે તેવું જાહેર થશે પણ હકીકતમાં રુદ્ર માટે આ પાર્ટીનુ મહત્વ અને હેતું બન્ને અલગ જ હતા.

12 એપ્રિલની રાત ભારત દેશ માટે કદાચ નવો સુરજ લાવવાની હતી. સાથે સાથે રુદ્રના પુરા પ્લાનીગનુ પહેલુ પ્રકરણ લખાવાનું હતું. રુદ્રએ આ પાર્ટીના સાક્ષી બનવા માટે દેશની એ તમામ મહત્વની વ્યક્તિઓને બોલાવી હતી જે સામાન્ય જનતા માટે તેમના રોલ મોડેલ હતા. મોટા ફિલ્મસ્ટારો, સાહિત્યકારો, મીડિયાપર્સન્સ, મોટા દિગ્ગજ નેતાઓ, સમાજસેવકો, મોટા બિઝનેસમેન, એ તમામને રુદ્ર આમંત્રણ મોકલવાનો હતો.

‘‘ઠીક છે તો આંમત્રણ આપવાના ચાલુ કરો..!!! એ લોકોને ફોન ના કરતા જેમને મારે ફોન કરવાના છે...!!’’ રુદ્રએ ઘડિયાળ સામે ફરીથી જોયું. બપોરના ત્રણ વાગી ગયા હતા. માથુર પણ બીજી થોડી મહત્વની ચર્ચા કરી કેબીનની બહાર નીકળ્યા.
રુદ્ર પોતાની ખુરશી પરથી ઉભો થઈ બાલકની આગળ ઉભો રહી, ગીરનાર તરફ એકિટસે જોતા કોઇ ઉંડા વિચારમા ખોવાઇ ગયો.
>>>>>>>>>>>>>>>>>>>>>>>><<<<<<<<<<<<<<<<<<<<<
11 એપ્રિલ 2015– ગૃહમંત્રાલય, બપોરના 4:00

નિતેષ તેના પિતાને મળવા તેમની સેક્રેટરેટ બિલ્ડીગના સાઉથ બ્લોકમાં આવેલી ઓફીસે પહોંચ્યો.દિનદયાલ પોતાની ખુરશી પર બેઠા બેઠા કંઇક ઉડા વિચારમા ખોવાયેલા હતા. નિતેષ આવી ખુરશી પર બેઠો.દિનદયાલ કશું ના બોલ્યા. નિતેષને ખ્યાલ આવી ગયો કે તેના પિતા એ જ વિચારી રહ્યા છે, જે તે પોતે વિચારતો હતો.

‘‘તમને શું લાગે છે? મને તો પાક્કી શંકા છે કે આ હરામી રાઠોડ આપણી સાથે ગેમ રમશે જ...!!!’’ નિતેષ કંઈ પણ વિચાર્યા વગર સીધો પરિણામ સુધી પહોંચી ગયો.
‘‘મને પણ શંકા તો છે જ..! પણ મને એ નથી સમજાતું કે રુદ્ર આપણી સાથે ગેમ રમે છે કે પછી શક્તિએ પોતે આ આખું નાટક ઉભું કર્યુ છે..!!!’’ દિનદયાલના ચહેરા પર વિવશતા ચોખ્ખી દેખાઇ રહી હતી.

"તમને આમંત્રણ મળ્યુ પાર્ટીનુ..!!!" નિતેષ જે કામે અહી આવ્યો હતો તે જ વાત ચાલુ કરી અને નિતેષની વાત સાંભળતા જ તેના પિતાના ચહેરા પર પીડા તરી આવી અને દુખી મને તે પરાણે માંડ માંડ હા પાડી શક્યાં.

"આ માણસે આપણે બદનામ કરવામા કશું જ બાકી નથી રાખ્યું.. હું નથી જવાનો પાર્ટીમા... મારી સામે એ ગૌરીનો હાથ પકડશે... લોકો મારી સામે જોઇ દયા ખાશે...!!! હું આ દેશનો રેલ્વે પ્રધાન અને મારા પિતા ગૃહપ્રધાન હોવા છતાં મારે આ બધું સહન કરવું પડશે..!!! ધિક્કાર છે, આપણા બંન્ને પર..!!" નિતેષે પોતાનો હાથ ટેબલ પર પછાડતા પોતનો ગુસ્સો ઠાલવી રહ્યો હતો. દિનદયાલને પણ ગુસ્સો તો એટલો જ હતો પણ એ લાચાર હતા.

"બેટા હજી રમત ચાલુ થઈ છે અને તું આવી રીતે કરીશ તો કેમ ચાલશે? અને મને એ જ નથી સમજાતું, કે આ પુરા કાંડ પાછળ રુદ્ર જવાબદાર છે કે શક્તિ..!! મેં જ્યારે શક્તિને નિરુપમાની વાત કરી ત્યારે તેના ચહેરા પર મને ચિંતા સ્પષ્ટ દેખાઇ. રુદ્રએ જ્યારે શક્તિ સાથે હોસ્પિટલમાં વાત કરી તે કાંઇક અલગ જ હશે..!!!" દિનદયાલ પોતાની ખુરશી પરથી ઉભા થયા અને નિતેષ જ્યાં બેઠો હતો ત્યાં પાછળ ઉભા રહી નિતેષના ખભા પર માલિશ કરતા હોય તેમ દબાવ દેવા લાગ્યા.

"બેટા કાલની પાર્ટીને હું એક મોકા તરીકે જોવ છું, મારી માટે મહત્વનો પ્રશ્ન એ છે કે આ સસરા-જમાઇના સંબંધો કેવા છે, પછી મને કંઇક આગળ વિચારવાની ખબર પડશે..!!" કહેતા દિનદયાલ ફરીથી પોતાની ખુરશી પર બેઠા.

"એટલે તમે એ પાર્ટીમા જશો..?" નિતેષની આખો ગુસ્સાથી લાલ હતી.

"જો બેટા આ સમય ગુસ્સાથી કામ લેવાનો નથી. થોડી ધીરજ રાખ આપણે બદલો લઈશું"

"હું પાર્ટીમા નથી આવવાનો, તમે દુનિયાદારી નિભાવો...!!!" કહી પગ પછાડતો નિતેષ ઓફિસની બહાર નિકળવા લાગ્યો.

"ઉભો રહે નિતેષ..!! કાલે તું નહિ આવે તો મીડિયાવાળાને વાર્તા બનાવવાનો મોકો મળી જશે અને હું નથી ઇચ્છતો કે કોઇ પણ રીતે આપણે લોકોની નજરમાં વિલનની યાદીમા આવીએ..!!! અને આ તારી અંગત બાબત નથી, તારા આગળના આખા કેરિયરનો સવાલ છે.!" દિનદયાલ આગળ કંઇ બોલે તે પહેલા નિતેષ ત્યાંથી ગુસ્સામા જ નીકળી ગયો.

પ્રકરણ – 7

કાળરાત્રી

12 એપ્રિલ 2015– પંચવટી (વડાપ્રધાન નિવાસ), સાંજના 6:00

ગૌરી ગઈકાલની ગુસ્સામા હતી. તેને હતું કે રુદ્ર એક ફોન કરવાની મહેનત તો કરશે પણ કાલ જ્યારે નિરુપમા પછી મીનાક્ષી માથુરનો ફોન આવ્યો ત્યારે તે વધારે ગુસ્સે ભરાઇ.

''કેમ છે ગૌરીબેન..!!'' મીનાક્ષીએ ખુબજ આત્મીયતાથી પુછ્યું.

''હા, દીદી..!! તમને કેમ છે..!!'' ગૌરી મીનાક્ષીનો અવાજ સાંભળતા જ ખુશ થઈ ગઈ.

''હું થોડી દોડધામમાં હતી..!! કાલની પાર્ટી માટે હજી ઘણા બધાને આમંત્રણ આપવાના છે ને એટલે..!!'' મીનાક્ષી ઉતાવળમાં બોલી.

''કાલની પાર્ટી.........!!!'' ગૌરીના મોઢામાંથી ઉદગાર નીકળી ગયો.

''હા, મે એના માટે તો ફોન કર્યો હતો...!!! કાલે રાત્રે રુદ્રભાઇ એ દિલ્હીમાં જ એક મોટી પાર્ટીનુ આયોજન કર્યુ છે, તમે તેમના જીવનમાં આવ્યા એ ખુશીમાં...!! અને મે તમને એની જાણ કરવા જ તો કોલ કર્યો છે.!!'' મીનાક્ષી ખુશીમા જ એક સાથે બધું બોલી ગઈ.

''શું એ મને ફોન કરી નહોતા જણાવી શકતા...!!!'' રુદ્રએ ફોન ના કર્યો તેનો ગુસ્સો ગૌરીના અવાજમાં ચોખ્ખો દેખાઇ રહ્યો હતો.

''ગૌરીબેન, જ્યાં સુધી હું રુદ્રભાઇને ઓળખુ છું, ત્યાં સુધી તો એ તમને ફોન નહિ જ કરે...!! એટલે આવવું ના આવવું એ તમારા પર આધાર રાખે છે, પણ હું એટલુ જરૂર કહીશ કે એ તમારી રાહ આતુંરતાથી જોઇ રહ્યા હશે...!!!'' મીનાક્ષીના અવાજમા વિશ્વાસનો રણકાર હતો.

ગૌરી આ સંવાદને વાંરવાર યાદ કરી રહી હતી. ગૌરીએ સામેની દિવાલ સામે જોઇ ઘણા મોઢા બગાડ્યા કે કદાચ રુદ્ર તેને જોઇ રહ્યો હોય અને તેને ફોન કરે પણ પાર્ટીમાં જવાનો સમય થવા આવ્યો, પણ રુદ્રનો કોઇ ફોન ના આવ્યો. તેને રુદ્રને મળવું તો હતું એટલે કમને હથિયાર હેઠા મૂકીને પણ તે તૈયાર થવા લાગી. ડોકટરની સલાહ પ્રમાણે શક્તિસિંહ રાઠોડને પણ પાર્ટીમા જવાની પરવાનગી મળી ગઈ હતી. રુદ્રએ પોતે ફોન કરી શક્તિસિંહને

પુરા પરિવાર સહિત આમંત્રણ આપ્યું હતું. અખિલેશને એ વાતની રાહત હતી કે તેની દીદીને હવે નિતેષ શર્મા સાથે નહિ પરણવું પડે. તેને રુદ્ર માટે ન તો ગુસ્સો હતો ન તો ખુશી હતી. પણ તેણે રુદ્રને પોતાના બનેવી તરીકે સ્વીકારી તો લીધો હતો. તે પણ પાર્ટીમા જવા તૈયાર હતો.

>>>>>>>>>>>>>>>>>>>>>><<<<<<<<<<<<<<<<<<

12 એપ્રિલ 2015– હોટેલ માહેશ્વરી, સાંજના 6:00

રુદ્ર હોટેલ માહેશ્વરી પહોંચ્યો. માથુર સાહેબે ઘણી મહેનત કરી આ ગ્રાંન્ડ પાર્ટી આયોજીત કરી હતી. રુદ્રના આ અચાનક પ્લાન ના કારણે દિલ્હી પોલીસ અને સુરક્ષા એજન્સીઓને ખાસ્સી દોડધામ થયેલી. આજે આખો દિવસ પોલીસ અને અર્ધલશ્કરી દળોથી હોટેલવાળો આખો ઇલાકો ઘેરાયેલો હતો. શષઘના ઓફિસરોએ સુરક્ષાનુ પરું ધ્યાન રાખેલું, આજની પાર્ટીમા ખાલી દેશની જાનીમાની હસ્તીઓ જ નહિ પણ રાજકારણીઓનો પણ એટલો જ જમાવડો થવાનો હતો, રુદ્રએ રુલિંગ પાર્ટીથી માંડી ઓપોઝીશન પાર્ટીના નેતાઓને પણ આમંત્રણ આપ્યું હતું. દેશના અમુક રાજ્યોના મુખ્યમંત્રી પણ આવવાના હતા. રુદ્રના ખાલી એક દિવસ અગાઉના આમંત્રણને માન આપી દેશની આટલી હસ્તીઓ હાજર થઈ જતી હોય તો રુદ્રના પાવરનો ખાલી અંદાજો જ લગાવી શકાય.

રુદ્રનુ વ્યક્તિત્વ બધા કરતા અલગ જ હતું. આ 29 વર્ષનો યુવાન માણસ તેની ઉમર કરતા વધારે અનુભવવાળા નેતા અને બિઝનેસમેનોને હંફાવતો હતો. આટલી નાની ઉમરમાં તેણે એટલી લોકચાહના મેળવી હતી, જેની કલ્પના કરવી પણ મુશ્કેલ હતી. સામાન્ય રીતે રુદ્ર સાથે દુશ્મની લેવાનુ કોઇ પંસંદ કરતું નહિ.

માથુર સાહેબ રુદ્રના સ્યુટમાં પહોંચ્યા, ત્યારે રુદ્ર, ચેતન મહેતા સાથે કોઇ ઉડી ચર્ચામા પડ્યો હતો. ચેતન મહેતા એક સસ્પેન્ડેડ IPS ઓફિસર હતો અને છેલ્લા પાંચેક વર્ષથી રુદ્ર સાથે જ હતો. ચેતન અને માથુર રુદ્રના બે હાથ હતા.

‘‘આવો માથુર સાહેબ બેસો..!!!’’ રુદ્રએ ચેતનની બાજુમાં જ બેસવા ઇશારો કર્યો.

‘‘તો શું કહો મહેતા સાહેબ, બધું ઓલસેટ...!!!!’’ માથુર વાતમાં ઘુસવાનો પ્રયત્ન કર્યો.

‘‘એ બધું છોડો અત્યારે. તમે કાલ માટે તૈયાર રહેજો અને જુનાગઢની બહાર તમારે જવાનું

નથી. બીજું, મને હવે ગૌરી સાથે વધારે સમય વિતાવવાનો મોકો નહિ મળે એટલે તમારે અને મીનાક્ષીભાભી એ જ તેને સંભાળવાની રહેશે...!!'' રુદ્ર વ્યર્થ સમય બગાડવા માંગતો ન હતો.

''હા, હું તૈયાર જ છું...!!! બસ હવે કરો કંકુ ના.....!!!'' માથુરે ઉત્સાહ વધારતા કહ્યું.

''ચેતન બધું આપણી યોજના મુજબ જ ચાલે છે ને....!!!!'' રુદ્ર હવે ચેતન તરફ ફર્યો. ચેતને ઘડિયાળ સામે જોયુ.

''હા, બસ હવે થોડી જ કલાકમા બધું બરાબર થઈ જશે....!!!'' ચેતનના ચેહેરા પર ગભરાહટ દેખાઈ આવતી હતી.

ચેતન અને માથુર બંન્ને આખી યોજના ફરીથી સમજી ઉભા થયા અને ત્રણ જણ સાથે પાર્ટીમા પહોંચ્યા. સમય પસાર થવા લાગ્યો, પાર્ટીમા ભીડ વધવા લાગી. ફિલ્મસ્ટારો અને બીજા કલાકારોથી પાર્ટીની રોનક વધી રહી હતી. પોલીસનો બંદોબસ્ત વધારે ચુસ્ત થઈ ગયો હતો. નવના ટકોરે શક્તિસિંહ રાઠોડ તેના પરિવાર સાથે હાજર થયા. રુદ્ર સૌથી આગળ તેમનું સ્વાગત કરવા ઉભો હતો. ગૌરી અને રુદ્રની નજર મળી પણ ગૌરી ખોટા રોષથી નજર બીજી બાજુ ફેરવી લીધી. બધા કલાકારો અને રાજકારણીઓએ વડાપ્રધાનને હાથ મિલાવવા અને સ્વાગત કરવા પડાપડી કરવા લાગ્યા.

થોડી મિનિટો બાદ રુદ્ર સ્ટેજ પર ચડ્યો અને માઇક હાથમાં લીધું.

''મારા આદરણીય મહેમાનો, મારા ટુંકા ગાળાના આમંત્રણને માન આપી તમે તમારો કિંમતી સમય કાઢ્યો, તેના માટે હું દિલથી બધાનો આભાર માનુ છું.'' બધાના શાંત થતા જ તેણે આગળ બોલવાનું ચાલુ કર્યુ.

''આજનો દિવસ મારા માટે બહુજ ખાસ છે. આજથી ત્રણ વર્ષ પહેલા હું પહેલી વાર ગૌરીને મળ્યો હતો, હા એ વસ્તુ અલગ છે કે ગૌરી આ વાતથી અજાણ હતી. પછી બે વર્ષ સુધી મે મારી જાતને સમજાવી કે આ સંબંધ શક્ય નથી પણ હું મારી લાગણીઓને દબાવી ના શક્યો અને મે એક વર્ષ પહેલા ગૌરીને આજના દિવસે જ પ્રપોઝ કરી હતી. આ સિવાય આજના દિવસ સાથે મારી બીજી પણ યાદો જોડાયેલી છે જેમકે 12 એપ્રિલ 2004 માં મે મારા પહેલા કામની શરુઆત કરી હતી. 12 એપ્રિલ 2010 માં મે મારા જુનાગઢવાળા ઘરમા પ્રવેશ કર્યો હતો. ટુંકમા કહું તો મારે અને 12 એપ્રિલને બહુ જ ઉંડો સંબંધ છે તો આજની આ

પાર્ટી 12 એપ્રિલના નામે...!!!" બધાએ તાળીઓ પાડી રુદ્રને વધાવી લીધો.

"આજની આ સુંદર રાત્રીની સાક્ષીએ, હું મારી અંગત પળો તમારા બધાની વહેંચવા માંગુ છું. મને ખબર નથી મારા મા-બાપ કોણ છે..!! હું ક્યાંથી આવ્યો છું..!! હું ફુટપાથ પર રહેવાવાળો સામાન્ય છોકરો હતો, પણ મારા કિસ્મતમાં કંઇક અલગ જ લખેલું હતું. મને માહેશ્વરી હોટેલમાં એક વેઇટરની નોકરી મળી અને મારી મુલાકાત અનંતરાય ચૌહાણ સાથે થઈ..!! તેમણે મને ઓળખી કાઢ્યો, તેમનુ નામ આપ્યું અને તેમની તમામ સંપતિનો માલિક પણ મને બનાવ્યો...!! કિસ્મત એ નથી કે જે ભગવાન લખીને આપે છે પણ કિસ્મત એ છે જે આપણે આપણા કર્મો અને નિર્ણયોથી લખીએ છીએ...!!" રુદ્ર આગળ બોલે તે પહેલા બધાએ તાળીઓથી તેને વધાવી લીધો.

ગૌરીને એ હજી સમજમા નહોતું આવતું કે તે જે રમેશ આચાર્યને ઓળખતી હતી, જેને અનહદ પ્રેમ કરતી હતી તે આ જ રમેશ આચાર્ય છે? રુદ્રનુ અત્યારનુ રૂપ તેના બાળપણ કરતા સાવ અલગ હતું. રમેશ નાનો હતો ત્યારે કદી તેના પરિવારના સદસ્યોને પણ સંબોધી નોહતો શકતો અને આજે દેશના VIP માણસો સામે આવું ભાવાત્મક ભાષણ આપી રહ્યો હતો....!!!

"મે ફરી એક વખત સપનું જોયું..!!! હું સ્વર્ગની અપ્સરાના પ્રેમમાં પડ્યો. હા મારે મહેનતતો ખુબજ કરવી પડી, પણ અંતે એ અપ્સરાને પણ મે મારા પ્રેમમાં પાડી ખરી..!!" બધા હસવા લાગ્યાં અને ગૌરી શરમાઇને નીચે જોવા લાગી.

"આજે હું આ ભરી મહેફીલમાં...!!!" રુદ્ર બુંલદ અવાજે બોલવા લાગ્યો.

"એકરાર કરવા માંગુ છું કે આ રુદ્ર અંનતરાય ચૌહાણ તેના તન મન અને ઘનથી તેની અર્ધાનંગીની ગૌરી ચૌહાણને સમર્પિત છું...!!" કહેતો રુદ્ર ગોઠણીયા વાળી ગૌરીને પ્રપોઝ કરતો હોય તેમ બેસી ગયો.

શક્તિસિહે ગૌરીને ઉભી થવામાં મદદ કરી, ગૌરી સ્ટેજ તરફ ધીમે ધીમે ચાલવા લાગી. બધા એક સાથે એક તાલે તાળીઓ વગાડી રહ્યા હતા. ગૌરી માંડ માંડ પોતાના આંસુ રોકી રહી હતી. બન્ને સ્ટેજ પર ભેટી પડ્યા. એકાદ મિનીટ સુધી પૂરી પાર્ટીમા ટાંકણી પડે તોય અવાજ આવે તેટલી શાંતિ થઈ ગઈ.

“અને હવે છલ્લે તમને બધાને વધારે કંટાળો ના અપાવતા હું એ બે માણસોનો આભાર માનવા ઈચ્છું છું, જેમની દરિયાદિલી ના કારણે અમે બંન્ને એક થઈ શક્યાં.” એમ કહી રુદ્ર ગૌરીનો હાથ પકડી નીચે ઉતર્યો અને શક્તિસિંહ તરફ જવા લાગ્યો. બધી લાઈટ શક્તિસિંહ તરફ પડી. રુદ્ર અને ગૌરી બન્ને તેમને પગે લાગ્યા અને શક્તિસિહે બન્નેને ગળે લગાડી લીધા. ત્યાંથી રુદ્ર બાજુના જ ટેબલ પર બેઠેલા દિનદયાલ પાસે ગયો અને તેને પણ પગે લાગ્યો અને બેન્ને ગળે મળ્યા. બધાએ આ મિલાપને તાળીઓથી વધાવી લીધો.

નિતેષ ત્યાં બાજુમા જ ઉભો હતો, એટલે નિતેષે રુદ્ર સાથે નાછુટકે હાથ મિલાવ્યો અને બન્ને ગળે મળ્યા, પછી નિતેષે ગૌરી સાથે પણ હાથ મિલાવ્યો.

પાર્ટી ચાલુ થઈ ચુકી હતી. રુદ્રએ પહેલા ગૌરી સાથે ડાન્સની શરૂઆત કરી અને પછી એક બાદ એક યુવાન કપલ પણ તેમની સાથે જોડાય ગયું. અમુક મહેમાનો બાર પર જઈ ડ્રીંક ગટગટાવતા બધાને જોવા લાગ્યા. નેતાઓ તેમની રાજરમત રમતા મહત્વની વ્યક્તિઓ સાથે ચર્ચામાં જોડાયા..!! વિપુલ મહાજન જે ઓપોઝીશન પાર્ટીનો લીડર હતો તે શક્તિસિંહને મળ્યો અને બંન્ને વાતે વળગ્યાં. જે લોકો સંસદમાં એકબીજા મોઢું જોવા પણ નથી ઇચ્છતા હોતા, તે નાની મશ્કરીઓ પર હસી રહ્યા હતાં.

દિનદયાલ અને વિત્તમંત્રી મુંકુદરાય કોઇ અગત્યની ચર્ચા કરી રહ્યા હોય તેમ લાગી રહ્યું હતું. નિતેષ ક્યાંય દેખાય નહોતો રહ્યો. વિદેશમંત્રી તેજપાલ રાણા અને રક્ષામંત્રી વેંકટેશ નાયડુ એમની ચર્ચામાં પડ્યા હતાં. ગૌરી અને રુદ્રએ પણ એક ટેબલ પકડી લીધું.

“આપણે સ્કુલમાં ભણતા ત્યારે કદી આવું વિચાર્યુ હતું, એક દિવસ આપણે આવી પણ જીંદગી જીવશું...??” ગૌરીએ આજુબાજુના માહોલ તરફ ઇશારો કરતા કહ્યું. રુદ્ર આ વાતને ટાળવા માંગતો હતો પણ જવાબ આપ્યા વગર છુટકો ન હતો.

“હા..!! સમય બદલાતા વાર નથી લાગતી..!! એક સમયે મને કોમ્પ્યુટર શરૂ કરતા નહોતું આવડતું આજે હોટેલ, ઇલેક્ટ્રોનીક્સ, સ્પાય ટુલ્સ, ઓટોમોબાઇલ અને ફાઇનાન્સમાં મારો દબદબો છે...!!” રુદ્રએ પાર્ટીમાં ડાન્સ કરી રહેલા કપલ તરફ જોતા કહ્યું.

“તે જ્યાં જ્યાં કેમેરા લગાવ્યા છે, તે બધા તારી જ કંપનીના છે ને..??” ગૌરી હળવેથી બોલી. રુદ્રએ માત્ર મોઢું જ હલાવ્યું.

"પ્લીજ, મને કે ને મારા રૂમમાં કેમેરો ક્યાંથી આવ્યો..??" ગૌરીને લાગ્યું કે આજે તેને જવાબ મળી જ જશે..!!

"પ્લીજ, આ બાબતની ચર્ચા આપણે પછી કરીએ...!!" રુદ્રએ ઇશારો કરતા કહ્યું.

"એક્સક્યુઝમી, ન્યુલી મેરિડ કપલ...!!!" એક સ્ત્રી, રુદ્ર અને ગૌરીના ટેબલ પર આવીને ઉભી રહી ગઈ..!! બંન્નેનું ધ્યાન તેના પર ગયું. તેણે ચમકીલો લાંબો બ્લેક ડ્રેસ પહેર્યો હતો, તેની ઉજળી કાયા પર આ ડ્રેસ ખુબજ શોભી રહ્યો હતો. ઊંચું કદ, પાતળો બાંધો, નમણું શરીર તેની સુંદરતામાં વધારો કરી રહ્યા હતાં. ખંજન પડતા ગાલ, નશીલી આંખો, કામણગારા હોઠ, લાંબું અણીદાર નાક તેને આકર્ષક બનાવી રહ્યા હતાં..!! રુદ્ર તે સ્ત્રીને જોતા જ ઓળખી ગયો પણ ગૌરી સામે તેણે અજાણ બનવાનો જ પ્રયત્ન કર્યો.

"અરે..!! કુસુમ...!! આવને બેસ..!! મને ખબર ન હતી કે રુદ્ર તને ઓળખે છે...!!" ગૌરીએ કુસુમનો હાથ પકડીને બેસાડી દીધી.

"તને ખબર છે, આ સિવિલ સર્વિસિસમાં રેંન્કર હતી..!! કંઇ બેંન્ચ..?? હા... IRS 2010..!! બરાબરને..??અને તમારી બહુ મોટી ફેન છે..!! હું પણ મુરખ છું, તમે તો ઓળખતા જ હશો...!! એટલે તો મેડમ પાર્ટીમાં છે..!!" ગૌરીએ ઉત્સાહભેર બોલવા લાગી.

રુદ્રએ કુસુમ સાથે હસ્તધુનન કરવા હાથ લંબાવ્યો, અને જ્યારે કુસુમે પણ પોતાનો હાથ આગળ કર્યો, ત્યારે રુદ્રએ થોડો તેને જોરથી દબાવ્યો. કુસુમના મોઢામાંથી મુંગી ચીસ નીકળી ગઈ...!!!

"હવે મને કહે કે તમે બંન્ને એકબીજાને કેવી રીતે ઓળખો..??" ગૌરીએ તરત પ્રશ્ન કર્યો. રુદ્ર મૂંઝાયો કે શું જવાબ આપવો અને કુસુમ રુદ્રની મુંઝવણ સમજી પણ ગઈ.

"અરે..!!! હું મારા દાદા તરફથી આવી છું...!!! તે નહોતા આવી શકે તેમ એટલે..!!!" કુસુમે ચોખવટ કરી..!! કુસુમ ચીફ જસ્ટીસ અનુજ ત્રિપાઠીની પૌત્રી હતી.

"પણ મે તો ચીફ જસ્ટીસને આમંત્રણ જ નહોતું આપ્યું..!!" રુદ્રએ અવાજ દબાવતા બોલ્યો. કુસુમે રુદ્ર સામે આંખો કાઢી જે ગૌરીએ નોંધી લીધું.

"હા..! હવે સમજાયું..!! તું વગર આંમંત્રણે રુદ્રને મળવા આવી છો હે ને..??" ગૌરીએ કુસુમની ચુંટણી ખણતા કહ્યું. કુસુમ શરમાઇ ગઈ પણ રુદ્ર આંખો પોળી કરી આ બંન્નેને જોતો રહ્યો.

"અરે..!! ત્રણેક વર્ષ પહેલા એ જુનાગઢ આવી હતી..!! તેની બહેનપણીના લગ્નમાં અને જુનાગઢ જીલ્લામાં તારી નામના જોયા બાદ એ તારી પાછળ ગાંડી થઈ ગઈ હતી...!! તારી સાથે લગ્ન કરવા હતાં...!!! સોરી..!! કુસુમ... તારા સાચા પ્રેમને હું પડાવીને લઈ ગઈ...!!" ગૌરીએ કાન પકડતા કહ્યું.

"વાંધો નહિ..!! હું તેમની સાળી એટલે અડધી ઘરવાળી જ થઈ...!! હું જીજુને ડાન્સ કરવા લઈ જાવ તો વાંધો નહિને..??" કુસુમે પોતાનો હાથ રુદ્ર તરફ લંબાવી જ દીધો હતો.

"હા..!! કેમ નહિ..!!" ગૌરીએ રુદ્ર સામે જોયા વગર જ પરવાનગી આપી દીધી. રુદ્ર કમને ગૌરી તરફ અણગમાંથી જોતો ઉભો થયો.

રુદ્ર ખચકાતો હતો પણ કુસુમે રુદ્રનો હાથ પરાણે પોતાની કમર પર મુકી દીધો.

"આ બધા નાટકની શી જરૂર છે..!!" રુદ્રએ ગુસ્સે થતા કહ્યું.

"હું ક્યાં નાટક કરું છું..?? હું તો તમને પ્રેમ કરું છું..??" કુસુમે રુદ્ર સામે આંખ મીચકારતા કહ્યું. રુદ્રની આંખોમાં ગુસ્સો સ્પષ્ટ દેખાઇ આવતો હતો.

"જો કુસુમ, મે તે દિવસે જ તને ચોખવટ પાડી હતી કે હું ગૌરીને પ્રેમ કરું છું..!! આ વાત તારા મગજમાં કેમ નથી ઉતરતી..??" રુદ્ર ધીમા અવાજે કુસુમને ખીજાઇ રહ્યો હતો. કુસુમ રુદ્રની વાત સાંભળી હસી પડી.

"હું તમને પ્રેમ કરું છું..!! તમે ગૌરીને, ગૌરી રમેશને..!! અને રમેશ તો છે જ નહિ..!! મજા આવશે..!! મજા..!!" કુસુમ હસતા હસતા બોલી.

"જો કુસુમ હવે મારા લગ્ન પણ થઈ ચુક્યાં છે..!! તું તારી જીદ છોડી દે..!!"

"મેં જીદ કરી હોત તો તમારા બંન્નેના લગ્ન શક્ય જ ના બન્યા હોત..!! અને મારો પ્રેમ કોઇ સંબંધના નામનો મહોતાજ નથી..!! તમને પ્રેમ કરવા, તમે મારા પતિ કે પ્રેમી બનો એવી કોઇ જરૂરીયાત નથી..!!" કહી કુસુમ રુદ્રને ત્યાં બધા વચ્ચે એકલો મુકીને દુર જતી રહી..!!

એ જ સમયે ત્રણ ગોળી છુટવાનો અવાજ આવ્યો. કોઇને કશું જ સમજાયું નહિ કે શું થયું અને શક્તિસિંહની લોહીલુહાણ હાલતમાં જમીન પર પડ્યા હતાં અને સામે ડછ્છષ ઉમેશ શુક્લા હજી પણ જમીન પર પડેલ શક્તિસિંહ તરફ બંદુક તાકીને ઉભો હતો.

DCP ઉમેશ શુક્લા બીજી ગોળી ચલાવે તે પહેલા SPG જવાનો એ તેને ગોળીઓથી છલ્લી કરી દીધો. કોઇ કંઈ સમજે તે પહેલા DCP ઉમેશ શુક્લાની લાશ નીચે જમીન પર પડી હતી.

જ્યારે શક્તિસિંહ બેહોશ થવાની તૈયારીમા હતા. ગૌરી તેના પિતાને નફરત જરૂર કરતી હતી, પણ પિતાને આમ લોહીલુહાણ જોઇ તે ભાંગી પડી. બાજુમાં જ ઉભેલા દિનદયાલ પુતળુ બની ગયા હતા, તેને તેની આંખો પર વિશ્વાસ જ નહોતો આવી રહ્યો કે અચાનક DCP ઉમેશ શુક્લા એ શા માટે આવી રીતે ગોળી ચલાવી. થોડી જ વારમાં ભગદડ મચી ગઈ..!! શષઘ ગાર્ડસે તરત શક્તિસિંહને ઉપાડી બહાર તરફ લઈ જવા લાગ્યાં, જ્યારે બીજા સુરક્ષા અધિકારીઓ બીજા નેતાઓને સુરક્ષિત બહાર લઈ જવા લાગ્યાં. ગૌરી કંઇ સમજે તે પહેલા પુરો ખેલ ખતમ થઈ ગયો હતો. જ્યારે બીજા કુતુંહલતાથી આ બધી દોડધામ જોઇ રહયા હતા.

થોડી જ મિનિટોમા આખો ઇલાકો મિલેટ્રી બેઝમા ફેરવાઇ ગયો. શક્તિસિંહને સારવાર માટે હોસ્પિટલ ખસેડવામા આવ્યા. અખિલેશ રાઠોડ આ ઘટના બની એ પહેલા પાર્ટીથી કંટાળી ઘરે જતો રહ્યો હતો. રુદ્રએ ચેતનને તેને લેવા વડાપ્રધાન નિવાસ મોકલ્યો જ્યારે માથુર અને મીનાક્ષીને જુનાગઢ રવાના કરી તે અને ગૌરી હોસ્પિટલ પહોંચ્યા.

>>>>>>>>>>>>>>>>>>>>><<<<<<<<<<<<<<<<<<<

રાત્રીના અગીયાર વાગ્યાની આ ઘટના ન્યુઝ ચેનલો પર છવાઇ ચુકી હતી. પુરા દેશમાંથી આ ઘટનાની પ્રતિક્રિયાઓ આવવાની ચાલુ થઈ ગઈ હતી. કોઇ સરકારી બયાન હજી સુધી બહાર આવ્યું ન હતું. શક્તિસિંહની હાલત વિશે પણ કોઇ જ ન્યુઝ આવ્યા ન હતા. ન્યુઝ ચેનલમાં આખી ઘટના કેવી રીતે બની તેનું નાટ્યાંતર રૂપાંતર વારંવાર બતાવી રહ્યા હતા.

જે હોસ્પિટલમાં શક્તિસિંહને દાખલ કરાયા હતા, તે હોસ્પિટલની સુરક્ષા વધારી દેવાઇ હતી. કેબીનેટ મીનીસ્ટરો, પાર્ટીના મુખ્ય સદસ્યો, મુખ્ય અધિકારીઓ હોસ્પિટલ પહોંચી ચુક્યાં હતાં. દિનદયાલ પણ ત્યાં જ હાજર હતો, પણ બધાથી દુર આંટા મારી રહ્યો હતો. તેને પાર્ટી બાદ નિતેષ ક્યાંય દેખાયો નહિ એટલે તે વારંવાર તેને ફોન લગાવી રહ્યો હતો. તેણે પોલીસને આદેશ આપી દીધા હતાં કે આ ઘટનાની જલ્દી તપાસ કરે અને તેને એક કલાકમાં મીનીસ્ટરીએ રિપોર્ટ કરવામાં આવે. રાત્રીના સાડા અગીયારે વાગ્યે દિલ્હી કમિશનર ગુલામહૈદર શેખ ઉચ્ચકક્ષાના પોલીસ અધિકારીઓ સાથે મળીને આ ઘટનાની તપાસ માટેની વ્યુહરચના ઘડી રહ્યા હતાં.

''આ ઉમેશને શું થયું અચાનક...? કાંઇ સમાચાર કોઇને મળ્યા છે કે નહિ..???'' શેખ સાહેબ અનુભવી માણસ હતાં. એમના માથામાંથી વાળ જતા રહ્યા હતાં અને ક્લિન સેવમાં તે વધારે ખતરનાક લાગતા હતાં.

''સર, આજ સવારની તેની બંન્ને દિકરીઓ ગાયબ હતી પણ ઉમેશના પત્નિ નિર્મળાદેવીએ આ બાબતમાં કંઇપણ કહેવા તૈયાર નથી..!!'' એક ઓફિસરે પહેલી અપડેટ આપી.

।'તમે શું કહેવા માંગો છો કે તેની બંન્ને દિકરીઓનું અપહરણ થઈ ચુક્યુ છે..??'' શેખે એક આંખના ભવા ઉચાં કરતા કહ્યું. ''કદાચ બની શકે...??'' એ જ ઓફિસરે શંકા વ્યક્ત કરી.

''તો પહેલા એ બંન્નેને શોધો એટલે મામલો સામે આવે..!!'' શેખ તરત બોલ્યા. એ જ સમયે એક ઓફિસરના મોબાઇલ પર રિંગ વાગવા લાગી. બધાનું ધ્યાન તેના તરફ ગયું. પેલાએ શેખની પરમિશન વગર જ ફોન ઉપાડી લીધો..!! સામેથી કોઇ બોલી રહ્યું હતું એ પ્રમાણે આ ઓફિસરના ચહેરાના હાવભાવ બદલાઇ રહ્યા હતાં. થોડીવાર બાદ ઓફિસર શેખ તરફ ફર્યો.

''સર..!!! શુક્લાના ઘરે જે તલાશી ચાલી રહી હતી, તેમાં તેના ઘરેથી 100 કરોડ રૂપિયા રોકડા મળ્યા છે...!!!'' બધાના ચહેરા પર આશ્ચર્યનો પાર ન હતો. મીટીગમાં ધીમો ગણગણાટ ચાલુ થઈ ગયો.

એ જ સમયે ACP ખુરાના કેબીનની બહાર નોક-નોક કરી રહ્યા હતા. શેખ સાહેબે અંદર આવવા પરવાનગી આપી એટલે તરત દોડતા અંદર આવ્યા.

''સર, શુક્લા સાહેબની મોટી દિકરી સુધા પાસે જે મોબાઇલ હતો, તેનું છલ્લુ લોકેશન દિલ્હીથી 20 કિલોમિટર દુર એક ફાર્મહાઉસનું બતાવી રહ્યું છે...!!!'' ખુરાના ઉતાવળે બોલી ગયો.

''તો ત્યાં જલ્દી ફોર્સને મોકલો..!!! મારું મોઢું કેમ જુઓ છો..??'' શેખ સાહેબ ખુરશી પરથી ઉભા થઈ ગયા.

''સર એ ફાર્મહાઉસ હોમ મીનીસ્ટર દયાલ સાહેબનું છે...!!'' ખુરાનાએ ખચકાતા બોલ્યો. શેખ સાહેબ ખુરશી પર બેઠા. પોતાના વાળ વગરના માથા પર હાથ ફેરવવા લાગ્યા.

''કોઇ વાંધો નહિ, તમે લોકો જાવ, જો કોઇ પણ નડતરરુપ થાય, તેને એરેસ્ટ કરી લેજો પછી એ દયાલ સાહેબ ખુદ કેમ ના હોય.....!!! અને જો આ વાત દયાલસાહેબ સુધી જે પણ

પહોંચાડશે, તેની હાલત હું બહુજ ખરાબ કરી નાખીશ...!!"

શેખ સાહેબનો ચહેરો ગુસ્સાથી લાલ હતો. બધા ઓફિસરના ચહેરા પર ડર સ્પષ્ટ દેખાતો હતો.

"મારે કલાકમાં હોમમીનીસ્ટરની ઓફિસે જવાનું છે, એ પહેલા ત્યાં સર્ચ થઈ જવું જોઇએ અને સાથે આ સો કરોડનો શું મામલો છે, તેની પણ પૂરી વિગત મારે જોઇએ..!!!" શેખ સાહેબનો હુકમ પડતા જ બધા બહાર નીકળી ગયા.

શેખ સાહેબ ઓફિસમા એકલા પડ્યા. તેમના ચહેરા પર સ્મિત હતું. ઘણા સમય પછી તેમને પોતાનો બદલો લેવાનો મોકો મળ્યો હતો. શેખ સાહેબ પોતે દિનદયાલના ખુબજ મોટા વિરોધી હતા અને કેટલીય વખત દિનદયાલે તેમને અપમાનીત પણ કરેલા, પણ હવે વારો શેખનો હતો. બીજી બાજુ શેખ પોતે રુદ્ર માટે કામ કરતો હતો અને રુદ્રના આ પ્લાનમાં શેખ પોતે પણ શામેલ હતો.

પ્રકરણ – 8
એક દિવસ પહેલા

રુદ્ર 11 એપ્રિલે એટલે ગઈકાલે હોસ્પિટલથી સીધો પોતાની હોટેલ પર ગયો, ત્યારે ત્યાં રૂમમા કમિશનર ગુલામહૈદર શેખ અને ચેતન મહેતા બંન્ને રુદ્રની જ રાહ જોઇ રહ્યા હતા.

''અરે શેખ સાહેબ તમે તો મારા કરતા વહેલા પહોંચી ગયા.'' રુદ્રએ શેખને ગળે મળતા કહ્યું.

''હા, તો હવે મેવા ખાવાનો સમય પાકતો આવે છે, તો હું શું કામ મોડું કરું...?'' શેખ પણ ખુશ દેખાઇ રહ્યો હતો.

''તો હવે કહો શું અપડેટ છે.'' રુદ્ર સીધો કામની વાત પર જ આવ્યો.

''તમારા કહેવાથી મે ઉમેશ શુક્લા પર એક મહિનાથી નજર રાખી હતી. એ માણસ સરકાર કરતા દિનદયાલની નોકરી વધારે કરે છે. આ રહી તેની પૂરી ફાઇલ'' ચેતને ફાઇલ રુદ્રને આપી.

''મને ખબર છે, એના બધા કાળા કામોની પણ મે તમને જે કામ સોંપ્યું તેના પર તમે ધ્યાન આપ્યું નથી લાગતું.'' રુદ્રએ કંટાળા સાથે ફાઇલ પછાડતા બોલ્યો.

''હા, મેં તેના પરિવારની બધી વિગત કઢાવી લીધી છે. એ માણસ ગમે તેટલો હરામી છે, પણ તેના પરિવાર માટે મરી પણ શકે છે અને કોઇને મારી પણ શકે છે. તેણે પ્રેમલગ્ન કરેલા છે. તેની બન્ને દિકરીઓ અત્યારે દિલ્હી યુનિવર્સિટીમાં ભણે છે.'' ચેતને પોતાની વાત પૂરી કરી. રુદ્ર અને શેખ બન્ને એક મિનીટ ચુપ જ રહ્યા.

''તેના પરિવારને અપાતી સિક્યોરિટી કેટલી છે.?'' રુદ્રએ ચેતન સામે જોતા પૂછ્યું.

''ઉમેશ અહંકારી છે. તેને એમ છે કે તેના પરિવાર સામે જોવાની હિમ્મત કોઇ કરી શકે તેમ નથી, એટલે સિક્યોરિટીના નામે તો મિંડુ જ છે...!!'' ચેતન બેદરકારીથી બોલ્યો. રુદ્રએ શેખ સામે જોયુ.

''હા, ચેતનની વાત સાચી છે. એક જ ગાર્ડ હોય છે..!!'' શેખે વાતની પુષ્ટી કરી.

''અને નોકર-ચાકર...?''

''કોઇ કાયમી નથી..!! બપોરે ચાર વાગ્યે બધા જતા રહે છે..!!'' ચેતન બોલ્યો.

"તો મારે કાલે ત્યાં એવો ગાર્ડ જોઇએ જેનો ઇતિહાસ ગુનાઇત હોય, તે સસ્પેંડ થાય તો પણ આપણને અફસોસ થવો ના જોઇએ." રુદ્રએ શેખ સામે જોતા કહ્યું.
"હા એ વ્યવસ્થા હું કરી દઈશ.." શેખે ઉત્સાહભેર કહ્યું.
"તો કાલે સવારે ચેતન, તારે તેની બન્ને છોકરીઓનુ અપહરણ કરવાનું છે. પણ ઉમેશને આપણું કોઇ માણસ મળવા જાય ત્યાં સુધી,આ વાતની ખબર પડવી ના જોઇએ કે તેની બન્ને દિકરીઓનુ અપહરણ થઈ ગયું છે. પાર્ટી શરૂ થવાના થોડા સમય પહેલા આપણામાંથી કોઇ તેને રુબરૂ મળવુ જોઇએ." રુદ્ર ઉભો થયો અને ફ્રિજમાંથી એક કોલડ્રિંક્સની બોતલ લઈ પાછો સોફા પર બેઠો. બે કલાક સુધી ત્રણેયે આખી યોજના સમજી. રુદ્રએ પોતાની યોજના સમજાવી, તરત જુનાગઢ જવા નીકળી ગયો હતો, પણ ચેતન અને શેખ રૂમમા ઘણા સમય સુધી બેસી પૂરી યોજનાની જીણવટથી ચર્ચા કરી છુટ્ટા પડ્યાં.

ગુલામહૈદરે ચાલાકીથી ઉમેશ શુક્લાના ઘરનો કોનસ્ટેબલ બદલી નાખ્યો. ચેતને ઉમેશની બન્ને દિકરીઓને અપહરણ કરવાનો પ્લાન બનાવી નાખ્યો હતો. હવે ખાલી સવાર પડવાની રાહ જોવાઇ રહી હતી. રુદ્ર જુનાગઢમાં કાલના દિવસની અધીરાઇથી રાહ જોઇ રહ્યો હતો. ચેતનને આ મિશન નિષ્ફળ જવાનો ખુબજ ડર હતો. જો બાજી ઉંધી પડી, તો રુદ્રની આટલા વર્ષોની મહેનત માથે પડે તેમ હતી.
સવાર તો પડવાની જ હતી. ચેતન માટે આજનો દિવસ પરીક્ષાનો હતો. ચેતન સમયસર કોલેજની બહાર ઉભો રહ્યો. તે પોલીસ જીપમા આવ્યો જ હતો અને સરદારના વેશમા હતો. કોલેજ પૂરી થઈ એટલે ધીમે ધીમે બધા બહાર નીકળવાલાગ્યાં. ચેતન તે બન્ને છોકરીઓને ઓળખી ગયો અને તેમની પાસે ગયો.

"સુધા મેડમ, તમારા પપ્પાએ આજે તમારા માટે જીપ મોકલાવી છે...!!" ચેતને મોટી છોકરીને સંબોધન કરતા કહ્યું. બન્ને બહેનો એક બીજા સામે જોવા લાગી. આજ સુધી તો બન્ને પોતાની કારમાં જ આવતી અને આજે પણ કારમાં જ આવી હતી, તો તેના પિતા શા માટે બીજી ગાડી મોકલે? પણ ચેતન પોલીસ વેશમા હતો અને સામે દેખાતી જીપ પણ પોલીસની જ હતી. આ બધું ગુંચવાડાવાળુ લાગી રહ્યું હતું.
"પણ સવારે તો અમે કાર લઈને આવ્યા હતાં, તો અત્યારે તમારી સાથે આવવા પપ્પાએ કેમ

કહ્યું ?'' મોટી છોકરીએ કુતુંહલતાથી પૂછ્યું.

''આજે આખા શહેરમા નાકાબંધી જેવો માહોલ છે અને તમને કોઇ તકલીફ ના પડે એટલે તમને લેવા માટે મને મોકલ્યો છે...!!'' ચેતને એટલા વિશ્વાસ સાથે વાત કરી કે પેલી બન્ને ઇનકાર ના કરી શકી અને જીપમા બેસી ગઇ.

ચેતને જીપને રસ્તા પર દોડાવાનું ચાલુ કર્યુ. આમ તો દેખાવામા તો બધું સામાન્ય જ હતું પણ પોલીસ બંદોબસ્ત દેખાઇ રહ્યો હતો. દરેક સર્કલ પર પોલીસ દેખાઇ રહી હતી. અમુક જગ્યાએ તો સીઆરપીએફ પણ હતી.

''આજે અચાનક આટલો બધો બંદોબસ્ત કેમ છે?'' મોટી છોકરીએ કુતુંહલતાવશ પૂછી લીધુ.

''આજે રાત્રે, દેશભરના રાજકારણીઓ, ફિલ્મસ્ટારો, વિદ્વાનો દિલ્હીમા ભેગા થવાના છે એટલે આવી પરિસ્થિતિનો લાભ કોઇ અસામાજીક તત્વો ના લે તેની તકેદારી રૂપે આટલો બંદોબસ્ત છે.'' ચેતને જીપ ચલાવતા જવાબ આપ્યો.

ત્યાંજ ચેતનના ફોન પર રિંગ આવી. ચેતને ચાલુ ગાડી એ જ ફોનમા વાત કરી.

''મારે તાત્કાલીક એક પુછતાંશ માટે જવુ પડશે. જો તમે બન્ને મને સહકાર આપો તો અહી બાજુમાં જ દયાલ સાહેબની એક હોટેલ છે, ત્યાં તમે મારી રાહ જુવો તો દશ જ મિનીટમા કામ પતાવીને આવું.'' ચેતનના અવાજમા એટલી સચ્ચાઇ દેખાઇ રહી હતી કે તે બન્ને ના ન પાડી શકી.

ચેતને મેઈનરોડથી દુર એક હોટેલ પાસે જીપ ઉભી રાખી. આ હોટેલ ઘણી આલીશાન હતી અને ભીડ પણ ઘણી હતી. આ હોટેલ મારીગોલ્ડ દિનદયાલ શર્માની હતી. કાગળ પર તો કોઇ અનિકેત શર્મા આ હોટેલના માલિક હતાં. ચેતને જીપને પાર્કિંગમા પાર્ક કરી હોટેલમા પ્રવેશ કર્યો. પેલી બન્ને છોકરીઓને અજુગતું લાગી રહ્યું હતું પણ ચુપ જ રહી. ચેતને બન્ને છોકરીઓ તરફ ઈશારો કરતા રિસેપ્શનીસ્ટને હળવેથી કહ્યું.

''ફુલ સીધા ડાળીએથી તોડેલા છે અને હવે તેમને નિચોવવાના છે'' આ સાંભળતા જ રીસેપશનીસ્ટના કાન ચમક્યાં કારણ કે ચેતન જે બોલ્યો તે આ જગ્યાનો પાસવર્ડ હતો. રુદ્રએ પોતાના ઘણા માણસોને દિનદયાલની ગેંગમા ઘણા સમયથી ઘુસાડેલા હતા.

રિસેપ્શનીસ્ટે એક રૂમની ચાવી આપી. ચેતન ચાવી લઈને આગળ ચાલવા લાગ્યો. હવે આ બન્નેને પાક્કો શક જઈ રહ્યો હતો કે તેમની સાથે કંઈક ખોટું થઈ રહ્યું છે.

''અમે જાતે ઘરે જતા રહીશું..!!! તમે તમારું કામ પતાવી દો..!!'' સુધા ગભરાહટમાં બોલી.

''તમે ચિંતા ના કરો, આ તમારા પિતાના બોસ દયાલ સાહેબની જ હોટેલ છે અને અત્યારે હું તમારા પિતાના કામે જ આવ્યો છું...!!'' ચેતનની વાત કરવાની છટા જ એવી હતી કે કોઇ લાગે જ નહિ કે ચેતન ખોટું બોલી રહ્યો છે.

બન્નેમાંથી એકપણનું અંદર જવાનું મન તો ન હતું પણ શું કરે તેમને બીજું કાંઇજ સુઝ્યુ નહિ. તેમણે પણ ચેતનની પાછળ ચાલવાનુ ચાલુ કર્યુ. આ હોટેલનો કોઇ પણ રૂમ દિનદયાલના માણસો સિવાય કોઇને પણ મળવો સંભવ ન હતો. રિસેપ્શનીસ્ટ પાસવર્ડ સાંભળ્યા બાદ જ રૂમની ચાવી આપતી. ચેતને બીજા ફ્લોર પર પહોંચતા જ ચાવી પેલી બન્ને છોકરીઓને આપી.

''હું દસ-પંદર મિનીટમા જ પાછો આવું છું. આ હોટેલની બાજુમા જ મારે જવાનું છે. તમે બન્ને થોડીવાર આરામ કરો, હું આવું છું....!!!'' કહી ચેતન ફટાફટ દાદર ઉતરી ગયો. પેલી બન્ને મુંઝાયેલી તો હતી જ. કમને તે બન્ને રૂમમા દાખલ થઈ. બન્નેએ પોતાના બેગ્સ ત્યાં બાજુમા ટેબલ પર મુક્યાં, ત્યાં જ એક લાંબો માણસ, છ ફુટની હાઈટ તો હશે જ. ભરાવદાર શરીર, મોઢા પર અવ્યવસ્થીત દાઢી અને ઘણા બધા ઘાવના નિશાન પણ હતા. તે માણસ તે જ રૂમના બાથરૂમમાથી ફોન પર વાત કરતો બહાર નીકળ્યો.

''કોણ છો તમે...!!! અમારા રૂમમા ક્યાંથી...!!!'' સુધાએ ગુસ્સા સાથે ત્રાડ નાખી. તેને હવે સમજાઇ ચુક્યુ હતું કે તે બન્ને ચક્રવ્યુહમાં ફસાઇ ગઈ છે. પેલાએ મોબાઇલ બાજુનાં ટેબલ પર મુક્યો અને પેલી બન્નેના હાથ પકડી ખેચી સીધી બેડ પર પછાડી. અચાનક થયેલ આવા હુમલાથી બન્ને ડઘાઇ ગઈ. પેલાએ ફરીથી મોબાઇલ હાથમા લીધો.

''હા, દયાલ સાહેબ...!!! હું બચ્ચીભાઇ વાત કરું છું....!!!! તમારા કહેવા પ્રમાણે ઉમેશ શુકલાની બન્ને લોંડીઓનુ અપહરણ કરી અહીં લઈ આવ્યા છીએ...!!! હવે તમે કહો તેમ કરીએ...!!'' બચ્ચીભાઇ થોડીવાર ચુપ જ રહ્યો. સામે છેડે ચેતન હતો જે એમ જ ફોન પર ટાઈમપાસ કરી રહ્યો હતો. બચ્ચીભાઇ રુદ્રનો માણસ હતો અને આ ગેંગમા બે વર્ષ પહેલા ઘુસ્યો હતો અને અત્યારે તે દિનદયાલનો ડાબો હાથ બની ચુક્યો હતો.

આ હોટેલ મારીગોલ્ડ, આ દેશના રાજકારણીઓની સાચી હકીકત બયાન કરતી હતી. 2007 મા શક્તિસિંહ અને દિનદયાલે જ્યારે આ દેશની કમાન સંભાળી ત્યારે તેમણે એવી વ્યવસ્થા ઉભી કરી કે તેમની સામે કોઇ ઉભું થઈ ના શકે. બધું કામ પોલીસ નહોતી કરી શકતી, એવા ઘણા કામ હતા જે ગુનેગારો પાસે કરાવવા જરૂરી હતા. બે વર્ષની અંદર દિનદયાલ અને શક્તિસિંહે મળીને દેશમા ચાલતી ક્રાઇમની દુનિયાને એક છત્ર નીચે લાવી દીધી હતી. અંડરવર્લ્ડના ઘણા બધા ડોન સાથે આ બન્ને રાજકારણીઓએ સમાધાન કરી એકબીજાને મદદરૂપ થવાની ડિલ કરી લીધી હતી.

જ્યાં સુધી શક્ય હતું ત્યાં સુધી દેશની તમામ ઉચી પોસ્ટ પર પોતાના માણસોને ગોઠવતા ગયા. ખાલી ત્રણ વર્ષના ગાળામા આ બન્ને જોડીદારનો પાવર ખુબજ વધી ગયો હતો અને વિપક્ષ સાવ પડી ભાગ્યું હતું. બન્નેની સામે જે કોઇ પણ ઉભું થતું તેને ત્યાં જ ઠાર મારવામાં આવતો. બન્નેએ અંદરથી દેશને ખોખલો કરી નાખ્યો હતો.

આ હોટેલ મારીગોલ્ડ તેમના આવા જ કાળાકામો માટે વાપરવામા આવતી. આ હોટેલ દેહ વ્યાપારનુ મુખ્યાલય હતી...!!! આ સિવાય મોટા ભાગના કાળા ધંધા આ જ જગ્યાએથી થતા જેમ કે ડ્રગ્સ માફિયાઓની મિટિંગો, અપહરણ કર્તાઓને આશરો, રંગારંગના કાર્યક્રમો વગેરે અને આ બધા કામોમાં ઉમેશ શુકલા અને તેના જેવા કેટલાય પોલીસ ઓફિસરો પૂરી ઈમાનદારીથી મદદ કરતા..!!! ઉમેશ શુક્લાએ કલ્પનામાં પણ નહિ વિચાર્યુ હોય કે તેણે કરેલા પાપોના ફળ તેની પોતાની દિકરીઓને ભોગવવા પડશે.

ત્યાંના સ્થાનિકોને પણ આ જગ્યાએ ચાલતી બધી ગતિવિધિઓની ખબર રહેતી, પણ સત્તાના ડરથી એ લોકો ચુપ જ રહેતા. મીડિયાવાળાને પણ પોતાનો જીવ પોતાના કેરિયર કરતા વધારે વહાલો લાગતો એટલે એ લોકો પણ આ જગ્યાની કોઇ પણ ખબર ઉછાળતા નહિ. અહી રહેવા-જમવા કોઇ સભ્ય માણસ આવતું નહિ, પણ હા અહી હંમેશા ભીડ રહેતી. બહારથી જોવામાં તો બધું બરાબર લાગતું પણ ગંદકી તો અંદર છુપાયેલી જ રહેતી.
આવા જ કોઇ દિવસે પાંચ વર્ષ પહેલા રુદ્ર અહીં અચાનક આવી ચડ્યો હતો. તેને ખુબજ ભુખ લાગી હતી. રસ્તામાં આ હોટેલ આવતા, તેણે અહીં જ જમવાનું નક્કી કર્યુ. તેને મન

સ્વપને પણ ખ્યાલ ન હતો કે તેનો ભેટો નિરુપમા સાથે થશે અને દેશમાં ચાલતી આ છુપી દુનિયા વિષે આટલી વિસ્તૃત જાણકારી મળશે. તેણે નિરુપમાને એ હોટેલમા પહેલી વખત જોઇ ત્યારે તેને એવું લાગ્યું કે એ નિરુપમા જ છે, તેના મિત્રની પ્રેમિકા..!! પણ ખાતરી કરવા તેણે જાતે ત્રણ દિવસ સુધી નિરુપમાનો પીછો કર્યો અને પછી મોકો જોઇ તેણે તેને બચાવી પણ લીધી.

નિરુપમાને નિતેષેના કબ્જામાં એક વર્ષ થઈ ચુક્યુ હતું અને નિરુપમાએ એવી ઘણી બધી ગતિવિધિ જોઇ લીધી હતી, જે રુદ્ર માટે ખુબજ મહત્વની હતી. રુદ્રએ ઠંડા મગજથી ઘણું બધું વિચાર્યુ. તેને ખબર હતી કે જો તે ખુંલ્લેઆમ આ લોકોની હકીકત લોકો સામે મુકશે તો, લોકો હજી આ હકીકતને પચાવતા પચાવશે ત્યાં સુધીમાં તો આ બધા તેમના બચવાનો રસ્તો શોધી લેશે. રામાનુજ આચાર્યની પણ આવી જ હાલત થઈ હતી. આજે જુનાગઢના એક સર્કલ પર તેમનુ પુતળુ મુકી દેવામા આવ્યું છે બસ....!!! પણ રુદ્રને ખાલી પુતળુ બની રહેવામાં રસ ન હતો એટલે તે આ લોકો પર સીધો હુમલો કરવા કરતા યોજનાથી કામ કરવા લાગ્યો. તેણે ધીમે ધીમે પોતાની ખાનગી ગુપ્તચર સંસ્થા ઉભી કરી.

રુદ્રએ શરૂઆત ચેતન અને પોતાનાથી કરી પણ ધીમે ધીમે રુદ્રને બધું સંગઠીત કરતા ત્રણ-ચાર વર્ષ લાગ્યા. આ લાંબા ગાળામાં રુદ્રએ ખાલી ભાડાના માણસો નહોતા શોધ્યા, પરંતું સરકારી ઓફિસરો પણ હતા, જે ખુબજ સંવેદનશીલ માહિતી રુદ્ર સુધી પહોંચાડતા હતા. આ સરકારી ઓફિસરોમાં પટ્ટાવાળાથી માંડી RAW ના એંજન્ટો પણ સામેલ હતા. જેમાં દેશભક્તિ કુટી કુટીને ભરી હતી. રુદ્ર એક ખુબજ સારો વક્તા હતો. તેના અવાજમા એક જાદુ હતો, જ્યારે તે કોઇને સમજાવવા બેસે તો સામેવાળાની મઝાલ છે કે રુદ્રને ઇનકાર કરે...!!!! અને હવે રુદ્રની મહેનત રંગ લાવવાની હતી.

પુરા દેશમા મોટાભાગની ગુનાહિત પ્રવૃત્તિ પાછળ દિનદયાલનો જ દોરી સંચાર હતો. પણ દિનદયાલની એક મોટી નબળાઈ હતી, એ હતી સ્ત્રી. શક્તિસિંહને આ કામમા ખાસ રસ ન હતો, પણ તે દિનદયાલને ના ન પાડી શકતા. આ હોટેલ દિનદયાલના આ જ ધંધાનું મુખ્યાલય હતું.

પહેલા અપહરણ કરાયેલી છોકરીઓ અને સ્ત્રીઓને અહીં લાવવામા આવતી. અહીંયા તેમનુ વર્ગીકરણ થતું કે કઈ છોકરીને ભારતના ક્યાં રાજ્યમા વેચવી અને આંતરરાષ્ટ્રીય બજારમાં કોનો સારો ભાવ મળી શકે...!!! પછી અહીંથી એમ્બ્યુલન્સમાં તેમને ફાર્મફાઉસમા લઈ જવાતી જ્યાં નિતેષ પહેલા તેમને પોતાની હવસનો શિકાર બનાવતો. જે છોકરીઓ ના પાડતી તેમની સાથે જબરદસ્તી થતી અને તેમની હિમ્મત તોડવામા આવતી અને ત્યાંથી પછી તેમની હરાજી કરવા દેશના અલગ અલગ ખુણે મોકલવામા આવતી.

પોલીસ અને તંત્રમા ઘણા લોકોને આ ગોરખધંધાની ખબર હતી પણ અમુક લોકો ડરના કારણે તો અમુક લોકો લાલચના કારણે ચુપ જ રહેતા. અહીં લવાતી છોકરી મોટાભાગે જેલમા બંધ કેદિઓ અને મજુરવર્ગની બહેન-દિકરી કે પત્નીઓ હોતી, જેમના ગાયબ થવાથી કોઇ ફરક ના પડતો અને એબાપડીઓને એવું નરખ જોવું પડતું, જેની તેમણે કલ્પના પણ નહિ કરી હોય, આ ઉપરાંત પાર્ટીના વિરોધમા જે કોઇ પણ ઉતરતું તેમના પરિવાર સાથે પણ આ જ થતું...!!!!
પણ છલ્લા ઘણા વર્ષથી, જ્યારથી રુદ્રને આ દિનદયાલના ધંધાની ખબર પડી ત્યારથી તેણે મોટાભાગની છોકરી કે સ્ત્રીને બચાવવાના રુદ્રએ પુરા પ્રયત્ન કર્યા છે. તે બીજા દ્વારા પૈસાથી જ આ છોકરીઓ કે સ્ત્રીઓને ખરીદી લેતો, અથવા પોતાના માણસોની મદદથી ભગાડવામા મદદ કરતો અથવા જેણે તેમને ખરીદી હોય ત્યાંથી તેમને ગમે તે રીતે છોડાવતો પણ તે દિનદયાલનો વિરોધ કરવાને બદલે સાચા સમયની રાહ જોઇને બેઠો હતો. અને હવે એ સમય પાકી ચુક્યો હતો.

રુદ્ર પાસે બચ્ચીભાઇ નામનું હુકમનું પત્તુ હતું. બચ્ચીભાઇ બધી છોકરીઓને સલામત રાખવાની પૂરી કોશીશ કરતો પણ ઘણી વખત તેને સફળતા ના પણ મળતી ત્યારે તે પોતાના ઝમીરને મારીને પણ ચુપ રહેતો. તેને ખબર હતી કે આખા દેશમાં આ એક જ અડ્ડો ન હતો જ્યાં આવા ગોરખધંધા થતા હતા. આવું તો આખા દેશમાં ચાલતું હતું અને અમુથક જગ્યાઓ વિશે તો રુદ્ર અને તેના માણસોને પણ ખબર ના હતી એટલે રુદ્ર અને તેના માણસો શાંતિથી સમયની રાહ જોઇ રહ્યા હતા કારણ કે તેમનો એક જગ્યા પરનો વિરોધ બીજા ઠેકેદારોને સાવધાન થવાનો મોકો આપી દે તેમ હતો અને રુદ્રને આ રમતમા સિધુ

ચેક-મેટ જ કરવું હતું. કોઇને એક સેકંડ પણ વિચારવાનો સમય આપવાનો ન હતો. બચ્ચીભાઇ અને પેલી બન્ને છોકરીઓ રૂમમાં જ હતા. સુધાને ખ્યાલ આવી ગયો કે આ આખા કામમાં રાજકારણ છે અને બધું તેના પિતાને મજબુર કરવા અથવા કોઇ કામ કઢાવવા થઈ રહ્યું છે. તેને ખાલીખોટી રાડારાડી ના કરતા ચાલાકીથી કામ લેવાનુ વિચાર્યુ. એટલામા બે માણસ એક વેશ્યા જેવી લાગતી સ્ત્રીને લઈને આવ્યા.

''આ બન્નેનો વિડીયો ઉતાર...!!! તેના બાપને બતાવવાનો છે....!!! અને તમે બન્નેઆની પૂરી મઝા લેજો પણ બેહોશ કરીને, મારે ખાલીખોટી રાડરાડી નથી જોઇતી...!!!'' બચ્ચીભાઇ ભારે અવાજમા પેલા ત્રણેયને સુચના આપી. પણ આ સાંભળતા પેલી બન્ને છોકરીઓના તો મોતીયા જ મરી ગયા. એ બન્ને કંઇ બોલે તે પહેલા ક્લોરોફોમ સુંઘાડી બન્નેને બેહોશ કરી દેવામાં આવી.

જે બદમાશો પેલી વેશ્યા જોડે આવ્યા હતા, તે બન્ને સીધા પેલી બન્ને છોકરીઓ પર તરાપ મારવા ગયા,પણ બચ્ચીભાઇએ વચ્ચે પડી બન્નેને કોલરથી પકડી રૂમની બહાર કાઢ્યા અને બહાર જતા જતા બચ્ચીભાઇએ પેલી સ્ત્રીને ઇશારો કરી દીધો.

''અરે બચ્ચીભાઇ તમે જ તો કીધું કે તે બન્નેની મજા લો...!!!!'' એકને બચ્ચીભાઈનું આવું વર્તન થોડું અજુગતું લાગ્યું.

''હા મઝા તો લેવાશે એ બન્નેની, પણ તમારે નહિ, છોટે સરકાર મઝા લેશે...!!! તેમની આ ખાસ ફરમાઇશ હતી. તમે બન્ને આનાથી દુર જ રહેજો, નહિતર છોટે સરકાર તમને બન્નેને કોઇ સાથે સુવાને લાયક નહિ રહેવા દે..!!'' બચ્ચીએ આંખ બતાવતા બન્નેને ધમકાવ્યા. બચ્ચીએ ચાલાકીથી નિતેષનું નામ લીધું જેથી બન્ને છોકરીઓ સુરક્ષિત રહે...!!!!

પંદર-વીસ મિનીટમાં ગજરીબાઇ બહાર આવી અને એક હેન્ડીકેમ બચ્ચીભાઇના હાથમા મૂકી દીધો. બચ્ચીભાઇના ચહેરા પર સ્મિત આવી ગયું. તેણે વિડીયો જોયો તો નહિ પણ તેને ગજરીબાઇની આવડત પર ભરોસો હતો. ગજરીબાઇ હંમેશા અપહરણ થયેલી છોકરીઓનો વિડીયો ઉતારતી પણ મોટાભાગે તે વિડીયો બળાત્કાર ના જ હોતા. ક્યારેક કોઇકને ધમકાવવા તે કોઇ પૂરુષની મદદ વગર પણ તે સારા વિડીયો ઉતારી શકતી...!!!

‘‘સારું, હવે તમે બન્ને સાંભળો, સાંજે છ વાગ્યે આ બન્નેને ફાર્મહાઉસ પર પહોંચાડવાની છે...!!! અને ગજરીબાઇ તારે આની સાથે જવાનું છે. જો જો આ છોટે સરકારની સ્પેશયલ આઇટમો છે...!!!!’’ બચ્ચીભાઇએ ત્રણેયને સુચના આપી. પેલા ત્રણેય હકારમાં મોઢું હલાવી સંમતિ પણ આપી દીધી.

‘‘આ બન્નેને લઈ જવામા કોઇ જ ભુલના થાય હમણા પંદર-વીસ મિનીટમાં અલતાફ આવશે અને એ કહે તેમ જ આ બન્નેને ફાર્મહાઉસ પર પહોંચાડવાની છે...!!! હું અત્યારે કામથી બહાર જાવ છું અને કાલ સુધી પાછો નથી આવવાનો... અને હા બન્નેને આજે અડધી રાત્રી સુધી હોશના આવવો જોઇએ.. સમજી ગયા...!!!!’’ કહી બચ્ચી હોટેલની બહાર નીકળ્યો.

અલતાફ પણ રુદ્રનો જ માણસ હતો, જેને બચ્ચીએ ગેંગમા ઘુસાડ્યો હતો. અલતાફ હોશીયાર અને ચાલાક હતો, તે આ બન્ને છોકરીઓ પર આંચ પણ આવવા દે તેમ ન હતો એટલે ચિંતામુક્ત થઈને બચ્ચીભાઇ આગળની યોજના પાર પાડવા હોટેલની બહાર પહોંચ્યો. ચેતનની જીપ બચ્ચીની રાહ જોતી બહાર જ ઉભી હતી. બચ્ચીભાઇ જીપમા બેઠો એટલે ચેતને જીપ ચાલુ કરી રોડ પર દોડાવવા લાગ્યો.

‘‘હજી બપોરનો એક જ થયો છે, સાંજના આઠ વાગ્યા પહેલા તો હું ઉમેશના ઘરે જઈ નહિ શકું...!!’’ બચ્ચી બબડ્યો. ત્યાં ચેતનને અચાનક કંઇક યાદ આવતા તેણે પોતાનો ફોન લઈને નિરુપમાને ફોન કર્યો.

‘‘જી..!’’ નિરુપમાએ ચેતનનો નંબર જોઇ ફોન ઉપાડ્યો.

‘‘ક્યારેક, તો એવું બોલો કે ડાલિંગ કેમ છે..??’’ ચેતને ટીખળ કરી.

‘‘પ્લીજ સર..!! મને હેરાન ના કરો..!! કામ બોલો..? મને કેમ ફોન કર્યો.’’ નિરુપમાના અવાજમાં તિખાશ હતી.

‘‘કામ થઈ ગયું ? એ પુછવા જ ફોન કર્યો હતો..!’’ ચેતને પણ ખોટો રોષ બતાવ્યો.

‘‘હા, મે તેમના ઘરે ફોન કરી દીધો છે કે યુથ ફેસ્ટીવલ નજીક આવે છે, તો બન્ને અહીંયા કોલેજે જ રોકાઇ છે અને આવતા આવતા સાંજના સાત-આઠ વાગી જશે...!!’’ નિરુપમા મોટાભાગનુ ટેકનિકલ કામ જોતી. તે કોમ્યુનિકેશન અને હેકિંગમાં માસ્ટર હતી. તે દેશના કોઇ પણ ખુણામાં બેઠા બેઠા કોઇના પણ નંબરને ક્લોન કરી તેના નંબરથી કોઇને પણ ફોન કરી શકતી અને આજે પણ તેણે જુનાગઢમા બેઠા બેઠા દિલ્હીની કોલેજના લેન્ડલાઇન

નંબરથી ઉમેશ શુકલાની વાઇફના મોબાઇલ પર ફોન કર્યો હતો. જેથી ઘરે ન પહોંચવાના કારણે, બન્નેને શોધવા ઉમેશ પોતાની ફોર્સ ના લગાડી દે. નિરુપમા સાથે વાત થયા પછી ચેતને ફોન મુક્યો.

જીપને રોડ પરથી ઉતારી કોઇ અંતરીયાળ વિસ્તારમા જઈ જીપ ઉભી રાખી. ચેતને અંદરથી બે બેગ લીધી અને બન્નેએ રિક્ષા ભાડે કરી એક ભીડભાડવાળા વિસ્તારમાં પહોંચ્યા અને ધ્યાન ચુકાવતા એક લોજના બાથરૂમમાં જઈ પોતાનો વેશપલટો કરી લીધો. બન્ને પોતાના અસલી વેશમા આવી ગયા. બચ્ચીએ પોતાના ચહેરા પર દાઢી અને મુછો રાખતો અને ચહેરા પર નકલી ઘાવ ના નિશાન હતા. જે તેણે બધા હટાવી લીધા. અને ક્લિન શેવ કરી, મેલા ઝભ્ભા-પાયજામાને બદલે સુટ-બુટ પહેરી લીધા.

હવે તે બચ્ચીભાઇ ન હતો પણ રાજેશ કામદાર હતો. રુદ્ર કોર્પોરેશનનો એક કર્મચારી. અત્યારે રાજેશને જોતા કોઇ પણ એમ ના કહી શકે કે આ બચ્ચીભાઇ છે. બન્ને એ વિસ્તારમાથી બહાર નીકળ્યા અને ત્યાં બાજુમા એક મોટા મોલના પાર્કિંગમા દાખલ થયા. બંન્ને ચેતનની કારમાં બેઠા અને પાછા હોટેલ માહેશ્વરીમાં પહોંચી ગયા.

“યાર, ચેતન એ પિંજરામાં હું થાકી ગયો હતો. રોજ રોજ એ ગંદકી જોઇને માનસિક રીતે સાવ ભાંગી પડ્યો હતો. રાત્રે ઉંઘમા પણ એ બાપડીઓની ચીસો સંભળાતી હતી...!!” રાજેશ ખુરશી પર પાછળ પોતાનું માથુ ઢાળતા પોતાનું દર્દ ચેતનને કહી રહ્યો હતો.

“બસ આજની રાત જ છે, આજે રાતની પાર્ટીમા જ્યારે આપણા ધાર્યા પ્રમાણે બધું થશે તો કાલ સવારનો સુરજ નવી આશાની કિરણ લઈને આવવાનો છે. હવે જો રાજેશ...!! રુદ્ર આ બધાની કેવી હાલત કરે છે..!!!” ચેતનના ચહેરા પર પણ ગુસ્સો એટલો જ હતો.

“યાર, માનવુ પડશે પણ રુદ્રસરની બુદ્ધિ સામે ટકવું મને હંમેશા અસંભવ જેવુ જ લાગે છે. ચેતન તું નહિ માને પણ હું એ માણસની પૂજા કરું છું...!!” રાજેશના ચહેરા પરના ભાવો સ્પષ્ટ કહી રહ્યા હતા કે તે રુદ્ર માટે મરવા પણ તૈયાર હતો.

“એ સાધુ માણસ છે....!!! પણ તેની તીક્ષણ બુદ્ધિ સામે ટકવું અઘરું તો છે જ..!!” ચેતનને પણ રુદ્ર માટે ખુબજ સમ્માન હતું.

“રુદ્રસરનો આગળનો શું પ્લાન છે...?” રાજેશ પાછો મુદા પર આવ્યો.

''એ કહેવુ ખુબજ કઠિન છે, પણ આજનો પ્લાન કદાચ સૌથી વધારે ખતરનાક હશે. રાજેશ એક નાની એવી ભુલ પણ આપણા દુશ્મનોને સતર્ક કરી દેશે...!!'' ચેતનને આ પ્લાન સામે પહેલેથી જ વાંધો હતો.

''તું કદાચ મારા કરતા વધારે તેમને ઓળખતો હોઇશ પણ મને રુદ્રસર પર પુરો ભરોસો છે, તે એક પણ ડગલુ વિચાર્યા વગર નહિ મુકે. તેમના દરેક કામ પાછળ હંમેશા એક સારો ઉદેશ હોય છે, અને હવે મને બે કલાક આરામ કરવા દે પછી મારે પાછું ઉમેશ શુકલા પાસે પણ જવાનું છે...!! અને કદાચ આજની આખી રાત્રીનો ઉજાગરો પણ કરવો પડશે..!!'' કહી રાજેશ બેડ તરફ ગયો. ''પેલી બન્ને છોકરીઓને કોઇ પણ જાતની તકલીફ તો નહિ પડે ને..?'' ચેતનના ચહેરા પર ડર હતો.

''ભુલી ગયો..!! ત્યાં હજી આપણા બે માણસો છે અને એ લોકો જ એને સહી-સલામત ફાર્મ ફાઉસે પહોંચાડી દેશે.'' રાજેશ પડખું ફરીને સુઇ ગયો.

ચેતન ત્યાં જ બેઠો રહ્યો. પોતાની બેગ ખોલી આગળની યોજનાની વ્યવસ્થા જોવા લાગ્યો. ત્યાં દરવાજા પર ટકોરા પડ્યા.

''કમ ઇન..!!'' હોટેલ રૂમનું બારણું ખુલ્યું. દરવાજે માથુર અને મીનાક્ષી બન્ને હતા.

''તમે બન્ને અહીં?'' ચેતન બન્નેને એક સાથે જોઇ ચોંકી ગયો

''હું તો સવારનો અહીં જ છું. આજ રાતની પાર્ટીની તૈયારી નથી કરવાની? આ તો મને નીચે મેનેજરે કહ્યું કે તું પણ અહીં જ છે એટલે તને મળવા આવી ગયો..!!'' માથુર વાત કરતા કરતા અંદર આવ્યો ત્યાં તેનું ધ્યાન રાજેશ પર ગયું. મીનાક્ષી અને માથુર બન્નેએ એકબીજા સામે જોયું અને હસી પડ્યા.

''સોરી ચેતન, અમે તારા રંગમાં ભંગ પાડ્યો અમે પછી આવશું..!!!'' માથુર ચેતનની મશ્કરી કરવા લાગ્યો.

''શું માથુર સાહેબ...!! તમે પણ....બેસો બેસો...!!!'' ચેતને આવકાર આપ્યો.

''હા ભાઇ, રાજેશને પણ ઘણા સમય પછી થોડો આરામ મળ્યો હશે નહિ...!!!'' માથુરે નિસાસો નાખતા કહ્યું.

''મને પેલો વિડીયો દેખાડજો, પ્લીજ'' મીનાક્ષીએ વચ્ચે બોલી હાથ લાંબો કર્યો. ચેતને એ વિડીયો ટેપ મીનાક્ષીના હાથમા સોંપી દીધી.

''ઓરિજનલ વિડીયો મે નિરુપમા એડિટિંગ માટે મોકલ્યો હતો, એટલે આ એડિટ થયેલો વિડીયો છે..!!'' ચેતને વિડીયો જોઇ રહેલે મીનાક્ષીને કહ્યું. પણ મીનાક્ષી કંઇ જ બોલી નહિ પણ એ વિડીયો જોતા તેની આંખમાંથી આંસુ આવી ગયા.

''ચિંતા ના કરો ભાભી, તમને જેવું દેખાઇ છે, એવું કશું જ નથી. આ વિડીયો તદન ખોટો છે.'' ચેતન મીનાક્ષીને દિલાસો આપવા લાગ્યો.

''તો શું અંદર પેલા બે હરામખોર, આ બેભાન છોકરીઓ સાથે જે ચાળા કરી રહ્યા છે તે ખોટું છે?'' મીનાક્ષી આવા એડિટીંગને જોઇ દંગ જ રહી ગઈ.

''હા, આ વિડીયો એક સ્ત્રી એ જ ઉતાર્યો છે, અને ત્યારે રૂમમાં એ બે છોકરીઓ અને એ સ્ત્રી સિવાય કોઇ જ ન હતું પણ આ તો નિરુપમાજીનો કમાલ છે કે તેમણે એવું એડિટીંગ કર્યુ છે કે ભલ ભલા હલી જાય.'' ચેતનના ચહેરા પર સંતોષ સ્પષ્ટ દેખાઇ રહ્યો હતો.

''તો સારું પણ ધ્યાન રાખજો આ વિડીયો તે બન્ને છોકરીઓના હાથમાં ના લાગે નહિતર તે લોકો આખી જીંદગી આ સદમામાંથી બહાર નહિ આવે..!!! અને નિરુપમા આટલી ક્રુર હશે તે તો મને કદી ખબર ન હતી.'' મીનાક્ષીના ચહેરા પર આશ્ચર્ય ચોખ્ખું દેખાઇ રહ્યું હતું.

''નિરુપમા ક્રુર નથી, આ તો બસ તેણે તેનું કામ સારી રીતે કર્યુ.'' ચેતન બચાવ કરવા લાગ્યો.

''જુનો પ્રેમ જાગ્યો હં...!!!'' માથુર બધું બાજુએ મુકી ફરી ચેતનની મજાક કરી લીધી.

''ચેતનભાઇ તો તેને અનહદ પ્રેમ કરે છે, પણ પેલી ચિબાવલી ના નખરા વધારે છે.'' મીનાક્ષી ચેતનનો પક્ષ લઈ રહી હતી.

''હવે તમે બન્ને જાવ મારે હજી ઘણું કામ કરવાનું બાકી છે.''

ચેતન વાત પતાવવા ઉભો થઈ ગયો. માથુરને પણ હજી ઘણા કામ પતાવવાના હતા એટલે બન્ને ત્યાંથી વિદાય લઈ નીકળ્યા. એ ગયા એટલે ચેતને ઘડિયાળમા જોયું ચાર વગ્યા હતા. હજી તેની પાસે કલાક હતી. તેને પણ પાર્ટીમા જવાની તૈયારી કરવાની હતી.

ત્યાં સુધી તે નિરુપમાના ખ્યાલમા ખોવાઇ જવા માંગતો હતો. ચેતન અને નિરુપમા બન્ને એક જ કોલેજમાં હતા. નિરુપમાએ ચેતન સાથે પ્રેમનું નાટક કર્યુ, તેનો ઉપયોગ કર્યો અને બંન્નેના લગ્ન થવાના હતા, એના થોડા સમય પહેલા જ તે અમદાવાદના મેયરના દિકરા કુણાલ સાથે ભાગી ગઇ..!! ચેતનને ખુબજ મોટો ધક્કો પહોંચ્યો હતો. નિરુપમાના માતા-પિતાએ તો તેનું નામ લેવા પણ નહોતા માંગતાં અને જ્યારે ચેતનને ખબર પડી કે નિરુપમા સાથે પણ દગો થયો છે, ત્યારે તે બદલો લેવા ઉતાવળો થયો પણ મેયર સામે ટક્કર લેવી આસાન ન હતી.

ચેતન સિવિલ સર્વિસીસમાં પાસ થઈ IPS બની ચુક્યો હતો. તેની આઈપીએસની ટ્રેનીંગ પણ પતવા આવી હતી. તેના ભાગ્ય પ્રમાણે તેને અમદાવાદમાં જ પોસ્ટીંગ મળ્યું અને નિરુપમાં પાછળ તેણે અમદાવાદના મેયરની ખુરશી ધ્રુજાવી દીધી. પણ તે ફસાઇ ગયો, તેને નિરુપમા તો ના મળી પણ પોતે સસ્પેન્ડ થઈ ગયો. તેને નિરુપમાને પાછી મેળવવા ખુબજ ધમપછાડા કર્યા અને અંતે તે રુદ્ર તેને શોધીને લાવ્યો પણ ત્યાં સુધીમાં ઘણું મોડું થઈ ચુક્યું હતું. નિરુપમા સાવ ભાંગી ચુકી હતી. બે-ત્રણ વર્ષ રગદોળાયા બાદ તે જીવતી લાશ જેવી બની ગઈ હતી. ચેતને ઘણી વખત નિરુપમા સામે લગ્નનો પ્રસ્તાવ મુક્યો પણ તે હવે પોતાને ચેતનને લાયક નોતી સમજતી.

ઉપરથી ચેતનના માતાને પણ આ સંબંધ બિલકુલ પસંદ ન હતો. તે એક વખત તો નિરુપમાને રૂબરુ મળીને ધમકાવી નાખી હતી. નિરુપમાને પોતાની ભુલો પર ખુબ પસ્તાવો હતો અને તે પણ ચેતનને પ્રેમ કરવા લાગી હતી પણ પોતાના કારણે સમાજમાં તેની બદનામી થાય તે તેને પંસંદ ન હતું. ચેતન આ બધી વાત જાણતો પણ તેને આશા હતી કે એક દિવસ બધું સારું થઈ થશે..!!

‘‘એ ભાઇ આલર્મ ના સંભાળાયુ?’’ રાજેશ આલર્મ સાંભળતા જ ઉભો થઈ ગયો. પણ ચેતન જુની યાદોમાં ખોવાયેલો હતો, રાજેશે તેને હબડાવીને જગાડ્યો. પાછો ચેતન વર્તમાનમાં આવ્યો અને બન્ને એ છલ્લી વખત ચર્ચા કરી, કારણ કે હવે તે બન્ને ભેગા થવાના ના હતા.

હવે પરીક્ષાનો સમય આવી ચુક્યો હતો. ચેતને બધાને ફોન કરી અત્યારની પરિસ્થિતિની જાણકારી લઈ લીધી. ચેતને બધું રાજેશના હાથમા સોંપી. પોતે પાર્ટી વેન્યુ પર જવા નીકળી ગયો.

રાજેશે પણ બધું બેગમા ભર્યુ અને પોતે પણ રૂમ લોક કરી નીકળી ગયો. તે ચાલીને જ બહાર ગયો. બહારથી રિક્ષા કરી નજીકના મોલમાં પહોંચી ગયો. પોતે ફરી બચ્ચીભાઇના વેશમાં બહાર આવ્યો. રિક્ષામાં ઉમેશ શુક્લાના ઘરથી થોડા કિલોમીટર દુર ઉતર્યો. એકાદ કિલોમીટર ચાલીને ફરીથી રિક્ષા પકડી અને ઉમેશ શુક્લાના ઘરની સામે જ ઉતર્યો.

બહાર એક જ ચોકીદાર હતો. રાજેશ તેની પાસે ગયો. પ્લાન પ્રમાણે અત્યારે ગુલામહૈદરે

એવી વ્યવસ્થા તો કરી જ હતી કે સાંજના આઠ વાગ્યે ઉમેશની ડ્યુટી ના હોય અને ઘરે જ હોય....!!! ''સાહેબને કહે કે તેમને બચ્ચીભાઇ મળવા આવ્યો છે...!!'' રાજેશ હુકમ દેતો હોય તેમ બોલ્યો. ચોકીદારે ઘરે ફોન કર્યો અને આવનારની માહિતી આપી. ઉમેશ શુક્લા બચ્ચીભાઇનું નામ સાંભળતા જ ચોંકી ગયો. તેણે રાજેશને અંદર મોકલવા કહ્યું.

રાજેશ ઘરમા શાંતિથી દાખલ થયો. ઉમેશ હોલમાં જ બેઠો હતો.

''તને કેટલી વખત ના પાડી છે કે મને ઘરે મળવા ના આવવું કે ફોનના કરવો...?'' ઉમેશે તરત રાજેશને ખખડાવી નાખ્યો. રાજેશ કોઇ પણ પ્રતિક્રિયા આપ્યા વગર, જ્યાં ઉમેશ શુક્લા બેઠો હતો, ત્યાંજ જઈને બાજુમા બેઠો.

''તમારી બન્ને દિકરીઓ ઘરે આવી ગઈ?'' રાજેશે શાંતિથી સવાલ પુછ્યો. પણ આ સવાલથી તો જાણે ઉમેશ શુક્લા પર વિજળી પડી. તે તરત ઉભો થઈ બેડરૂમમાં ગયો. દસ જ મિનીટમાં એ પાછો આવ્યો.

''ક્યાં છે એ બન્ને?'' ઉમેશે આવતા બરાડો પાડ્યો.

''બેસો તો ખરા શુક્લા સર?'' રાજેશ હજી સાવ ઠંડો જ હતો.

''બચ્ચી, તે તારા મોતને આજ સામેથી આવકાર્યુ છે..!!'' ઉમેશનો ગુસ્સો વધી રહ્યો હતો. ઉમેશને પણ હવે ગંધ આવી ગઈ કે તેની સાથે એક મોટી ગેમ રમાઇ ચુકી છે. ઉમેશ શુક્લાના પત્ની નિર્મળાદેવી પણ બહાર આવી ચુક્યાં હતાં. તે ચુપ તો હતો પણ તેના ચહેરા પરથી અંદરનો વલોપાત સ્પષ્ટ દેખાઇ રહ્યો હતો.

''તમારી બન્ને દિકરીઓનુ અપહરણ થયું છે. આ વિડીયો તમારા માટે દયાલ સાહેબે મોકલાવ્યો છે..!!'' રાજેશે પોતાના મોબાઇલમાં વિડીયો ચાલુ કરી ઉમેશ તરફ ધર્યો. ઉમેશ કોઇ હરકત કરે તે પહેલા ઉમેશની પત્નીએ દોડીને મોબાઇલ ઝુંટવી લીધો. ઉમેશની નજર મોબાઇલ સ્ક્રિન પર પડી અને બીજી જ સેકંન્ડે તેણે તેની પત્ની પાસેથી મોબાઇલ ઝુંટવી ઘા કર્યો. અને મોબાઇલ તુંટીને ફર્સ પર પડ્યો.

એ સાથે જ ઉમેશ ઉભો થઈ રાજેશ પર હુમલા કરવા ગયો. રાજેશે સમયસુચકતા વાપરી ઉમેશને પછાડી દીધો. ઉમેશ તરત ઉભો થઈ ફરી તેના પર હુમલો કરવા ગયો, પણ રાજેશે લાત મારી, ઉમેશ પોતાનું સંતુંલન ગુમાવતા ફર્સ પર પટકાયો. નિર્મળાદેવી વચ્ચે આવી રાજેશ અને પોતાના પતિને ઝઘડો ના કરવા મનાવવા લાગ્યાં. ઉમેશને પણ સમજાઇ ગયું કે તે

હવે બધું ગુમાવી બેઠો છે...!! બન્ને પતી-પત્ની એક બીજાને બાથ ફરી આક્રંદ કરવા લાગ્યા.બહારનો ગેટ ઘણો દુર હતો એટલે અંદર ચાલતી ધમાલ બહાર સંભળાય તેમ ન હતી. ઘરમાં નોકર-ચાકર ઉમેશ રાખતો ન હતો અને સાફ-સફાઇ કરવાવાળી બાઇ સવારમાં જ કામ કરી જતી રહી હતી. એટલે અત્યારે ઘરમાં આ ત્રણ સિવાય બીજું કોઇ જ ન હતું. રાજેશ ઉભો થઈ મોબાઇલના ટુકડાઓ ભેગા કરવા લાગ્યો.

"આ વિડીયો તો સેમ્પલ હતું. જો તમે મારી વાત નહિ માનો તો આ વિડીયો યુટ્યુબ પર અપલોડ થશે અને આટલાથી બધું નહિ પતે, તમે જેમ આજ સુધી બીજી છોકરીઓની હરાજી કરતા એમ હવે તમારી બન્ને દિકરીઓની થશે...!!" રાજેશ ખુબજ ઠંડા અવાજમા વાત કરી રહ્યો હતો.

ઉમેશ પાસે પિસ્તોલ પણ હતી, પણ હવે તેને સામે દેખાતા માણસથી ડર લાગી રહ્યો હતો. જ્યાં સુધી આખો મામલો શું છે એ ખબર ના પડે ત્યાં સુધી ઝેરના ઘુંટડા પીવા સિવાય છુટકો ન હતો. રાજેશે મોબાઇલના બધા ટુકડા વીણી અને પાછો એ જ અંદાજમાં સોફા પર બેઠો.

"જુઓ શુક્લા સાહેબ, તમારી દિકરીઓની અડધી બરબાદી તો થઈ ચુકી છે પણ હવે આગળનુ નુકશાન ઓછું કરવું એ તમારા હાથની વાત છે..!!!"
"કોણ છે આ બધાની પાછળ..? કેટલા રૂપિયા જોઇએ છે તારે..!!" ઉમેશની આંખો ગુસ્સા અને આંસુથી લાલ થઈ ચુકી હતી.
"તમને જો, હજી સુધી ખ્યાલ ના આવ્યો હોય તો, તમે મુર્ખ છો...!!!" રાજેશના અવાજમાં ક્રુરતા હતી.
"દયાલ સાહેબ...?? ના...!! એ મારી સાથે આવો દગો કદી ના કરે, બચ્ચી..!!" ઉમેશના અવાજમાં પારાવાર આશ્ચર્ય હતું.
"જો તમે એમની સાથે દગો કરી શકો તો એ કેમ ના કરી શકે..?"
"મેં શું દગો કર્યો..?" ઉમેશની આંખો પોળી કરી રાજેશને તાકવા લાગ્યો.
"એક મહિના પહેલા, રાઠોડ સાહેબ પાસે દયાલ સાહેબનો સોદો કોણે કર્યો હતો..?" રાજેશે તરત ઘટસ્ફોટ કર્યો.

રાજેશની વાત સાંભળતા જ ઉમેશના મોતીયા મરી ગયાં. બન્ને પતિ-પત્ની એકબીજા સામે તાકવા લાગ્યાં. શક્તિસિંહે દયાલને હટાવવા 100 કરોડની ઓફર ઉમેશ શુક્લાને કરી હતી. એ રકમ સાથે બંન્ને પતિ-પત્ની વિદેશમાં આરામથી આખી જીંદગી કાઢી શકે તેમ હતાં. ઉમેશની પત્નીએ જ આ ઓફર સ્વીકારવા ઉમેશને મનાવ્યો હતો. અને આજે એ લાલચનું પરિણામ ભોગવવાનો સમય આવી ગયો હતો. ઉમેશને દયાલની તાકાતનો અંદાજ હતો એટલે હવે રાજેશ સાથે વધારે દલીલ કરવાનો કોઇ મતલબ ન હતો.

''દયાલ સાહેબ મારી પાસેથી શું ઇચ્છે છે..?'' ઉમેશને તેની બન્ને દિકરીઓનો જીવ બચાવવો હતો.

''તમારે વડાપ્રધાનની હત્યા કરવાની છે...!!'' રાજેશના ચહેરા પર કોઇ જ ભાવ ન હતો. તે કઠોર બની વાત કરી રહ્યો હતો.

''આજે રુદ્ર ચૌહાણ દિલ્હીમા એક મોટી પાર્ટી આપી રહ્યો છે. અને આજે જ તમારે બધાની સામે તેમના પર ગોળી ચલાવવાની છે....!!!!''

ઉમેશને આ વાત ગળે ઉતરી રહી નહોતી. ''આટલું જલ્દી કેમ..?? અને બધા વચ્ચે જ શા માટે..? મારે દયાલ સાહેબ સાથે વાત કરવી છે..!!'' ઉમેશ પોતાનો શક દુર કરવા માંગતો હતો.

''તમારી બન્ને દિકરીઓ અત્યારે મારા કારણે સુરક્ષિત છે..!! અને જો તમે વધારે નખરા કર્યા તો હું કશું જ નહિ કરી શકું..!!'' રાજેશના અવાજમાં કઠોરતા ભળી.

''મારી દિકરીઓની જીંદગી બરબાદ કરી નાખી, અને હજી કહો છો કે સુરક્ષિત છે...??'' નિર્મળાદેવી અંતે બરાડા પાડતા બોલ્યા.

''ના..!! આને બરબાદી ના કહેવાય..!! બરબાદ તો ત્યારે થાય જ્યારે બજારમાં વેચાય અને રોજે રોજ કેટલાય ના હાથે પીંખાય...!!!'' રાજેશ આગળ બોલે તે પહેલા ઉમેશનો હાથ રાજેશના ગળા સુધી પહોંચી ગયો. ગળા પર દબાણના કારણે રાજેશના ચહેરા પર લોહી તરી આવ્યું. ઉમેશની આખોમાં રાજેશનું મોત સ્પષ્ટ દેખાઇ રહ્યું હતું. પણ એ જ સમયે રાજેશ પુરા બળ સાથે પોતાના પગને ઉમેશના પેટ પર ભરાવી જોરથી ધક્કો માર્યો એટલે ઉમેશ ફંગોળાઇને જમીન પર પડ્યો.

‘‘તે તારી લાઈફલાઇન વાપરી લીધી છે, શુક્લા..!! હવે એક વધારે અવળચંડાઇ અને તારા પુરા પરિવારનો ખેલ ખતમ...!!’’ રાજેશ પોતાના ગળા પર હાથ ફેરવતો જોર જોરથી શ્વાસ લેવા લાગ્યો. ઉમેશની પત્નીએ રાજેશના પગ પકડી રડવા લાગી. ‘‘એમને માફ કરી દો..!! મારી દિકરીઓને બક્ષી દો..!! મને લઈ જાવ સાથે, પણ એમને છોડી દો...!! પાપ તો અમે બન્નેએ કર્યા છે, એમને જવા દો..!!’’ ઉમેશની પત્ની રડતા રડતા બોલી રહી હતી.

રાજેશને આજે મોકો મળ્યો હતો, ઉમેશ શુક્લાને સબક શીખડાવવાનો પણ તે રુદ્રના આદેશથી બંધાયેલો હતો.

‘‘જેટલા ગુનાહ તમે કરેલા છે તેના કરતા વધારે મે કર્યા છે..!! પણ સવાલ અહી ગદ્દારીનો છે..!! તમારે દયાલ સાહેબ સાથે ગદ્દારી નહોતી કરવી જોઇતી..!!’’ રાજેશ ઉમેશની પત્નીને ઉભી કરતા બોલ્યો.

થોડી વાર કોઇ કશું જ ના બોલ્યુ. ઉમેશ માથું પકડીને જમીન પર બેઠો બેઠો રડી રહ્યો હતો અને પોતાને કોસી રહ્યો હતો. ઉમેશની પત્ની સાવ ચુપ થઈ ગઇ હતી.

‘‘જો આ કામ તમે આજે ના કર્યુ અથવા કોઇ ચાલાકી કરી તો તમને ખબર જ છે કે શું થશે તમારી બન્ને દિકરીઓ સાથે..!!’’ રાજેશ સમજાવતો હોય તેમ બોલ્યો.

‘‘હું તમને એક મિત્ર તરીકે સલાહ આપું છું, આ કામ કરી લો..!!’’

‘‘આવી તારી મિત્રતા છે..!! જ્યારે મારી દિકરીઓની ઇજ્જત લુંટાઇ રહી હતી ત્યારે તું ક્યાં હતો..??’’ ઉમેશ રાડો પાડતા બોલ્યો.

‘‘તમે દયાલ સાહેબને બરાબર ઓળખો છો. પણ છતાંય મેં નુકશાન ઓછું થાય તેવો પ્રયત્ન કર્યો છે અને જો તમે મારી વાત માનશો તો ભાભી અને તમારી બન્ને દિકરીઓને સહી-સલામત વિદેશ પહોંચાડવાની જવાબદારી મારી..!!!’’ રાજેશના ખુબજ આત્મીયતાથી બોલ્યો.

‘‘એટલે..? તું શા માટે મારી મદદ કરીશ..??’’ ઉમેશને હવે કોઇના પર ભરોસો નહોતો રહ્યો.

‘‘તમે દયાલ સાહેબના ખાસ માણસ હતાં,તો પણ જો એ તમારી સાથે આવું કરી શકે તો મારા જેવાની તો શું હાલત થાય..? એટલે મારે પણ અહીંથી નીકળવું છે..!!’’ રાજેશ ઢીલો થઈ સોફા પર બેસી ગયો.

હોલમાં ધીમે ધીમે વાતાવરણ હળવું થયું. બધું જ રુદ્રની યોજના પ્રમાણે જઈ રહ્યું હતું. ઉમેશ અને તેની પત્નીએ હજી નીચે ફર્સ પર જ બેઠા હતાં.
''મને તું ખુલીને કહીશ કે આ બધું કેવી રીતે થયું અને દયાલ સાહેબનો શું પ્લાન છે..!! હું મારી તમામ સંપતિ તને આપી દઈશ..!!'' ઉમેશને લાગ્યું કે રાજેશ કદાચ પીગળી જાય તો તેનું કામ થઈ જાય પણ તેને અંદાજો પણ ન હતો કે તે રુદ્રના ચક્રવ્યુહમાં ફસાઇ રહ્યો હતો.

ઉમેશની વાત સાંભળી રાજેશ દયામણું હસવા લગ્યો. ''સ્મશાનમાં પડેલી લાશ હંમેશા ગરીબ જ હોય છે. તો એ પૈસા શું કામનાં જે તમારા મોતનું કારણ હોય..!!'' રાજેશે કટાક્ષ કરતા કહ્યું. ''તો તારે શું જોઇએ છે..?'' ઉમેશ કશું જ સમજાઇ નોતું રહ્યું.
''મને મારો જીવ વહાલો છે અને મારે જીવીત હાલતમાં આ પુરા ચક્રમાંથી બહાર નીકળવું છે,બસ..!! હું આ નિર્દોષ છોકરીઓની ચીસો સાંભળી થાકી ગયો છું..!!'' રાજેશ સાવ ઢીલો પડી ગયો. ઉમેશને રાજેશના ચહેરા પરની પીડા દેખાઇ રહી હતી.
''તું ખુલીને વાત કર તો મને ખબર પડશે કે મારે શું કરવાનું છે..!!'' ઉમેશને આશાનું કિરણ દેખાયું એટલે એ પણ બેબાકળો થઈ ગયો.
''આ પૂરી યોજનામાં તામારો જીવ જશે એ પાક્કી વાત છે,પણ તમારો પરિવાર અને હું સાવ સુરક્ષિત બહાર નીકળી જશું..!!'' રાજેશે પહેલુ પત્તુ ફેંક્યું.
''હા..હા.. મને મંજુર છે આગળ બોલ..!!'' ઉમેશ અધીરો થઈ ગયો કારણ કે તે દયાલને બરાબર ઓળખતો હતો કે કદાચ તે વડાપ્રધાનને મારી નાખશે તો પણ દયાલ તેના પરિવારને તો નહિ જ બક્ષે.

રાજેશે શાંતિથી બંન્ને આખી યોજના સમજાવી. ઉમેશને વાત ગળે પણ ઉતરી ગઈ. પણ હજી એક સવાલ તેને સતાવી રહ્યો હતો.
''પણ દયાલ સાહેબ, વડાપ્રધાન આજે જ મરે તેવું કેમ ઇચ્છે છે..??''
''સામાન્ય સંજોગોમાં વડાપ્રધાનની સુરક્ષા વધારે હોય છે અને આ ભીડમાં તમે આરામથી તેને મારી શકો એટલા માટે કદાચ...!!'' રાજેશે એવું જ બતાવ્યુ કે તેને દયાલના પ્લાન વિષે કોઇ જ ખબર ન હતી.
''પણ દયાલ સાહેબ, વડાપ્રધાન આજે જ મરે તેવું કેમ ઇચ્છે છે..??"

''સામાન્ય સંજોગોમાં વડાપ્રધાનની સુરક્ષા વધારે હોય છે અને આ ભીડમાં તમે આરામથી તેને મારી શકો એટલા માટે કદાચ...!!'' રાજેશે એવું જ બતાવ્યુ કે તેને દયાલના પ્લાન વિષે કોઇ જ ખબર ન હતી.

ઉમેશે હા પાડતાં જ રાજેશ ચાલતો થયો પણ દરવાજે પહોંચતા જ તે પાછળ ફર્યો. ''તમારું આખું ઘર આપણા જ માણસોથી ઘેરાયેલું છે, એનો અર્થ તમને ખબર છે અને દગો દેવાનું શું પરીણામ આવે તેનો તમને ખ્યાલ આવી જ ગયો હશે..!! તમે તો જીવતા નહિ બચો પણ તમારા પરિવારનો જીવ પણ તમારા જ હાથમાં છે...!! અને મારી યોજના વિષે જો તમે કોઇને કહ્યું તો પણ મરતા મરતા હું તમને નુકશાન તો પહોંચાડ તો જ જઇશ..!!'' કહી રાજેશ નીકળી ગયો.

ઉમેશ અને તેની પત્ની એકાદ કલાક સુધી આ પરિસ્થિતીનો સામનો કરવા મન મક્કમ કરી રહ્યા હતા. ઉમેશને ઘણી વખત એમ થયું કે દયાલને ફોન કરું અને માફી માંગું..!!! પણ તેનું પોતાનું મન જ તેને રોકી લેતું હતું. તેને દિનદયાલની હેવાનીયતના કિસ્સા યાદ હતા. ઘડિયાળમા આઠ વાગી ગયા હતા. હવે ઉમેશ પોતાની મૃત્યુ માટે સજજ હતો. તે પાર્ટીમા ગયો અને પોતે DCP હોવાના કારણે તેની રિવોલ્વર તેની પાસે જ હતી અને તેને વડાપ્રધાન સુધી પહોંચવામા કોઇ જ તકલીફ પડી નહિ.

પ્રકરણ – 9

કોણ ફસાયું..!?!?!?!

ગુલામહૈદર પાછા વર્તમાનમાં આવ્યા. તે રુદ્રની બુદ્ધિ પર ઓવારી ગયાં. પણ હજી યોજના સફળ થવાને વાર હતી. તેણે ઘડિયાળમા જોયું..!!! સાડા બાર થયા હતા. પોલીસફોર્સ ફાર્મહાઉસ પાસે પહોંચવા આવી હશે...!!! ચલો આગળનુ કામ પતાવુ...!!! તેણે વિચાર્યુ.

દિનદયાલ હોસ્પિટલથી ગૃહમંત્રાલય જવા નીકળી ચુક્યો હતો. આ ઘટનાની તપાસ કરવા તેણે દિલ્હી પોલીસ તથા બધી એજન્સીઓને એક કલાકનો સમય આપ્યો હતો કે તે લોકો ફટાફટ આ બનાવની જાણકારી ભેગી કરે અને તેને રિપોર્ટ કરવા બધા મંત્રાલય પહોંચે. ફાર્મફાઉસ પરના રુદ્રના માણસોમાંના એકે સુચના પ્રમાણે સુધાનો મોબાઇલ ચાલુ કરી દીધો, જેથી પોલીસને સિગ્નલ મળે કે બન્ને ક્યાં છે.!?! બંન્નેને છેક સુધી બેહોશ જ કરેલી રાખવામાં આવી હતી, જેથી તેમને આ કલુષીત દુનિયાનો અનુભવ સૌથી ઓછો રહે અને આ બધું જલ્દી ભુલી શકે.

મોબાઇલ ચાલુ થતા જ બધાનું ધ્યાન ફાર્મફાઉસ પર ગયું અને બન્ને છોકરીને શોધવા પૂરી ફોર્સ નીકળી પડી, પણ હજી દિનદયાલના વફાદાર માણસો પોલીસ ફોર્સમાં જ હતા...!!!
દિનદયાલ ઓફિસમા બેઠો બેઠો પોતાની ખુરશી ફેરવતો ફેરવતો ઉમેશ શુક્લા વિષે વિચારી રહ્યો હતો કે, ઉમેશે આવું કેમ કર્યુ હશે અને એ જ સમયે તેના પર્સનલ મોબાઇલ પર કોલ આવ્યો. મોબાઇલ પર જાણીતું નામ જોતા જ દિનદયાલે તરત ફોન ઉપાડ્યો.

દયાલ કશું જ બોલે તે પહેલા સામેથી જ એકશ્વાસે બધું બોલાઇ રહ્યું હતું.
‘‘દયાલ સાહેબ..!!! CBI પોલીસફોર્સ લઈને ફાર્મ હાઉસ પર પહોંચવા આવી છે..!!! પેલી બન્ને છોકરીઓ ત્યાં જ છે...!!!! હવે મારા માટે કશું જ કરવું શક્ય નથી...!!! પણ મને થયું તમને જાણ કરી દઉ..!!!’’ કહી સામેથી ફોન મુકાય ગયો.
દિનદયાલના પગ નીચેથી જમીન ખસી ગઈ. હજી તે કઈ આગળ વિચારે તે પહેલા રુદ્રનો ફોન દિનદયાલના મોબાઇલ પર આવ્યો.

રુદ્ર હોસ્પિટલમાં બધાથી થોડે દુર જઈ ફોન કર્યો હતો. ચેતન અખિલેશને હોસ્પિટલ પહોંચાડીને ફરી પાછો હોટેલમાં આવેલા કંટ્રોલરૂમમાં જઈ બધું નિરિક્ષણ કરી રહ્યો હતો. દિનદયાલને ફોન આવતાં જ તેણે રુદ્રને જાણ કરી દીધી અને રુદ્ર તરત દિનદયાલને ફોન કર્યો.

"શું દયાલ સાહેબ તમારા પગ નીચેથી જમીન ખસી ગઈ...!!! એવું ના વિચારતા કે તમે હજી બચી શકશો...!!!" રુદ્રએ પહેલો કટાક્ષ કર્યો

"તો આ બધું તે કરાવ્યું છે...!?! પણ કેમ...!?!" દિનદયાલનો અવાજ અકળાઇને ઉંચો થઈ ગયો.

"વધારે વિચારવામાં સમય બરબાદ ના કરો...!!!! આ તમારી દિલ્હી પોલીસ નથી કે તમારું ધાર્યુ થશે..!! CBI છે...!!! તમને કાચેકાચા ખાઇ જશે..!! અને આમપણ તમારો પાવર, ત્યાં સુધી જ હતો જ્યાં સુધી તમારી સરકાર હતી, પણ માફ કરજો મને કહેતા દુખ થાય છે. તમારા મોટાભાગના સાંસદોને મે ખરીદી લીધા છે..!!! અને વડાપ્રધાન હવે બચવાના નથી..!!! હમણા થોડી જ મિનિટોમાં તમે દેશદ્રોહી સાબિત થઈ જશો..!!!" રુદ્રએ દિનદયાલને ડરાવવા થોડું ખોટું પણ બોલી લીધુ.

દિનદયાલ માટે તો જાણે માથે આભ ફાટ્યુ હતું. જો એ સાબિત થઈ જાય કે પ્રધાનમંત્રી પર તેણે જ ગોળી ચલાવડાવી હતી તો...!!! આ વિચારતા જ દિનદયાલ સાવ ઢીલો પડી ગયો. તેના કપાળ પર પરસેવાના ટીપા સ્પષ્ટ જોઇ શકાતા હતા. રુદ્ર પાસે હવે મોકો હતો પોતાનું ધાર્યુ કરાવવાનો. દિનદયાલના મોઢામાથી એક પણ શબ્દ નીકળી નોતો રહ્યો બસ તે મોબાઇલને કાન પર દબાવી બેઠો હતો.

"ફોન મુકતા પહેલા એક સાચી સલાહ આપી દઉ...!!! દોડી લો...!!! જેટલુ દોડાય તેટલુ...!!! પણ હું વચન આપું છું, સવાર સુધીમાં તમારી લાશ દિલ્હીની સડક પર રઝળતી હશે..!! તમને કોર્ટમાં ઢસડવાની ભુલ હું નહિ કરું...!!" કહી રુદ્રએ ફોન મુકી દીધો.

દિનદયાલનુ મગજ હવે ચકરાઇ ચુક્યુ હતું. તેને કશો જ ખ્યાલ નોતો આવી રહ્યો કે શું કરવું...?? શક્તિસિંહ મરી જશે તો, રુદ્રને બદલો લેવાનો મોકો મળી જશે..!! હજી તે કઈ

આગળ કઈ વિચારે ત્યાં ફરીથી તે જ જાણીતા નંબર પરથી દિનદયાલના ખાનગી નંબર પર કોલ આવ્યો.

"સર....!!!! બધું ખતમ થઈ ગયું.....!!! ખબર નહિ કોઇકે મોટી ગેમ રમી નાખી છે...!!! CBI ના હાથમા પેલી બન્ને છોકરીઓ લાગી ગઈ છે, પણ હજી એ બેહોશ છે...!!! તે બન્નેને અત્યારે હોસ્પિટલમા લઈ ગયા છે..!! સાથે બીજી પાંચ છોકરીઓ પણ મળી છે, જેણે તમારું અને છોટે સરકારનુ નામ લઈ લીધું છે..!!! અહીંથી બધા મંત્રાલય બાજુ જ આવે છે...!!!" અને ફોન કપાઇ ગયો.

હવે દિનદયાલ પાસે વધારે સમય ના હતો. તેણે પોતાનો શાતીર દિમાગનો ઉપયોગ કર્યો..!!! તેણે તરત એક ફોન લગાવ્યો..!!

"હવે સાંભળ...!!! અને વિચાર નહિ...!! હમણા હું મંત્રાલયથી નીકળું છું. પંદર જ મિનીટમાં મારો કાફલો હોટેલ પાસેથી નીકળશે..!!! તું તારી પૂરી ફોર્સ લઈને મારા કાફલા પર હુમલો કરજે..!!! જે રસ્તામાં આવે તેને મારી નાખજે, પણ કોઇપણ સંજોગોમા મને ત્યાંથી અપહરણ કરતો હોય તેમ કાઢજે..!!! હું વિરોધ કરું તો એકાદ ઝાપડ પણ મારી દેજે પણ આ અપહરણ બિલકુલ સાચું લાગવુ જોઇએ..!!!" કહી સીધો ફોન મૂકી દયાલ ઓફિસ બહાર નીકળી પડ્યો..!!

પોતાની કારમાં બેઠા અને સુરક્ષા ગાર્ડ્સ સાથે ઝડપથી પોતાના ઘર તરફ જવા લાગ્યા. પાવરફુલ હોવાના જેટલા ફાયદા હોય છે, તેટલા જ નુકશાન પણ હોય છે...!!! અત્યારે દિનદયાલને ભાગવુ છે, પણ તેના પોતાના જ સુરક્ષાકર્મીઓ જ તેના દુશ્મન બની બેઠા છે...!!! કારમા બેઠા બેઠા દિનદયાલે પોતાના ભાગવાનો પ્લાન પણ બનાવી લીધો. બસ હવે ખાલી તેનું અપહરણ સફળ થાય પછી તે આ બધાને જોઇ લેશે, તેવું જ કંઇક મનમાં વિચારી રહ્યો હતો.

રુદ્ર આટલી મોટી ગેમ રમી નાખશે, તેવું દિનદયાલને કલ્પનામાં પણ નહોતું આવતું. દિનદયાલનો કાફલો અડધે રસ્તે પહોંચ્યો, ત્યાં અચાનક સામેથી ગોળીઓ વરસવા લાગી. દિનદયાલની કાર બુલેટપ્રુફ હોવાથી તેને કશું જ નુકશાન થાય તેમ ન હતું. જ્યારે

દિનદયાલના માણસો અને તેના જ સુરક્ષા કર્મચારી વચ્ચે મુઠભેડ ચાલુ થઈ ગઈ..!! ગોળીઓનો અવાજ ત્યાં નજીકમાં પહેરા પર લાગેલી સીઆરપીએફ અને પોલીસ પણ મુઠભેડમાં જોડાઇ ગઈ...!!! હવે ગોળી અને બોમ્બના અવાજનુ પ્રમાણ વધવા લાગ્યું અને એકધારી ચાલી રહેલી ગોળીઓથી હવે દિનદયાલ પણ થોડો ગભરાયો હતો.

તેને આવો હુમલો કરાવી પોતાનું જ અપહરણ કરાવવું હતું, જેથી તે દુનિયાને સમજાવી શકે તે પણ આવા જ હુમલાનો શિકાર થયો છે અને બચવા માટે થોડો સમય મળી જાય પણ આ તો ઉંધુ થયું. દિનદયાલને મગજમાંથી નીકળી ગયું કે આજે તેણે પોતે જ પૂરી દિલ્હીમા ચુસ્ત પહેરો લગાવ્યો છે...!!!

આ લડાઈમાં ખાલી આ બે પક્ષ જ સામેલ ન હતાં. રુદ્રના માણસો પણ છુપી રીતે દિનદયાલનો પીછો છેક મંત્રાલયથી કરી રહ્યા હતા અને તેમનો હેતું દિનદયાલ સુરક્ષિત ભગાડવાનો હતો....!!! પણ અહીં બાજી પલટાઇ રહી હોય તેવું લાગી રહ્યું હતું. રુદ્રના માણસોની આગેવાની રાજેશ જ સંભાળી રહ્યો હતો. તેણે સમય સુચકતા વાપરી દિનદયાલને બચ્ચીભાઇ વાળા નંબરમાથી કોલ કર્યો.

દિનદયાલને પણ બચ્ચીનો નંબર જોતો થોડી રાહત થઈ..!!

“સરકાર અમે તમારી પાછળ છીએ...!! તમે ખાલી તમારી કારમાંથી નીકળી આ આર્મી અને તમારા સુરક્ષાગાર્ડસની આડશ લઈ, તે બધાની પાછળ પહોંચો ત્યાંથી તમને આપણો માણસ મારા સુધી લઈ આવશે...!!!” બચ્ચીને એટલો તો ખ્યાલ હતો કે દિનદયાલ અત્યારે વધારે વિચાર્યા વગર તેની વાત માની લેશે. અને આ સતત ચાલી રહેલી ગોળીઓથી દિનદયાલનું મગજ પણ કામ નોહતું કરી રહ્યું. તેણે તો એવું જ વિચારેલુ કે પંદર-વીસ મિનીટમાં તેના માણસો આ બધાનો ખાત્મો કરી તેને અપહરણ કરી જતા રહેશે પણ આ તો હવે બાજી પલટાઇ રહી હતી. તે પોતાની જ સુરક્ષા માટે મથી રહેલા આર્મી અને તેના સુરક્ષા જવાનોને કોસી રહ્યો હતો...!!!

“હા, ઠીક છે...!!!” કહી દિનદયાલે ફોન મુક્યો. તેણે કઈ પણ વિચાર્યા વગર દરવાજો ખોલી બહાર નીકળી ગયો. એટલે ત્યાં ઉભેલા જવાનોએ દિનદયાલને બચાવવા તેની આગળ ઉભા રહી ગયા. જેથી દિનદયાલને એક પણ ગોળી ના લાગે.....!!!! દિનદયાલ આ

બધાની આડશ લઈને છેક પાછળ પહોંચી ગયો. તે બધામાં રાજેશે મિલેટ્રીની વર્દીમા પોતાનો એક માણસ ઘુસાવી દીધો હતો. રુદ્રએ પહેલેથી જ રાજેશને આ બધું સમજાવેલું. દિનદયાલ પાછળ પહોંચ્યો, ત્યાં તરત જ તે માણસે દયાલને ઇશારો કરી સમજાવી દીધું કે તે બચ્ચીભાઇનો માણસ છે.

પેલાએ દિનદયાલને પોતાની પાછળ કરી પાછળ પાછળ ચાલવા લાગ્યો. બે જવાનોનું ધ્યાન આ બન્ને પર ગયું, પણ તેમને લાગ્યું કે એ માણસ તેમનો ઓફિસર જ છે અને દયાલ સાહેબ બચાવવા આ બધાથી દુર જઈ રહ્યા છે. એટલે તેમણે સામે દેખાતા દુશ્મનો પર જ ગોળીઓ ચલાવવાનું ચાલુ રાખ્યું.
પછીની દસ જ મિનીટમા દિનદયાલના માણસોની લાશો રોડ પર રઝળતી થઈ ગઈ હતી. 30 આંતકીઓને ઢેર કરવામાં સાત જવાન પણ શહીદ થઈ ગયા. આ સાથે રોડ પર સન્નાટો છવાઇ ગયો. અત્યાર સુધીમા તો આર્મીના ઘણા જવાનો અહીં જમા થઈ ચુક્યાં હતા. બધા એકસાથે ચોકસાઇ કરી રહ્યા હતા કે બધું બરાબર છે...!! અને દિનદયાલ સુરક્ષિત છે...!!!

જ્યાં સુધી બધાને કઇ ખ્યાલ આવ્યો કે દિનદયાલ તેમની સાથે નથી, ત્યાં સુધી ઘણું મોડું થઈ ચુક્યુ હતું.......!!! રાજેશ અને તેમના માણસો નજર ચુકાવી ઘણા દુર નીકળી ગયા હતા. પંદર મિનીટ કાર ચલાવ્યા બાદ રાજેશ એક સોસાયટી આગળ કારને ઉભી રાખી પોતે દિનદયાલ સાથે નીચે ઉતર્યો. દિનદયાલને પોતાની બધી અંગત વસ્તુ કારમા જ મુકી દેવાની સલાહ રાજેશે આપી.
બચ્ચીભાઇ જીવના જોખમે દિનદયાલને બચાવીને લાવ્યો હતો એટલે દિનદયાલને તેના પર વિશ્વાસ આવી ગયો હતો. તેણે ફટાફટ પોતાની અંગત વસ્તુ જેમકે ઘડિયાળ, અંગુઠી, સોનાનો ચેન, મોબાઇલ વગેરે કારના ડ્રાઇવરને આપી દીધી. કાર આગળ પાછી રોડ પર દોડવા લાગી. રાજેશ અને દિનદયાલ ચોકીદારની નજર ચુકવી, સોસાયટીમાં દાખલ થયા. આ સોસાયટીમાં રાજેશ કામદારના નામે એક ફ્લેટ બુક હતો. સોસાયટી જુની હતી એટલે CCTV કેમેરા હજી લગાવેલા ના હતા. બન્ને રાજેશના ફ્લેટમા દાખલ થયા.
ફ્લેટ વ્યવસ્થિત લાગતો હતો. દિનદયાલને કંઇ જ સમજાઇ નોતું રહ્યું કે આ બધું કેવી રીતે અને શું કામ થઈ રહ્યું છે... તે સોફા પર બેઠો ત્યાં જ તેના મગજમાં ઝબકારો થયો.

''નિતેષ.....!!!'' દિનદયાલના ચહેરા પર તેના દિકરાની ચિંતા દેખાઇ આવી.
''રુદ્ર ચૌહાણના કબ્જામાં છે.....!!!'' રાજેશ બારીને થોડી ખોલીને બહાર રોડ પર ધ્યાન રાખી રહ્યો હતો. અને તેના અનુમાન પ્રમાણે પોલીસ અને મિલેટ્રીના વાહનો રોડ પર દોડી રહ્યા હતા.
''કેવી રીતે...!!'' દિનદયાલથી જોરથી બોલાઈ ગયું. રાજેશ તરત મોઢા પર આગંળી મુકી ચુપ રહેવા ઈશારો કર્યો. દિનદયાલ તો બચ્ચીભાઇની આવી હરકત જોઇ ડઘાઇ જ ગયો.
''જો તમને તમારો અને નિતેષનો જીવ વાલો હોય તો શાંતિ રાખો..!!'' રાજેશે ગુસ્સામાં લાલ થતા કહ્યું. એ સાથે રાજેશે બચ્ચીભાઈનો વેશ કાઢી નાખ્યો. મોઢા પરના ખોટા ઘાવ દુર કરી દીધા...!!! ખોટી પહેરેલી વિગ અને દાઢી પણ કાઢી નાખી. દિનદયાલના તો છક્કા જ છુટી ગયા. તેને પૂરી ગેમ મગજમા બેસી ગઈ.

રાજેશ ઉભો થઈ રસોડામા ગયો અને બે દવા જેવી લાગતી ગોળી અને પાણીનો ગ્લાસ ભરીને લઇ આવ્યો. દિનદયાલએ વિચારી રહ્યો હતો કે અહીંથી બહાર કેમ નિકળવુ. તેની પાસે ન તો ફોન હતો, કે ન એ ખબર હતી કે બહાર શું ચાલી રહ્યું છે એટલે તે ભાગવાનુ ખોટું જોખમ પણ લઈ શકે તેમ ન હતો.

''સરકાર....!!! અત્યારે આ ઉંઘની ગોળી લઈ લો..!!! સવારે શાંતિથી ઠંડા મગજથી તમે વિચારજો કે તમારે આગળ શું કરવું છે....!!!'' રાજેશે તિખળ કરી અને બંધુક પણ બતાવી. દિનદયાલ પાસે અત્યારે ગોળી લેવા સિવાય કોઇ જ રસ્તો નહતો. તેણે તરત ઘેનની ટીકડી લીધી અને બેડરૂમમાં જઈને લાંબો થયો.
દિનદયાલના ઉંઘ્યા પછી રાજેશે તેના શરીરમાં એક કેપસ્યુલ જેવી વસ્તુ ઇજેક્ટ કરી, રુદ્રને ફોન લગાવ્યો. રુદ્રએ રાજેશનો નંબર જોતા તરત જ ફોન ઉપાડ્યો

''સર... ઓલ ઇઝ વેલ...!!!'' રાજેશને ખુશીથી થોડું જોરથી બોલાઇ ગયું.
''તેને થોડા દિવસ ત્યાં જ રાખવાનો છે, અને તારે પણ ત્યાં જ રહેવાનું છે, અને પ્રયત્ન કરજે કે તે સતત ન્યુઝ ચેનલ જોતો રહે અને માહિતી ઓકાવવાનો પ્રયત્ન કરજે..!!''
''જી સર..!! રાજેશે વિનમ્રતાથી કફી કનેકશન કાપ્યું.

રાતનો એક વાગ્યો હતો. રુદ્રએ તરત શેખસાહેબને ફોન લગાવ્યો. શેખસાહેબને ફાર્મ હાઉસની વિગત મળી હતી અને દિનદયાલ પરના હુમલાની પણ જાણકારી હતી. અત્યારે શેખ સાહેબ કમિશનર ઓફિસે જ હતા અને આગળના શું કરવું તે માટે બીજા ઓફિસરો સાથે ચર્ચા કરી રહ્યા હતા. ત્યાં તેમણે રુદ્રનો નંબર જોયો...!!

‘‘સર, બધું ઓકે જ છે...!!! બીજી વિગત તમને ચેતન પાસેથી મળી જશે...!!! તે કંટ્રોલરૂમમાં જ છે...!!!’’ કહી રુદ્રએ ફોન મુકી દીધો.

માહેશ્વરી હોટેલમાં રુદ્રના સ્યુટમાં આવેલી નાનકડી લાઇબ્રેરી પાછળથી એક ચોર દરવાજો હતો. જેમાથી બીજા રૂમમાં જઈ શકાતું. એ રૂમ રુદ્રનો પ્રાઇવેટ કંટ્રોલરૂમ હતો. એ રૂમમાં એક થી એક એડવાન્સ્ડ ઉપકરણો હતાં. ઘણા બધા મોનીટર હતાં જ્યાંથી તે બધા પર નજર રાખી શકતો. આ કંટ્રોલરૂમ વિષે રુદ્રના વિશ્વાસુ માણસોને જ ખબર હતી. ચેતન અત્યારે આ જ રૂમમાં બેઠા બેઠા બધી ગતિવિધિઓ પર નજર રાખી રહ્યા હતો.

>>>>>>>>>>>>>>>>>>>>>><<<<<<<<<<<<<<<<<<<

AIIMS, રાત્રીના 1:00

સીબીઆઇ ડાયરેક્ટર પ્રદિપ સિંન્હા હોસ્પિટલ પહોંચ્યા અને તેજપાલ રાણા,મુકુંદરાય અને વેંકટેશ નાયડુ જે ત્રણ સીનીયર નેતા હતાં, તેમને બાજુમાં લીધા અને બનેલી તમામ ઘટનાથી માહિતગાર કર્યા..!!

‘‘મને બધી વાત સમજાઇ ગઈ, પણ એક વાત ગળે નથી ઉતરતી કે જો દયાલસાહેબ જ આ અપહરણ કરાવ્યું હોય તો, તે ઉમેશને 100 કરોડ કેમ આપે..?? અને આટલી ખરાબ રીતે ફસાય કેવી રીતે ગયા..??’’ પૂરી વાત સાંભળ્યા બાદ તેજપાલ સિંન્હાએ પૂછ્યું.

‘‘સર..!! તપાસ ચાલુ છે..!! પણ હકીકત એ છે કે એ પૈસા. રાઠોડ સાહેબે ઉમેશને, દયાલ સાહેબને મારવા આપેલા..!! અને રહી વાત દયાલ સાહેબના ફસાવવાની તો એ મોબાઇલવાળી જે બેદરકારી થઈ હતી, તેમણે તેમને ફસાવી દીધા અને જે હુમલો તેમના પર થયો હતો, તે પણ તેમણે જ કરાવેલો..!! અમને એક ઘાયલ આંતકવાદી પાસેથી સ્ટેટમેન્ટ મળી ચુક્યુ છે, અને અમે એ હોટેલ મારીગોલ્ડ પર પણ છાપો માર્યો હતો. જ્યાંથી 231 છોકરી મળી આવી છે, 200 કિલો ડ્રગ્સ અને હથિયારો તથા 5 અપહરણકારીઓ અને આ

જે 30 જણા માર્યા ગયા, તે બધા જ દયાલસાહેબના માણસો હતાં, તે વાતની ખાતરી હોટેલનો સ્ટાફ આપી ચુક્યો છે...!!'' સિંહાએ બધી હકીકત ખલ્લી મુકી. મુકુંદરાય અને તેજપાલના ચહેરા પર દહેશત સ્પષ્ટ દેખાતી હતી. વેંકટેશના ચહેરા પર એક અજબ શાંતિ હતી. તે હંમેશા રાઠોડ અને શર્માને નફરત કરતો.

''અને બહાર, હાય શક્તિસિંહ અને દિનદયાલ મુર્દાબાદના નારા પણ લાગી રહ્યા છે..!! કારણ કે આ જે કાંઇ બન્યું તે મીડિયાએ રેકોર્ડ કરી જનતાને બતાવી દીધું છે...!!'' સિંન્હાએ બીજા ખરાબ ન્યુઝ પણ આપી જ દીધા..!!

''રાઠોડ સાહેબના કોઇ ન્યુઝ આવ્યા...??'' પેલા બે માંથી એકપણ નેતા કંઇ બોલે તે પહેલા સિંન્હાએ પૂછી લીધું..

''ના..!! હજી ઓપરેશન ચાલુ છે..!! ઠીક છે..!! તમે જાવ અને બધી વાતની મને જાણકારી આપતા રહેજો..!! બને એટલી વાત દબાવવાનો પ્રયત્ન કરો..!!'' તેજપાલે નિર્દેશ આપી દીધો. સિંન્હા ત્યાંથી તરત નીકળી ગયો. જતો જતો ચોરી છુપીથી રુદ્ર સામે જોઇ લીધુ અને બંન્નેએ આંખોથી જ વાત કરી લીધી.

સિંન્હા સાહેબના ગયાના થોડીવાર બાદ ઓપરેશન થીયેટરમાંથી ડોકટરોની ટીમ બહાર આવી એ સાથે જ બધાએ તેમને ઘેરી લીધા..!! ડોકટરોએ કોઇપણ કોમેન્ટ આપ્યા વગર પાર્ટીના સીનીયર નેતાઓને બાજુએ કર્યા.

''સર..!! છલ્લા શ્વાસ લઈ રહ્યા છે, અને વાંરવાર રુદ્ર ચૌહાણને મળવાની ઇચ્છા વ્યક્ત કરી રહ્યા છે..!!'' ડોક્ટરે ગંભીરતાથી કહ્યું.

''પણ, તો રાહ શું જોઇ રહ્યા છો..!! મિસ્ટર ચૌહાણ સામે બેઠા છે, તેમને અંદર લઈ જાવ..!!'' તેજપાલે રુદ્ર તરફ ઇશારો કર્યો. નાયડુને તેજપાલનો આટલો ઝડપથી પ્રતિસાદ આપવો ના ગમ્યો. કોઇ આગળ કંઇ બોલે, તે પહેલા ડોક્ટર રુદ્ર તરફ ફંટાયો અને પરિસ્થિતીની માહિતી આપી. રુદ્ર દોડતો ઓપરેશન રૂમમાં પહોંચ્યો. અને બીજી મિનીટે અંદર હાજર બધા મેડિકલ સ્ટાફ બહાર નીકળી ગયો.

રુદ્ર રાઠોડના માથા પાસે જગ્યા લીધી. રાઠોડનો હાથ પોતાના હાથમાં લીધો. રાઠોડે ધીમેથી આંખ ખોલી,.

''આ બધું કારસ્તાન તારું છે ને..?? રાઠોડ સાહેબ પારાવાર પીડામાં હતાં. રુદ્રના ચહેરા પર સ્મિત હતું. ''કેમ...?'' રાઠોડને ખ્યાલ આવી ચુક્યો હતો કે હવે તે હારી ચુક્યો છે, અને જીવનના છેલ્લા શ્વાસો લેતી વખતે, તે પોતાને ખોટા દિલાસા નહોતા આપવા માંગતો. તેને જ્યારે મૃત્યુ નજીક દેખાયું, ત્યારે તેને એ તો સમજાઇ ચુક્યું હતું કે રુદ્ર તેની યોજનામાં સફળ થયો છે, પણ તે આ વાત બીજા કોઇને કહેવા નહોતો માંગતો. રાઠોડને અંદાજ હતો કે જો એ રુદ્રને નુકશાન પહોંચાડશે તો એ અખિલેશને નુકશાન કર્યા વગર નહિ રહે..!! હવે તેને હારની સ્વીકૃતિ જ, તેના દિકરાની જીંદગી બચાવી શકશે..!!

''આ સવાલનો જવાબ, ઘણો લાંબો છે..!! અને તમારી પાસે સમય ઓછો છે..!!'' રુદ્રએ હળવા સ્મિત સાથે પોતાના હાથ, રાઠોડના હાથ પર થપથપાવ્યો.

''તે મને વચન આપ્યું હતું, કે તું મારા દિકરાને કશું જ નહિ કરે..!!'' રાઠોડની આંખો દયાની ભીખ માંગી રહી હતી.

''તમારી દિકરીની ચિંતા નથી તમને..??'' રુદ્રએ સામે સવાલ કર્યો. બંન્નેની આંખો મળી, રુદ્ર જવાબ જાણતો હતો..!!

''મને ખબર છે, કે ગૌરી તમારી દિકરી નથી..!! પણ તમે ચિંતા ના કરો હું તેનું ધ્યાન રાખીશ..!!'' રુદ્ર સ્મિત સાથે બોલ્યો. રાઠોડ ઉપર તો જાણે વિજળી પડી, પણ આ વાતની જાણ રુદ્રને કેમ થઈ, એ જાણવા જેટલો તેની પાસે ન હતો.

''મારા દિકરાને તું કશું જ નહિ કરે ને..??'' શક્તિસિંહ રુદ્રથી હવે ડરવા લાગ્યો હતો.

''મને મારા વચનો તોડતા વાર નથી લાગતી...!! અખિલેશ જેલમાં જશે અને તેના છલ્લા શ્વાસ સુધી જેલમાં જ રહેશે, એની જીંદગી હું નર્ખ કરતા પણ બત્તર બનાવી દઈશ..!!'' રુદ્ર એક બાદ એક રાઠોડ પર પ્રહાર કરી રહ્યો હતો.

''તું, જીતી નહિ શકે..!! દયાલ તને જીતવા નહિ દે...!!'' રાઠોડ પરાણે હસવાનો પ્રયત્ન કરી રહ્યો હતો. રુદ્રને ખડખડાટ હસવું હતું, પણ તે પોતાને મહામહેનતે રોકી શક્યો.

''દયાલ સાહેબ તમને મારવાના ચાર્જમાં ફસાઇ ચુક્યાં છે..!! પોલીસ તેમને શોધી રહી છે...!! અને તે અત્યારે મારા કબ્જામાં છે..!!'' રુદ્ર પોતાનું હસવું રોકતા બોલ્યો.

''નિતેષ, દયાલ કરતા પણ વધારે ખતરનાક છે...!!'' રાઠોડ ફરી પરાણે હસવાનો પ્રયત્ન કર્યો. રુદ્રના મોઢાં પર દયામણું સ્મિત આવી ગયું.

''એ પણ મારા કબ્જામાં છે, હોટેલ મારીગોલ્ડ અને તેમના ફાર્મફાઉસ પર છાપા મરાઇ ચુક્યાં

છે..!! હવે એ બાપ-દિકરાનું બચવું સંભવ નથી..!! તમારા સો કરોડ પકડાઇ ચુક્યાં છે...!!" રુદ્રની વાત પર વિશ્વાસ ના આવતો હોય તેમ, રાઠોડ નકારમાં મોઢું હલાવી રહ્યો હતો.

"દેસાઇને બોલાવ..! મારે તેની સાથે વાત કરવી છે..!!" રાઠોડને એ ખ્યાલ હવે આવી ચુક્યો હતો કે રુદ્ર હવે તેને કોઇ સાથે વાત નહિ કરવા દે..!! અને પોતાનામાં રાડો નાખવા જેટલી તાકત ના હતી..!! પણ રુદ્ર રાઠોડના આશ્ચર્ય વચ્ચે ઉભો થયો અને બહાર ગયો.

બીજી જ મિનિટે દેસાઇ અંદર આવી ગયો.

"દેસાઇ, બહાર બધાને કહે કે, આ બધા પાછળ રુદ્ર જ છે..!! તેને પકડો...!! અને કહેજે કે મારા બાદ મારો દિકરો જ વડાપ્રધાન બનવો જોઇએ..!! જા જલદી..!!" રાઠોડ સાહેબને આશાનું કિરણ દેખાતા આકળા થઈ ગયાં.

"સર..!! હવે મોડું થઈ ચુક્યું છે..!! કશું જ થઈ શકે તેમ નથી..!! અખિલેશ સરને જેલમાં જવું જ પડશે..!! તેમના કર્મોની સજા ભોગવવા..!!" દેસાઇની આંખમાં લાચારી સ્પષ્ટ દેખાતી હતી..!! "દેસાઇ....!!!" રાઠોડના મોઢાંમાંથી પીડા અને આશ્ચર્યથી ભરેલો ઉદગાર નીકળી ગયો. દેસાઇ કશું જ ના બોલ્યો.

"તું...?? ઘરનો ભેદી તું હતો...?? તે મારી સાથે દગો કર્યો...?? કેમ...?? પૈસા માટે...??" આધાતના કારણે રાઠોડના ગળામાંથી માંડ માંડ શબ્દો નીકળી રહ્યા હતાં.

"તમે મારા મનોજનો જીવ શા માટે લીધો હતો...??" દેસાઇની આંખમાં માત્ર દર્દ હતું. મનોજનું નામ સાંભળતા જ રાઠોડને આખો મામલો સમજાઇ ગયો.

"દેસાઇ..!! મે તેને નથી માર્યો..?? રુદ્ર તારો મારા વિરુદ્ધ ઉપયોગ કરી રહ્યો છે..!!" રાઠોડ પોતાનો બચાવ કરવાનો પ્રયત્ન કરી રહ્યો હતો.

"તમારા જીંદગીના છલ્લા શ્વાસ લઈ રહ્યા છો, ત્યારે પણ સાચું નહિ બોલો..??" દેસાઇએ દર્દભર્યુ હસતા બોલ્યો.

"એ સમયે અખિલેશ નાનો હતો, તેને ખ્યાલ ન હતો કે તે શું કરી રહ્યો છે..!! મને નહોતી ખબર તે આવું પગલું ભરી લેશે..!! પણ તેને માફ કરી દે..!! તે એ બનાવ બાદ અખિલેશ સાવ સુધરી ગયો છે...!!" રાઠોડ મહામહેનતે બંન્ને હાથ જોડી વિનંતી કરવા લાગ્યો.

"મનોજે હજી તેની જીંદગી જીવવાની શરૂ પણ નહોતી કરી...!! તે બાપ બનવાનો હતો...!! તેના મોતના આધાતમાં દિવ્યા પણ જીવીના શકી....!!! મારો પૌત્ર તેના પેટમાં જ મરી

ગયો..!! હજી દિવ્યા જીવતી લાશ થઈને મારા ઘરે પડી છે..!! મારા આખા પરિવારને તમારા દિકરાની નાદાનીએ ખતમ કરી દીધો..!! અને રાઠોડ સાહેબ..!! તમે તેના કર્મોને હજી ઢાંકવાના પ્રયત્ન કરો છો...??'' દેસાઇની આંખમાંથી આંસું વહી રહ્યા હતાં.

''દેસાઇ, મને માફ કરી દે..!! હું પુત્ર પ્રેમમાં આંધળો થઈ ગયો હતો..!! અખિલેશને બક્ષી દે..!!'' દેશનો વડાપ્રધાન ભિખારીની જેમ દેસાઇ પાસે ભીખ માંગી રહ્યો હતો.

''ના રાઠોડ સાહેબ..!! આમાં તમારા દિકરાનો કોઇ જ વાંક નથી..!! જો કોઇ દોષી છે, તો એ આપણા કર્મો..!! તે રાત્રે તમે તો આચાર્યના પરિવારને મારી અને દયાલના હવાલે કરી જતા રહ્યા..!! પણ તમને ખ્યાલ છે, એ હવેલીમાં પછી શું થયું...?? દયાલે એ બાર વર્ષની બાળકી કુમુદ પર અત્યાચારગુજાર્યો..!!! તેના પુરા પરિવાર સામે..!! સુમિત્રાદેવીને આચાર્ય સાહેબ અને રમેશ સામે અપહત કર્યા..!! મે એ નીચ કામમાં દયાલની મદદ કરી હતી..!! એ પીડાયેલી સ્ત્રી સામે મે તેના પુત્રની હત્યા કરી...!!! બિચારી સુમિત્રાદેવી તેના દિકરા અને દિકરીને છોડી દેવા રાડો પાડતી રહી, વિનંતીઓ કરતી રહી, પણ અમારા પર હેવાનીયત સવાર હતી..!! આજે મારી પાસે પૈસા તો ઘણા બધા છે, પણ મારું પોતાનું કોઇ નથી...!! એટલે અખિલેશને સજા હું નહિ આપું, તેના કર્મો આપશે..!! જેમ તમને અત્યારે મળી રહી છે..!! દેશનો સૌથી શક્તિશાળી વ્યક્તિ સાવ એકલો અને લાચાર છે...!!!'' દેસાઇ એકધારું સામેની દિવાલ સામે જોઇ બોલી રહ્યો હતો. રાઠોડ ત્યાં જ સ્તબ્ધ થઈને સુતો પડ્યો.

''રુદ્ર તને મારી વિરુદ્ધ ભડકાવી રહ્યો છે..!!'' થોડીવાર બાદ રાઠોડે ફરી પ્રયત્ન કર્યો, વાત બદલી. દેસાઇ રાઠોડ સામે દયામણું હસી રહ્યો હતો.

''રુદ્ર, મનોજનો મિત્ર હતો, તેણે મને મારા જીવનની સાચી દિશા બતાવી, મારા પાપોના પ્રાયશ્ચિત માટે તક આપી..!! હવે હું મારી આખી જીંદગી કોઇ અનાથ આશ્રમમાં નાના બાળકોની સેવામાં કાઢી નાખીશ..!!'' દેસાઇએ રાઠોડ સામે જોયું. અને ઉભો થયો. તેણે હળવેથી શક્તિસિંહના ચહેરા પરનું ઓક્સિઝન માક્સ કાઢી નાખ્યું. રાઠોડને આમપણ શ્વાસ લેવામાં તકલીફ પડી રહી હતી. તે અકળાવા લાગ્યા. હાથને હવામાં અફળાવવા લાગ્યાં. બે મિનીટમાં શ્વાસ બંધ થયા..!! નિશ્ચેતન શક્તિસિંહ રાઠોડની લાશ સામે પડી હતી..!! દેસાઇએ ફરી માસ્કને તેમના ચહેરા પર મુકી દીધું.

પ્રકરણ – 10
નવા વડાપ્રધાન

દેસાઇએ વડાપ્રધાનની મૃત્યુના સમાચાર જાહેર થવા ના દીધા..!! તે શાંતિથી રૂમની બહાર નીકળ્યો. હળવેથી ડોકટરોને આગ્રહ કર્યા, અને સુચના આપી કે આ વાત બહાર ના જવી જોઇએ..!! બધાનું ધ્યાન દેસાઇ પર હતું. તેની રડેલી આખો ઘણું બધું બયાન કરી રહી હતી. દેસાઇની નજર રુદ્ર પર પડી. એ બધાથી દુર છેક દરવાજા પાસે ઉભો હતો. ગૌરી અને અખિલેશ બેન્ચ પર ગુમસુમ બેઠા હતાં.

તેજપાલ અને બીજા ચાર પાંચ નેતા દુર ચર્ચામાં પડ્યા હતાં. દેસાઇ ધીમેથી તેમના તરફ ચાલવા લાગ્યો. ડોક્ટરોઓ જ્યારથી કહ્યું કે રાઠોડ સાહેબ છેલ્લા શ્વાસ લઈ રહ્યા છે, ત્યારથી નવા વડાપ્રધાન કોણ બનશે, તેની ચર્ચા ચાલુ થઈ ચુકી હતી.

‘‘આપણી પાસે વધારે સમય નથી..!! આપણે જલ્દી જ કોઇ નિર્ણય લેવો પડશે..!!’’ તેજપાલના ચહેરા પર વ્યગ્રતા સ્પષ્ટ દેખાતી હતી.

‘‘તમે જ અત્યારે સીનીયર છો..!! તમે જ કાર્યકારી વડાપ્રધાન બની જાવ..!! જ્યાં સુધી લોકશક્તિ પાર્લ્યામેન્ટરી પાર્ટી (LPP) સામુહિક રીતે કોઇ નિર્ણય ના લે..!!’’ નાયડુએ સુઝાવ આપ્યો.

‘‘ના..!! હું કાલે મીડિયાની સામે નથી જવાનો..!! દયાલ સાહેબની એ ગેરકાનુની હોટેલ પર છાપો મરાય ચુક્યો છે..!!! 231 છોકરીઓ મળી હતી અને હથિયાર, ડ્રગ્સ અને અપહરણકારીઓ પકડાયા છે, એ અલગથી...!! અને વધુમાં ઉમેશની ઘરેથી 100 કરોડ રોકડ મળ્યા છે, તેનું શું કરવાનું...?? હું આ બધાનો શું ખુલાસો આપુ..??’’ તેજપાલે તરત પોતાના હાથ ઉંચા કરી દીધા. બધાને એમની વાત વ્યાજબી પણ લાગી..!!

આ તમામ કાળાકામમાં માત્ર દિનદયાલ, શક્તિસિંહ અને નિતેષને જ રસ હતો. જરૂર પ્રમાણે તેજપાલ અને નાયડુ જેવા નેતા લાભ જરૂર લેતા હતા પણ તેમણે કદી તેમનો સાથ આપવાનું નોહતું વિચાર્યુ.

‘‘અખિલેશનું નામ આપી દઈએ તો...??’’ મુકુંદરાયે બીજો સુજાવ આપ્યો.

''ના..!! એને કોઇપણ પસંદ નથી કરતું અને આ હોબાળા બાદ તેને લોકસભાની એક સીટ જીતવી પણ અઘરી પડશે અને રાજ્યસભાથી જ ઘુસાડવો પડશે..!!'' તેજપાલ તરત બોલ્યો.

''નિતેષના શું સમાચાર છે..??'' પરિવહન મંત્રી મકસુદ અલીએ પુછ્યું.

''પાર્ટીમાં એ કોઇ એકટ્રેસ સાથે હોટેલના રૂમમાં ગયો હતો અને પછી ક્યાં ગાયબ થઈ ગયો કોઇને ખબર નથી..!!'' તેજપાલે મોઢું બગાડતા બોલ્યો.

''ગૌરીનું નામ કેમ રહેશે..?? એનું દેશમાં ઘણું માન છે..!! અને લોકો તેને પસંદ પણ કરે છે..!!'' મુકુંદરાય પાછો પોતાનો સુજાવ આપ્યો.

''ગાંડા થઈ ગયા છો, તમે બધા..?? આ કેસમાં માત્ર દયાલ સાહેબ નથી પકડાયા..!! રાઠોડ સાહેબ પણ આવી ગયા..!! આપણી પાસે એટલો સમય નથી કે બધા સબુતને ઠેકાણે પાડી શકીએ..!!! આપણે એવો માણસ જોઇએ જે આ સરકારની લાઇફલાઇન બને અને દયાલસાહેબ અને રાઠોડસાહેબના પરિવારને આ બધાથી દુર રાખો તો જ સારું...!!'' તેજપાલના ચહેરા પર ગુસ્સો હતો.

''તમારી વાત સાચી છે..!! જો આપણે બાજી ના સંભાળી શક્યાં તો આ સરકાર પડતા એક અઠવાડીયું પણ નહિ લાગે અને પછી આપણે સત્તા પર આવવા માટે વર્ષો સુધી રાહ જોવી પડશે..!!'' મુકુંદરાયના ચહેરા પર હતાશા હતી.

''રુદ્ર ચૌહાણ કેમ રહેશે...??'' તેજાપાલે નવો જ સુજાવ આપ્યો.

''ના...!! એ નહિ..!! એના કરતા તો આપણી પાર્ટીનું વિસર્જન કરી દેવું સારું..!! એ માણસ અડધો પાગલ છે..!! અને ફાયદા કરતા નુકશાન વધારે કરશે..!!'' નાયડુએ પોતાનો મત વ્યક્ત કર્યો.

''પણ એ જ માણસ છે જે પાર્ટીને બદનામીથી બચાવી શકશે અને ફરી મજબુત બનાવી શકશે..!!'' તેજપાલે પોતાનો મત વ્યક્ત કર્યો.

''રુદ્ર પહેલા તો આ પાર્ટીનો સદસ્ય નથી એટલે પાર્ટીના કોઇપણ કામ માટે એ જવાબદાર નથી. બીજું કે દેશના લોકો તેને બહુ જ માન આપે છે..!! તે આપણી પાર્ટીને નવી ઉંચાઇઓ સુધી લઈ જઈ શકશે..!! અને તે અત્યારે રાઠોડ સાહેબનો કાયદેસરનો વારસદાર પણ છે..!!'' તેજપાલે પોતાનો મત મજબુત કર્યો. બધા એકબીજા સામે જોવા લાગ્યા. બાધાને તેજપાલની વાત ગમી.

''પણ એ માણસ...!! બહુજ પ્રામાણિક છે અને ખતરનાક છે...!! તમને યાદ છે....!! બે વર્ષ

પહેલા એક રેલીમાં તેણે આપણા જ સેંન્ટ્રલ મીનીસ્ટર વર્માને જાહેરમાં રોડ પર કેવો માર્યા હતાં..!! લોકોએ સિક્યોરીટીવાળાને ઘેરી લીધા હતાં, જેથી તે લોકો વર્માને બચાવી ના શકે..!! આપણે પણ કશું જ નહોતા કરી શક્યાં અને માફી પણ એ વર્મા એ જ માંગવી પડી હતી..!!'' નાયડુને રુદ્ર પર ભરોસો ન હતો.

''એટલે જ આ માણસ આપણો બેડો પાર કરાવી શકશે..!! લોકોને લોકશક્તિ પાર્ટી પર નહિ પણ લોકોને રુદ્ર પર વિશ્વાસ હશે...!!'' તેજપાલ હજી પોતાના મત પર મક્કમ હશે..!!

''માની લો, કે એ દેશ માટે વરદાનરૂપ સાબિત થાય.....!!! પણ આપણા બધાનું શું...?? તે પોતાને મળેલી આ સત્તાના ઉપયોગ આપણા પર જ કરશે...!!'' મુકુંદરાયે પણ રુદ્ર માટે પોતાનો ખચકાટ રજુ કર્યો.

''આપણે પણ થોડો સમય તેના રંગે રંગાઇ જવું પડશે..!! એક વખત તે પાર્ટીની છબી સુધારી જાય, પછી આપણે તેને પણ પહોંચી વળશું.!!'' તેજપાલે હજી અડગ હતો.

''તમને યાદ તો છે ને..!! દયાલ સાહેબે રુદ્રની પ્રગતિમાં કાંટા ઉગાડવાની એક તક પણ છોડી ન હતી, પણ તેણે દયાલ સાહેબને દર વખતે જડબાતોડ જવાબ આપ્યો હતો અને એ સમયે તો તેની પાસે સત્તા પણ ન હતી. આપણે આટલું મોટું રિસ્ક ના લઈ શકીએ..!! જે થશે એ જોયું જશે..!! પણ રુદ્ર નહિ..!!'' નાયડુ પણ નમતું મુકવા નહોતો માંગતો.

''તમે મારા સાથીદારો છો અને બધા જાણે છે કે આજ સુધી મેં મારા સ્વાર્થ કરતા પાર્ટીને વધારે મહત્વ આપ્યું છે..!! અને આજે પણ મારો સુજાવ પાર્ટીના હિતમાં જ છે પછી તમે લોકો જે નિર્ણય લો તે..!!'' તેજપાલે પોતાના છલ્લા શબ્દો કહી દીધા. એજ સમયે પાર્ટી લીડર દિલબાગ સિંહ અને ત્રણ લોકશક્તિ પાર્ટી શાસિત રાજ્યોના મુખ્યમંત્રી પણ આવી પહોંચ્યા..!! અને દેસાઇ પણ તેમની વચ્ચે પહોંચ્યો.

''રાઠોડ સાહેબની તબિયત કેમ છે, હવે..??'' દિલબાગ સિંહે પુછ્યું. દેસાઇ થોડી વાર ચુપ જ રહ્યો. બધા તેના ચહેરાના ભાવ વાંચી શકતા હતાં. ''બોલો દેસાઇ..!! શું થયું..??'' તેજપાલે ભાર આપી પુછ્યું. ''સાહેબ....!! સાહેબ..!! આપણને,,,,!! છોડીને,,, જતા રહ્યા..!!'' દેસાઇના ગળામાંથી માંડ માંડ અવાજ નીકળી રહ્યો હતો.

''તમે કોઇને કહ્યું...??'' મુકુંદરાય આ સમાચારની ગંભીરતાને સમજતા હતાં.

''ના..!! અને મે ડોકટરોને પણ તમે લોકો ના કહો ત્યાં સુધી આ સમાચાર બહાર પાડવાની ના પાડી છે..!!'' દેસાઇએ પોતાના પર કાબું મેળવતા કહ્યું.

"તેમને આ હુમલા વિષે કશી પણ ખબર હતી..?? તેમણે શું કહ્યું તમને..??" નાયડુ તરત સમજી ગયો હતો કે રુદ્ર બાદ જ્યારે દેસાઇ અંદર ગયો ત્યારે જ તેમણે કોઇ રાજની વાત કરી હશે..!!

"સર..!! તેમણે કહ્યું કે દયાલસાહેબનો બહિષ્કાર કરવામાં આવે..!! આ બધા પાછળ એ જ જવાબદાર છે..!! અને જો પાર્ટીના બીજા સદસ્યો માને તો, રુદ્ર ચૌહાણને નવા વડાપ્રધાન બનાવવામાં આવે..!! એ જ આ પાર્ટીને બચાવી શકશે..!!" દેસાઇ નીચે મોં રાખીને સંદતર જુઠ્ઠું બોલ્યો. નાયડુ કાન ચમક્યાં, તેજપાલ અને દેસાઇની એક સરખી વાત સાંભળી તેને કંઇક ખોટું થઈ રહ્યું છે, તેવી શંકા ગઈ..!! પણ તે કંઇ બોલ્યો નહિ. કોઇએ બીજો સવાલ ના પુછતાં દેસાઇ ત્યાંથી નીકળી ગયો.

વીસ મિનીટના મનોમંથન બાદ તેજપાલનો સુજાવ જ માન્ય રહ્યો. આ નિર્ણયથી કોઇ ખુશ તો ન હતું પણ મજબુરી હતી. કાલ સવારે જે લોકોમાં રોષ ફાટી નીકળવાનો અને જે પ્રશ્નોનો સેલાબ ઉમટવાનો હતો, તેને માત્ર રુદ્ર જ રોકી શકે તેમ હતો.

"પણ, રુદ્ર આપણી વાત શું કામ માનશે..??" નાયડુ રુદ્રને અટકાવવા બનતી કોશીશ કરી રહ્યો હતો.

"મને લાગે છે, કે રાઠોડસાહેબે રુદ્રને મનાવવા જ પહેલા બોલવ્યો હશે..!! એ જ્યારથી એમને મળીને આવ્યો છે, ત્યારે વ્યગ્ર છે..!!" તેજપાલની વાત સાંભળતા બધાનું ધ્યાન રુદ્ર તરફ ગયું. રુદ્ર દરવાજાથી અડિને આવેલી બારીમાંથી બહાર દેખાતા ભેંકારને જોતા ઉભો હતો. બધા પાછા તેજપાલ તરફ જોવા લાગ્યા. તેજપાલે ઉંડો શ્વાસ લીધો. અડધી મિનીટ કોઇ કશું જ ના બોલ્યું.

"ઠીક છે, હું જઈને તેને મનાવી લઈશ..!!" તેજપાલે નિશ્વાસ નાખતા બોલ્યો.

"એ માણસ એમ આસાનીથી નહિ માને, પોતાની શર્તો મુકશે અને એ શરતો પાર્ટીના હિતમાં નહિ હોય તો..??" નાયડુએ આંખ ઝીણી કરી.

"શરતો આપણા હિતમાં નહિ હોય, પણ પાર્ટીના હિતમાં તો હશેને..!! હું તેને માત્ર આ ટર્મ પૂરી થાય ત્યાં સુધી જ આ પદ પર આવવાનું સમજાવીશ..!! કારણ કે તે પોતાનો પણ એક મોટો બિઝનેસ લઈને બેઠો છે...!! તો આપણે માત્ર દોઢ વર્ષ તેને સહન કરવાનો છે અને ત્યાં સુધી તેની હડફેટમાં નથી આવવાનું...!!" તેજપાલે બધા સામે જોતા સ્પષ્ટ કર્યુ.

"અને એ લાંબો સમય ટકી ગયો તો....??" નાયડુ ફરીથી બોલ્યો. બધા તેની સામે અણગમાની

નજરથી જોવા લાગ્યા પણ બધાના મનમાં રુદ્રનો ડર તો હતો જ..!! એટલે નાયડુના સવાલથી મનમાં જીજ્ઞાશા પણ જાગતી અને જવાબ સાંભળવા તેજપાલ સામે જોવાઇ જતું.

"તો એને ખુરશી પર હટાવવાના રસ્તા છે મારી પાસે...!! તમારે બધાએ માત્ર આ ટર્મ પૂરી થાય ત્યાં સુધી જ શાંતિ રાખવાની છે..!! એક વખત લોકશક્તિ પાર્ટીની છબી સુધરી ગઈ પછી હું તેને પહોંચી વળીશ...!!" તેજપાલે આશ્વાસન આપ્યું.

"ઠીક છે, વધારે સમય બગાડવાની જરૂર નથી, તમે હવે જાવ..!!" દિલબાગ સિંહે તેજપાલની પીઠ પર ટપલી મારતા કહ્યું.

તેજપાલ ધીમેથી રુદ્ર પાસે આવ્યો અને તેના ખભા પર હાથ મુક્યો. રુદ્રએ પાછળ ફરીને જોયું. તેજપાલને જોતા જ તેને ખ્યાલ આવી ગયો કે તેજપાલ તેને જે સાંભળવું છે, એ જ કહેવા આવ્યો છે..!!

"તમારું કામ મેં કરી દીધું...!!" તેજપાલ અંદરથી ખુશ હતો, પણ ચહેરા પર ગંભીરતા હતી.

"તમારા ઇટાલીના ખાતામાં 1000 કરોડ ક્યાંરના ટ્રાન્સફર થઈ ચુક્યાં છે અને નવા નાયાબ વડાપ્રધાનને ખુબ ખુબ શુભેચ્છાઓ...!!!!" રુદ્રનો ચહેરો પણ ગંભીર જ હતો.

"તમારું વચન યાદ છે ને કે મને કોઇ જ નુકશાન નહિ જાય..??" તેજપાલે ખાતરી કરવા પુછ્યું. રુદ્રએ આંખ મિચકારી. બે મિનીટ આડાઅવળી ચર્ચા કરી, તે પાછો પોતાની ટીમ પાસે આવ્યો. "શું થયું..??" મુકુંદરાયે તરત પુછ્યું.

"એ એક શરતે માન્યા છે કે..!! તેમને તેમના કામમાં કોઇપણ પ્રકારની ખલેલ ના પહોંચવી જોઇએ અને તે પોતાની રીતે કામ કરશે, નહિ કે પાર્ટીના રુલ્સ પ્રમાણે..!! અને તેણે સામેથી કહ્યું કે તે થોડા સમય માટે જ આ પદ પર બેસશે..!!! એક વખત દેશમાંથી અનિશ્ચિતતાનો માહોલ સમાપ્ત થઈ જશે, પછી તે પાછા પોતાના ધંધા તરફ અને સમાજસેવા તરફ વળી જશે..!!" તેજપાલે આવીને રુદ્ર સાથે જે વાત નહોતી થઈ તે કહી..!!!

"મને ખબર જ હતી..!!" નાયડુએ તરત પોતાનો બળાપો કાઢ્યો.

"પણ આટલી જલ્દી કેવી રીતે માની ગયો..??" ઘણા સમયથી ચુપ બેસેલા હરેશ પટેલ બોલ્યા.

"તેમને અડધા તો, રાઠોડ સાહેબે મનાવી જ લીધા હતા અને બાકીનું કામ મે પૂરું કર્યુ..!!"

"બસ..!! હવે આના પર વધારે ચર્ચા કરવાની નથી..!!" દિલબાગસિંહે વચ્ચે પડ્યાં.

“મુકુંદરાય..!! તમે એક પત્ર રાષ્ટ્રપતિજીને સંબોધીને લખો કે તે રુદ્રને નવી સરકાર રચવા માટે આમંત્રણ આપે..!! અમારી પાર્ટીનું તેને પરું સમર્થન છે..!! અને ફટાફટ બે જણા રાષ્ટ્રપતિભવન જઈ મહામહિમને પૂરી હકીકતથી આગાહ કરો અને જલ્દી શપથ ગ્રહણની વિધી પતાવો..!! પછી જ રાઠોડ સાહેબના મૃત્યુના સમાચાર બહાર પહોંચવા જોઇએ..!!”

એક કલાકમાં બધી જ વ્યવસ્થા થઈ ગઈ...!! રુદ્રએ માત્ર ગૌરીને જે બન્યું તે ખાનગીમાં જણાવી દીધું હતું. બંન્નેને અત્યારે જ રાષ્ટ્રપતિ ભવન જવાનું હતું. ગૌરી દલીલ વગર જ રુદ્ર સાથે કારમાં બેસી ગઈ..!! હોસ્પિટલમાં બેઠેલા બીજા બધાને અંદાજો તો આવી ગયો કે શું રંધાઇ રહ્યું હતું પણ અત્યારે બફાટ કરવાનો અર્થ ન હતો એટલે બધા સમય પસાર થવાની રાહ જોઇ રહ્યા હતાં.

>>>>>>>>>>>>>>>>>>>>>>><<<<<<<<<<<<<<<<<<<<<

અશોક હોલ, રાષ્ટ્રપતિ ભવન, રાત્રીના 2:30

અનુરાગ ચેટર્જીએ લોકશક્તિ પાર્લ્યામેંટ બોર્ડની અરજી સ્વીકારી લીધી હતી. તેમણે પણ રુદ્રની દાવેદારીને સમર્થન આપ્યું હતું. રુદ્રને નવી સરકાર રચવા માટે આમંત્રણ પણ આપી દીધું હતું. રુદ્ર વડાપ્રધાન તરીકે શપથ લે એ પહેલા તેણે પોતાની તમામ કંપનીમાંથી ચેરમેન પદનો ત્યાંગ કરવાનો હતો. રુદ્રએ ગૌરીને રુદ્ર કોર્પોરેશનની નવી ચેરમેન બનાવી બધો જ કાર્યભાર સોંપી દીધો.

હોટેલ મારીગોલ્ડ જ્યાંથી દેહવ્યાપારનું એક મોટું રેકેટ પકડાયું છે, તેમાની ઘણી બધી છોકરીઓ એ માહિતી આપી છે કે આવા અડ્ડા દેશમાં ઘણી બધી જગ્યાએ છે..!! જે માહિતી હું જે તે રાજ્યના પોલીસવડાને પહોંચતી કરું છું..!! અત્યારે જ ત્યાં છાપો મારો અને જે કાંઇ મળે તેને જપ્ત કરો..!! કાલે દંગા થવાની પૂરી શક્યતા છે એટલે બધાને અલર્ટ કરી તમામ સંવેદનશીલ વિસ્તારની સુરક્ષા વધારી દો...!!” સિંહાએ પોતાની સુચનાઓ પૂરી કરી રુદ્ર સામે જોયું.

“એક વાત મગજમાં ઉતારી લેજો, દિનદયાલ કે નિતેષની મદદ કરવાનું જો કોઇએ વિચાર્યુ તો યાદ રાખજો કે મારાથી ખરાબ કોઇ નહિ હોય..!! તમારા રાજ્યમાં કોઇપણ મુખ્યમંત્રી હોય,

તેને જાણ કરી દેવામાં આવશે કે તમારા કામમાં દખલ ના આપે..!! પણ મારે કાલ સવારના આઠ વાગ્યા પહેલા દિનદયાલના તમામ અડ્ડા પર આપણો કબ્જો જોઇએ..!!" રુદ્રએ કડક શબ્દોમં કહ્યું.

રુદ્ર આગળની મીટીંગનો ભાર સિંહા અને શેખને સોંપી બહાર નીકળ્યો. સિંન્હાએ બધા સાથે મળીને એકસાથે બધા ગેરકાનુની અડ્ડાઓ પર છાપો મારવાનો પુરો પ્લાન બનાવ્યો અને સવારના વહેલા 4:00 વાગ્યે બધા જ ડીજી દોડવા લાગ્યા.

પ્રકરણ – 11

પ્રત્યાઘાતો..!!?!!

13 એપ્રિલ 2013, AIIMS, સવારના 5:00

રુદ્ર હોસ્પિટલ પહોંચ્યો ત્યારે શક્તિસિંહના મૃત્યુની જાહેરાત થઈ ચુકી હતી. ભીડ વધી રહી હતી. અત્યાર સુધીમાં દેશભરના નેતા હાજર થઈ ચુક્યાં હતાં. રુદ્રની નિયુક્તિ પર બધાને ખુબજ આશ્ચર્ય થઈ રહ્યું હતું, પણ આ સમય મુદ્દા પર ટીપ્પણી કરવાનો ન હતો. અખિલેશ સૌથી વધારે પીડાયેલો હતો. ગૌરી તેને એક ખાલી રૂમમાં જઈ સમજાવવા લાગી કે થોડી ધીરજ રાખે..!!

''આ રુદ્રએ આપણી પાસેથી બધું જ છીનવી લીધું અને એ પણ માત્ર તારા કારણે..!!'' અખિલેશ ગૌરી પર બરાડ્યો.

''મેં શું કર્યુ..? પપ્પા પર ગોળી મે નહોતી ચલાવડાવી..!!'' ગૌરીએ તરત જવાબ વાળ્યો પણ તેને ખબર હતી કે તે પોતાનો લુલો બચાવ કરી રહી છે. લોકો અને પોલીસ ગમે તે કહે, પણ કાલરાત્રીની પૂરી ઘટના પાછળ રુદ્ર જ હતો તે વાતથી ગૌરી પોતાને પણ ના નહોતી પાડી શકતી..!!

''અરે મારી ભોળી બહેન, હું તારા ઘણીની વાત કરું છું..!! આ બધું તેના જ પ્રતાપે છે...!! તને સમજાય છે કે નહિ..!!'' અખિલેશ માત્ર એક જ રાતમાં મોટો થઈ ગયો હોય તેમ લાગી રહ્યું હતું. અખિલેશના વ્યક્તિત્વ પ્રમાણે તે આટલી સમજદારી પૂર્વક વાત કરે તે માન્યમાં આવે તેમ ન હતું.

''ભાઈ, તે જોયું આ બધા કામ પાછળ દયાલ અંકલ હતાં..!! અને એ આવું શા માટે કરે..?? પપ્પા તો રાજીખુશીથી અમને સ્વીકારી જ લીધા હતા ને..?? પણ દયાલ અંકલને નુકશાન ગયું હતું અને તેનો તેમણે બદલો લઈ લીધો..!! અને તે જોયુંને કે પપ્પાએ ઉમેશ અંકલને પણ 100 કરોડ આપ્યા હતા..?? તને તો ખબર જ હશે..!! અને તેમણે જ રુદ્રને આ ગાદી સોંપવા, છેલ્લી ઘડીએ બોલાવ્યા હતાં..!!'' ગૌરી પણ ગુસ્સામાં એમજ બોલ્યે જતી હતી.

ગૌરીના જવાબો સાંભળી અખિલેશ ધુંધવાઇ રહ્યો હતો. અખિલેશને એ વાતનો ખ્યાલ હતો કે તેના પિતાએ જ એ સો કરોડ રૂપિયા આપ્યા હતાં. અને તે રૂપિયા તેણે પોતે જ ઉમેશના

ઘર સુધી પહોંચાડ્યા હતાં..!! તે પગ પછાડતો બહાર નીકળી ગયો.
એ સમયે રુદ્ર તેજપાલ અને મુકુંદરાય સાથે ખાનગીમાં કોઇ ચર્ચા કરી રહ્યો હતો. તેને રુદ્રના ગાલ પર એક તમાચો મારવાની ઇચ્છા થઈ આવી પણ મહામહેનતે પોતાના પર કાબુ મેળવ્યો. તેજપાલનું ધ્યાન અખિલેશ પર ગયું. તે ધીમેથી તેની પાસે આવ્યા.

‘‘બેટા..!! જે બની ગયું છે, તે હવે બદલી તો નહિ શકાય પણ તારે હિમ્મત રાખવી પડશે..!!’’ તેજપાલે અખિલેશની પીઠ થાબડતા કહ્યું. અખિલેશ કશું જ ના બોલ્યો.
‘‘તારે અત્યારે સીબીઆઇ ઓફિસ જવું પડશે...!!’’ તેજપાલ ખચકાતા કહી જ દીધું. અખિલેશની આંખો પોળી થઈ ગઇ.
‘‘પણ કેમ..?? અને અત્યારે..??’’ એટલું જ બોલી શક્યો.
‘‘ઉમેશની પત્ની નિર્મળાદેવીએ તેમની દિકરીઓ મળી જતા, પોતાનું મોઢું ખોલી નાખ્યું છે..!! તેણે એ વાતનો સ્વીકાર કરી લીધો છે કે રાઠોડસાહેબે જ દયાલસાહેબેને ઠેકાણે પાડવા 100 કરોડ આપ્યા હતાં..!! અને તે રૂપિયા તે તેમના ઘરે પહોંચાડ્યા હતા..!!’’ તેજપાલે હળવેથી ઘટ્ટસ્ફોટ કર્યો.

રાજેશ જ્યારે ઉમેશના ઘરે ગયો ત્યારે, તેણે નિર્મળાદેવીને સમજાવ્યુ હતું કે તેની બંન્ને દિકરી તેના હાથમાં આવી જાય પછી બધી હકીકત બોલી નાખવાની..!! તે ત્રણેયને પોલીસ પ્રોટેક્શન મળી જશે અને પછી તે ત્રણેયને બચાવીને દેશ બહાર મોકલી દેશે..!! જ્યારે નિર્મળાદેવીને ખબર પડી કે રુદ્ર ચૌહાણ નવા વડાપ્રધાન બની ગયો છે, શક્તિંસિંહ મૃત્યુ પામ્યા છે, અને દયાલ અને નિતેષનો કોઇ પતો નથી, ત્યારે તેણે દયાલ અને શક્તિસિંહની બધી પોલ ખોલી નાખી...!!

સુધા અને અનુરાધાએ પણ તેમની સાથે જે બન્યું તે બધું જ જણાવી દીધું..!! તેણે ચેતનનો સરદારવાળો સ્કેચ પણ બનાવડાવ્યો...!! પોલીસ છુટથી ધડપકડો કરી રહી હતી. રુદ્રએ અખિલેશ વિરુદ્ધ સબુત મળતા, તેને પણ કસ્ટડીમાં લેવાનો નિર્ણય લઈ લીધો હતો, જે પાર્ટીના બીજા નેતાને પસંદ નહોતો આવ્યો.પણ હવે રુદ્રનો વિરોધ કરવાનો કોઇ અર્થ ન હતો.

‘‘મને આ બાબતમાં કશી જ ખબર નથી...!! અને હું તો આ પાર્ટીનો કોઇ હિસ્સો પણ નથી..!!! તમે લોકો મને શું કામ પકડો છો..??’’ અખિલેશ થોથવાતા બોલી રહ્યો હતો. તેજપાલને મનમાં હસવું આવી ગયું પણ તેના ચહેરા પર ગંભીરતા હતી.

‘‘જો બેટા, મારા પર વિશ્વાસ રાખ..!! તને કશું જ નહિ થાય..!! બસ માત્ર ખોટો સીન ના બનાવ..!! અને ચાલ મારી સાથે.!!’’ તેજપાલે થોડા કડક થતાં કહ્યું. અખિલેશ સમજી ગયો કે હવે દલિલ કરવાનો કોઇ અર્થ નથી અને તે તેજપાલ સાથે હોસ્પિટલની બહાર નીકળી ગયો.

ગૌરી દુરથી આ બધું જોઇ રહી હતી. તેના ભાઇ સાથે થયેલી ઘટનાએ તેને જંજોડી નાખી..!! પણ કંઇ બોલવા માટે સમય અનુકુળ ન હતો. તે દુર બેઠી બેઠી રુદ્રનું નિરીક્ષણ જ કરવા લાગી.

>>>>>>>>>>>>>>>>>>>>><<<<<<<<<<<<<<<<<<

સાઉથ બ્લોક, સેક્રેટરીયલ બિલ્ડીગ, સવારના 8:00

રુદ્રએ એક ખાસ પત્રકાર પરિષદ યોજી હતી. જેથી તે દેશના લોકોને પૂરી હકીકતથી માહિતગાર કરી શકે..!! રુદ્રની આ પરિષદનું જીવંત પ્રસારણ થઈ રહ્યું હતું.

‘‘સવારમાં જ તમને બધાને આશ્ચર્ય પમાડવાની મારી કોઇ ગણતરી ન હતી. પણ શું કરું અમુક મારી પણ વિવશતાઓ છે..!! મેં એ નક્કી કર્યુ હતું કે હું કદી રાજકારણમાં પગ નહિ મુકું પણ આજે હું તેનો એક મહત્વનો ભાગ બની ગયો છું. આ જે કાંઇ બન્યુ તે મારા કંટ્રોલની બહાર હતું અને ભારતના એક જવાબદાર નાગરિક તરીકે, મે થોડા સમય માટે આ દેશના વડાપ્રધાન પદની જવાબદારી ઉપાડી છે..!!

દેશના મોટાભાગની જનતાને કાલરાત્રે શું બન્યું તેના વિશે કશી જ ખબર નહિ હોય અને અફવાઓનો અંત લાવવા હું તમારી સામે આવ્યો છું.

કાલરાત્રે મે દિલ્હીમાં એક પાર્ટી આપી હતી, મારા અને ગૌરીના એક થવાની ખુશીમાં..!! પણ એ પાર્ટી જ આ પુરા ઘટનાક્રમનું કેંદ્ર સ્થાન બની. મારી જ પાર્ટીમાં દિલ્હીના DCP ઉમેશ શુક્લાએ ત્રણ ગોળીઓ આ દેશના ભુતપ્રુર્વ વડાપ્રધાનના શરીરમાં ધરબી દીધી હતી.

ઘટનાસ્થળે જ ઉમેશ શુક્લાને સુરક્ષા કર્મચારીઓએ ગોળીઓથી વિંધી નાખ્યો હતો અને તેનું ત્યાં જ મૃત્યુ થયું હતું.

તપાસ કરતા ખ્યાલ આવ્યો કે ઉમેશ શુક્લાની બંન્ને દિકરીઓનું અપહરણ થયું હતું અને તેણે મજબુરીમાં આ પગલું ભરવું પડ્યુ હતું..!! દિલ્હી પોલીસ તેની તપાસ કરી રહી હતી એ જ સમયે તેમને સુધા, જે શુક્લાની મોટી દિકરી છે, તેના મોબાઇલનું લોકેશન દિલ્હીથી દુર એક ફાર્મહાઉસ પરથી મળ્યું. દિલ્હી પોલીસ અને સીબીઆઇ મળીને એ ફાર્મહાઉસ પર છાપો માર્યો. શુક્લાની દિકરીઓ સહિત, બીજી પાંચ છોકરીઓ પણ મળી આવી, જેમણે જણાવ્યુ કે તેમનું અપહરણ દિનદયાલ શર્મા અને નિતેષ શર્માએ કરાવડાવ્યું છે અને તેમના પર શારીરિક અત્યાચાર કરવા અને પછી વેચવા આ ફાર્મહાઉસ પર લવાઇ હતી..!!

દિલ્હી પોલીસ આગળ તપાસ કરવા માટે દિનદયાલ પાસે જવા નીકળી, એ જ સમયે દિનદયાલ શર્મા આ બધાથી ભાગી જવા, પોતાના જ માણસો દ્રારા પોતાના પર જ હુમલો કરાવડાવ્યો..!! એ મુઠભેડમાં 30 આંતકીઓનો ખાત્મો થયો, જ્યારે આપણા 7 જવાનો પણ શહીદ થયા, પણ દિનદયાલ ભાગવામાં સફળ થયો. નિતેષ શર્મા પણ પાર્ટી બાદ ગાયબ થઇ ચુક્યો હતો.

એક આંતકી ખુબજ ઘાયલ હાલતમાં હતો, તેને હોસ્પિટલ ખસેડવામાં આવ્યો અને તેણે જ બયાન આપ્યું કે ખુદ દિનદયાલે તેમના પર હુમલો કરાવી, તેમનું અપહરણ કરવાનું નાટક કરવાની સુચના આપી હતી..!! સુધા અને એ આંતકીની કહાની ચકાસી, દિલ્હી પોલીસે હોટેલ મારીગોલ્ડ પર છાપો માર્યો. જ્યાંથી બીજી 231 છોકરીઓ, 200 કિલો ડ્રગ્સ અને બીજા અપરાધીઓ પણ પકડાયા..!! એ સમયે મારા શ્વસુર અને દેશના ભુતપુર્વ વડાપ્રધાન શક્તિસિંહ તેમના જીવનનાં છલ્લા શ્વાસ લઈ રહ્યા હતાં. તેમણે મને બોલાવ્યો અને તેમના પાપોનું પ્રાયશ્ચિત તે મારી સામે કરવા લાગ્યા..!! તેમણે એવા ઘણા ગુનાહો મારી સામે કબુલ્યા, જે સાંભળી મારા પગ નીચેથી જમીન ખસી ગઈ..!!

તેમણે એ વાતનો સ્વીકાર કર્યો કે તેમની કારકિર્દીની શરૂઆતમાં તેમણે આગળ વધવા માટે લલિત ગુપ્તા જે એ સમયના વડાપ્રધાન હતાં, તેમની પ્રેરણાથી ગુજરાતના રામાનુજ આચાર્ય,

જેમને ગુજરાતના ભ્રષ્ટતંત્ર સામે અવાજ ઉપાડ્યો હતો, જેમણે ગુજરાતની જનતાને વિકાસના સુત્રો આપ્યા હતાં, દિનદયાલની મદદથી એ મહાપૂરુષને તેમના પુરા પરિવાર સહિત હત્યા કરી હતી.

ત્યારબાદ, લલિત ગુપ્તાએ તેમના વચન પ્રમાણે શક્તિસિંહને ગુજરાતના નવા ચીફ મીનીસ્ટર બનાવી દીધા અને તેમણે દિનદયાલને તેમની સરકારમાં પોતાના ગૃહમંત્રી બનાવી દીધા હતાં..!! આ બંન્નેએ ત્યારબાદ તેમને જ આગળ લાવનાર લલિત ગુપ્તાની હત્યા કરી, મીનીસ્ટરોને ખરીદ્યા અને પોતે જ પાર્ટીના સર્વસર્વા બની ગયાં..! અને છેલ્લા ઘણા સમયથી બંન્ને વચ્ચે મતભેદ ચાલી રહ્યા હતાં, શક્તિસિંહે, દિનદયાલ શર્માને હટાવવા ઉમેશ શુક્લાને 100 કરોડની સોપારી આપી પણ તેમનો દાવ ઉલટો પડ્યો અને દિનદયાલે જ ઉમેશ શુક્લાના હાથે તેમની હત્યા કરાવડાવી..!! પણ તે તેમના જીવનના છલ્લા શ્વાસોમાં ખુબજ પસ્તાઇ રહ્યા હતાં, અને તેમણે મને આ ગંદકી સાફ કરવાની જવાબદારી સોંપી. આ નિર્ણયમાં પાર્ટીના તમામ નેતાઓએ તેમનો સાથ આપ્યો અને મને નવા વડાપ્રધાન તરીકે પદ ગ્રહણ કરવા મનાવી લીધો..!!

રાત્રે 3:15 મે વડાપ્રધાન તરીકે શપથ લીધા અને પદ સંભાળ્યાની દસ મિનીટમાં મે તમામ રાજ્યોના પોલીસવડાને દિનદયાલ અને નિતેષની ધડપકડના આદેશ આપી દીધા હતાં..!! હોટેલ મારીગોલ્ડમાંથી પકડાયેલા સ્ટાફ અને એ છોકરીઓના બયાન પ્રમાણે અમે દેશભરમાં દિનદયાલ તમામ અડ્ડાઓ પર છાપા મારવાના ચાલુ કર્યા.

તમે સાંભળીને આંચકો લાગશે....!!! પણ દેશભરમાં આવા ટોટલ 38 અડ્ડાઓ હતાં અને એ બધામાંથી અમે 1677 છોકરીઓને બચાવી શક્યાં છીએ..!! એ સિવાય ઓછમાં ઓછા 73 અપરાધીઓ પકડાયા છે..!! ડ્રગ્સનો એક મોટો જથ્થો હાથ લાગ્યો છે..!! અને એ સાથે તેમને સાથ આપનારા 7 ACP, 3 DCP, 2 CP ને સસ્પેન્ડ કરી દેવાયા છે અને તપાસ હજી ચાલુ જ છે..!!

શુક્લાના પત્ની નિર્મલાદેવીના બયાન પરથી અને શક્તિસિંહે મારી સામે કરેલા ખુલાસાથી ખ્યાલ આવ્યો કે તેમના ઘરેથી જે 100 કરોડ રોકડ જપ્ત થયા હતાં તે ખુદ રાઠોડ સાહેબે

તેમને દયાલને ખતમ કરવા આપેલા હતાં. જે પૂરી રકમ અખિલેશ રાઠોડે ખુદ પહોંચાડી હતી. આ પૂરી ઘટનાની તપાસ કરવા અખિલેશ રાઠોડની ધડપકડ થઈ ચુકી છે..!! અને તેની પાસે માહિતી કઢાવવાના પ્રયત્નો ચાલુ છે...!!

હું દેશની જનતાને એ વિશ્વાસ અપાવું છું કે જ્યાં સુધી હું આ પદ પર છું ત્યાં સુધી હું તમારી સાથે અન્યાય નહિ થવા દઉ..!! અને એક પણ અપરાધીને બચવા નહિ દઉ..!! તમે લોકો પણ શાંતિ રાખી, મને મારું કામ કરવા સહકાર આપશો એવી વિનંતી કરું છું..!!''

રુદ્રએ પોતાનું વકત્વ્ય પૂરું કરી ઉભો થઈ ચાલવા લાગ્યો. એકપણ પત્રકારને એકપણ પ્રશ્ન પુછવાનો મોકો આપ્યા વગર...!!! પાર્ટીને નુકશાન જરૂર ગયું હતું પણ રુદ્રએ જખમ સાથે મલમ પણ લગાડી રહ્યો હતો. જેની બધાને શાંતિ હતી. પાર્ટીના તમામ સીનીયર નેતાઓને રુદ્રનું આ વલણ ગમ્યું ન હતું, પણ અત્યારે રાહતનો શ્વાસ લઈ રહ્યા હતાં કારણ કે રુદ્રએ બીજા કોઈને ફસાવા નહોતા દીધા.

>>>>>>>>>>>>>>>>>>>>>>><<<<<<<<<<<<<<<<<<

13 એપ્રિલ 2013, રાજેશ કામદારનો ફ્લેટ, સવારના 8:00

''ગુડમોર્નીંગ સર...!!!'' રાજેશે દિનદયાલની આંખો ખોલતા જ હસતા ચહેરે કહ્યું. દિનદયાલને અત્યારે જોરથી પોતાનું માથું દુખી રહ્યું હતું. બોલવા માટે મોઢું ખોલવું હતું પણ તેને પછી ખ્યાલ આવ્યો કે તેના બંન્ને હોઢ એકબીજા સાથે ચોટેંલા છે, મોઢે પટ્ટી મારેલી હતી, તેણે પોતાના હાથ-પગ હલાવવાની કોશીશ કરી પણ તે બંધાયેલા હતાં. બે મિનીટ પછી તેને ખ્યાલ આવ્યો કે તે પોતે ખુરશી સાથે બંધાયેલો પડ્યો હતો. તે અકળાઈને જોરજોરથી હાથ-પગ હલાવવાની કોશીશ કરવા લાગ્યો, પણ તેને નિષ્ફળતા જ મળી.

રાજેશ જોરજોરથી હસવા લાગ્યો. દિનદયાલ શાંત પડી રાજેશ સામે જોવા લાગ્યો.

''હું નાનો હતો ત્યારે મને આ લાઈન મારા પિતા મને બહુજ સંભળાવતા કે સમય સમય કા માન હે, સમય બડા બલવાન હેં..!!!'' રાજેશ ફરીથી હસવા લાગ્યો.

''કેવું લાગે છે..!! દયાલ...સાહેબ....!!'' કહી રાજેશે, એક થપ્પડ દિનદયાલના ગાલ પર ચોડી દીધી. દિનદયાલ પીડાના કારણે કણસવા લાગ્યો.

''જો મારું ચાલતું હોત તો, આજે તને જીવતો સળગાવી દીધો હોત પણ શું કરું આ લાલચ

બહુ બુરી બલા છે..!!'' રાજેશ અફસોસ કરતો હોય તેમ બોલ્યો.

રાજેશે ટીવી ચાલુ કર્યુ અને કિચનમાં જતો રહ્યો. દિનદયાલ તો આંખો ફાડી જોતો જ રહી ગયો. એક જ રાત્રીમાં તેનો બનાવેલો શિષમહેલ પત્તાના મહેલની જેમ વિખેરાઇ ચુક્યો હતો. તેની કારકિર્દી ખતમ થઈ ચુકી હતી. લોકો દિનદયાલના પુતળા બાળી રહ્યા હતાં. રુદ્રના સમર્થનમાં નારા લગાવી રહ્યાં હતાં. તેની પાર્ટીએ રુદ્રને વડાપ્રધાન બનાવી દીધો હતો..!! એ વાત તેને ગળે ઉતરી નહોતી રહી..!!

દિનદયાલના માથે સણકા વાગી રહ્યા હતાં..!! આ બધું કેવી રીતે શક્ય બન્યું..!! અડધી કલાક બાદ રાજેશ કિચનમાંથી બહાર આવ્યો. તેના હાથમાં પરોઠાની પ્લેટ અને ચા હતાં. તેણે બધું ડાઈનીંગ ટેબલ પર ગોઠવ્યું અને ધીમે ધીમે દિનદયાલના હાથ-પગ ખોલી નાખ્યાં. દિનદયાલ સાવ ઠંડો પડી ચુક્યો હતો. રાજેશે તેને ઉભો થવા મદદ કરી અને બાથરૂમ સુધી લઇ ગયો. દિનદયાલ કંઇપણ દલીલ વગર બાથરૂમમાં જતો રહ્યો. રાજેશ પાછો આવી સોફા પર બેસી છાપું વાંચવા લાગ્યો.

વીસ મિનીટ બાદ દિનદયાલ પાછો આવ્યો અને ડાઇનીંગ ટેબલ પર ગોઠવાયો. ચુપચાપ પોતાનો નાસ્તો પુરો કર્યો અને ફરી એ જ ખુરશી પર બેસી ગયો.
''તું શું ઇચ્છે છે, મારી પાસેથી..?'' ઢીલા અવાજમાં દિનદયાલે છાપું વાંચી રહેલા રાજેશને પુછ્યું. રાજેશે છાપું સંકેલી બાજુમાં મુક્યું.
''જુઓ દયાલ સાહેબ, હું નથી રુદ્રનો માણસ કે નથી તમારો..!! હું પૈસાનો પુજારી છું પણ હા, પૈસા માટે મારે એવા કામ નથી કરવા કે મને રાત્રે ઉંઘ ના આવે..!! હું લગભગ છલ્લા બે વર્ષથી તમારી સાથે હતો, રુદ્ર ચૌહાણના કહેવાથી, પણ મને એ છોકરીઓના આંક્રદથી પૂરી ચીડ હતી, પણ શું કરું હું પીછેહઠ કરી શકું તેમ નહોતો. આજે મારી પાસે એક મોકો છે..!!'' રાજેશ બોલતા એક મિનીટ વિરામ લીધો. દિનદયાલને રાજેશની હરકતો કાલરાત્રીથી શંકાસ્પદ લાગી રહી હતી.

બાથરૂમમાં એક ચોર દરવાજો હતો જે રાજેશે ખુલ્લો મુક્યો હતો. જેથી પોતે ભાગી શકે..!!!

આ વાત દિનદયાલને ગળ નહોતી ઉતરી રહી, હજી તેના દિકરાના કોઇ સમાચાર તેણે સાંભળ્યા ન હતાં. હવે પોતાના કેટલા માણસો સહી-સલામાત છે કે પછી કોણ ગદ્દારી કરશે, તેનો જ્યાં સુધી જવાબના મળે, ત્યાં સુધી આ ઘર જ દિનદયાલને એક સલામતીના આશરા જેવું લાગી રહ્યું હતું.

''મને ચૌહાણ સાહેબે તમને ખતમ કરવાનો હુકમ આપેલો છે, પણ મે નથી કર્યુ. હવે એ મને અને તમને બંન્નેને મારી નાખવા, જમીન-આસમાન એક કરી દેશે...!! પણ... પણ... પણ... એ પહેલા હું તમને મારીને, તમારું માથું એની સામે મુકી દઈશ અને માફી માંગી લઉ..!! તો મારા બચવાના ચાન્સ છે..!!'' રાજેશ ફરી રોકાયો.

''તારે કેટલા રૂપિયા જોઇએ છે..??'' દિનદયાલને આખુ ચિત્ર મગજમાં બેસી ગયું.

''તમારા દિકરાને છોડાવવાના 1500 કરોડ, તમને દિલ્હીની બહાર કાઢવાના 2000 કરોડ અને મારી મહેનતના 500 કરોડ ટોટલ 4000 કરોડ...!!'' રાજેશે પોતાનું મોં ફાડ્યું. દિનદયાલ તો આખો ફાડીને રાજેશ સામે જોતો જ રહી ગયો.

''શું તમારા અને તમારા દિકરાના જીવનના મે વધારે પૈસા માંગી લીધા..??'' રાજેશે ટીખળ કરતા પુછ્યું.

''પૈસા મળી ગયા બાદ તું દગો નહિ આપે તેની શું ખાતરી..?? તે બચ્ચીભાઇ બની મને બે વર્ષ સુધી છેતર્યો અને હવે રુદ્રને છેતરી રહ્યો છે..!!'' દિનદયાલ મક્કમ થઈ પુછ્યું. રાજેશે પાછળથી સાઈલેન્સર ચડાવેલી બંદુક કાઢી અને દિનદયાલની સામે તાણી. દિનદયાલ એક મિનીટ હેબતાઇ ગયો.

''તમારી પાસે ત્રણ રસ્તા છે, એક તો તમે મારી ગોળીના શિકાર બનો, બીજું તમે જાતે ભાગી જાવ.. હું તમને જવા દઈશ પણ એટલું યાદ રાખજો કે બહાર બધા તમારી જાનના દુશ્મન જ છે..!! અને ત્રીજું મને પૈસા આપી દો તમારા બધા કામ ખુનખરાબા વગર થઈ જશે..!!!'' રાજેશના ચહેરા પર ગંભીરતા હતી.

''રુદ્રએ તને શોધી લીધો તો...?? અને આ રુદ્રની જ કોઇ ચાલ નીકળી તો..?'' દિનદયાલ બધા પાસા જોઇ લેવા માંગતો હતો.

''બની શકે તમારી બન્ને વાત સાચી હોય પણ તમારી પાસે માત્ર ત્રણ જ રસ્તા છે અને 10 મિનીટનો સમય..!! હા અથવા ના..!!'' રાજેશના ચહેરાની એક રેખા પણ ના હલી.

દિનદયાલ પોતાના મગજના ઘોડા દોડાવવા લાગ્યો પણ તેને સાચા-ખોટા વચ્ચે કોઇ ફરક જ નહોતો દેખાતો..!! ઘડિયાળ નદીની જેમ વહી રહી હતી અને દિનદયાલ કોઇ તર્ક સુધી નહોતો પહોંચી રહ્યો. સમય પુરો થયો એટલે રાજેશે મક્કમતાથી ટ્રીગર પર દબાણ વધાર્યુ. ગોળી ગમે તે સેકન્ડે ચાલી શકે તેમ હતી.

“એક મિનીટ...!! મને તારી શરત મંજુર છે..!!” દિનદયાલ પોકારી ઉઠ્યો. રાજેશે તરત બંદુક નીચે કરી.

“પણ મારી પાસે અત્યારે કોઇ પૈસા નથી, તે જોયુંને હજી હમણા મારા ઘરે અને તમામ અડ્ડાઓ પર રેડ પડી હતી અને 600 કરોડ રોકડા જપ્ત થઇ ગયા છે..!!” દિનદયાલે દુખી થતા કહ્યું.

“જુઓ સાહેબ..!! હું કોઇ તમારો મિત્ર નથી કે તમારા પર મને દયા આવશે..!! મારે અત્યારે જ પૈસા જોઇએ છે..!! બસ..!! હા અથવા ના..!!” રાજેશે ફરી બંદુક તાણી.

“ઠીક છે..!! હું તને પૈસા આપીશ પણ માત્ર 500 કરોડ..!! બાકીના કામ થયા બાદ..!!” દિનદયાલે પોતાની શરત મુકી.

“મારે અત્યારે જ 4000 કરોડ જોઇએ..!!” રાજેશ ટ્રીગરને વધારે દબાણ આપ્યું.

“ઠીક છે...!! આપીશ..!!” દિનદયાલ ડરના માર્યે જલદી બોલી ગયો. રાજેશ તરત પોતાની આંગળીને ટ્રીગર પરથી હટાવી.

દિનદયાલે એક ઉંડો શ્વાસ લીધો. રાજેશ પોતાના રૂમમાં જઈ લેપટોપ લઈને આવ્યો અને દિનદયાલના હાથમાં મુકી દીધું અને સાથે એક ચિઠ્ઠી પણ આપી.

“એ ચિઠ્ઠીમાં મારો આફ્રિકાનો બેન્કએકાઉન્ટ નંબર છે..!!! મારે બધા પૈસા ત્યાં ટ્રાન્સફર જોઇએ છે..!!” રાજેશ સામેની ખુરશી પર બેઠો. દિનદયાલે ઉપર નીચે જોયુ કે ક્યાંય કેમેરો તો નથી લગાવેલો ને..!! પણ તેને કંઇ દેખાયું નહિ અને પૈસા ટ્રાન્સફર કર્યા સિવાય કોઇ છુટકો પણ ન હતો.

>>>>>>>>>>>>>>>>>>>>>><<<<<<<<<<<<<<<<<<<

13 એપ્રિલ 2013, જુનાગઢનો અંતરીયાળ જંગલ વિસ્તાર, સવારના 8:30

કાલ રાત્રે પાર્ટી શરૂ થયા બાદ નિતેષ એક એક્ટ્રેસ સાથે હોટેલમા રંગરેલીયા

મનાવવા જતો રહ્યો હતો. એ હોટેલ રૂમ જે તેને અપાયો હતો, તેમાં એક ચોર દરવાજો હતો. નિતેષ અને એ એક્ટ્રેસને શરાબમાં ઘેનની ગોળીઓ આપી દેવાઇ હતી. બંન્નેના બેભાન થયા બાદ નિતેષને એ ચોર દરવાજાથી બહાર કઢાયો અને માથુર સાહેબની કારની ડીકીમાં પહોંચાડી દેવાયો..!!

માથુર સાહેબને સુરક્ષા જવાનો સાથે એરપોર્ટ સુધી પહોંચાડવામાં આવ્યા હતાં એટલે તેમની ગાડીનું ચેકિંગ થયું નહિ. પ્રાઇવેટ પ્લેનમાં રુદ્રના માણસોએ જ સામાન સાથે નિતેષ જે એક મોટી બેગમાં ભરી દીધો હતો તે પણ પ્લેનમાં ચડાવી દીધી. માથુર સાહેબ સાથે તેને જુનાગઠ મોકલી દેવામાં આવ્યો હતો.

રુદ્રની પોતાની એક પ્રાઇવેટ જેલ હતી, જે જુનાગઢના જંગલના અંતરીયાળ વિસ્તારમાં ભુગર્ભમાં બનાવવામાં આવેલી હતી. જેલ બહુ મોટી ન હતી પણ ખાસ ઉદેશો પાર પાડવા તેનું બાંધકામ થયેલું હતું. નિતેષને આ જ જેલમાં બંધ કરવામા આવ્યો હતો.

એ જે જેલમા હતો. તે 5*5 સ્વ્કેર ફુટની કોટરી હતી, પણ તેની દિવાલો ઘણી ઉચી હતી. છત પાસે એક નાનકડી બારી હતી જેમાંથી હવા અવરજવર થતી હતી. એક ખુણામાં સંડાસનું કમોડ હતું. બીજામાં એક નાનકડી ચોકડી અને નળ..!!, અને બીજી જગ્યા સુવા અને બેસવા માટે સાવ ખાલી હતી.એ સિવાય છતથી નજીક એક ટીવી લગાવેલું હતું.

નિતેષને જમીન પર જ સુવડાવી દેવામાં આવ્યો હતો. નિતેષની આંખ ખુલી ત્યારે તેને કંઇ સમજાયું નહિ કે તે હોટેલ રૂમમાંથી અહી સુધી કેવી રીતે પહોંચ્યો. નિતેષ તે દરવાજા પર હાથ પછાડી રાડો પાડવા લાગ્યો. કોઇએ સામે જવાબ ના આપ્યો અને થાકીને નીચે બેસી ગયો. તે હાફી રહ્યો હતો. એ સમયે ઉપર રહેલી ટીવી ચાલુ થઈ અને ન્યુઝ જોતા જ નિતેષના માથે તમ્મર આવતી હોય તેમ લાગ્યું.

‘‘રુદ્ર....!! દરવાજો ખોલ......!! રુદ્ર...!! મને ખબર છે...!! તું જ છે, આ બધા પાછળ...!! ખોલ દરવાજો..!!’’ નિતેષ ફરી રાડો પાડવા લાગ્યો પણ કોઇ જવાબ ના મળ્યો.

એ ઓરડીના દરવાજા નીચે એક નાનકડી બારી હતી જે માત્ર બહારની બાજુથી જ ખુલતી અને બંધ થતી. અત્યારે અડધી મિનીટ માટે એ બારી ખુલી જેમાથી અડધી રોટલી ઓરડીની અંદર મુકી દેવામાં આવી. નિતેષે પહેલા તો જોર જોરથી રાડો પાડી અને પછી થાકીને પાછો બેસી ગયો પણ તે પછી ધીમે ધીમે રડીને દરવાજો ખોલવા વિનંતી કરી રહ્યો હતો. પણ કોઇએ જવાબ ના આપ્યો.

પ્રકરણ – 12

શતરંજના મહોરા

13 એપ્રિલ 2013, વડાપ્રધાન ઓફિસ, સવારના 11:00

''હવે આગળની શું યોજના છે..!!'' તેજપાલે પૂછ્યું

''તમને આપેલા તમામ વચનો મે પુરા કર્યા, હવે બીજી શું આશા રાખો છો મારી પાસે..??'' રુદ્ર અજાણ બનવાની કોશિશ કરી રહ્યો હતો.

''હું એમ જ પૂછી રહ્યો હતો..!! જરૂર પડે તો તમારી મદદ કરી શકું, એટલે..!!''

''તમે ચિંતા ના કરો રાણા સાહેબ..!! તમારી જરૂર પડશે એટલે હું જરૂર તમને યાદ કરીશ..!! અત્યારે બસ તમે પાર્ટીના બીજા નેતાઓને સંભાળી લો..!!'' રુદ્ર તેજપાલને આશ્વાસન આપવા લાગ્યો.

''એ હવે તમે મારા પર છોડી દો, એ બધાની જવાબદારી મારી અને કોઇ આડાઅવળું થશે તો તેને પણ આપણે ફિટ કરી દઈશું..!!'' તેજપાલ ખુશ હતો.

''પણ, તમે આવી રીતે સત્તા પલટો કરશો, તેનો મને અંદાજ પણ ન હતો...!! આ તો મને પછી હોસ્પિટલમાં લાગ્યુ કે આ તમારું જ કામ છે, અને મે તમને આગળ કરી દીધા...!! નહીતર એ લોકો તો મને વડાપ્રધાન બનાવવાના હતાં..!!'' રુદ્ર કંઇ બોલે તે પહેલા તેજપાલ ફરીથી બોલ્યો. જવાબમાં રુદ્ર માત્ર હળવું હસ્યો.

''દયાલ સાહેબ કે નિતેષ આપણને નુકશાન નહી પહોંચાડે ને..??'' તેજપાલે આંખ જીણી કરતાં પૂછી જ લીધું.

''કેમ ખબર પડે..?? અને કદાચ પહોંચાડશે તો પણ, તમારો વારો પહેલા આવશે..!! કારણ કે હું તો તેનો દુશ્મન હતો જ..!! પણ તમે તો દગો આપ્યો છે..!!'' રુદ્રએ ટીખળ કરતાં કહ્યું.

''પ્લીજ સર, આવું ના બોલો..!! દયાલ સાહેબને ખબર પડશે કે ઘરનો ભેદી હું જ છું તો એ મને જીવતો નહી મુકે..!! તેમના ફાર્મ હાઉસ અને તેમની કેબીનમાં કેમેરા મુકતા મારે કેટલી જીગર કરવી પડી હતી, તે તો માત્ર મારું મન જાણતું હતું...!!'' તેજપાલના ચહેરા પર પરસેવો વળી ગયો હતો.

''હવે ચિંતાના કરો..!! તમે મારી સાથે છો...!! એ મુલાકાત યાદ છે ને તમને..!! જે મારા મિત્રો હોય છે, તેને કોઇ જ ચિંતાની જરૂર નથી હોતી..!!'' રુદ્રએ આંખ મિચકારતા કહ્યું.

'' મિત્ર કહીને તો, તમે મને ધન્ય કરી દીધો..!! હું તો એમ જ સમજતો હતો કે હું તમારી શતરંજનું એક મોહરું જ છું..!! તેજપાલના ચહેરા પર આભારભાવ હતો.''તમે તો મારી શતરંજના વજીર છો અને મારા ખાસ મિત્ર ..!!'' રુદ્રએ હળવેથી કહ્યું. તેજપાલ આ સાંભળી મનમાં થોડો મલકાયો.

રુદ્ર નવો સેક્રેટરી શ્યામ વર્મા દોડતો આવી ઓફિસ બહાર ટકોરા મારી રહ્યો હતો. તે હાંફી રહ્યો હતો. રુદ્રએ અંદર આવવાનો ઇશારો કર્યો.

।' સર..!! નિર્મળાદેવીનું હોસ્પિટલમાં જ કોઇકે ખૂન કરી નાખ્યું છે..!!! હજી હમણા જ..!!''

ન્યુઝ આપ્યા અને પછી તેનું ધ્યાન તેજપાલ તરફ ગયું, એટલે તેને પોતાની ભુલનો અહેસાસ થયો. રુદ્રએ તેની સામે આંખ કાઢી એટલે તે પાછો ચુપચાપ કેબીનની બહાર નીકળી ગયો.

રુદ્રનો ચહેરો ગંભીર હતો. તેજપાલ ભોઠો પડ્યો હોય તેમ મુંઝાય રહ્યો હતો. પણ અત્યારે તેનું મગજ નિર્મળાદેવી તરફ હતું.

''શું આ કામ તમારું છે..!!'' તેજપાલે હિમ્મત કરી પૂછી લીધું.

''કદાચ દયાલે બદલો લેવા માટે આવું કર્યું હોય..!!'' રુદ્રએ પોતાનો તર્ક મુક્યો.

''શું એ હજી સુધી દિલ્હીમાં હશે..??'' તેજપાલે તરત પૂછ્યું.

''દયાલ વિષે જેટલી તમને ખબર છે, એનાથી વિશેષ મારી પાસે કોઇ માહિતી નથી..!!'' રુદ્રએ તરત જવાબ વાળ્યો. ''મને હવે ડર લાગી રહ્યો છે..!!''

''એ માટે હું કશું ના કરી શકું, તમારે મારા પર વિશ્વાસ મુકવો પડશે..!!''

''એ તો છે જ...!!''

''ચલો મને હવે જવા દો..!! તો હું આગળ તપાસ કરું...!!'' રુદ્રએ ઉભા થતા કહ્યું. તેજપાલ પણ ઉભો થયો અને બહાર નીકળી ગયો. તેજપાલ ચિંતામુક્ત થઈને પોતાની ઓફિસે આવ્યો અને રુદ્ર સાથે થયેલી મુલાકાતને તે યાદ કરવા લાગ્યો.

તેજપાલને એ દિવસ યાદ આવી ગયો, જ્યારે રુદ્ર તેને એક પાર્ટીમાં મળ્યો હતો. આજે એ વાતને બે વર્ષ થવા આવ્યા પણ હજી એ દિવસ તેજપાલને હજી કાલની જ ઘટના હોય તેમ લાગતું હતું. તે દિવસે બોમ્બેના એક બિઝનેસમેનના દિકરાના લગ્નમાં હાજરી આપવા ગયેલા તેજપાલ રાણાનું રુદ્ર પર પડ્યું હતું.

રુદ્ર એક ખુણામાં એકલો ઉભો ઉભો, વ્હીસ્કી પી રહ્યો હતો. તેજપાલ હળવેથી તેની પાસે પહોંચ્યો.

''હમણા બહુ ચગ્યા છો તમે.. હેં..!!'' તેજપાલ અકડ સાથે બોલ્યો.

''માફ કરજો સાહેબ..!! પણ શું કરીએ તમારા જેમ અમને પણ છાપામાં ક્યારેક ક્યારેક ફોટા લાવવાનો શોખ ના થાય..!!'' રુદ્રએ વિનમ્રતાથી જવાબ આપ્યો.

''તો જોડાઇ જાવ, અમારી પાર્ટીમાં..!! તમને પણ એકાદ ખાતું સોંપી દઈશું..!! આમ જાહેરમાં રાડો પાડવાથી હાથમાં કશું જ નહી આવે..!!'' તેજપાલે સેમ્પેઇનનો ગ્લાસ મોઢે માંડતા બોલ્યો.

''માફ કરજો, તેજપાલ સાહેબ જો તમને મારી વાતથી દુખ થાય તો પણ, તમે છેલ્લા 15 વર્ષથી એક મીનીસ્ટરના પદથી આગળ નથી વધી શક્યા..!! પણ મારી એટલો ટાઇમ નથી લેવો..!!'' રુદ્રએ તેજપાલ સામે જોયા વગર જ બોલ્યો. તેજપાલે ત્રાસી આંખે રુદ્ર સામે જોઇ લીધું.

'' એટલે તમે કહેવા શું માંગો છો..? મિસ્ટર ચૌહાણ..!!''

‘‘એ જ કે તમે મારી સાથે જોડાઇ જાવ...!! પૈસા અને સત્તાની તંગી નહી રહેવા દઉ..!!’’ રુદ્રએ તેજપાલની આંખમાં આંખ નાખીને કહ્યું.

‘‘એટલે..??’’ તેજપાલે આંખ ઝીણી કરતા કહ્યું. ‘‘અત્યારે તમારી પાર્ટીમા માત્ર બે લોકોનું જ રાજ ચાલે છે..!! અને જો તમે મારો સાથ આપશો, તો સમજો કે નાયાબ વડાપ્રધાન તમે હશો અને પાર્ટીના સર્વેસર્વા પણ..!!!’’ રુદ્રએ પોતાનો ગ્લાસ એક ઘુંટમાં જ પી ગયો.

‘‘અને હું ના કહું તો..??’’ તેજપાલે જીજ્ઞાશાવશ પૂછી લીધું.

‘‘તો હું બીજા કોઇને પકડી લઇશ..!! તમારો એકાદો સાથીદાર માની જાય તો પણ મારું કામ તો થઈ જ જશે..!! અને તમને ખબર જ છે કે તમારા મિત્રો પૈસાના કેટલા ભુખ્યા છે..!!! તમે નહી તો તમારો બીજો કોઇ ભાઇ..!!’’ કહેતો રુદ્ર તેજપાલને વિચારતો મુકી જતો રહ્યો હતો. એ દિવસે તેજપાલના મનમાં લાલચના અંકુર ફુટ્યા અને આજે તેના ફળ સ્વરૂપ રુદ્ર તેની સામે તેનો સાહેબ થઈને બેઠો હતો.

>>>>>>>>>>>>>>>>>>>>>>>>><<<<<<<<<<<<<<<<<<<<<<

રુદ્ર સીધો ઓફિસથી હોસ્પિટલ જવા નીકળતો હતો, એ જ સમયે મંદાર સાહેબ રુદ્રને મળવા ઓફિસે પહોંચ્યા. મંદાર સાહેબ ઇન્ટેલીજન્સ બ્યુરોના ડાયરેક્ટર હતાં.‘‘આવો આવો, મંદાર સાહેબ..!!’’ રુદ્રએ તેમને ઉષ્માભર્યો આવકાર આપ્યો અને બંન્ને ભેટી પડ્યા.

‘‘તમે ક્યાંય જઈ રહ્યા હતાં..??’’ મંદાર સાહેબ રુદ્રની તૈયારી જોતા પૂછ્યું.

‘‘હા..!! નિર્મલાદેવીનું ખૂન થયું તો, હોસ્પિટલ તો જવું પડે ને..!!’’ રુદ્રએ મોઢા પર સ્મિત લાવતા કહ્યું. ‘‘હજી ત્યાં ઘણી ભીડ છે..!! અને વડાપ્રધાન આટલુ ઝડપી એકશન લેવા લાગશે તો ભારત સરકારની ઈમેજ ખરાબ થઈ જશે..!!’’ આ સાથે બંન્ને હસવા લાહયાં.

‘‘તો, અંતે એ દિવસ આવી ગયો..!!’’ મંદાર સાહેબે ઉડો શ્વાસ લેતા કહ્યું.

‘‘હા..!! તમારા જેવા મિત્રોની દયા હતી..!!’’ રુદ્રએ માથું નમાવતા આભાર માન્યો.

‘‘મને હજી એ દિવસ યાદ આવે છે..!! 17 મે 2014, એક જ દિવસે મારી અને સિન્હાની નિમણુક થઈ હતી..!! હું તો આશ્ચર્યચકિત થઈ ગયો હતો કે રાઠોડ જેવો માણસ મને અને સિન્હાને પસંદ કેવી રીતે કરી શકે..!!’’ મંદાર સાહેબ જુની વાતો વાગોળી રહ્યા હતાં.

‘‘તે દિવસે, તેજપાલ મને મળવા આવ્યો, મને કહે કે તેણે અમારા નામના સુચન કર્યા હતાં અને દયાલને તેના પર પૂરો વિશ્વાસ એટલે કોઇપણ તપાસ વગર તેણે મંજુરી આપી દીધી અને રાઠોડે સાઇન કરી દીધી....!!! મુર્ખાઓ..!!!’’ મંદાર સાહેબે મોઢું મચકોડતા કહ્યું. રુદ્ર પણ મંદ મંદ હસી રહ્યો હતો.

"મે તેજપાલને આ મહેરબાની કારણ પૂછ્યું તો મને કહે..!! કે તમારા બંન્ને પર રુદ્ર ચૌહાણ મહેરબાન છે..!! સાચું કહું તો એ દિવસે મને તમારા પર ખુબજ ગુસ્સો આવેલો..!! હું તે દિવસે તમને ધમકાવવા જ મળેલો પણ તમે મારું અને સિન્હાનું દિલ જીતી લીધું...!! આજે તમારા કારણે અમને બંન્નેને લાગે છે કે અમારી જીંદગી સફળ થઈ ગઈ...!! સાચા અર્થમાં દેશ માટે કંઈક કરી શક્યા..!!!" મંદારની આંખ ભીની થઈ ચુકી હતી.

"એવું નથી, આજે હું જે કાંઇ કરી શક્યો છું, એ તમારા બંન્નેના કારણે...!! નહીતર અહીં સુધી પહોંચવું મારા માટે અસંભવ હતું..!!" રુદ્રએ વિનમ્ર બન્યો. બંન્નેની આંખોમાં પાણી તરી આવ્યું. બંન્ને સ્વસ્થ થયા. મંદારે પાણીનો ગ્લાસ પીધો. રુદ્ર પોતાની ખુરશીને ટેકો આપ્યો.

"અરે હા..!! પેલી ફાઇલ જે મને માથુર સાહેબે આપી હતી, તે તમે બરાબર ચેક કરી હતી ને..??" રુદ્રને યાદ આવતા પૂછ્યું.

"હા..!! તમારા માણસોનું કામ કાબીલે તારીફ છે..!! ખુબ જીણવટથી બધી જ તપાસ કરી હતી..!!" મંદાર સાહેબ તરત બોલ્યા.

"તમને આવા માણસો મળી ક્યાંથી જાય છે...??" મંદાર સાહેબે પૂછી લીધું.

"હવે તમને કેમ સમજાવું, પણ મને સામે જ ભટકાઇ જાય છે..!!" બંન્ને ફરી હસવા લાગ્યાં.

"વાત માત્ર માણસોની નથી પણ તેમને સાચવવાની છે..!! બધા દેશભક્ત નથી હોતા..!! એટલે મને એ વાત હંમેશા નવાઇ પહોંચાડે કે તમે કેવી રીતે આ બધાને સાચવો છો..??" મંદાર સાહેબે ફરી એ જ પ્રશ્ન અલગ રીતે પુછ્યો.

"હું માણસને ખરીદી લઉ છું..!! તમે મને ક્યાં ખરીદ્યો હતો..?? અને તમે એવો પ્રયત્ન કર્યો હોત તો હું વેચાત પણ નહી..!!"

"દુનિયાનો દરેક વ્યક્તિ વેચાવ છે...!! બસ તેની સાચી કિંમત ખબર હોવી જોઇએ..!! જેમકે તમારી રાષ્ટ્રભક્તિ, માથુર સાહેબ અને ચેતનની મિત્રતા...!!, તેજપાલની લાલચ..!! આપણા રાઠોડ સાહેબના સેક્રેટરી દેસાઇ સાહેબનો બદલો...!! વગેરે વગેરે...!!" રુદ્રએ હસતા બોલ્યો. "અને તમારી..??"

"માનવતા....!!" રુદ્રએ દયામણા સ્મિત સાથે જવાબ આપ્યો.

"ચલો ચલો, નિર્મળાદેવીના ખૂન પર રાજનીતિ રમતા આવીયે..!!" રુદ્ર ઉભો થતા બોલ્યો. મંદાર સાહેબ પણ ઉભા થયાં.

"સર...!! નિર્મળાદેવીનું ખૂન કેમ કરાવ્યું, તે મને ના સમજાયું..!!"

"એમાં ઉંડું ઉતરવા જેવું કશું જ નથી..!! નિર્મળાદેવી ઘણુબધું જાણતા હતાં..!! જે આગળ જતા આપણા ઘણા બધા પ્લાન પર પાણી ફેરવી શકે તેમ હતાં..!! અને આમ પણ આપણે જે બોલાવડાવવું હતું એ કામ તો થઈ ગયુ..!! અને કોર્ટ તરફથી તેમના કર્મોની સજા, તેમને મળે તેમ નહતી. એટલે હવે એ જ અફસોસમાં મરી ગયાં કે તેમની દિકરીઓની જીંદગી તેમણે જ બરબાદ કરી છે અને એ જ તેમની સજા હોવી જોઇએ..!!" બંન્ને ઓફિસની બહાર નીકળી ગયા...!!

પ્રકરણ-13
રુદ્ર અને ગૌરી

13 એપ્રિલ 2015, 7 રેસકોર્સ રોડ, વડાપ્રધાન નિવાસ, રાત્રીના 9:00

આજનો આખો દિવસ ખુબજ નાટ્યાત્મક રહ્યો. નિર્મળાદેવીના ખૂન પર દિવસભર દેશમાં ખુબજ ધમાલ ચાલી. રુદ્રએ પોતાની એક એક ચાલ ખુબજ વિચારીને રમી હતી જેથી તેની સત્તા સામે પડકાર ફેંકવા એકપણ નેતા ઉભો ના થઈ શકે..!!

નિર્મળાદેવીના ખૂનનો આરોપ દિનદયાલ પર ગયો એટલે દિનદયાલની ધરપકડ માટે સુત્રોને વધુ ગતિમાન કરવામાં આવ્યા હતા, જ્યારે રાજેશના ફ્લેટ પર દિનદયાલ ગીન્નાઇને સમયની રાહ જોઇ રહ્યો હતો. હવે તેના માટે બધા જ દરવાજા બંધ થઈ ચુક્યા હતાં. દેશ છોડીને જવું એ એક જ ઉપાય હતો. અખિલેશની ચાલી રહેલી પુછપરછના કારણે શક્તિસિંહના અમુક કડવા સત્યો પણ બહાર આવ્યા હતાં. રુદ્રએ શક્તિસિંહની અત્યાર સુધી તમામ કામગીરી અને પાસ થયેલા તમામ બિલો પર તપાસના આદેશ આપી દીધા હતાં.

રુદ્ર હજી સાંસદ ન હતો, તેને હવે માત્ર છ મહિનાની અંદર એક લોકસભાની સીટ જીતવાની હતી. જેથી તે આ પદ માટે પોતાની લાયકાત સિધ્ધ કરી શકે..!! લોકશક્તિ પાર્ટી અત્યારે લોકોને શાંત પાડવા માટે જ રુદ્રના વડાપ્રધાન પદ માટે સમર્થન આપ્યુ હતું. જેથી લોકો થોડા શાંત પડે અને બધા નેતાઓને આ તકલીફ ભરી સ્થિતીમાંથી નીકળવાનો મોકો મળે..!!

ગૌરી અખિલેશની ધરપકડ બાદ વડાપ્રધાન નિવાસ આવી ચુકી હતી. શક્તિસિંહની લાશને પોસ્ટમાર્ટમ માટે મોકલી દેવામાં આવી હતી. આખો દિવસ તે ટીવી સામે જ બેસી રહી અને ન્યુઝ જોયે રાખ્યા. ગૌરીના મનમાં રુદ્ર અને રમેશને લઈને દાવાનળ ફાટી રહ્યો હતો. ગૌરીએ આ વાત રુદ્રને ન તો પૂછી શક્તી હતી, ન સહન કરી શકતી હતી.

ગૌરી પૂરો દિવસ રુદ્રની કામગીરીનું નિરીક્ષણ કરતી રહી. એક દિવસમાં રુદ્રએ 1000 કરોડ ઉપરનું કાળું નાણું પકડાવી દીધું હતું. અબજોની કિંમતનો ડ્રગ્સ અને જે છોકરીઓને તેમણે છોડાવી હતી, તે બધાના ઇન્ટરવ્યુ ટીવી પર આવી રહ્યા હતાં..!! એમાં મોટાભાગની છોકરીઓએ આ ધંધો સ્વીકારી લીધો હતો. જ્યારે અમુક આ નર્ખમાંથી છુટવાનો પ્રયત્ન કરતી હતી.

પણ આ પૂરી ઘટના બાદ મોટાભાગની પીડિત સ્ત્રીઓ હવે ઘરે પાછી જવા નહોતી માંગતી અથવા તેમના મા-બાપ તેમને સ્વીકારતા અચકાઇ રહ્યા હતાં. હવે સરકાર માટે આ બધાના પુનર્વસનનો પ્રશ્ન પણ હતો. અત્યારે તો તેમને ઘણીબધી સ્ત્રી કલ્યાણની સંસ્થાઓએ આશરો આપ્યો હતો. જ્યાં સુધી સરકાર તેમના માટે કંઇ ના વિચારે..!!!

ગૌરી અંદરથી ભાંગી ચુકી હતી. રુદ્રએ તેની સાથે રમત રમી હોય કે નહી પણ રુદ્ર એ જે આ એક દિવસમાં કામ કરી બતાવ્યું, તેનાથી ગૌરીની છાતી ગર્વથી ફુલી ગઈ હતી. પણ ગૌરીને હજી તે રમેશ છે કે નહી તે પ્રશ્ન તો સતાવી જ રહ્યો હતો..!! રુદ્રની બુદ્ધિ અને રમેશની બુદ્ધિમાં જમીન આસમાનનો ફરક હતો.

એ જ સમયે રુદ્ર બંગલામાં આવ્યો. ગૌરી દોડતી નીચે આવી. ગૌરીએ અત્યારે નાઈટસુટ જ પહેર્યુ હતું. રુદ્રનું ધ્યાન ગૌરી પર ગયું. રુદ્ર તેને દોડીને વળગી જવા માંગતો હતો પણ તેને પોતાને મહામહેનતે રોક્યો. ગૌરીને પાસે શાંતિથી જઈ ગળે મળ્યો. ગૌરીએ પણ સાવ ઢીલો પ્રતિસાદ આપ્યો.

''આ કામયાબીની તને ખુબ ખુબ શુભેચ્છા..!! ગૌરીએ પોતાની વિડંબના અંદર જ દબાવીને રાખી. તે નહોતી ઇચ્છતી કે રુદ્રને તેના મનમાં ચાલી રહેલા વાવાઝોડા વિષે ખબર પડે, નહીતર રુદ્ર કદાચ પોતાને સાચો સાબિત કરવા કંઇ કરશે તો પોતે આખી જીંદગી આ હકીકતથી અજાણ જ રહી જશે..!!'' એટલે તે પોતાને અને રુદ્રને થોડો સમય આપવા માંગતી હતી.

ગૌરીની મોંઢે શુભેચ્છા સાંભળતા જ રુદ્ર તેને ફરીથી વળગી પડ્યો. ગૌરીને તેણે પોતાની છાતી સાથે દબાવી દીધી. રુદ્રની છાતીની હુંફ ગૌરીને જાણીતી અને પોતીકી લાગી એટલે ગૌરીને થોડો હાશકારો તો થયો.

''તો મેડમ ઓફિસ જવાનું ક્યારથી ચાલું કરો છો...?'' ગૌરી અને રુદ્ર બંન્ને ગૌરીના બેડરૂમ તરફ ચાલવા લાગ્યા. રૂમમાં પહોંચી, રુદ્રએ પોતના પગ બેડની નીચે રાખ્યા જ્યારે પીઠથી ઉપરનો ભાગ તેણે બેડ પર ઢાળી દીધો. રુદ્રનું માથું ગૌરીના ખોળામાં હતું, ગૌરી હળવે હળવે તો રુદ્રના વાળને સહેલાવી રહી હતી. ગૌરી જવાબ આપવાના બદલે રુદ્રની આંખોને અને ચહેરાને નીરખી રહી પણ તેના મનનું સમાધાન ના થયું.

''હંમ..!! પપ્પાના અંતિમ સંસ્કાર બાદ તરત જ..!!'' ગૌરીએ ઉદાસ મને જવાબ આપ્યો. રુદ્રને પણ ગૌરીને ઉદાસ જોઇ બિલકુલ ના ગમ્યું.

''કેમ બે દિવસ, વધારે મારી સાથે નહી રોકાય..??'' રુદ્રએ આંખ ઉલાળતા પૂછ્યું.

''ના..!! એક વાર બધું બરાબર ગોઠવાઇ જશે પછી આપણી પાસે સમય જ સમય છે...!! અને

તારે ખુરશી જોઇતી હતી, તો હવે તેનો આંનદ ઉઠાવ..!! મારી શી જરૂર છે...!!" ગૌરીની આ વાતથી રુદ્ર આખેઆખો ચીરાઇ ગયો, પણ તે ગૌરી પીડા સમજી શકતો હતો. જે રાજકીય નાટકો ભજવાઇ રહ્યા હતાં, તે બધા પાછળ તે પોતે જ હતો અને સ્વાભાવિક હતું કે ગૌરીને એવું જ લાગી રહ્યુ હતું કે આ બધું તે બદલો લેવા અથવા ખુરશી મેળવવા જ કરી રહ્યો હતો..!! "હા..!! વર્ષોની મહેનત બાદનું ફળ છે..!! હવે નિરાંતે ખાઇશ જ ને..??"

"મે કદી કલ્પના પણ નહોતી કરી કે તું આટલો બધો ચાલાક હોઇશ..!!"

"ચાલાક તો હું ત્યારે પણ એટલો હતો પણ ત્યારે મારા મનમાં ડર વધારે હતો અને આત્મવિશ્વાસ સાવ ઓછો..!!"રુદ્રનો જવાબ સાંભળી ગૌરી ચમકી, તેનું હૃદય એક ધબકારો ચુકી ગયુ, કારણ કે આ શબ્દો રમેશના જ હતાં. જે તે બાળપણમાં ઘણી વખત કહેતો. રમેશ ખુબજ ડરપોક હતો અને પોતાના એકપણ કામ પર તેને થોડો પણ આત્મવિશ્વાસ ન હતો.

''તને યાદ છે, તું મને પહેલા કેટલો પ્રેમ કરતો હતો...??''

"હા..!! તારા કારણે સ્કુલના મોટાભાગના છોકરાઓનો માર ખાધેલો..!!" આ જવાબ સાંભળતા જ ગૌરી રુદ્રને વળગી પડી અને બન્ને બેડ પર આડા પડ્યા. એકબીજાની આંખોમાં ખોવાઇ ગયાં. અચાનક રુદ્ર, થોડો અસ્વસ્થ થઈ તરત ઉભો થઈ ગયો.

''કેમ શું થયું...??'' ગૌરીએ રુદ્રનો હાથ ખેંચતા કહ્યું.

"કંઇ નહી, બસ થાકી ગયો છું, અને ભુખ પણ લાગી છે..!! આજે મને તારી હાથે બનેલી રસોઇ નહી જમાડે..?" રુદ્રએ ગૌરીને ખેંચીને ઉભી કરી.

ગૌરી બેઠા બેઠા જ રુદ્રને વળગી પડી..!! બંન્ને ઉભા થઈ નીચે કિચનમાં પહોંચ્યાં. રુદ્રએ ઈશારો કર્યો એટલે રસોડામાં કામ કરતા બધા, રુદ્ર અને ગૌરીને એકલા મુકીને બહાર જતા રહ્યાં. રસોડુ એક મોટા રૂમ જેવું હતું. વચ્ચે ડાઇનીંગ ટેબલ હતું. શક્તિસિંહ અને તેનો પરિવાર હંમેશા રસોડામાં બેસીને જ જમતા..!! સામે એક મોટું પ્લેટફોર્મ હતું, જ્યાં ઘણી વખત ગૌરી રસોઇ બનાવી બાપ-દિકરાને જમાડતી અને અત્યારે તેના પતિને જમાવડા માટે મહેનત કરવા લાગી..!! રુદ્ર ગૌરીને જોતો. તે બસ તેમાં ખોવાઇ જવા માંગતો હતો. ગૌરીના હલનચલના કારણે તેના લાંબા કાળા વાળ લોલકની જેમ આગળ પાછળ થઈ રહ્યા હતાં. એક બે વાર ગૌરીએ પાછળ ફરીને રુદ્ર તરફ જોઇપણ લીધું અને શરમાઇને પાછી કામે લાગી ગઈ.

"આજે આખો દિવસ તે શું કર્યું....??'' રુદ્રએ પૂછ્યું.

''કંઇ નહી, તારો ઈતિહાસ વારંવાર સાંભળ્યો..!!'' ગૌરીએ હસતા કહ્યું.

''મારો ઈતિહાસ...??''

ગૌરીએ રસોડાના ટીવીની સ્વિચ ઓન કરી ન્યુઝ ચેનલ લગાવી. મીડિયા પર વારંવાર રુદ્રનો ભુતકાળ અને તેની જુની વાતો બતાવવામાં આવી રહી હતી. રુદ્રએ માહેશ્વરી હોટેલમાં એક વેઇટરથી પોતાની કારકિર્દીની શરૂઆત કરી હતી અને આજે તેને દુનિયામાં હોટેલ કિંગ કહેવામાં આવે છે....!!! અનંતરાય ચૌહાણ જે માહેશ્વરી ગ્રુપ ઓફ હોટેલ્સના માલિક હતાં,

તેમણે આ 19 વર્ષના વેઈટરને ગોદ લીધો અને પાંચ હોટેલનો માલિક બનાવી દીધો અને એ પાંચ હોટેલને રુદ્રએ માત્ર ત્રણ વર્ષમાં 50 સુધી પહોંચાડી દીધી.

રુદ્રનો ઈન્ડ્રસ્ટ્રીયલ લોબીમાં પણ દબદબો હતો. તેણે હોટેલ સિવાય એવા કેટલાય બિઝનેસમાં હાથ અજમાવ્યો હતો, જેની કલ્પના પણ અનંતરાયે કરી ન હતી. અંનતરાય રુદ્રને બધું સોંપી, પોતે શિમલામાં એકાંતવાસ ગાળવા જતાં રહ્યાં. રુદ્રના હાથમાં પૂરી સત્તા આવતા, ધંધાના વિકાસની સ્પીડ ખુબજ વધી ચુકી હતી. એક બે વખત અનંતરાય પરાણે ઈન્ટરવ્યુ આપવા તૈયાર થયેલા, ત્યારે તેમણે કહેલું કે રુદ્ર તેમની જીંદગીમાં ના આવ્યો હોત, તો કદાચ તે નર્કથી પણ વધારે ખરાબ જીંદગી જીવતા હોત..!! અનંતરાયે લગ્ન નહોતા કર્યા, પણ રુદ્રએ તેમને સંતાનસુખ આપી દીધું હતું. આજે અનંતરાય રુદ્રની આ જાહોજલાલી જોવા, વધારે સમય જીવીના શક્યા, રુદ્રએ તેમની યાદમાં જમ્મુ કાશ્મીર અને હિમાચલ પ્રદેશમાં મોટા મોટા પાંચ હોસ્પિટલ બંધાવ્યા હતાં, જેમાં એક રૂપિયાની પણ ફી લેવામાં નહોતી આવતી..!!

રુદ્ર બહુ ટુંકા સમયમાં લોકોનો લાડીલો બની ગયો હતો. તેના જીવનમાં વળાંક આવ્યો, બિહારમાં થયેલી અતિવૃષ્ટિથી, એ ભયંકર વરસાદમાં લોકોએ પોતાનું ઘણુબધું ગુમાવી દીધું હતું. રુદ્ર બિહારમાં એ લોકો વચ્ચે સતત બે મહિના રહ્યો. જે લોકોના ઘર પડી ગયા હતાં, તેણે પોતાની કન્સટ્રકશન કંપની દ્વારા વિનામુલ્યે બાંધી આપ્યા..!! જે લોકોના રોજગાર છીનવાઈ ગયા હતાં, તેમને પોતાની ફાઇનાંસ કંપની દ્વારા જ લોન આપી ઉભા થવા સહારો આપ્યો. જે લોકોનો પરિવાર પુરમાં તણાઇ ગયો હતો, તેમની સાથે તે પરિવારના સભ્યની જેમ રહ્યો.
ત્યારબાદ રુદ્રએ કદી પાછું વળીને જોયું નહોતું. લોકો રુદ્રને વધારે ચાહવા લાગ્યા અને લોકોની રુદ્ર ચાહનાના કારણે માર્કેટમાં રુદ્ર કોરપોરેશનનો દબદબો પણ વધવા લાગ્યો. લોકો રુદ્રની કંપનીને વધારે સપોર્ટ કરવા લાગ્યાં. રુદ્રએ એક સ્કીમ મુકી હતી કે તેની કંપનીના પ્રોફિટના 10% તે માત્ર જરૂરીયાતમંદો પાછળ જ વાપરશે..!! જેથી લોકો પરોક્ષ દાનને મહત્વ આપી રુદ્રની પ્રોડક્ટસ વધારેને વધારે ખરીદવા લાગ્યાં.

રુદ્રની ધંધાની નીતિ પણ અનોખી હતી. ઘણીવખત તેને લોર્ડ ડેલહાઉસી સાથે સરખાવવામાં આવતો, જેણે ભારતમાં ખાલસાનીતિનો ઉપયોગ કરી, કેટલાય રાજ્યોને ઈસ્ટ ઇન્ડિયા કંપનીની સત્તા નીચે લાવી દીધા હતાં. રુદ્રને જે બિઝનેસ કે કંપની ગમતી તે પોતાની કરી લેતો. રાજકારણી અને બિઝનેસ લોબીમાં તે અપ્રિય હતો, પણ લોકચાહનાના કારણે એ લોકો, તેની નિંદા જાહેરમાં કરવાથી બચતા.
જુનાગઢનો તે બની બેઠેલો રાજા હતો. પોલીસ, કોર્ટ બધું તેના તાબે ચાલતું અને કોઇ કશું જ બોલી શકતું નહી. જુનાગઢ મોડેલને વિશ્વમાં ખ્યાતી મળેલી હતી. અને આ વિચક્ષણ વ્યક્તિ આજે ભારતનો વડાપ્રધાન બની ગયો હતો.

રુદ્રએ ટીવી બંધ કરી હસવા લાગ્યો.

"તને ખબર છે ગૌરી..!! એક સમયે હું દિલ્હીની સડકો પર કામ શોધવા માટે ફાફા મારતો હતો, ત્યારે મને કોઇ કામ આપવા તૈયાર ન હતુ..!! અરે મે પાંચ-પાંચ દિવસ ભુખ્યા કાઢેલા છે...!! અને આજે જુઓ આ ભીખારીને આ લોકોએ રાજા બનાવી, બધા સામે મુકી દીધો....!!" રુદ્ર તાળી પાડતા બોલ્યો.

"મને એક વાત હજી નથી સમજાતી, તને અનંતરાયે ગોદ શું કામ લીધો અને તેની હોટેલ્સ પણ તારા નામે કરી દીધી..??" ગૌરીથી એમજ પુછાઇ ગયું. જવાબમાં રુદ્ર માત્ર રહસ્ય ભર્યુ હસ્યો.

"શું તારા જીવનની મુંઝવણો મને કદી નહી કહે..?? શું હું હંમેશા અજાણ રહીશ કે જુનાગઢથી નીકળ્યા પછીના ચાર-પાંચ વર્ષ તે કેવી રીતે કાઢ્યા..?? તારે કેટલી યાતનાઓનો સામનો કરવો પડ્યો...?? અને મને એ નથી સમજાતું કે જો તારે ખુરશી જ જોઇતી હતી, તો તું પપ્પાને માર્યા વગર પણ લઈ શકતો હતો...!! અને બદલો જ લેવો હતો તો પપ્પાને આટલી આસાન મોત કેમ આપી...?? પૈસા જોઇતા હતા તો તારી બધી જ મિલકત, તે મારા નામે કેમ કરી...??? મને દગો જ આપવો હતો..!! તો મને હકીકતની જાણ કેમ થવા દીધી...??" ગૌરી બધું કામ મુકી રુદ્ર સામે આવીને બેસી ગઈ. ગૌરીની આંખોની પીડા રુદ્ર સ્પષ્ટ જોઇ શકતો હતો.

રુદ્રએ હળવેથી ગૌરીનો હાથ પકડ્યો અને પોતાના તરફ ખેંચી લીધી..!! ગૌરી જટકા સાથે ઉભી થઈ રુદ્રની જાંઘ પર પડી..!!

"હું તને અનહદ પ્રેમ કરું છું..!! એ તારા માટે મહત્વનું નથી..?? સતત પંદર વર્ષ મેં તારી રાહ જોઇ, એ તારા માટે પુરતું નથી..?? કુસુમ જેવી કેટલીય છોકરીઓને મે તારા માટે જતી કરી છે..!! એનાથી તને સંતોષ નથી..?? જ્યારે જ્યારે તને જોવ છું,ત્યારે મારા મનમાં હજાર મોર નાચવા લાગે છે, એ તને નથી પસંદ..??" કહેતા રુદ્રએ હળવેથી ગૌરીના હોઠો પર પોતાના હોઠ બીડી દીધા...!!

ગૌરીએ શરમાઇને રુદ્રને ધક્કો માર્યો અને પાછી રસોઇ બનાવવા લાગી ગઈ.

પ્રકરણ - 14

મંથન

14 એપ્રિલ 2015, સવારના 7:00

રુદ્ર અને ગૌરીએ સવારનો નાસ્તો પતાવી છાપું વાચી રહ્યા હતાં. ચેતન રુદ્રને મળવા પંચવટી (વડાપ્રધાન નિવાસ) આવવાનો હતો એટલે રુદ્રને તેની રાહ હતી.

''પપ્પાનું હવે શું થશે..??'' ગૌરીએ છાપું વાંચી રહેલા રુદ્રને એમજ પૂછી લીધું. રુદ્રએ તેણે વાંચવાના ચશ્માં પહેરેલા હતાં. રુદ્રએ માથું નીચે કરી ચશ્માંની ઉપરની જગ્યાએથી ગૌરીને જોઇ લીધી.

ગૌરીએ આજે આછા પીળા રંગની સાડી પહેરી હતી. તેના ખુલ્લા વાળ તેના એકબાજુના ખભા પર આરામ કરી રહ્યા હતાં. કોઇપણ જાતના મેકઅપ વગર ગૌરી ખુબજ સુંદર લાગી રહી હતી.

"આજે પોસ્ટમાર્ટમ રિપોર્ટ આવી જશે..!! અને તારા ભાઇએ ના ઓકવાનું બધું ઓકી નાખ્યું છે..!! હવે જોઇએ તપાસ ક્યાં પહોંચે છે..!! ત્યાં સુધી હું કોઇપણ નિર્ણય પર ના આવી શકું..!!" રુદ્રએ ફરી પોતાનું ધ્યાન છાપામાં પોરવ્યું.

ગૌરી એક નજર રુદ્રને નીરખતી રહી. રુદ્રએ આજે કોઇપણ પાથી પાડ્યા વગર ઉભા વાળ ઓળ્યા હતાં. તેનો લંબગોળ ચહેરો દાઢી-મુછ વગર આકર્ષક લાગી રહ્યો હતો. સફેદ કુર્તા-પાયજામામાં સીધો સાદો લાગતો રુદ્ર કેટલો બુદ્ધિશાળી છે તેનો ક્યાસ કાઢવો અસંભવ હતો..!!

''તું મારા ભાઇને પણ જેલના સળીયા પાછળ ધકેલી દઈશ..??''

"તે ગુનેગાર છે..!! અને સજા સામે બધા સરખા..!!''

''તે તો માત્ર પપ્પાના કહેવા પ્રમાણે કરતો હતો, તેમાં તેનો કોઇ દોષ નથી..!!''

''હું માની લઉ કે તારા પપ્પાએ જ તેને ખોટા માર્ગે ચડાવ્યો હતો, પણ શું એ એટલો બધો નાનો છે, કે તેણે કરેલા કામોની ગંભીરતા એ સમજી ના શકે..?? અને તું પણ એમની જ દિકરી છો ને...?? તો તારા પપ્પાએ તને કદી કેમ આ રાજકારણની દુનિયા ના બતાવી...?? કારણ કે એ જાણતા હતાં કે તારાથી અમુક કામ નહી થઈ શકે..!!'' રુદ્રનો અવાજ કઠોર હતો.

પણ તેણે શું ગુનાહ કર્યા છે...?? ગૌરીના ચહેરા પર વ્યગ્રતા હતી.

''હું કહીશ, તે સહન થશે તારાથી..??''

''હું, પ્રયત્ન કરીશ..!! પણ મારે હકીકત જાણવી છે..!!''

''સારું આજે તને એક વાર્તા કહું...!!'' રુદ્રએ છાપાને બાજુએ મુક્યું અને ગૌરી પર ધ્યાન કેન્દ્રીત કર્યુ.

''દેસાઇ સાહેબ, ને એક દિકરો હતો, મનોજ દેસાઇ..!!'' તું એને નહી ઓળખતી હોય કારણ કે તું ભારત પાછી ફરી તે પહેલા તે મરી ચુક્યો હતો.

''ના...!! મને દેસાઇ અંકલે કહેલું કે તેમનું એક એક્સિડેન્ટમાં મૃત્યુ થયું હતું. તે એક આઇપીએસ ઓફિસર હતાં...!!''

''હા..!! મનોજ, તેના બાપથી ઉલટો, સસ્સાઇનો પુજારી હતો...!! બંન્ને બાપ-દિકરા વચ્ચે ઘણી વખત પ્રામાણિકતાને લઈને ઝઘડા પણ થતો. મનોજ, દેસાઇસાહેબનો જીવ હતો..!!!''

''હું એ સમયે દિલ્હીમાં જ હતો..!! દેશમાં મને એક હોટેલ કિંગ તરીકે નામના મળી ચુકી હતી અને મેં મારા બીજા ધંધા વિસ્તારવાના ચાલું કરી દીધા હતાં.'' ગૌરી ધ્યાનથી રુદ્રની વાત સાંભળી રહી હતી.

''મનોજ, મારી હોટેલ માહેશ્વરીના મેનેજર રાકેશ ગુપ્તાની દિકરી દિવ્યાના પ્રેમમાં હતો. દિવ્યા પણ હોટેલમાં જ કામ કરતી હતી. દિવ્યાને જોવા મનોજ વાંરવાર હોટેલ આવતો, એટલે એ તો સ્વાભાવિક હતું કે મારી નજરે તો એ ચડવાનો જ હતો..!! બસ પછી મે તેની સાથે ઓળખાણ વધારી અને મારો મિત્ર બનાવી લીધો. હવે, બીજી બાજુ તમારા ડાહ્યા ભાઇ..!! ડ્રગ્સની લતે ચડી ગયા હતાં અને ડ્રગ્સ ડિલીવરીનું કામ પણ કરાવડાવતો હતો..!!"

હવે વાત અહીથી શરૂ થાય છે..!! મનોજને એક દિવસ અખિલેશના કાળા ધંધા વિષે ખબર પડી, પણ તે સીધો અખિલેશને પકડી શકે તેમ ન હતો. તે મને ઘણી વખત, તેની મજબુરીઓ વિષે જણાવતો, તેણે મને અખિલેશની વાત પણ કહી. મે મોકો જોઇ તેનો ઉપયોગ કર્યો. તેને બધા પુરાવાઓ ભેગા કરવા સમજાવ્યો. છ મહિનામાં મનોજ દેસાઇએ પુરા રેકેટનું ભુગોળ મને સોપી દીધું અને મે તેને વિશ્વાસ અપાવ્યો કે હું આ બધાને ઠેકાણે પાડી દઇશ..!!

"મે મારી રમતો રમવાની ચાલુ કરી..!!" ચિત્રમાં આવ્યા વગર દિલ્હીમાં ચાલી રહેલા પુરા ડ્રગ્સ રેકેટને મીડિયા સામે મુકી દીધું અને આ કેસના ઇન્ચાર્જ તરીકે મનોજ દેસાઇની જ નિમણુક થઈ હતી. પણ મનોજે એક ભુલ કરી નાખી, તેણે સીધી અખિલેશની ઘડપકડ કરી. પણ તારા પપ્પાની વગથી, તે તરત છુટી ગયો.

"તારા પપ્પા માટે મુંઝવણ અહીયા શરૂ થઈ..!! તેમણે અખિલેશને બરાબરનો ખખડાવ્યો અને અખિલેશથી આ અપમાન સહનના થયું અને ગુસ્સામાં આવી મનોજની હત્યા કરાવી નાંખી. જેને શક્તિસિંહે રોડ એક્સીડેંટ સાબિત કરી વાતને દબાવી દીધી. હું શોધખોળ કરી સત્ય બહાર લાવ્યો, મે દેસાઇ સાહેબને રૂબરુ મુલાકત લીધી. તેમને હકીકત જણાવી, દેસાઇ સાહેબથી, એ વાત સહન ના થઈ કે શક્તિસિંહે, તેના દિકરાના હત્યારાને બચાવ્યો. એ સમયે દિવ્યા અને મનોજના લગ્ન થઈ ચુક્યા હતાં, અને દિવ્યાને નવમો મહિનો ચાલી રહ્યો હતો. મનોજના મૃત્યુના સમાચાર સાંભળી, તેને એટલો આઘાત લાગ્યો કે તેને પેરાલીસીસનો એટેક આવી ગયો...!! તેના પેટમાં જ તેનું બાળક મરી ગયું..!! અને તે હંમેશ માટે એક જીવતી લાશ બનીને રહી ગઈ..!! મેં દેસાઇ સાહેબના આ દુખનો ફાયદો ઉઠાવ્યો..!!''

રુદ્રની આંખો દિવ્યાને યાદ કરતા ભીની થઈ ગઇ..!!

"મારો ભાઇ, આટલી નીચ હરકતો ના કરે..!!" ગૌરી પણ હલી ચુકી હતી.

"જો, તને મારા પર વિશ્વાસ હોય, તો માન, હવે તને મનાવવા હું વધારે મહેનત નથી કરવાનો..!!" રુદ્રની આંખમાં ગુસ્સો હતો.

"ના, મને તારા પર પૂરો ભરોસો છે..!!" ગૌરીએ રુદ્રનો હાથ પકડતા કહ્યું. થોડીવાર કોઇ કશું જ ના બોલ્યું

"મતલબ કે, દેસાઇ અંકલ જ ઘરના ભેદી છે..??" ગૌરીએ જ શાંતિભંગ કરતા પૂછ્યું. દેસાઇ સાહેબને તેના ઘરમાં બધે આવવા જવાની પરમીશન હતી, અને કદી તેમનું ચેકિંગ પણ થતું નહી..!!

"હા..!! અને મે તેમને વચન આપ્યુ હતું કે રાઠોડ ખાનદાનને તહેસનહેસ કરી નાખીશ..!! જો એ મને મદદ કરશે તો..!!" રુદ્રએ પહેલું રાજ ગૌરી સામે ખુલ્લું મુક્યું.

"તો આનો અર્થ એ થયો કે મારો ભાઇ આખી જીંદગી જેલમાં સડશે...??" "હા..!!"

"એ વડાપ્રધાનની જય હો...!!!" ચેતન દુરથી બોલ્યો. ચેતનને જોતા જ રુદ્રના ચહેરા પર એક મોટું સ્મિત આવી ગયું. ગૌરીને વાત અધુરી રહી ગઈ તેનો વસવસો રહી ગયો. દંપતીએ આગતુંકને આવકાર્યો. ચેતનને રુદ્રની બાજુમાં જ જગ્યા લીધી અને રુદ્રના ખભા પર હાથ નાખ્યો.

"જો ભાભી, વડાપ્રધાન મારો ભાઇબંધ છે, કાંઇ તકલીફ હોય તો કેજો, આપણે તેને સીધા કરી દઈશું..!!" ચેતને બડાઇ મારતા બોલ્યો.

"રુદ્ર ચૌહાણ નામનો માણસ મને બહુ પજવે છે, તેને સીધો કરી દેજો..!!" કહેતી ગૌરી ઉભી થઈ. તમારા માટે ચા બનાવીને લાવુ...!!

''કેમ નોકર-ચાકર નથી..?? કે તમારે કામ કરવું પડે...??"

"તમને મારા હાથની ચા નહી ફાવે..??"

"ના, ભાભી, હું તો મજાક કરતો હતો, ચા સાથે નાસ્તાની પણ વ્યવસ્થા કરજો, બહુ ભુખ લાગી છે...!!" ચેતને પેટ પર હાથ ફેરવતા કહ્યું. ગૌરી હસતી રસોડા તરફ જતી રહી. રુદ્ર એક ક્ષણ ગૌરીને જતી જોઇ રહ્યો. પછી ચેતન તરફ નજર ફેરવી.

"આ શું છે..?? નાઇટ ડ્રેસના કપડામાં વડાપ્રધાનને મળવા આવવાનું..?? એય..!! ખોટી વાયડાઇ નહી..!! ભલે વડાપ્રધાન રહ્યો..!!" બંન્ને હસતા એકબીજાને ભેટી પડ્યાં.

"ચલ, પહેલા કામની વાત કરી લઈએ, પછી બીજી ચર્ચા કરશું..!!" ચેતનની વાત સાંભળી, રુદ્ર ગંભીર થયો.

"મેં તને પહેલા જ કહ્યું હતું કે આ તેજપાલ પર ભરોસો મુકવા જેવો નથી...!!" તે બધી બાજુ રમત રમે છે..!! ચેતને અણગમામાં પોતાનો ચહેરો બગાડ્યો.

"કાલ રાત્રે બધા, દિલબાગ સિંહના ઘરે મળ્યા હતાં, તે જે દયાલ અને રાઠોડની ફાઇલો ખોલાવડાવી છે, તેના કારણે બધાના મનમાં ડર છે કે તેમનું નામ પણ ખુલશે..!! તેજપાલ બધાને આશ્વાસન આપી રહ્યો હતો કે એવું કશું જ નહી થાય..!! ઉપરથી તને જલ્દી આ પદ પરથી હટાવવાની પણ યોજના ચાલી રહી છે..!!" રુદ્ર એકચિતે ચેતનની વાત સાંભળી રહ્યો હતો.

"પણ, તેજપાલે બધાને રાહ જોવા મનાવી લીધા છે, બીજી બાજુ કાલરાત્રે જ તેજપાલે, તેની આજુબાજુના બધા માણસો બદલી નાખ્યા, જેમાં આપણા જાસુસો હતાં, તે પણ બદલાઇ ગયાં, તેજપાલને ખબર તો હતી જ કે આપણે તેના પર નજર રાખીએ છીએ!! અત્યારે આપણી પાસે એવો કોઇ સોર્સ નથી કે તેજપાલ પર નજર રાખી શકાય..!!" ચેતન પોતાની વાત પૂરી કરી ચુપ થઈ ગયો. રુદ્ર એક ક્ષણ વિચારવા રોકાયો.

"તેજપાલનો દિકરો, શું નામ તેનું હા સાકેત, કેવો છોકરો છે..??"

''સાકેત, હજી એક વર્ષ પહેલા જ લંડનથી આવ્યો છે, દિલ્હીની એક મોટી આઇટી કંપનીમાં કોઇ મોટા પદ પર છે..!!"

''તેના લગ્ન થઈ ગયા છે..??''

''ના, હજી નથી થયા..!!''

''કેટલી ઉંમર હશે તેની..??''

"લગભગ 27 નો થયો હશે..!!"

''તેજપાલને આ એક જ દિકરો છે ને..??''

"ના...!! બીજા બે એનાથી મોટા છે..!! એ બંન્ને રાજકારણમાં સક્રિય છે..!!"

''સાકેત કેવો છોકરો છે..??''

"મને બહુ વધારે તો ખબર નથી પણ તેને રાજકારણમાં રસ નથી..!!"

"એક કામ કર..!! કુસુમને આ સાકેત સાથે ફસાવવાનું કામ સોંપ, એક વખત કુસુમ તેના ઘરમાં ઘુસી ગઈ પછી આપણું કામ થઈ જશે..!!" રુદ્રની આંખોમાં ચમક આવી ગઈ.

"હું આ કામ નહી કરું..!! એ છોકરી પાગલ છે..!! તને યાદ છે ને..!! એણે તને જુનાગઢમાં મળવા માટે કેટલા ધમપછાડા કર્યા હતાં..!! અને હવે તું એમ કહે છે કે હું તેને કોઇ બીજાને ફસાવવાનું કહું..?? મારી નાખશે એ બિલાડી મને..!!" ચેતનને પરસેવો વળી ગયો હતો.

"જો ચેતન, મને ખબર છે, પણ એ મંદાર સાહેબની માનીતી એજન્ટ છે..!! તે દોઢવર્ષથી આઇબીમાં છે, પણ હજી તેના ઘરના કોઇ સદસ્યોને પણ નથી ખબર કે તે એક એજન્ટ છે...!! અને એ ચાલાક કેટલી છે, તેનો તને અંદાજો પણ નથી..!!" બસ તે મારા પ્રેમમાં છે, એ જ તેનું ગાંડપણ છે..!!

"હા...!! ભાઇ, મને ખ્યાલ છે, કે તે કેટલી હોશિયાર છે..!! એટલે તો તે એને આપણી ખાનગી સંસ્થામાં પણ લઈ લીધી છે..!! અને તે એને મારી જગ્યા પણ આપી દીધી...!!" ચેતનના ચહેરા પર ઉદાસી હતી.

"જો..!! મેં એવું કશું નથી કર્યુ. તે દિલની બહુ સારી છે, હું તેને પ્રેમ કરી શકું તેમ નથી, પણ મારી મિત્રતાનો દરજ્જો તો હું તેને આપી જ શકું ને..?? અને મિત્રતા પર તારો કોઇ કોપીરાઇટ નથી!!" રુદ્ર ચેતનને સમજાવવા લાગ્યો.

''ના, આજે મને કહે તારે સૌથી નજીક કોણ છે..!! હું, માથુરસાહેબ કે કુસુમ..??'' ચેતન નાના છોકરાની જેમ જીદ પકડી..!! "શું ગાંડા જેવી વાતો કરે છે..!! મારે, જાણવું જ છે..!!"

"કુસુમ...!!" રુદ્રએ ચેતનને ચિડવવા કહ્યું.

"હવે, હું તારું કામ નહી કરું..!!" ચેતને પણ ખોટો ગુસ્સો બતાવ્યો.

"તમારી વાતો પૂરી થઈ ગઈ હોય, તો નાસ્તો કરવા આવી જાવ...!!" ગૌરીએ રસોડામાંથી રાડ પાડી..!! ચેતન રુદ્રના ખભા પર ટપલી મારતો રસોડામાં ઘુસી ગયો. ગૌરીએ ચેતનને ગરમાગરમ ઉપમા અને ચા પીરસી દીધું.

"બે મિનિટ, બેસોને ભાભી..!! આપણને પછી મળવાનો સમય ઓછો મળશે..!!" ચેતને ઉપમાથી ભરેલી ચમચી મોઢામાં મુકતા કહ્યું. ગૌરીએ ચેતનની સામેની બાજુએ જગ્યા લીધી.

''બોલો ચેતનભાઇ..!!''

''તમને પેલા નમુનાએ મારા વિષે બધી વાત કરી દીધી..??''

"ના..!! એ મને બહુ કંઇ કેતો નથી..!! પણ તેણે મને એટલું જરૂર કહ્યું હતું કે તમે અને માથુર સાહેબ જ તેનો પરિવાર છો..!!"

"એટલે જ મને થયું કે તમારી મુલાકાત લેતો આવું..!!"

"તમારા લગ્ન હજી નથી થયા..!! બરાબરને..??"

"ભાભી, તમે દુખતી નસ પર હાથ મુકી દીધો..!!"

''કેમ..??"

"આ ભાઇ, નિરુપમાના પ્રેમમાં વર્ષોથી છે, પણ એ આની સામે પણ જોવા નથી માંગતી...!!" અચાનક રુદ્રએ રસોડામાં આવી ટાપસી પુરાવી.

''કેમ..??''

''એ બહુ, લાંબી વાત છે, ભાભી જવા દો ને..!!''

"હું લગભગ આજે જ, જુનાગઢ જવાની છું, તો તેમને પણ મળી લઈશ..!!"

''કેમ આજે..??"

"અરે, આજે વહેલી સવારે માથુર સાહેબનો ફોન હતો, કે બે દિવસ બાદ મારે જર્મની જવાનું છે..!! ત્યાં બે પ્રોજેક્ટના કામ અટકેલા છે, તે ચાલુ કરાવવા..!!"

"ઓહો, જો રુદ્ર, ભાભી, હવે બિઝનેસવુમન બની રહ્યા છે..!!"

"હવે, રુદ્રએ જવાબદારી આપી છે, તો મહેનતતો કરવી જ પડશે..!!"

"સારું, તમે દિયર-ભોજાઇ વાતો કરો, હું બહાર એક લટાર મારતો આવું..!!" કહી રુદ્ર ત્યાંથી નીકળી ગયો.

રુદ્ર બગીચામાં ચાલી રહ્યો હતો, ત્યારે મંદાર સાહેબ રુદ્રને મળવા પહોંચ્યા અને તે પણ રુદ્ર સાથે ચાલવા લાગ્યાં.

"તમને ખબર છે, મંદાર સાહેબ, ભારતમાં એવા કેટલાય લોકો છે, જેમણે એમની જીંદગીમાં કદી બગીચો નહી જોયો હોય..!!" રુદ્ર એક જગ્યાએ ઉભો રહી અંગુંઠાથી જમીન ખોતરી રહ્યો હતો.

"હા...!! શક્ય છે..!!'"

"લગભગ 1996 માં હું બિહારના એક ગામમાં રખડતો રખડતો પહોંચ્યો હતો. 200 - 300 ની જ વસ્તી હશે, દેવામાં ડુબેલા ખેડુતો અને ભુખમરો, બીજું કશું જ નહી, એ ગામમાં એક પણ ટીવી ન હતું. જે પાંચ ઘર પૈસાદાર હતાં, તે જ આ બધા પર રાજ કરતા હતાં..!! દેશમાં અને દુનિયામાં શું ચાલે છે, તેનાથી અજાણ આ લોકો માટે એક ટકનું જમવાનું મેળવવું એ જ લક્ષ...!!" રુદ્રની આંખો દુર ઉગતા સૂર્યમાં પરોવાઇ.

"મે, મારી આ ચાલીસ વર્ષની કારકિર્દીમાં બહુ બધા નેતાઓને જોયા છે, નવ વડાપ્રધાનને બદલતા જોયા છે, પણ જ્યારે હું તમને પહેલી વાર મળ્યો અને તમારી સાથે વાત કરી, ત્યારે દિલમાંથી એક જ અવાજ આવ્યો કે બસ આ જ છે..!! જે દેશને તારી શકશે..!!"મંદાર સાહેબ રુદ્રના ચહેરાની તેજસ્વીતાને નીરખી રહ્યા હતાં. મંદાર સાહેબની વાત સાંભળી રુદ્રના ચહેરા પર લાપરવાહીભર્યુ સ્મિત આવી ગયું.

"તમે કદી કોઇને દગો દીધો છે..!!" રુદ્રએ વાત બદલતા પૂછી લીધું.

"આઇબીનું એ તો મુખ્ય કામ છે..!!" બંન્ને હસવા લાગ્યા.

''શું તમને રાત્રે શાંતિથી ઉંઘ આવે છે..??"

"જુઓ સર, મને એક જ વાતની ખબર પડે છે, કે મારું જે કામ છે, તે હું પ્રામાણિકતાથી કરું છુ, પછી સામેવાળી પાર્ટી માટે તેની પરિભાષા ગમે તે હોય..!! એટલે હું એવી ચિંતા કર્યા વગર, આરામથી ઘસઘસાટ ઉંઘી જાવ છું..!!"

''છોડો એ બધી વાત..!! બોલો તમે શું સમાચાર લઈને આવ્યા છો..??"

"દિનદયાલને શોધવા માટે બહુ કડક પગલા ભરાઇ રહ્યા છે, આવી પરિસ્થિતીમાં તેને દિલ્હીની બહાર કાઢવો મુશકેલ છે..!!"

"વાંધો નહી, ભલે હજી એક અઠવાડિયું અહી જ રહે, પણ ધ્યાન રાખજો તેને રતીભર પણ શક ના જવો જોઇએ કે રાજેશ ફરીથી તેને દગો દઈ રહ્યો છે..!!" "જી..!!"

"મારે તેજપાલ પર નજર રાખવા એક એજંટની જરૂર છે..!!"

"ઠીક છે, હું વ્યવસ્થા કરાવી દઈશ..!!"

"મારે કુસુમ ત્રિપાઠી જોઇએ..!!" "હા...!! તમે કહો તેમ..!!"

"ઠીક છે, તેને ચેતન સાથે મળાવી દેજો..!!" "ઓકે..!!"

"અરે હા..!! દિનદયાલે જે ખાતમાંથી પૈસા ટ્રાન્સફર કર્યા હતાં, તે ખાતાની પૂરી વિગત આવી આપણી પાસે...??"

"જી..!! પણ આપણો અંદાજો ખોટો પડ્યો, એ ખાતું સિંગાપુરની બેન્કનું છે..!! અને એમાં હવે માત્ર 2000 કરોડ જેટલી જ રકમ બચી છે..!!" મંદાર સાહેબે તરત જવાબ આપ્યો.

"વાંધો નહી..!! એ ચાર હજાર કરોડને રિઝર્વ બેન્કમાં જમા કરાવવાની વ્યવસ્થા કરો..!! અને આમ પણ નિતેષ અને દિનદયાલ આપણી પાસે જ છે..!! તો રોકડ પણ આપણી પાસે આવી જ જશે...!!" રુદ્ર વિચારતા બોલ્યો.

"જી.. સર..!! શક્તિસિંહ પાસે પણ બહુ સંપતિ હતી..!! તે આપણે હવે કેવી રીતે પાછી મળશે..??"
"અખિલેશ પાસેથી જેટલી માહિતી ઓકાવી શકતા હોવ, એટલી ઓકાવો પણ જ્યાં સુધી હું ના કહું ત્યાં સુધી માહિતી અકબંધ રહેવી જોઇએ...!!"
"જી..!! તો હવે હું નીકળું..??" "હા..!!" રુદ્ર અને મંદાર સાહેબે હાથ મિલાવ્યા.

રુદ્ર એકલો પડ્યો ત્યાં પાછળથી ચેતન આવ્યો. રુદ્રએ ચેતન સામે જોયા વગર જ ચાલવાનું ચાલું રાખ્યું.
"તું આજે હોસ્પિટલ જઈ, સુધા અને અનુરાધાને મળી લેજે..!! તેમને તેમના માતા-પિતાની હકીકત જણાવજે અને એ પણ કહેજે કે તે બંન્નેને તેમના અપહરણ દરમિયાન કોઇ જ નુકશાન પહોંચાડવા નથી આવ્યું...!!અને તેમને જે કાંઇ પણ જરૂરીયાત હોય તે બધી પૂરી પાડજે..!!"
"હા..!! એ તો હું કરી દઈશ, પણ આજે જે કેબીનેટ મીટીંગ થવાની છે, તેના માટે તે કાંઇ વિચાર્યું..??"
"હંમ્મ..!! અહી સુધી પહોંચી ગયા બાદ પણ હજી મને એમ જ લાગે છે કે હું મંજીલથી બહુ જ દુર છું..!!"
"હવે તો તારી પાસે સત્તા આવી ગઈ છે, તું ધારે તે કરી શકે છે..!! તો કેમ આવું બોલે છે..??" ચેતનની વાત સાંભળી રુદ્ર દયામણું હસ્યો.
"ચલ માની લે કે આપણે શતરંજ રમીએ છીએ..!! મારું પલડું ભારે છે, મે તારી મોટા ભાગની સેનાને ખતમ કરી નાખી છે, હવે તારી પાસે માત્ર હાથી અને વજીર જ છે, જ્યારે મારી પાસે હજી પણ પૂરી સેના છે, તારું હારવું નિશ્ચિત છે, હવે મને કહે તું શું કરીશ..??" રુદ્રના સવાલથી ચેતન થોડો મુંઝાયો.
"ખબર નહી..!! કદાચ હું હાર માની લઉ..!!" ચેતને ખભા ઉચા કરતા કહ્યું.
"અને હવે એ વિચાર કર કે, તું રમી નથી રહ્યો પણ એ હાથી, રાજા કે વજીર તુ પોતે જ છે, હવે તને ખબર છે કે તું હાર સ્વીકારીશ તો પણ તું મરવાનો તો છે જ..!! તો શું કરીશ..??" રુદ્ર અને ચેતન ઉભા રહી એકબીજાની સામે આવી ગયાં. ચેતન જમીન તરફ જોતો ઉંડા વિચારમાં ખોવાઇ ગયો. રુદ્ર ચેતનના ચહેરાના હાવભાવ વાંચી રહ્યો હતો. શષઘના સુરક્ષા અધિકારીઓ દુરથી જ સુરક્ષાનું ધ્યાન રાખી રહ્યા હતાં.
"હવે, જો મારું મૃત્યુ નક્કી જ છે, તો મારે તારાથી શું કામ ડરવાનું..?? મરતા પહેલા મારથી બનશે એટલું નુકશાન તને પહોંચાડી દઈશ..!!" ચેતને રુદ્રની આંખોમાં જોતા કહ્યું. રુદ્રએ ચેતનની પીઠ થપથપાવી અને ખભા ફરતે પોતાનો હાથ વિંટાળી ફરીથી ચાલવા લાગ્યાં.
"આ બધા નેતાઓની આજે આજ હાલત છે, કોઇને મારા પર ભરોસો નથી, જો કોઇને પણ શંકા ગઈ, કે તે હવે નહી બચે અને પોતાનું સર્વસ્વ ગુમાવી બેસસે ત્યારે તે બધા અકળાઇ જશે અને મરણીયા બની જશે..!! 5000 જેટલા સાંસદો અને વિધાનસભ્યો છે, આ બધાની પાછળ તેમના કાર્યકર્તાઓનું એક મોટું જુથબળ છે, એ લોકો આવી સ્થિતીમાં ગમે તે કરી શકે

છે...!! દંગા કરાવડાવે તો કેટલાય લોકોનો જીવ જતો રહે, અને આમપણ જે અનુયાયીઓ હોય છે, તે હમેંશા આંધળા હોય છે, તેમને તેમના નેતાના ગુણ-અવગુણ નથી દેખાતા..!! તેમનો નેતા જે કરે તે સાચું..!! અને આવી પરિસ્થિતીમાં આ દેશમાં માત્ર લાશો જ પડી હશે..!! હું મારા દેશની આવી અવગતીનું કારણ બનવા નથી માંગતો..!!'' ચેતન એક ક્ષણ રુદ્રને જોઇ રહ્યો.

''એટલે તું કહેવા શું માંગે છે..??"

"આપણે આપણી રમતની ગતિ ધીમી કરવી પડશે..!!"

"મને સમજાય એવું બોલને...."

"તને નહી સમજાય..!! આ બાબતમાં આપણે પછી ક્યારેક વાત કરશું..!!" સારું, તું હવે નીકળ, મારે હજી ઘણા કામ પતાવવાના છે..!!

પ્રકરણ-15
કેબીનેટ બેઠક

14 એપ્રિલ 2015, બપોરના 3:00

શક્તિસિંહના પોસ્ટમાર્ટમ રિપોર્ટ બાદ રુદ્રએ તરત કેબીનેટ બેઠક બોલાવી હતી. વિપુલ મહાજન, જે જનકલ્યાણ પાર્ટીનો મુખ્ય નેતા હતો, તે સરકાર વિરુધ્ધ ઘરણા પર બેઠો હતો અને દયાલ અને રાઠોડે કરેલા તમામ કામોની ઉચ્ચસ્તરીય તપાસની માંગણી કરી રહ્યો હતો.

રુદ્ર પાસે અખિલેશે ઓકેલી માહિતીના રિપોર્ટ આવી ચુક્યા હતાં. જનતા શાંત હતી. તેમને રુદ્ર પર વિશ્વાસ હતો. પણ જનકલ્યાણ પાર્ટી અને બીજી અમુક લોકલ પાર્ટીઓ વાતાવરણ ખરાબ કરવાનો પ્રયત્ન કરી રહી હતી. જે છોકરીઓ દિનદયાલના કબ્જામાંથી છોડાવવામાં આવી હતી, તે બધાના પુનર્વસન માટે પણ પ્રશ્નો ઉભા થઈ રહ્યા હતાં.

રુદ્ર પર બધી બાજુથી દબાણ વધી રહ્યું હતું. સુપ્રીમ કોર્ટે સરકારને માત્ર ત્રણ દિવસનો સમય આપ્યો હતો અને આ ત્રણ દિવસમાં જ સરકારને ભુતકાળમાં થયેલા તમામ ગોટાળાના ખુલાસા આપવાના હતાં. એ તમામ લોકો જે શક્તિસિંહ અને દયાલના કામોમાં સહયોગી હતાં, તેમની ઘડપકડ કરવાના પણ આદેશ અપાય ચુક્યા હતાં.

લોકશક્તિ પાર્ટીમાં રુદ્રની નિમણુકને લઈને બળવા જેવી પરિસ્થિતી સર્જાઇ ચુકી હતી. જ્યારે બધા લોકશક્તિ પાર્ટીનો હાઇકંમાડ એ વિચારી રહ્યો હતો કે તેમનાથી ઉતાવળમાં ખોટો નિર્ણય તો નથી લેવાય ગયો ને...?? તેજપાલ હજી પણ પોતાનો બચાવ કરવાનો પ્રયત્ન કરી રહ્યો હતો, જ્યારે બીજા તમામને જ્યાં સુધી પરિસ્થિતી સામાન્ય ના થાય ત્યાં સુધી ધીરજ રાખવા સમજાવી રહ્યો હતો.

રુદ્રએ આજે અચાનક બોલાવેલી કેબીનેટ બેઠક માટે પણ અંદરોઅંદર ખુબજ ચર્ચા જાગી હતી..!! બધા વડાપ્રધાન નિવાસે જ મળવાના હતાં.

એક મોટા ગોળ ટેબલની આજુબાજુ બધા ગોઠવાઇ ગયા હતાં. પાંચ કેબીનેટ મીનીસ્ટરો અને એક રુદ્ર, આ છ વ્યક્તિ અત્યારે પુરા દેશને કંટ્રોલ કરી રહ્યા હતાં. રુદ્રએ આ પદ સંભાળ્યા બાદ પણ પોતાના કપડાની પસંદગી અને પહેરવાની રીતમાં કોઇ જ ફેરફાર નહોતો કર્યો. રુદ્રએ આછો પીળો શર્ટ અને બ્લેક પેન્ટ પહેર્યુ હતું. લિનનનું કાપડ હોવાથી શર્ટમાં ખુબજ કરચલીઓ પડી ચુકી હતી. આજે બપોરે જ તેણે વાળંદને બોલાવી માથના વધી ગયેલા વાળને કાપવા બોલાવ્યો પણ પછી તેણે માથાના વાળ સાવ જીણા જ કરાવી નાખ્યા..!! મિલેટ્રી કટ, ક્લિન દાઢી મુછ, એટલે રુદ્ર અત્યારે જોવામાં થોડો અલગ પણ સારો લાગી રહ્યો હતો.

''તો...?? હવે આગળ શું કરશું..??'' ઔપચારીક વાતો બાદ તેજપાલે રુદ્ર સામે જોતા પૂછ્યું. "તમે મને ફસાવી દીધો છે, તેજપાલ સાહેબ..!!" રુદ્રએ હસતા કહ્યું.
"એ જ તો વાત હતી, લોકો એવું વિચારતા હોય છે કે આ ખુરશી પર બેસનારો વ્યક્તિ ગમે તે કરી શકતો હોય છે, પણ લોકો ભુલી જાય છે કી આ જ માણસ કેટલો મજબુર હોય છે..!!"
''ના..!! એવું નથી..!! જો હું મારું મોઢું ખોલીશ, તો અહી બેઠેલા કોઇને પણ દેશમાં એકપણ એવી જગ્યા નહી મળે કે જ્યાં તે છુપાઇ શકે..??'' રુદ્રએ પોતે ખોલેલી ફાઇલ બંધ કરી, અદબ વાળી ખુરશીને ટેકો દેતા બધા સામે જોવા લાગ્યો.
''તમે અમને ધમકી આપી રહ્યા છો..??'' રુદ્રના અચાનક બદલાયલા ટોનને કારણે નાયડુ અકળાયો.
"ખબર નહી, નાયડુ સાહેબ, પણ તમને જોવ છું ને, મને આપોઆપો ગુસ્સો આવી જાય છે...!! તમે ખુબજ અકળામણ ભર્યા સલાવ કરો છો..!!" રુદ્રના ચહેરા પર કંટાળો સ્પષ્ટ દેખાતો હતો.
"એમના તરફથી, હું માફી માંગું છુ, પણ અત્યારે તમે જ અમારી મદદ કરી શકશો..!! હું પૂરી પાર્ટી તરફથી વચન આપું છું કે આજપછી લોકશક્તિ પાર્ટીમાં કોઇપણ પ્રકારની ગેરરીતી આચરવામાં નહી આવે, બસ અત્યારે આ પરિસ્થિતીમાંથી અમને બધાને બચાવી લો..!!" તેજપાલનો અવાજ મદદની આજીજી કરી રહ્યો હતો.
"ના..!! તેજપાલ સાહેબ, મારાથી આ નહી થાય..!! હું આજે જ રાજીનામું આપી દઉ છું..!! અને તમને ગમે તેને વડાપ્રધાન બનાવી દેજો..!! મને જાહેરમાં તમારા બધાનો વિરોધ કરવાની મજા આવશે..!!"
"શું અમને એક મોકો નહી મળે..?? રાજનીતિ શાસ્ત્રમાં એક વિધાન છે કે યથા રાજા, તથા પ્રજા..!! એટલે જેવો રાજા, તેવી પ્રજા..!! આજસુધી અમે ભ્રષ્ટાચારના કિચડમાં હતા પણ એક વખત તમારા છત્ર નીચે કામ કરવાનો પણ અમને મોકો આપો..!!" મુકુંદરાયે પણ તેજપાલના સુરમાં સુર મેળવ્યો.
"રાઠોડ સાહેબ, મારી સામે ગુનાહો કબુલ કર્યા..!! તેમણે મને કહ્યું કે જે થઈ ગયું છે, તે હવે બદલી નહી શકે, પણ હું ઇચ્છિશ તો કદાચ દેશનું હિત થશે..!! પણ મને ખબર હતી, કે દેશના હિતની ચિંતા કરવાવાળા આ લોકશક્તિ પાર્ટીમાં હવે નથી બચ્યા અને હું અપરાધીઓ

સાથે કામ નહી કરી શકું..!! પણ તેજપાલ સાહેબે મને સમજાવ્યો કે પાર્ટીના તમામ નેતા, હું કહું તેમ કરવા તૈયાર છે..!! એટલે જ મેં તપાસમાં બીજા ના નામ ખુલવા નથી દીધા..!! પણ નાયડુ સાહેબના તેવર જોતા લાગે છે, કે તમે બધા મારો ઉપયોગ જ કરો છો...!!" રુદ્રએ તિરસ્કારભરી નજર નાયડુ પર નાખી.

"આટલા સત્યવાદી બનવાની કોઇ જરૂર નથી..!! તમે પણ અમારી જેવા જ છો.!! પેલી બોમ્બેની કઈ હોટેલ..!! હા અમ્રુતા હોમ્સ.. બોમ્બેની બેસ્ટ હોટેલ હતી પણ તમે તેને ટેકઓવર કરી અને અત્યારે તેનો માલિક સન્ની ઓબેરોય, રોડ પર ભીખ માંગે છે..!! મને એ વાતની જાણકારી મળી હતી કે તમે પહેલા તેને એક મોટો કોન્ટ્રાક્ટ આપ્યો, તમારી જ કંપની દ્વારા એને ફાઈનાન્સ પણ અપાયું અને કોઇ નાની એવી વાતને લઈને તમે એ કોન્ટ્રાક્ટ રદ કરી દીધો..!! એ બિચારો દેવામાં ડુબી ગયો અને તમે જ તેની હોટેલ તેની પાસેથી ખરીદી તમારી ગ્રુપ ઓફ હોટેલ્સમાં ભેળવી દીધી..!! આ કેવી રાજરમત છે..?? મને સમજાવશો..?? નાયડુ ચુપ ના રહી શક્યા અને ગુસ્સામાં રુદ્રને સંભળાવી દીધું..!!"
બધાની નજરમાં હવે નાયડુ અપ્રિય પાત્ર બની ચુક્યા હતાં. રુદ્રની હાજરી હોવાથી તેને કોઇ કશું કહી ના શક્યું. બધાના મગજમાં હવે ડર પેસી ગયો હતો કે રુદ્ર આ અપમાનનો બદલો જરૂર લેશે, પણ બધાના આશ્ચર્ય વચ્ચે રુદ્ર હસી રહ્યો હતો.

"સન્ની ઓબેરોયે..!! એ હોટેલ તેણે દગાથી હૈદર રહેમાન પાસેથી પડાવી હતી..!! હૈદર મારી પાસે મદદ માંગવા આવ્યો હતો અને મે તેની મદદ કરી એ હોટેલ તેને પાછી અપાવી પણ પછી તેણે તે હોટેલ સ્વીકારી નહી અને મારા હાથ નીચે જ કામ કરવાનું પસંદ કર્યુ. અત્યારે એ જ વ્યક્તિ એ હોટેલ સંભાળી રહ્યો છે..!!" રુદ્રએ શાંતિથી પોતાની સફાઇ આપી.
"તમે જે જાહેરમાં અમારા મીનીસ્ટર વર્માને માર મારી જે લોકોની વાહવાહી લીધી હતી, તેને તમે કેવું રાજકારણ કહેશો..??" નાયડુએ આજે રુદ્રને નીચો દેખાડવાનું નક્કી કરી લીધું હતું.
"વર્માએ આકાશ બિલ્ડર્સને એક ઝોપડપટ્ટી વેંચી દીધી હતી. ઝોપડપટ્ટીના લોકો હૈદરાબાદ હાઈકોર્ટમાંથી સ્ટે લઈ આવ્યા હતાં, તો પણ, તમારા મિસ્ટર વર્માએ પેલા બિલ્ડર સાથે મળીને એ ઝોપડપટ્ટીને આગ લગાડી દીધી..!! 100 ઉપર લોકો મરી ગયા હતા, અને કેટલાય છોકરા અનાથ થઈ ગયા હતાં..!! મારાથી એ ના જોવાયું, મને ખબર હતી કે કોર્ટ એ લોકોને સજા નહી આપી શકે એટલે..!! મે જ તેને સબક શીખડાવ્યો..!!" રુદ્રએ દ્રધતાથી કહ્યું.
''તો આકાશ બિલ્ડર્સના માલિક આકાશ આપટેનું ખૂન પણ તમે જ કર્યુ હશે..?'' નાયડુ ઉગ્ર અવાજમાં બોલ્યો.
''બસ, નાયડુ સાહેબ, હવે બહુ થયું,,,!! આ ચર્ચા અત્યારે જ બંધ કરો..!! વર્તમાન મુશ્કેલીઓ ઓછી છે કે તમે ભુતકાળ ખોદી રહ્યા છો..??'' હરેશ પટેલે આંખ કાઢતા કહ્યું. નાયડુ પહેલેથી જ રુદ્રની વિરુધ્ધમાં જ હતો અને હવે તે એ વાત સહન નહોતો કરી શકતો કે રુદ્ર અત્યારે વડાપ્રધાન છે..!! તે રુદ્રને નીચો દેખાડવાની હર સંભવ કોશિશ કરી રહ્યો હતો..!!

હરેશ પટેલના વચ્ચે પડવાથી નાયડુ થોડો શાંત પડ્યો પણ તેનો પ્રશ્નનો જવાબ આપવો હવે રુદ્ર માટે જરૂરી બની ગયો હતો.
"જી, મે જાતે જ આકાશને મારી નાખ્યો હતો..!! અદાલતમાં તેને સજા મળે તેમ ન હતી અને હું મારા ગરીબ ભાઇઓની લાશ પર રોવા નહોતો માંગતો..!! મે એવા તમામ કામ જાતે કર્યા છે, જે મારે અદાલત માટે રાખી મુકવા જોઇએ..!! અને હું આજે સ્પષ્ટ કરી દેવા માંગું છું કે મને ભારતના બંધારણ પર કે અદાલત પર રતિભર પણ વિશ્વાસ નથી...!!! અને એટલે આજે મને તમારા જેવા નપુંસકો વચ્ચે બેસવાનો પણ કોઇ શોખ નથી..!!" રુદ્રનો અવાજ તીખો થઈ ચુક્યો હતો..!! તે ઉભો થયો અને પોતાની ખુરશીને જોરથી પાટું મારી નીચે પાડી દીધી. બધા રુદ્રનું રોદ્રરૂપ જોઇને દંગ રહી ગયાં.
"આ એ જ ખુરશી છે ને..?? જેની પાછળ તમે બધા દોડી રહ્યા છો...?? તમારામાંથી કોઇની પણ હિમ્મત હોય તો કરો આને ઉભી...!! મેં બે મિનિટ શાંતિથી વાત શું કરી લીધી..!! તમે મને નબળો સમજવા લાગ્યા..?? આ રુદ્ર ચૌહાણ પાસે હજી એટલી જ તાકાત છે કે તેના એક જ અવાજ ઉપર આખું ભારત ઉભું થાય......!!" રુદ્રનો અવાજ મોટો થઈ રહ્યો હતો.
"હું આજે એક વાત સ્પષ્ટ કરી દઉં છું, મને છંછેડવાની કોશિશ ના કરો, તેમાં જ તમારા બધાનું હિત છે...!!" રુદ્રએ જોરથી પોતાના બંન્ને હાથ ટેબલ પર પછાડ્યાં.

બધાના ચહેરા પર ડર ચોખ્ખો દેખાતો હતો..!! નાયડુ ખુન્નસથી રુદ્ર સામે જોઇ રહ્યો હતો..!! રુદ્ર નાયડુને જોઇને વધારે ગુસ્સે થઇ રહ્યો હતો. નાયડુ જટકા સાથે ઉભો થયો. બીજા ચારેય જણા આ વાકયુધ્ધના ગંભીર પરિણામો વિષે વિચારી કાંપી ઉઠયા હતાં.

"હું તારાથી ડરતો નથી, અને મને ખુરશી કરતા, મારું સમ્માન વધારે વ્હાલું છે..!! હું અત્યારે જ રાજીનામું આપું છું..!! અને રુદ્ર ચૌહાણ તને ખુલ્લે આમ ધમકી આપું છું...!! તારાથી થાય તે કરી લે જે..!! નાયડુ પોતાની ખુરશીને પાટું મારતો રૂમની બહાર નીકળી ગયો..!! રુદ્ર ધુંધવાયેલો ત્યાં જ ઉભો રહ્યો..!! કોઇને કશું જ સમજાયું નહી કે શું કરવું..!!" નાયડુ દક્ષીણમાં રાજ કરતો હતો. મુકુંદરાયને એ અંદાજો તો આવી જ ગયો કે નાયડુ સાથે તેના બીજા અઢાર એમપીના રાજીનામા પડશે અને દક્ષીણના ત્રણ રાજ્યો, ઓરિસ્સા, કર્ણાટક અને તેલંગણા, જ્યાં લોકશક્તિ પાર્ટીની રાજ્ય સરકારો છે..!! તેમાં પણ ફાટા પડશે..!! વિપુલ મહાજન આ તકનો લાભ જરૂર ઉઠાવશે..!! રુદ્રને ખુરશીની કોઇ લાલચ નથી, એટલે બધી બાજુથી નુકશાન તો બીજા સામાન્ય નેતા અને પાર્ટીને જ જશે..!!

''સર..!! મારી એક વાત સાંભળશો..??'' તેજપાલે હાથ જોડી રુદ્ર સામે ઉભો રહી ગયો. રુદ્ર તેજપાલને કરગરતો જોઇ પીગળી ગયો.
"મારે તમારી સાથે એકાંતમાં વાત કરવી છે..!! પ્લીજ...!! તેજપાલના હાથ જોડાયેલા હતાં. રુદ્ર કંઇપણ બોલ્યા વગર રૂમની બહાર નીકળી ગયો". તેજપાલ પણ તેની પાછળ ચાલ્યો. બાકીના ત્રણેય પુતળું બનીને બેઠા રહ્યા.

રુદ્ર બે રૂમ ફટાફટ વટાવી, એક નાનકડા રૂમમાં પહોંચ્યો, તેજપાલ પણ તેની પાછળ ફંટાયા..!! રૂમમાં પહોંચતા જ તેજપાલે દરવાજો બંધ કર્યો. રુદ્ર રૂમની નાનકડી ખુલ્લી બારી પાસે ઉભો રહ્યો.

"સર..!! જે થયું તે બરાબર નથી થયું..!!" તેજપાલે ધીમેથી વાત કરવાની શરૂઆત કરી. રુદ્ર ચુપચાપ ઉભો ઉભો બહાર દેખાતા આકાશ તરફ તાકતો રહ્યો.

"વેંકટેશ નાયડુ, દક્ષીણના બહુ જ પખ્યાત નેતા છે, અને એમના વગર આપણી પાર્ટીનું દક્ષીણમાં ટકવું શક્ય નથી...!! અને તમે પણ જાણો છો કે તમિલનાડું, આંધ્રપદેશ અને કેરલામાં ઈલિયારાજા મુનાપારનું રાજ ચાલે છે..!! છેલ્લા પચ્ચીસ વર્ષમાં તેમના સિવાય બીજા કોઇની સરકાર એ રાજ્યોમાં નથી બની..!! સર..!! નાયડુના સહકાર વગર આપણે દક્ષીણ ભારતનો પૂરો કંટ્રોલ ગુમાવી દઈશું..!!" તેજપાલના ચહેરા પરની ચિંતા રુદ્ર વાંચી શકતો હતો.

"તમને ખબર છે..!! આ દેશને વિકાસ કરવામાં આટલી તકલીફ કેમ પડે છે..??" રુદ્રએ તેજપાલના પ્રશ્નનો સીધો જવાબ આપ્યા વગર બીજો સવાલ કર્યો. તેજપાલ પ્રશ્નાર્થના ભાવમાં એમજ ઉભો રહ્યો..!!

"આપણા દેશના બંધારણના ઘડવૈયાઓએ એક વિચારીને પગલું ભરેલું, તેમણે ભારતને મલ્ટી પાર્ટી સિસ્ટમ આપી..!! પણ તે લોકો એ વખતે ભુલી ગયેલા કે, આ સિસ્ટમ ભારતને બધી પ્રકારના વિકાસમાં નડતરરૂપ બનશે..!!" તેજપાલ ચુપચાપ રુદ્રની વાત સાંભળી રહ્યો હતો. રુદ્રએ બારી બંધ કરી નજીકના સોફા પર જગ્યા લીધી અને તેજપાલે પણ તેને અનુસરી સામે બેઠો.

"આજે ભારતમાં, ૫ કેન્દ્રીય લેવલની, 100 થી વધારે લોકલ પાર્ટીઓ છે, આ બધી પાર્ટીઓને પોતાના ઉદેશોને સિધ્ધ કરવા કંઇપણ કરવું છે, લોકશક્તિ જેવી પાર્ટીઓને પણ પોતાની સત્તા ટકાવી રાખવા આવી નાની પાર્ટીઓ સાથે ગઠબંધનમાં ઉતરવું પડે છે..!! અને એ લોકો માત્ર અને માત્ર કમાવા માટે રાજકારણમાં આવ્યા હોય છે, તો પહેલા આપણે, આ બધી પાર્ટીઓને આપણામાં ભેળવવી પડશે..!! તો આપણે સત્તા પર સ્થિર ટકી શકીશું..!! દક્ષીણની વાત કરીએ તો, નાયડુ સાહેબ ૧૫ લોકલ પાર્ટીને લોકશક્તિ સાથે ભળવા મનાવી લીધી હતી..!! અહીં તેમણે ગઠબંધન નહી પણ એ તમામ પાર્ટીઓને જ લોકશક્તિ પાર્ટીમાં જ ભેળવી દીધી.!! એમનું ક્રાંતિકારી પગલું, જેમાંથી મે પ્રેરણા લીધી છે..!! હવે રહી વાત તેમને ગુસ્સો અપાવવાની, તો એ જરૂરી હતું. નાયડુ સાહેબ સંકી માણસ છે, તે કોઇના મિત્ર નથી, કે નથી કોઇના દુશ્મન..!! પણ તેમને હું પસંદ નથી..!! અને તે દરેક વખતે મારા કામમાં આડા ચાલત..!! એટલે મે તેમનો આત્મસમ્માનને ઠેસ પહોંચાડી અને જુઓ એ સામેથી જ હટી ગયા..!!" તેજપાલ સામે બેઠેલા છોકરાને ધારી ધારીને જોઇ રહ્યો હતો.

હવે તેજપાલ સાહેબ એ તમારી જવાબદારી છે, કે તમે તેને સરકારમાં રહેવા મનાવી લો, પણ કેબીનેટમાં નહી...!! મને તમે માત્ર દસ દિવસનો સમય આપો..!! આખા દક્ષીણ ભારતને તમારા કદમોમાં મુકી દઈશ...!! આપણું એકચક્રી શાસન કરવાનું સપનું સાકાર થવામાં હવે વધારે સમય બાકી નથી રહ્યો...!! રુદ્રએ ઉભા થઈ તેજપાલની પીઠ થાબડી...!! પાછો બારી

ખોલી તેની પાસે ઉભો રહી ગયો. તેજપાલ બેઠો જ રહ્યો..!!" અને તેના તરફ ફર્યો. એક મિનિટની નીરવ શાંતિ બાદ તેજપાલે ઉંડો શ્વાસ લીધો.
"તમે માત્ર નાયડુની માફી માંગી લો..!! બાકી તમે કહેશો તેવી વ્યવસ્થા હું કરી દઈશ..!!"
તેજપાલને ખબર હતી કે નાયડુ કોઇ સંજોગોમાં નહી માને..!!
"આ બધી જવાબદારી તમારી હતી, કે તમે તમારી પાર્ટીના નેતાઓને સમજાવો અને બાકી બહારનો વહીવટ હું જોઇશ..!! હું કોઇની માફી નથી માંગવાનો..!! પણ બધા પરિબળો આપણા હાથમાં નથી હોતા..!! જો તમારે એકચક્રિ શાસન કરવું હોય તો આવા નાના-મોટા સમજોતા તો કરવા જ પડશે..!!" તેજપાલ રુદ્રને સમજાવવા લાગ્યો.
"ના..!! એ તમારે કરવું પડશે..!! તમે અત્યારે આ દેશના મારા પછી બીજા શક્તિશાળી વ્યક્તિ છો...!! અને એ તમારી ફરજમાં આવે છે કે તમે પાર્ટીની અંદર થઈ રહેલા બળવાને રોકો..!!" રુદ્ર તેજપાલ તરફ ફર્યો.

"તેજપાલ હંમેશા મોંઘા ફેબ્રીકના સુટ પહેરતો..!! તેજપાલ રાણાનું ખાનદાન ભારતના વૈભવશાળી કુંટુંબોમાંનું એક હતું. તેજપાલનું ખાનદાન ભારત આઝાદ થયો, ત્યારથી રાજકારણમાં સક્રિય હતું..!! તેના પરદાદા એક વખત ભારતના વડાપ્રધાન પણ રહી ચુક્યા હતાં..!!" પણ તેના પરિવારના ગૌરવશાળી ઈતિહાસમાં તેજપાલ એક કાળા દાગ સમાન હતો.

તેજપાલ પાસે પ્રતિભા ન હતી. પણ તેના પિતાની વિરાસતના કારણે આજે તે કેબીનેટનો એક ભાગ હતો. સત્તા અને પૈસાએ તેજપાલની સૌથી મોટી કમજોરી હતી. રુદ્રએ જ્યારે તેજપાલને અસિમ સત્તાની ગેરંટી આપી ત્યારે તે તક તેણે ઝડપી લીધી. રુદ્રએ જ્યારે શપથ લીધા ત્યારે તેજપાલને એમ જ લાગ્યું કે તેના કારણે જ રુદ્ર આ મુકામ સુધી પહોંચી શક્યો છે..!!

આ બે જ દિવસમાં, તે રુદ્રને ઓવરટેક કરવાના પ્લાન બનાવવા લાગ્યો. તેને પોતાની બુદ્ધિ પર ઘમંડ આવી ચુક્યુ હતું. તે પોતાની પાર્ટીના નેતાઓનો અને લોકો વિશ્વાસ જીતવા કંઇ પણ કરવા તૈયાર હતો. રુદ્ર માણસો ઓળખવામાં નિષ્ણાંત હતો. તે તેજપાલની નબળાઇને ઓળખી ચુક્યો હતો.
"હા..!! હું માનું છું કે એ મારી જવાબદારી છે..!! પણ વેંકટેશ નાયડુ એટલો સરળ માણસ નથી..!! બહુ ઢીઢ છે..!! એ તમે માફી નહી માંગો ત્યાં સુધી એ નહી માને..!! તેને પોતાના અહંકારથી વ્હાલું કોઇ નથી..!! તેજપાલના કપાળ પર ચિંતાની રેખાઓ સ્પષ્ટ દેખાતી હતી." રુદ્રએ જાણી જોઇને આ પરિસ્થિતી ઉભી કરી હતી, જેથી તેજપાલ આમાં વ્યસ્ત રહે તો બીજા કાવાદાવમાં પોતાનું મગજ ના ઘુસાડે..!!
"જુઓ..!! તેજપાલ સાહેબ, હું માફી માંગવા જવાનો નથી.....!!!"બાજી તમારે જ સંભાળવી

પડશે..!! રુદ્ર તેજપાલના ખભા પર ફરી વખત બે ટપલી મારી જતો રહ્યો. તેજપાલ ત્યાં જ જમીન સાથે ખોડાઇ રહ્યો.

પ્રકરણ - 16
અંતિમસંસ્કાર

15 એપ્રિલ 2015, સવારના 8:00

"આજે તમે લોકો જ્યારે છાપું લઈને બેઠા હશો, ત્યારે હેડલાઇન વાંચીને નવાઇ પામશો..!!" રુદ્ર ફરીથી એક વખત દેશની જનતા સામે આવ્યો હતો. રુદ્રનું જીવંત પ્રસારણ બધી જ ન્યુઝ ચેનલ્સ બતાવી રહી હતી.

મીડિયા અને વિપક્ષના નેતાઓ આ વાતને મુદ્દો બનાવી સડક પર ઉતરે એ પહેલા હું તમારા બધા સમક્ષ સ્પષ્ટ વાત કરવા જ ઉપસ્થિત થયો છું..!! તમે જે વાંચ્યું, તે બિલકુલ સાચું છે કે તમારા ભુતપુર્વ વડાપ્રધાન શક્તિસિંહ રાઠોડનો અંતિમસંસ્કાર કાલ રાત્રે ખાનગી રાહે, તેમની પુત્રી અને મારી પત્નિ ગૌરી ચૌહાણના હાથે કરી દેવામાં આવ્યો હતો. અખિલેશ ચૌહાણ જે સંબંધે મારો સાળો થાય, તેણે તેના પિતાને અગ્નિદાહ દેવાની ના પાડી દીધી હતી કારણ કે તે એવું માને છે કે આજે તેની જે હાલત છે, તેના જવાબદાર માત્ર અને માત્ર તેના પિતા છે..!! એટલે તેણે અંતિમસંસ્કાર પર હાજર રહેવાની પણ તસ્દી લીધી ન હતી.

હવે મુદ્દો એ છે કે મારે આવું કરવાની શી જરૂર છે, તો હું તેનો સીધો દોષ મીડિયાને આપીશ..!! શક્તિસિંહ છેલ્લા આઠ વર્ષથી વડાપ્રધાન પદનું અપમાન કરી રહ્યા હતાં. કાલે મારા હાથમાં ઘણા એવા રિપોર્ટસ આવ્યા છે, જે વાંચીને મને ખુબજ આંચકો લાગેલો, પણ એ રાષ્ટ્રીય સુરક્ષાનો મામલો હોવાથી, હું જાહેર જનતાને જણાવી શકું તેમ નથી. પણ મેં એ રિપોર્ટ રાષ્ટ્રપતિજીને સોંપ્યો હતો. શક્તિસિંહ કોઇપણ રીતે વડાપ્રધાનને અંતિમસંસ્કારને મળનારા સમ્માનને યાગ્ય ન હતાં. પાર્ટીના તમામ નેતાઓ આ ત્રણ નેતાઓના કામથી ખુબજ શરમિંદા થયા હતાં, અને એટલે અમે આ અંતિમસંસ્કારને વધારે મહત્વ આપવા માંગતા ન હતાં..!! માત્ર દસ જણાની હાજરીમાં આ વિધિ પતાવવામાં આવી હતી. અને આ દસ જણામાં પાર્ટીનો કોઇપણ નેતા હાજર ન હતાં..!! આ અંતિમ સંસ્કારના સાક્ષી તરીકે ખુદ રાષ્ટ્રપતિજી અને ચીફ જસ્ટીસ હાજર હતાં. તેમના સમ્માનમાં નહી પણ પૂરી વિધિનું નિરીક્ષણ કરવા હાજરી આપી હતી..!!

હજી દિનદયાલના કોઇ સમાચાર સરકાર પાસે નથી આવ્યાં..!! મને એ પાક્કી ખાતરી છે કે કોઇ તેને મદદ કરી રહ્યું છે અને તેને છુપાઇ રહેવા મદદ પણ કરી રહ્યું છે..!! પણ એનો અર્થ એ નથી કે તે મારા હાથમાં નહી આવે..!! પણ હું એ મદદગારને જણાવી દેવા માંગું છું કે તે દેશદ્રોહ કરી રહ્યો છે અને આ દેશમાં દેશદ્રોહની એક જ સજા છે..!! ફાંસી...!!

હવે, બીજું કે હું બે દિવસથી જોઇ રહ્યો છું કે સ્ત્રી કલ્યાણ સંસ્થાઓ ધરણા અને દેખાવો કરી રહી છે, તો આ સંદેશ તેમના માટે છે કે, સરકાર ઉંઘી નથી રહી પણ કોઇપણ પ્રશ્નનું સમાધાન

શોધવામાં થોડો સમય લાગતો હોય છે, અને આવા સમયે સરકારને આવી સંસ્થાઓ પાસેથી સહકારની અપેક્ષા હોય..!!!, પણ જો આવી સંસ્થાઓ સરકારની મદદ કરવા લાગે તો તેમના સ્વાર્થનો રોટલો કેવી રીતે શેકાય..?? એટલે વાંધો નહી તમે ધરણા ચાલું રાખો..!! અમે અમારું કામ કરશું..!!

હવે મુદ્દો એ છે કે સરકાર કેવી રીતે આ દિકરીઓ અને બહેનોની મદદ કરશે, જેમને તેમના મા-બાપ પણ સ્વીકારવાની ના પાડી રહ્યા છે..!! તેમને હાલ પુરતા અત્યારે સરકાર દ્વારા ચલાવાઇ રહેલી મહિલા હોસ્ટેલોમાં રહેવા માટે જગ્યા અપાશે..!! જેમનું ભણતર છુટી ગયું છે, તેમને ફરીથી ત્યાંથી ભણવાનું ચાલું કરવા પ્રોત્સાહન અપાશે અને બીજાને માનભર જીવવા માટે તેમની રુચીના કામ શીખડાવવામાં આવશે..!!

હું ઇચ્છત તો યુવાનોને આ અપહતો સાથે લગ્ન કરવા પ્રોત્સાહન આપી શકત પણ હું વિચારું છું કે લગ્ન એ કોઇ સોદો નથી..!! જે યુવાનો સરકાર દ્વારા મળતા પ્રોત્સાહનોથી લલચાઇને લગ્ન કરવા રાજી થાય, તે લગ્નનું આયુષ્ય લાંબું નથી હોતું અને હું આ તમામને આત્મનિર્ભર બનાવવા માંગું છું, મજબુર કે લાચાર નહી..!! અને સરકાર તેમના છેલ્લા શ્વાસ સુધી તેમની મદદ કરશે અને આત્મનિર્ભર બનાવશે..!! અને હું વચન આપું છું, કે તમારા ગુનેગારોને કોઇપણ સંજોગોમાં છોડવામાં નહી આવે..!! જય હિન્દ..!!"

રુદ્રની સવારની સ્પીચે બધાને ચોંકાવી દીધા. શક્તિસિંહના અંતિમસંસ્કારને મીડિયા ઉછાળ્યા વગર ના રહી..!! પણ લોકો રુદ્રના સીધા અને પારદર્શક વલણને પસંદ કરી રહ્યા હતાં. રુદ્ર કોઇ વાત છુપાવતો ન હતો, જે હતું તે સ્પષ્ટ લોકો સામે આવીને જ બોલતો, જે વાત બધાને સ્પર્શી ગઈ હતી.
દિનદયાલ અને શક્તિસિંહે આપેલા ઘાવો પર રુદ્રએ મલમ લગાડ્યું હતું. લોકોના રોષને રુદ્રએ શાંત પાડી દીધો હતો. લોકોનો રુદ્ર પરનો વિશ્વાસ વધી રહ્યો હતો.

પાર્ટીના ઘણા નેતાઓ પણ આ ન્યુઝથી આંચકો ખાઇ ગયા હતાં..!! કોઇએ શક્તિસિંહની લાશને પોસ્ટમાર્ટમ બાદ જોઇ ન હતી..!! રુદ્રએ વડાપ્રધાનને મળે તેવું સમ્માન શક્તિસિંહને આપ્યુ ન હતું..!! તેજપાલને ખુદને આ અંતિમસંસ્કાર વિષે કશી ખબર ન હતી.

રુદ્રએ બહુજ સફાઇથી આ કામગીરી પૂરી કરી હતી..!! ગૌરી રાત્રે જ મીડિયાથી દુર જર્મની પહોંચી ચુકી હતી અને એક આખું અઠવાડિયું ત્યાં જ રહેવાની હતી..!! ગૌરીએ નિરુપમાને પણ જર્મની બોલાવી લીધી હતી.

કાલ રાત્રે જ્યારે અંતિમસંસ્કારની વિધિની તૈયારીઓ ચાલું હતી,ત્યારે તેજપાલ, મુકુંદરાય, અને હરેશ પટેલ, વેંકટેશ નાયડુના ઘરે તેમને સમજાવવા ગયા હતાં..!!

"નાયડુ સાહેબ, ગુસ્સો થુંકી નાખો..!! તમે કેમ નથી સમજતા આપણે બસ થોડો સમય જ એને સહન કરવાનો છે..!!" તેજપાલ નાયડુને મનાવવાનો પ્રયત્ન કરવા લાગ્યો.
"હું કોઇ પાગલ છોકરા નીચે કામ ના કરી શકું..!!" નાયડુ બરાડ્યો.
"અત્યારે, આપણા માટે એ જ આશાનું કિરણ છે..!! અને એ આપણી મદદ પણ કરી રહ્યો છે, તમને ખબર જ કે તપાસના રિપોર્ટમાં આપણા બધાના નામ આવી શકે તેમ જ હતાં...!! છતાં તેણે ફાઇલો દબાવી દીધી છે..!! આનો અર્થ સમજો..!!" મુકુંદરાયે પોતાનો તર્ક આગળ મુક્યો.
"તમે નથી સમજી રહ્યા રાય સાહેબ...!! એને આપણી જરૂર છે..!! તમે બધા આંધળા થઈ ગયા છો..?? તે આપણા બધાનો ઉપયોગ કરે છે..?? નાયડુ અકળાઇને બોલ્યા. આપણે તેની પાસે આ પ્રસ્તાવ લઈને ગયા હતા..!! અને રાઠોડ સાહેબે જ તેને આ પદ પર બેસવા તેને ઉકસાવ્યો હતો..!! એ નહોતો આવ્યો આપણી પાસે..!!" તેજપાલે થોડા અધીરા અવાજે કહ્યું.
"આપણે નહી રાણા સાહેબ, તમે... તમે ગયા હતા, તેની પાસે....!!! અને મને શક છે કે તમે એની સાથે મળેલા છો...!! તમને જ અચાનક તેણે નાયાબ વડાપ્રધાન ક્યાંથી બનાવી દીધા..??" વેંકટેશ તરત ઘુરક્યો.
"એ....એ... મને શું ખબર..??" તેજપાલ થોથવાઇ ગયો જે બધાની નજરમાં આવ્યું.
"જો... જો... તમારો ચહેરો કહે છે કે તમે જુઠ્ઠા છો..!!" વેંકટેશના ચહેરા પર નફરત સ્પષ્ટ દેખાતી હતી. "એવું, કશું નથી...!! કદાચ એ આપણામાં ફુટ પડાવવાનો પ્રયત્ન કરે છે..!!" તેજપાલ ફરી બાજી સંભાળી લેવા માંગતો હતો.
"જે માણસ રાઠોડ સાહેબના મનાવ્યે નથી માનતો અને તમારા મનાવ્યે માની જાય છે..!! બીજું અડધી કલાકમાં મીનીસ્ટરોનું લીસ્ટ તૈયાર થાય છે..!! ત્યાં સુધીમાં તે તમને નાયબ વડાપ્રધાન બનાવી આપણી વચ્ચે ફુટ પડાવવાની યોજના પણ બનાવી લે..???" વેંકટેશે ભવા ઉછાળતા કહ્યું. "તમારા તર્કો બરાબર છે, પણ હું એ ના માની શકું, કે તેજપાલ સાહેબ આવું કશું જ કરે..!!" હરેશ પટેલે ટાપસી પૂરી. તેજપાલ મનમાં હાશકારો ખાધો.
"તમે માનો કે ના માનો હું નિર્દોષ છુ..!!" તેજપાલે પણ બોલ્યો.
"જુઓ, જે હોય તે, હવે આ બધી દલીલનો કોઇ મતલબ નથી..!! આપણે જે કરવાનું હતું, તે કરી નાખ્યુ..!! હવે આપણે આ પરિસ્થિતીમાંથી બહાર નિકળવાનું છે..!! અંદરોઅંદર ઝઘડવાથી કોઇજ ફાયદો થવાનો નથી..!!" મુકુંદરાય જોરથી બોલ્યા.
"હું તમારી આ મુર્ખાઇનો ભાગીદાર નથી બનવાનો..!!" નાયડુએ સ્પષ્ટ કરી દીધું.
"તો હવે તમે શું કરશો..??" હરેશ પટેલે પુછ્યુ. નાયડુને શું જવાબ આપવો તે ના સુજ્યો. અડધી મીનિટ શાંતિ છવાયેલી રહી.
"એક કામ કરીએ, રાઠોડ સાહેબનો અંતિમસંસ્કાર થવા દઈએ અને દયાલ સાહેબને લોકો ભુલી જાય ત્યાં સુધી રાહ જોઇએ...!! પછી નાયડુ સાહેબ તમે કહેશો તેમ કરીશું..!! કારણ કે અત્યારે રુદ્ર જ જનતાને કંટ્રોલ કરી શકે તેમ છે..! અને એ ના ભુલતા કે પેલો વિપુલ

મહાજન,તકની રાહ જોઇને જ બેઠો છે..!!" નાયડુને ગુંચવાયેલો જોઇ હરેશે પોતાનો સુજાવ આપ્યો..!!

બધા નાયડુ સામે જોવા લાગ્યાં. નાયડુને સુજ્યુ નહી કે શું જવાબ આપવો.
"ગમે તે થાય, પણ હું તેની સામે નહી જાવ..!!" નાયડુએ ચોખ્ખું કહી દીધું.
"વાંધો નહી, તમે તમારી તબિયતનું બહાનું કાઢી મીનીસ્ટર પદેથી અત્યાર પુરતું રાજીનામુ આપી દો, એક વખત અમે રુદ્રનો કેસ પતાવી દઈએ પછી તમે પાછા મેદાનમાં આવી જજો..!!" મુકુંદરાય તરત બોલ્યા.
"ઠીક છે..!! હું આ બધું આપણા આટલા વર્ષોના સંબંધને ધ્યાનમાં રાખીને જ કરું છુ..!! પણ મારું ખાતું, આનંદ પિલ્લઇને અપાવજો..!!" નાયડુ અંતે હથિયાર નીચે મુક્યા અને તેજપાલનો શ્વાસ નીચે બેઠો.

>>>>>>>>>>>>>>>>>>>>>>><<<<<<<<<<<<<<<<<<<<<
સવારમાં જ્યારે તેજપાલ શાંતિથી ઉંઘી રહ્યો હતો, ત્યારે તેનો સેક્રેટરી દોડતો આવ્યો અને તેજપાલને હબડાવી જગાડ્યો..!! તેજપાલ ડરના માર્યો, અચાનક બેઠો થઈ ગયો અને પછી આજુબાજુ નજર ફેરવી ત્યારે તેને હાશકારો થયો.

સેક્રેટરીને આમ હાંફળો-ફાફળો જોઇ તેજપાલ ચોંકી ગયો. ''શું થયું..??"
''સર..!! કાલ રાત્રે રાઠોડ સાહેબનો અંતિમ સંસ્કાર થઈ ગયો..!!'' સેક્રેટરી હાંફ ખાતા ખાતા બોલ્યો.
''શું..??'' તેજપાલ બેડ પરથી તરત નીચે ઉતર્યો.
"અરે સર..!! ક્યાંય જવાની જરૂર નથી..!! ન્યુઝમાં બતાવે છે..!! ચાલુ કર ટીવી..!! મારું મોઢું શું જોવે છે..!!"
સેક્રેટરીએ તરત ટીવી ચાલું કર્યુ. રુદ્રના ન્યુઝ વારંવાર બતાવવામાં આવી રહ્યા હતાં. તેજપાલ માથુ પકડીને બેડ પર બેસી ગયો.
"તેને સમજાયું નહી કે રુદ્રએ આવું શા માટે કર્યુ..?? બીજા કોઇને નહી તો પોતાને તો વાત કરવી હતી..!!"
"સર..!! આ અંતિમસંસ્કારમાં રાષ્ટ્રપતિ અને ચીફ જસ્ટીસ પણ હાજર હતાં..!!" સેક્રેટરી હળવેથી બોલ્યો. તેજપાલ કંઇપણ બોલ્યા વગર બાથરૂમમાં જતો રહ્યો. તેણે પોતાનો વોર્ડ રોબ કાઢ્યો અને ફુવારા નીચે ઉભો રહી ગયો.
તેજપાલ દેખાવામાં તગડો લાગતો, પણ રેગ્યુલર વર્કઆઉટના કારણે તેના શરીર પર ચરબી જમા થઈ ન હતી. માથે જીણા વાળ રાખતો અને આડી પાથી પાડતો, તેના વાળ આગળથી કાળા હતાં, જેમાં વચ્ચે વચ્ચે સફેદ વાળ ડોકિયા કરતા..!! તેજપાલ ઘાટી મુંછો રાખતો, દેખાવા પ્રચંડ લાગતો માણસ આજે ઢીલો પડી ગયો હતો. તે ફુવારામાંથી પડી રહેલા પાણી નીચે એમ જ ઉભો રહી ગયો.

તેની આંખો ખુલ્લી હતી, અને પાણીની એકધારી નાની નાની ધારાઓ તેના ચહેરા પર થઈને વહી રહી હતી. તેજપાલની ભાવવિહીન આંખો, તે લાશ બની ચુક્યો હોય તેવો ભાસ કરાવી રહી હતી.
તેને હંમેશા તેના પિતા તરફથી નફરત મળી હતી. તેના પિતા તેજપાલથી કદી ખુશ નહોતા..!! તેમને હંમેશા લાગતું કે તેમના ઘરે એક કુળ કલંકે જન્મ લીધો છે..!! તેજપાલ પાસે સામાન્ય બુદ્ધિ હતી પણ તેના પાછળ લાગેલા નામના કારણે જ તેની કિંમત થતી.

રુદ્રએ જ્યારે તેને તેની બાજુ પર આવી જવાની ઓફર કરી હતી ત્યારે તે મનમાં જ ફુલાઇ ગયો હતો કે કોઇ તો છે જે તેની ઇજ્જત કરે છે..!! સમય જતા તે રુદ્રના દાવપેચ જોતો અને શીખતો રહ્યો. જ્યારે રુદ્ર વડાપ્રધાન બની ગયો ત્યારે તેજપાલના મનમાં લાલચે જગ્યા લઈ લીધી..!! તે રુદ્રનું પત્તુ કાપી પોતે જ પાર્ટીનો સર્વેસર્વા બનવા માંગતો હતો. જેથી તે પોતાના પિતા સામે પોતાની જાતને સાબિત કરી શકે..!!

પણ કાલે તેને નાયડુએ પકડી પાડ્યો અને નાયડુને મળીને બહાર નીકળ્યા બાદ હરેશ કે મુકુંદરાયના તેજપાલ સાથે વર્તનમાં થોડો તો ફેર પડ્યો જ હતો..!! અને આજે રુદ્રએ પણ તેનું પત્તુ કાપી નાખ્યું. શું હવે રુદ્રને તેની કોઇ જરૂર નથી..?? શું રુદ્રએ તેનો ઉપયોગ કરી તેને ફેંકી દીધો..?? આ સવાલ તેજપાલને ખાઇ રહ્યો હતો.

તેજપાલ ઘરના કોઇપણ સદસ્ય સાથે વાત કર્યા વગર જ નીકળી ગયો. રુદ્રને સાથે સામસામે વાત કરવી જરૂરી બની ગઈ હતી.
''સર...!!! મને જણાવશો કે આવડી મોટી વાત મારાથી કેમ છુપાવવામાં આવી..?'' તેજપાલ રુદ્રની ઓફિસે પહોંચતાં જ ઘુરક્યો.
"તમારી સલામતી માટે..!!"
''મારી સલામતી માટે..?"
"હાસ્તો...!! પાર્ટી લીડરોને તમારા પર શક જઈ રહ્યો છે કે તમે મારા માણસ છો અને મે કાલે ખાનગીમાં આ અંતિમસંસ્કાર કરી, એક તીરે ઘણા બધા શિકાર કરી નાખ્યા..!!"
''મને સમજાયુ નહી..??'' તેજપાલનો ગુંચવાયો.
"તમે બેસો, હું તમને સમજાવું છું..!! વિપુલ મહાજને આ અંતિમસંસ્કાર માટે એક મોટો પ્લાન બનાવ્યો હતો..!!"
''કેવો પ્લાન..??'' તેજપાલનો ગુસ્સો ક્યારનો ગાયબ થઈ ચુક્યો હતો.
"તમે બધા જાણો છો કે જે રાજ્યોમાં નકસલીઓનો ત્રાસ વધું છે, તે તમામ રાજ્યોમાં જનકલ્યાણ પાર્ટીની સરકાર છે..!! વિપુલ પોતે નકસલી લીડર સાથે કોન્ટેક્ટમાં રહે છે..!! આપણી સરકારનું કરોડરજ્જુ ભાંગી ચુક્યું છે..!! હું બહારથી આવ્યો છું, આ પાર્ટીમાં મને કોઇ પસંદ નથી કરતું, આપણી પાર્ટીમાં આમપણ ફાંટા પડવા લાગ્યા છે, તો આ બધાનો

ફાયદો વિપુલ ઉઠાવવા માંગે છે..!!'' તેજપાલ રુદ્રની વાત ધ્યાનથી સાંભળી રહ્યો હતો.
"તો મહાજને, પપ્પાજીની અંતિમવિધિને બદનામ કરવા, બિહાર, ઉતરપ્રદેશ અને ઝારખંડમાંથી મોટી સંખ્યામાં નાના મોટા મવાલીઓની ભરતી કરી હતી. તે લોકો દિલ્હીમાં આવી ભગદડ મચાવવાના હતાં..!! એટલે મારે તાત્કાલીક આવો નિર્ણય લેવો પડ્યો, હવે વાત છે તમને ના બોલાવવાની અથવા ના જનાવવાની તો, તમને બોલાવી, હું તમારા સાથીદારોનો શક મજબુત કરવા નહોતો માંગતો...!!" તેજપાલ એક મિનિટ રુદ્ર સામે જોતા રહ્યો.
''શું નાયડુ સાહેબ માની ગયા..??'' તેજપાલને હળવો પડેલો જોઇ રુદ્રએ પૂછ્યું.
''હા..!! પણ હું બીજાઓને શું કહું...?? જ્યારે બધા મને પુછશે કે તમે આવું કેમ કર્યુ..??'' તેજપાલના મગજમાં હજી અંતિમસંસ્કાર જ ઘુમી રહ્યો હતો.
"જે સાચું છે એ.!! કહેજો તમે પણ ગુસ્સામાં જ મારી સાથ વાત કરી પણ પછી મે જ્યારે સાચું કારણ કીધું તો એ તમને વ્યાજબી લાગ્યું..!!"

તેજપાલ માથું ધુણાવતો ઉભો થયો અને બહાર નીકળી ગયો.

પ્રકરણ - 17
એક અઠવાડિયું

19 એપ્રિલ 2015

ત્રણ દિવસ સામાન્ય પસાર થઈ ગયાં. લોકોને રુદ્રના રાજમાં ફાવી રહ્યું હતું. જ્યારે રાજનેતાઓ અને સરકારી કર્મચારીઓ અનિશ્ચિતાઓ વચ્ચે જીવી રહ્યા હતાં. રુદ્રનું વર્તન તેમના સમજની બહાર જઈ રહ્યું હતું.

બધાના મગજમાં એ વાત હતી કે રુદ્ર ખુબજ પ્રામાણિક માણસ છે, પણ બધાને એ જોઇ નવાઇ લાગતી કે ઘણા કામો સામે રુદ્ર આંખ આડા કાન કરી રહ્યો હતો, તો અમુક સમયે બહુ જ આકરા પગલા લેતો..!! છેલ્લા એક અઠવાડિયામાં તેણે ચાર કલેક્ટર, બે કમિશનર અને 20 જેટલા ક્લાસ વન ઓફિસરોને સસ્પેંડ કરી, તેમની તમામ સંપતિ સીલ કરાવી લીધી હતી. જ્યારે બીજી બાજુ શક્તિસિંહ અને દયાલનો કેસમાં મોટા ભાગના લોકશક્તિ પાર્ટીના નેતાઓના નામ દબાવવાના પ્રયત્નો થઇ રહ્યા હતાં.

અહીયા નવાઇની વાત એ હતી કે જે અધિકારીઓ સસ્પેન્ડ કરાયા હતાં, તે મોટાભાગના તમિલનાડુ, આંધ્રપદેશ અને કેરલના હતાં. જ્યાં ત્યાંની પ્રાદેશિક પાર્ટી ઓલ ઈંડિયા દ્રવિડ યુનાઇટેડનું રાજ ચાલતું. જેના સર્વેસર્વા ઈલીયારાજા મુનાપાર હતાં..!! રુદ્ર કોને જપટમાં લેશે અને કોને છોડશે, તે અનિશ્ચિતા અને ડર વચ્ચે મોટા ભાગના કર્મચારીઓ તેમના કામમાં નિયમિત થઈ ગયા હતાં. રુદ્ર આખો દિવસ ઓફિસમાં રહેતો, પ્રમાણમાં મીટીંગો પણ ઓછી કરતો, મીનીસ્ટરો સાથે મુલાકાતો સાવ નહિવત જેવી થઈ ગઈ હતી. ષક્ષમાં આ સવાલ જોર પકડી રહ્યો હતો કે આખો દિવસ ઓફિસમાં બેઠો બેઠો, રુદ્ર શું કરી રહ્યો હશે..!! બે વખત તેજપાલે તેને મળીને જાણવાનો પ્રયત્ન કર્યો પણ રુદ્રએ ઉડાવ જવાબ જ આપ્યા.

દેશનું વાતાવરણ સામાન્ય થઈ રહ્યું હતું. વિપુલ મહાજન સરકાર વિરુધ્ધ બરાડા પાડી રહ્યો હતો, પણ તેને કોઇ ખાસ ધ્યાનમાં નહોતું લઈ રહ્યું. લોકશક્તિ પાર્ટીના નેતાઓ હવે રુદ્ર સાથે ફાવવા લાગ્યું હતું. કારણ કે હવે રુદ્ર કોઇને વધારે પરેશાન નહોતો કરી રહ્યો.અને ફાઇલો દબાવી એ લોકોની મદદ પણ કરી રહ્યો હતો.

રુદ્રના મગજમાં આ બધા કરતા અલગ જ ગણિત ચાલી રહ્યું હતું. રુદ્ર નવું કંઇ કરે તે પહેલા બધાને શ્વાસ લેવાનો અને વિચારવાનો મોકો આપવા માંગતો હતો અને પોતાને આગળની યોજના બનાવવા માટે સમય જોઇતો હતો. રુદ્રએ આ બે દિવસમાં તેની ખાનગી જાસુસી કંપની શેડો વર્કસની પૂરી ટીમને આઇબીના હવાલે કરી દીધી હતી. હવે મંદાર સાહેબ જ બધું હેન્ડલ કરી રહ્યા હતાં.

રુદ્રના જેટલા પણ કંટ્રોલ રૂમ અને ખાનગી જેલો હતી, તે બધી માહિતી હવે મંદાર સાહેબ પાસે હતી. રુદ્રએ ચેતન પાસેથી બધું કામ લઈ લીધું..!! તેને અંદાજ આવી ગયો હતો કે ગૌરીનો અને પોતાનો જીવ જોખમમાં છે, એટલે ચેતનને સતત તેની પાછળ લગાવવા માંગતો હતો.

ગૌરીની જર્મનીની મીટીંગ પૂરી થઈ ગઈ હતી. અને બીજા એક પ્રોજેક્ટ માટે તેને ફ્રાંસ જવાનું હતું. રુદ્રએ ચેતનને ફ્રાંસ ગૌરીનું ધ્યાન રાખવા કાલ રાત્રે જ મોકલી દીધો હતો. ગૌરી જર્મનીથી કાલે નીકળીને ફ્રાન્સ જવાની હતી. પંદર દિવસ તેને ત્યાં જ કાઢવાના હતાં. રુદ્ર ગૌરીથી દુર રહે, તેના માટે અલગ અલગ દેશોમાં કામ ઉભા કરી રહ્યો હતો. ગૌરી જ્યારે આજુબાજુ હોય, ત્યારે તેણે આપેલા દગાની લાગણી તેને સતાવ્યા કરતી, જેના કારણે તે પોતાના કામમાં ધ્યાન કેન્દ્રિત નહોતો કરી શકતો. ગૌરીએ દિલ્હી યુનિવર્સિટીમાં રાજીનામું મૂકી દીધું હતું, એટલે તેને ભારતમાં એવું તાત્કાલિક કામ પણ ન હતું...!!
બીજી બાજુ, દિનદયાલ હજી દિલ્હીની બહાર નહોતો નીકળી શક્યો. બધે દિનદયાલની શોધખોળ થઇ રહી હતી. એક જ ફ્લેટમાં, તે એક અઠવાડિયું રહી ચુક્યો હતો. રોજે રોજ રુદ્રના કારનામાઓ જોઇ તે અંદરથી સળગી ઉઠતો..!! રુદ્રએ તેની તમામ સંપતિ અને ભારતમાં આવેલી તમામ બેન્કના એકાઉન્ટ સીલ કરાવી દીધા હતા.

જ્યારે નિતેષ એ કોટડીમાં સાવ શાંત પડી ચુક્યો હતો. તેને હવે ટીવી પર રુદ્રને જોઇ નવાઇ નહોતી લાગતી, પણ રાત્રે જ્યારે તે સુતો ત્યારે, તેણે જે બળાત્કારો કર્યા હતાં, અને એ સમયે જે છોકરીઓ ચીખતી તે કાનમાં ગુંજ્યાં કરતાં..!! તે પોતાના બંન્ને કાન બંધ કરી દેતો, તો પણ તે સંભળાયા રાખતું..!! આ છ દિવસના એકાંતની તેના મન પર ખુબજ ઉંડી અસર થઈ હતી.એક અઠવાડિયાથી તે નાહ્યો નહોતો, કોટડીમાં ખુબજ બદબુના કારણે તેને સતત માથું

દુખતું...!!! પણ હવે તે આ બધાથી ટેવાઇ ચુક્યો હતો.

માથુર અને મીનાક્ષી જુનાગઢની પૂરી વ્યવસ્થા જોઇ રહ્યા હતાં. અખિલેશને જામીન નહોતા મળી રહ્યા. તેના જુના કેસો પણ રુદ્રએ ખોલાવી નાખ્યા હતાં. અખિલેશની ધડપકડ બાદ દેસાઇ સાહેબ પોતાના ઘરે જ રહેતા અને દુનિયાથી સાવ છુટા પડી ગયા હતાં. કોઇને પણ એ મળતા નહિ, બસ પોતે કરેલા પાપો પર પસ્તાવો કરી આખો દિવસ તે દિવ્યાનું ધ્યાન રાખતા.

કુસુમ આઇબી એજન્ટ હતી પણ તે રેવેન્યુ ડિપાર્ટમેંન્ટમાં જ કામ કરતી અને બધા પર નજર રાખતી. તેને મળેલા નવા એસાઇમેંટ પ્રમાણે તેણે સાકેત રાણાને ફસાવવા માટેની પોતાની યોજનાનો પર અમલ ચાલુ કરી દીધો હતો.

સુધા અને અનુરાધાને જ્યારે તેના માતા-પિતાની હકીકત વિષે ખબર પડી ત્યારે તે દુખી જરૂર થઈ હતી પણ તેમણે તેમની સામાન્ય જીંદગી જીવવાની પણ ચાલુ કરી દીધી હતી. ચેતને તે બંન્નેને બહુ લાગણીથી સમજાવી હતી અને તે લોકો ચેતનની વાત માની પણ ગયા હતાં. પણ તે બંન્નેને ખ્યાલ ન હતો કે ચેતને જ તેમનું અપહરણ કર્યું હતું.

નાયડુ ઘરે બેઠા બેઠા રુદ્ર પર પૂરું ધ્યાન રાખી રહ્યો હતો. તેને રુદ્ર પર તલભર પણ વિશ્વાસ નહોતો. રુદ્રને કેવી રીતે ભરડામાં લેવો તેની યોજના આખો દિવસ બનાવ્યા કરતો. તેમના વેવાઇ એટલે કે ગુજરાતના ગ્રુહપ્રધાન અરવિંદ જૈન સાથે સતત ફોન પર સંપર્ક ચાલુ રહેતો. બંન્ને પાસે રુદ્રને નફરત કરવાનું એક જ કારણ હતું..!! રુદ્ર અત્યારે આ બંન્ને સામે આંખ આડા કાન કરી રહ્યો હતો.

જ્યારે બીજા નેતાઓ માત્ર સમય પસાર થવાની રાહ જોઇ રહ્યા હતાં. મુકુંદરાય અને હરેશ પટેલ બે નેતાઓને સૌથી વધારે તકલીફ પડી રહી હતી. રુદ્ર તેમની સાથે વાત કરતો નહિ અને પાર્ટીના કાર્યકરોને એ જવાબ આપી આપીને થાકી ચુક્યા હતાં.

આ ત્રણ દિવસની શાંતી જાણે તોફાન પેલાની શાંતી હોય તેવો આભાસ આપી રહી હતી.

મુકુંદરાય અને હરેશ પટેલ બે નેતાઓને સૌથી વધારે તકલીફ પડી રહી હતી. રુદ્ર તેમની સાથે વાત કરતો નહિ અને પાર્ટીના કાર્યકરોને એ જવાબ આપી આપીને થાકી ચુક્યા હતાં.

આ ત્રણ દિવસની શાંતી જાણે તોફાન પેલાની શાંતી હોય તેવો આભાસ આપી રહી હતી. રુદ્ર એકધારું પાંચ વર્ષ દોડીને થાકી ગયો હતો એટલે કદાચ તે આ ત્રણ દિવસ શ્વાસ ખાવા થંભી ગયો હતો અને કદાચ એવું પણ હોય કે નવું તોફાન ઉભું કરવા યોજના બનાવી રહ્યો હોય...!!!

પ્રકરણ - 18

ફ્રાંસ

20 એપ્રિલ 2015

રુદ્રની પોતાની હોટેલ્સ લગભગ દુનિયા 52 દેશોમાં હતી. ગૌરી, ચેતન, નિરુપમા અને તેમની સાથે આવેલો બીજો એક્ઝિક્યુટિવ સ્ટાફ ફ્રાંસમાં આવેલી તેમની હોટેલમાં રોકાવાનો હતો.

નિરુપમા અને ચેતન કદી સામેં મળે ત્યારે વધારે વાત કરતા નહિ. ગૌરીએ વાત નોંધી લીધી હતી. ગૌરી, ચેતન જ્યારથી આવ્યો હતો ત્યારથી બંન્નેને વાત કરાવવાના પ્રયત્નો કરી રહી હતી, પણ સફળ ના થઈ. ગૌરીએ એક ખાસ યોજના બનાવી. ગૌરીએ નક્કી કરી લીધું હતું કે જ્યારે ચેતન અને ગૌરી ભારત પાછા ફરે ત્યારે પરિણીત જ હોય..!!!

ગૌરી કાફલા સાથે હોટેલ પહોંચી. ગૌરીએ આજે પણ સાડી જ પહેરી હતી. આછા નારંગી કલર અને ઉપર સુંદર ફુલોની ડિઝાઇન..!! ગૌરી કારમાંથી ઉતરી પોતાના ગોગલ્સ ચડાવ્યા. આગળની સીટ પરથી ચેતન ઉતર્યો, જે તેમને એરપોર્ટ લેવા ગયો હતો. ચેતન જ્યારે સિક્યોરિટી તરીકે ફરજમાં હોય ત્યારે, ટાઇટ સુટ જ પહેરતો જે મોટાભાગે કાળા કલરનું હોતું. જ્યારે નિરુપમા ચેતન આજુબાજુમાં હોય ત્યારે ટુંકા કપડા અને ફેશન કોન્શીયસ થઈ જતી. આજે પણ નિરુપમાએ ટૂંકુ ટાઇટ સ્કર્ટ અને તેના પર વાઈટ શર્ટ પહેરેલું હતું. ટાઇટ શર્ટ અને ટુંકા સ્કર્ટમાં તે આકર્ષક તો લાગી રહી હતી, પણ ચેતનને આવા અંગપ્રદર્શનથી સખત નફરત હતી.

“તમેં બંન્ને ફ્રેશ થઈને મારા રૂમમાં પહોંચો એક ખાસ મુદા પર ચર્ચા કરવાની છે..!!” ગૌરી બંન્ને સામે જોઇ લઈ, પોતાના સ્યુટ તરફ ચાલવા લાગી. રુદ્રનો સ્યુટ તેની દરેક હોટેલમાં ફિક્સ જ હોતો અને લગભગ તેની અંદરની બનાવટ બધી જ હોટેલમાં એક સરખી જ હતી.

ગૌરી રુદ્રને ખુબજ યાદ કરી રહી હતી. તે જ્યારે જર્મનીમાં તેમના મેંજબાનને ત્યાં ડિનર માટે ગઈ હતી, એ સમયે તે દંપતીનો ખુલ્લેઆમ રોમાંસ જોઇ ગૌરીને તેમની ઈર્ષા થઈ આવી હતી.

તે રુદ્ર પર ગુસ્સે પણ હતી કે આટલા વર્ષો બાદ બંન્ને મળ્યા છે, તો પણ હજી જુદાઇ સહન કરવી પડી રહી હતી.

ગૌરીને અંદાજ હતો, કે રુદ્ર અત્યારે દુશ્મનોથી ઘેરાયેલો છે, અને જો તે એની આજુબાજુ રહેશે તો તે કામમાં ધ્યાન કેન્દ્રીત નહિ કરી શકે..!! ગૌરી પોતાને અને રુદ્રને આ સંબંધને હર્યો ભર્યો કરવા થોડો સમય આપવા માંગતી હતી. બીજી બાજુ તેણે નક્કી કરી લીધું હતું કે આ પંદર દિવસ દરમિયાન, તે ચેતન અને નિરુપમાને એક કરીને જ રહેશે..!! ગૌરીને એ વાતનો અંદાજો આવી ચુક્યો હતો કે નિરુપમા પણ ચેતનને ખુબજ પ્રેમ કરે છે, પણ કોઇ એવું કારણ છે, જેના કારણે તે એવું વર્તન કરી રહી હતી કે ચેતન તેને નફરત કરવા લાગે..!!

ગૌરીને આ વાત જ ગૌરીને સતાવી રહી હતી કે શા માટે નિરુપમા, ચેતનની નફરતનું કારણ બનવા માંગે છે..!! ગૌરી બધા વિચારને બાજુએ મૂકી, ફાઇલોમાં મગજ પોરવ્યું. એ જ સમયે દરવાજા પર કોઇએ નોક કર્યું.

"કમ ઇન...!!" ગૌરી જોરથી બોલી. નિરુપમા અંદર આવી અને ગૌરી કાંઇ બોલે તે પહેલા ચેતને પણ દરવાજા પર ટકોરા માર્યા.

ગૌરીએ ઉભા થઈ બંન્નેને આવકાર્યા અને ગૌરી અને નિરુપમા એક જ સોફા પર બેઠા, જ્યારે ચેતન સામેની બાજુએ ખુરશી પર જગ્યા લીધી.

''તો બોલો, ભાભી..!! શું કામ હતું..?'' ચેતને પૂછ્યું.

"વાત ઘણી ગંભીર છે, મને ખ્યાલ નથી આવતો કે ક્યાંથી શરૂ કરું..!!" ગૌરી પોતાનો નીચલો હોઠ દબાવતા બોલી.

"તમે બોલવાનું ચાલુ તો કરો, શરૂઆત આપોઆપ થઈ જશે..!!" ચેતને હસતા કહ્યું.

''જુઓ, હું અત્યારે ખુબજ તકલીફમાં છું..!! અને તમે બંન્ને જ મારી મદદ કરી શકો તેમ છો..??'' ગૌરી ધીમે ધીમે બોલી.

''તમે, શું તકલીફમાં છો..?? દીદી..!!'' ગૌરીએ નિરુપમાને પોતાને મેંડમ કેવાની ના પાડી હતી, એટલે પછી નિરુપમા ગૌરીને દીદી કહીને જ બોલાવતી.

"તમે બંન્ને જાણો છો કે રુદ્ર અને હું, એકબીજાના ગળાડુબ પ્રેમમાં છીએ, રાજકીય કારણોસર તેણે મારી સાથે લગ્ન તો કરી લીધા, પણ મારી સાથે તે હવે રહેવાની ના પાડે છે.....!!!"

ગૌરીના અવાજમાં દર્દ સ્પષ્ટ દેખાતું હતું. ચેતનને અંદાજો આવી ગયો કે રુદ્ર, સાથે રહેવાની કેમ ના પાડે છે..!! પણ નિરુપમાને આ વાત ના સમજાઇ અને ગૌરીને શું કહી આશ્વાસન આપવું અથવા ગૌરી તેને આવું શું કામ જણાવી રહી તે ના સમજાયું.

તમે બંન્ને વિચારતા હશો કે, હું શું કામ તમને આ બધું કહી રહી છું..!! પણ હકીકત એ છે કે તમારા બંન્નેના કારણે મારે આ તકલીફ ભોગવવી પડી રહી છે.. ગૌરી નીચું જોઇ બોલી રહી હતી.

''અમારા કારણે..??'' નિરુપમાને આઘાત લાગ્યો હોય તેમ બોલી.

"હા..!! તમે બંન્ને જાણો છો કે રુદ્ર માટે ચેતનભાઇ અને રીતેષભાઇ. બંન્ને તેના મોટાભાઇઓ જેવા છે..!! રુદ્રનું એવું માનવું છે કે તેના આ ત્રણ ભાઇઓના પરિવારમાં ચેતનભાઇ એક જ અપરિણીત છે, જે વ્યાજબી નથી..!!" ચેતનને સમજાઇ ગયું કે રુદ્રએ ગૌરીથી દુર રહેવા કેવો કિમીયો વાપર્યો છે. નિરુપમા ચુપચાપ જ રહી, તેને પણ ખ્યાલ આવી ગયો કે વાત કંઇ તરફ વળી રહી છે..!!

"ચેતનભાઇ રુદ્રથી મોટા છે, અને મોટોભાઇ બાકી હોય, ત્યાં સુધી નાનો ભાઇ લગ્ન ના કરે એવી આપણે પરંપરા છે..!! પણ અહી રુદ્રએ રાજકીય હિતોને ધ્યાનમાં રાખી મારી સાથે લગ્ન તો કરી લીધા પણ તેણે નક્કી કર્યું છે કે જ્યાં સુધી ચેતનભાઇના લગ્ન નહિ થાય ત્યાં સુધી તે પોતાનું લગ્નજીવન ચાલુ નહિ કરે..!!" ગૌરીની ભીની આંખ બંન્ને જોઇ શકતા હતાં.

"ગૌરીની વાત અને હાલત જોઇ, પેલા બંન્ને ચોંકી ગયા. શું કહેવું તે જ મગજમાં ના આવ્યું. ચેતનને રુદ્ર પર થોડીવાર ગુસ્સો પણ આવી ગયો કે તે પોતે ગૌરીથી બચવા, મને કેમ બલીનો બકરો બનાવ્યો..?? અને બંન્ને એ લગ્નજીવન તો ચાલુ કરી જ દીધું છે..!! જુઠ્ઠાડા...!!" પણ ગૌરીની સામેં થોડું એવું બોલાય છે, એવું વિચારી ચેતન ચુપ જ રહ્યો.

"હું ચેતનભાઇ માટે છોકરી શોધવાની ચાલુ જ કરવાની હતી, ત્યારે મને ખબર પડી કે તે તમને પ્રેમ કરે છે..!!" ગૌરી નિરુપમા સામેં નિર્દોષ ભાવથી જોવા લાગી.

"હવે, હું ચેતનભાઇને બીજી કોઇ સાથે લગ્ન કરવાનું કેવી રીતે કહી શકું...??"ગૌરીનો દુખી ચહેરો, બે માંથી એકપણને ગૌરીનું દુખ જોવાતું ન હતું.

"અને દીદી, હું તમને પણ પરાણે ના કહી શકું કે, તમેં મારી ખુશી માટે ચેતનભાઇ સાથે લગ્ન કરી લો..!!" ગૌરી પણ નિરુપમાને દીદી જ કહેતી..!!

હવે, તમે બંન્ને મળીને મને જવાબ આપો..!! કે મારે શું કરવું..?? ગૌરીએ નિરુપમાનો હાથ આત્મીયતાથી પકડી લીધો.

નિરુપમાને લાગ્યું કે આજે તે બરાબર ફસાઇ ગઈ..!! રુદ્રએ તેને કદી ચેતન સાથે લગ્ન કરવા ફોર્સ નહોતો કર્યો, પણ હા બે ત્રણ વખત સમજાવી જરૂર હતી. પણ રુદ્રની આવી જીદ જોઇને નિરુપમા પણ હલી ગઈ. તેના હોઠ સિવાઇ ગયા હતાં. ગૌરી વાંરવાર બંન્ને તરફ જોઇ રહી હતી, પણ બેમાંથી કોઇ કશું જ બોલ્યા નહિ.

કાંઇ વાંધો નહિ, કદાચ મારા ભાગ્યમાં સુખ નહિ લખ્યું હોય..!! પણ હું મારા સ્વાર્થ ખાતર તમારા બંન્નેની જીંદગી ખરાબ ના કરી શકું..!! મને માફ કરજો, મેં તમને બંન્નેને આવી વાત કરી મુંઝવણમાં મુક્યાં..!! કહેતી ગૌરી ઉભી થઈ બાથરૂમ તરફ જતી રહી.

હોલમાં નિરુપમા અને ચેતન બંન્ને એકબીજાની સામે જોતા ચુપચાપ બેસી રહ્યાં. ચેતનને ગૌરીની દયા તો આવી, પણ રુદ્ર પર વધારે ગુસ્સો આવ્યો. નિરુપમા અંદરથી હલી ચુકી હતી. તેણે ચેતન સાથે લગ્નના કરવાના અમુક કારણો હતા, જે તે કોઇને કહી શકે તેમ ન હતી અને ગૌરીને આમ દુખી પણ જોઇ શકે તેમ ન હતી. નિરુપમા રુદ્રની ચાલ સમજી ચુકી હતી. રુદ્ર કદી કોઇ સાથે જબરદસ્તી કરતો નહિ પણ પરિસ્થિતી જ એવી ઉભી કરતો કે સામેવાળા પાસે તેની વાત માનવા સિવાય છુટકો જ ના હોય..!!

નિરુપમાએ રુદ્રને આ પેંતરો બીજા લોકો પર અજમાવતા, હજારો વખત જોયો હતો, આજે તે પોતે પણ આ જ પેંતરાની શિકાર થઈ ચુકી હતી. ગૌરીનો સામનો હવે તે કરી શકે તેમ ન હતી એટલે તે ગૌરી આવે તે પહેલા જ રૂમ છોડીને જતી રહી. ચેતન પણ ગૌરી સામે આવવા માંગતો ન હતો. એટલે એ પણ ચુપચાપ નીકળી ગયો.

બંન્નેના ગયા બાદ, ગૌરીએ તરત રુદ્રને ફોન લગાવ્યો. રુદ્રને પણ જાણ તો કરવી જ પડે તેમ હતી કે તેણે અહી શું બાફ્યું છે..!! તેને પાક્કી ખાતરી હતી કે ચેતન રુદ્રને ફોન કરશે જ પણ એ પહેલા તે પોતે તેની સાથે વાત કરી લેવા માંગતી હતી.

"હેલ્લો..!!" શ્યામ વર્માનો અવાજ આવ્યો.

''કોણ બોલે છે...?? રુદ્ર ક્યા છે..??'' ગૌરીને ખ્યાલ આવી ગયો કે ફોન બીજા કોઇએ ઉપાડ્યો છે..!!

"મેંડમ...!! સર, અત્યારે એક અગત્યની મીટીંગમાં છે, અને મીટીંગ પૂરી થતા, ત્રણ-ચાર કલાક તો જશે જ..!!" વર્માએ માહિતી આપી.

ઠીક છે, કહી ગૌરીએ ફોન મુક્યો અને રૂમની બહાર નીકળી,

ચેતને થોડીવાર બાદ રુદ્રને ફોન લગાવ્યો અને વર્માએ જ ફોન ઉપાડ્યો..!! ચેતને ગુસ્સમાં ફોન કાપી નાખ્યો.

નિરુપમા અને ચેતનને બાજુબાજુમાં જ રૂમ અપાયા હતાં. બે રૂમ વચ્ચેની બાલ્કનીને એક જાડો કાચ અલગ પાડતો હતો. નિરુપમા પણ બાલ્કનીમાં ઉભી હતી અને બહાર દેખાતા ખુલ્લા આકાશને તાકી રહી હતી. તેની આંખોમાંથી સતત આંસુ વહી રહ્યા હતાં. ચેતન બાલ્કનીમાં આવ્યો, તે નિરુપમાને ખ્યાલ નહોતો. ચેતન નિરુપમાને રડતી જોઇ અંદરથી હલી ગયો.

"શું આપણે બે મિનિટ વાત કરી શકીએ.??'' ચેતન બાલ્કની નજીક જઈ, નીચે દેખાતા ગાર્ડન તરફ જોતા બોલ્યો. નિરુપમા અચાનક ચેતનનો અવાજ સાંભળી ભડકી ગઈ. તેણે પોતાના આંસુ લુંછ્યા અને એક ઉંડો શ્વાસ લીધો.

"મને ખબર છે કે તને મારો વિશ્વાસ નહિ આવે, પણ આમાં મારો કોઇ જ હાથ નથી..!! આ બધું રુદ્રનું કરેલું છે..!" ચેતન નિરુપમાને દુખી નહોતો જોઇ શકતો.

"મને ખબર છે કે તમે આટલા કઠોર નથી કે મને મજબુર કરો..!! પણ રુદ્રસર આવી જીદ કરશે, એવું મેં કદી નહોતું વિચાર્યુ..!!" નિરુપમા એક ધારું સામેની બાજુ જોઇ રહી હતી. ચેતન, નિરુપમા સામે જોવાની હિમ્મત નહોતો કરી શકતો.

"આ બધામાં ગૌરી દીદીનો શો વાંક...?? રુદ્ર સર તેમને કેમ સજા આપી રહ્યા છે..?? તેમની આવી જીદ યોગ્ય નથી..!!" નિરુપમા ફરીથી બોલી પણ ચેતન ચુપ જ રહ્યો. તમેં રુદ્ર સર સાથે વાત કરો ને..?? નિરુપમા સાવ લાચાર થઇ ચુકી હતી.

"તમેં રુદ્ર સર સાથે વાત કરો ને..??" નિરુપમા સાવ લાચાર થઇ ચુકી હતી.

મેં તેને ફોન કર્યો હતો, પણ વ્યસ્ત હતો, એટલે મારે તેની સાથે વાત ના થઈ શકી..!! પણ જો રુદ્ર, એક વખત લીધેલા નિર્ણય પર ક્યારેય ફેર વિચાર નથી કરતો, એટલે તે મારા લગ્ન કરાવીને જ જંપશે..!! ચેતને નિશ્વાસ નાખ્યો.

''તો તમેં લગ્ન કરી લો ને..!!'' નિરુપમાનો ખચકાટ તેના અવાજમાં દેખાતો હતો.

માફ કરજે, પણ મેં કદી તારા સિવાય કોઇ માટે વિચાર્યુ જ નથી..!! ચેતને નિરુપમા સામે જોયું. બંન્નેની આંખો એકબીજાને મળી, બંન્નેની આંખોનુ દર્દ એકબીજા વાંચી શકતા હતાં.

નિરુપમાને મન થયું કે તે ચેતનને વળગી પડે પણ આડી આવતી કાચની દિવાલ તેને નડી રહી હતી. બીજી ક્ષણે નિરુપમાને કંઇક યાદ આવતા તેણે બીજી તરફ જોઇ લીધું..!! ચેતન એકધારું નિરુપમા સામે જ જોઇ રહ્યો હતો. ચેતને આ વાત નો ઘણી વખત નોંધી હતી કે જ્યારે નિરુપમા તેની પાસે આવવા બિલકુલ તૈયાર જ હોય, એ સમયે અચાનક તેને કશુક થાય છે અને પાછી પોતાની દુર થઈ જાય છે..!! તે કેમ એવા પ્રયત્નો કરે છે કે, ચેતન તેને નફરત કરે..!! આજે આ સવાલનો જવાબ ચેતનને મેંળવવો જ હતો. ચેતન ચુપચાપ બાલ્કનીમાંથી બહાર નીકળ્યો અને નિરુપમાના રૂમ તરફ જવા લાગ્યો. નિરુપમાનો દરવાજો લોક નહોતો એટલે તે નોક કર્યા વગર જ અંદર ઘુસી ગયો.

નિરુપમા બેડરૂમમાં આવી ચુકી હતી. બેડ પર બેઠા બેઠા બે હાથ વચ્ચે માથું નાખી રડી રહી હતી..!! ચેતનના અચાનક પોતાના રૂમમાં આવેલો જોઇ, નિરુપમા અસ્વસ્થ થઈ ગઈ..!! તેણે ફટાફટ પોતાના આંસુ લુંછ્યા અને ઉભી થઈ.

''પૂછ્યા વગર તમેં અંદર કેવી રીતે આવ્યા..??'' નિરુપમા બરાડી.

''તું મને પ્રેમ કરે છે ને..??'' ચેતને ખીજાયેલા અવાજ બોલ્યો.

"અત્યારે જ અહીથી ચાલ્યા જાવ..!!" નિરુપમાએ રાડ નાખતા કહ્યું.

"તુ મને પ્રેમ કરે છે ને..??'' ચેતને ફરી એ જ સવાલ કર્યો. નિરુપમા ઉભી થઈ ચેતનને ધક્કો મારવા લાગી પણ ચેતન તેની જગ્યાએથી ના ખસ્યો.

"તમેં જાવ નહિતર, હું સિક્યોરિટીને બોલાવું છું...!!!" નિરુપમા રડમસ થઈ ચુકી હતી..!!

''તું મને પ્રેમ કરે છે ને....???'' ચેતને એક જ રટણ પકડી રાખ્યું. નિરુપમા બેડ પાસે

પહોંચી રીસીવર ઉપાડી ફોન ડાયલ કરવા ગઈ, ત્યાં ચેતને ફોનને પકડી તેનો ઘા કર્યો.
''બોલ...!! તું મને પ્રેમ કરે છે ને..??'' ચેતન રડવા જેવો થઈ ચુક્યો હતો.

"હું તમને પ્રેમ નથી કરતી..!! નફરત કરું છુ...!!" નિરુપમાએ જોરથી રાડ નાખી..!!

''તું મને પ્રેમ કરે છે ને..??'' ચેતન બીજું કશું સાંભળવા માંગતો જ ન હતો.

"તું મુરખો છે, નમાલો છે..?? ચમચો છે..!! તને નફરત કરું છું...! નફરત...!" છેલ્લો શબ્દ નિરુપમા એટલો જોરથી બોલી કે તેનો અવાજ ફાટી ગયો.

બંન્નેની ચિલ્લમચિલ્લી બહાર લોબી સુધી સંભળાતી હતી. સિક્યોરિટી ગાર્ડે અંદર જઈને જોવા કરતા ગૌરીને જણાવવાનું વધારે યાગ્ય લાગ્યું. ગૌરીને ખબર પડતા જ તે દોડતી નિરુપમાના રુમમાં પહોંચી..!! અચાનક ગૌરીને આવેલી જોઇ, નિરુપમા ગૌરીને વળગી પડી...!! ચેતન ત્યાં પુતળું બનીને ઉભો રહી ગયો.

દીદી..!! આ માણસને કહો અત્યારે જ અહીથી જતો રહે..!! નિરુપમા ચેતન તરફ આંગળી ચીંધતી બોલી. ગૌરીએ ચેતન તરફ જોયું અને શર્મનો માર્યો ચેતન તરત બહાર નીકળી ગયો. ગૌરીએ હળવેથી નિરુપમાને બેડ પર બેસાડી, પણ નિરુપમા ચેતનના આવા વર્તનના કારણે અંદરથી ભાંગી ચુકી હતી. તે ગૌરીની બાથ ભરી જોરજોરથી રડવા લાગી. ગૌરી બસ તેના માથા પર હાથ ફેરવતી રહી.

પંદર મિનિટ બાદ નિરુપમા સાવ લોથપોથ થઇ ચુકી હતી. ગૌરીએ હળવેથી તેને બેડ પર સુવડાવી અને જેમ એક માં તેના સંતાનને પોતાની છાતી સાથે દબાવીને સુવડાવે તેમ ગૌરીએ પણ નિરુપમાને બાથ ભરી, માથે હાથ ફેરવવા લાગી..!! થોડીવાર બાદ નિરુપમા સાવ શાંત પડી ચુકી હતી અને કદાચ સુઇ પણ ગઈ હતી પણ ગૌરીએ તેને હલાવી નહિ..!! તે પણ એમ જ સુતી રહી. વીસ મિનિટ બાદ નિરુપમા સળવળી..!! તેને ખ્યાલ આવતા તે તરત ઉભી થઈ ગઈ..!!

દીદી..!! નિરુપમાના મોઢામાંથી માત્ર એક જ શબ્દ નીકળ્યો. ગૌરી એકધારી આડી પડી હતી એટલે તેનું શરીર અકડાઇ ચુક્યું હતું. તેણે હળવેથી આળસ મરડી નિરુપમા સામે મીઠા સ્મિત સાથે જોયું.

‘‘તમેં મને દીદી કહેવા ખાતર કહો છો કે હકીકતમાં માનો છો..??’’ ગૌરીએ એટલા વ્હાલથી પૂછ્યું કે નિરુપમાથી પાછું રડાઇ ગયું અને તે ગૌરીને વળગી પડી.

“મને એક વખત તમારા મનની વાત તો કરો..!! હું વચન આપું છું કે ચેતનભાઇ કે રુદ્રને ખબર નહિ પડે..!! બસ મનમાં એકલા એકલા ઘુંટાવ નહિ..!!” ગૌરીએ નિરુપમાની પીઠ પર હળવે હળવે હાથ ફેરવી રહી હતી.

“મને તમારા પર ભરોસો છે, દીદી, પણ મારી વાત સાંભળી તમેં પણ દુખી જ થશો..! એટલે હું જે યાતના અને પીડામાંથી પસાર થઈ, તેને મારા સુધી જ સીમિત રહેવા દો..!!” નિરુપમાએ વિનંતીના સુરમાં બોલી.

“જો તમે મને નહિ કહો તો હું ચેતનભાઇને પાછા અંદર મોકલીશ..!!” ગૌરી મીઠી ધમકી આપતા બોલી. નિરુપમાને રડતા રડતા હસવું આવી ગયું અને બંન્ને ફરી ગળે મળ્યા..!!

‘‘ચલો, હું તમારા માટે ચા બનાવું છુ..!! તમેં મને પહેલેથી કહો કે શું થયું હતું, તમારી સાથે..?? તમે ચેતનભાઇને પ્રેમ કરો છો, તો પણ તમે કેમ તેને સ્વીકારવા તૈયાર નથી થતા..?? તમારા બંન્નેનો શું ભૂતકાળ છે..!!’’ ગૌરી બેડ પરથી નીચે ઉતરી, ઇલેક્ટ્રીક કીટલી ચાલુ કરી પાણી ગરમ કરવા લાગી.

“જે ભૂતકાળ જતો રહ્યો છે, તેને શા માટે ઉખેળવો...?? અને હવે હું ચેતનના લાયક નથી રહી..!! મેં તેને દગો આપ્યો હતો..!! બસ એ જ કારણ છે..!!” નિરુપમા જવાબ આપવાથી બચવા માંગતી હતી.

‘‘મને મુર્ખના બનાવો..??’’ અચ્છા ચલો મને એ કહો કે ચેતનભાઇએ તમારી પ્રેમકહાની કેવી રીતે ચાલુ થઈ..?? અથવા ચેતનભાઇએ તમને કેવી રીતે પટાવ્યા’’ ગૌરીએ વાતાવરણ હળવું કરવા પૂછ્યું.

“તેમણે મને નહોતી પટાવી પણ મેં તેમને ફસાવ્યા હતાં, મારા પ્રેમજાળમાં જેથી હું તેમનો ઉપયોગ કરી શકું..!!”

‘‘ઉપયોગ..?? કેવી રીતે..??’’ ગૌરી હળવે હળવે નિરુપમાને વાતમાં ખેચી રહી હતી.

“મારા ઘરની આર્થિક હાલત ઠીક હતી..! મને પોકેટમની માત્ર કોલેજ આવવા જવાનું ભાડું જ મળતું..!! પણ મારા શોખ બહુ ઉચા હતાં..!! હું મારી કોલેજમાં બહુ ચાલાક હતી..! પૈસા વાપરવાનો બહુ આસાન રસ્તો, મને મળી ગયો હતો. મેં છોકરાઓ સાથે હરવા-ફરવાનું ચાલુ કરી દીધું હતું. એ લોકો મને બધી મોજ કરાવતા..!! હું એ લોકોનો ઉપયોગ કરી લેતી પણ જ્યારે એ લોકોનો સમય આવે ત્યારે હું પીઠ દેખાડી દેતી..!! આવા અફેર્સ માંડ પંદર દિવસ

ચાલતા..!! અને મારે નવા બોયફ્રેન્ડની શોધ કરવી પડતી..!!"

"મને કોઇ લાંબા ગાળાનું સોલ્યુશન જોઇતું હતું..!! એ સમયે મારું ધ્યાન ચેતન પર પડ્યુ. ક્લાસનો સૌથી સીધો અને પૈસાદાર છોકરો..!! મારે તેમને મારા પ્રેમમાં પાડવા એક મહિનો મહેનત કરવી પડી હતી...!! અંતે હું સફળ થઈ..!!"

"અમેં બંન્ને આંખો દિવસ સાથે રહેતા..!! હું કામ્પ્યુટર્સમાં માસ્ટર હતી, તેમને બહુ ગતાગમના પડતી તો પણ કોમ્પ્યુટરની ડીગ્રી લેવા એડમીશન લઈ લીધું હતું..!! થોડા સમય બાદ અમે, એકબીજાને બંન્ને પરિવારોને સાથે પણ મળાવ્યા..!! બંન્નેના પરિવારને અમારા આ સંબંધ સામે કોઇ વાંધો ન હતો..!!"

"દોઢ વર્ષના નાટક બાદ મને પણ ચેતન ગમવા લાગ્યા હતાં અને હું હકીકતમાં તેમના પ્રેમ પડી ચુકી હતી. માતા-પિતાની સ્વીકૃતિ તો હતી જ, એ મારા ઘરે ઘણી વખત રોકાતા અને પરીક્ષા સમયે અમે બંન્ને આખી રાત વાંચતા..!!"

''ખાલી વાંચતા જ કે..??'' ગૌરીએ ચા કપમાં ભરતા ભવા ઉછળતા બોલી. નિરુપમા શરમાઇ ગઈ.

"ના.. દીદી તમે વિચારો છો, એવું નથી..!! એ માણસ આ બાબતમાં સાવ વેવલો હતો, મેં મારી જીંદગીમાં પહેલી વાર કોઇ પુરુષને મારી આટલી નજીક આવવા દીધો હતો પણ એ માણસ..!! મારાથી દુર જ રહેતો..!! મને કહે કે તારા મમ્મી-પપ્પા મારા પર વિશ્વાસ કરે છે અને હું તેમની સાથે વિશ્વાસઘાત ના કરી શકું..!!'' નિરુપમા એ એક નિસાસો નાખ્યો.

"કોલેજ પૂરી થઈ એટલે બધું જ બદલાયું..!! મારે મારા પપ્પાને આર્થિક મદદ કરવા, મેં નોકરી ચાલુ કરી..!! હું કોમ્પ્યુટર્સમાં માસ્ટર હતી છતાં મેં રિસેસ્પશનીસ્ટની નોકરી કરી. ચેતન સિવિલ સર્વિસીસની મહેનત કરવા લાગ્યાં."

"ત્યાં સુધીમાં અમારી સગાઇ પણ થઇ ચુકી હતી..!! પણ પૈસાની લાલચ મને હંમેશા ચેતન સાથે ઝઘડો કરાવતી..!! મારે એક ગ્લેમરસ જીંદગી જીવવી હતી જે ચેતન મને નહોતો આપી શકે તેમ..!! ચેતનના મમ્મી મને વ્હાલ ખુબ કરતા પણ તે હંમેશા કહેતા કે સ્ત્રીએ પુરુષ

સપોર્ટ આપવાનો હોય અને મારી નોકરીને તે ગણકારતા નહિ..!!"

"એવા સમયે ચેતન UPSC માં પાસ થઈ ગયો. તેણે ષિશ પસંદ કર્યું અને દોઢ વર્ષની ટ્રેનીગ માટે જતો રહ્યો. તેના ગયા બાદ, ફરી મારે પૈસાની તંગી પડવા લાગી. મારે મારો આખો પગાર ઘરે આપવો પડતો અને પોકેટમની માટે બહુ ઓછા રૂપિયા મળતા..!! હું ચેતનને પ્રેમ કરતી, એ હકીકત હતી પણ તેના માટે હું મારી લાઇફ સ્ટાઇલ બદલી શકું તેમ ન હતી..!!"

"એવાં સમયે મારી મુલાકાત કુણાલ જૈન સાથે થઈ, તે અમદાવાદના મેયરનો એકનો એક દિકરો હતો..!! તે મારી પાછળ પડી ચુક્યો હતો..!! હું ચેતનના પ્રેમના કારણે તેને બહુ ભાવ નહોતી આપતી, પણ તેને બસ ગમે તેમ કરીને મને મેળવવી હતી. તે મારામાટે મોંઘીદાટ ગીફ્ટો લાવતો, મને મોટી મોટી હોટેલ્સમાં જમવાના અને મળવાના આમંત્રણ આપતો.!! મેં એકાદ મહિનો ના પાડી, પણ હું ના રહી શકી અને મેં તેની સાથે ફરવાનું ચાલુ કરી દીધું."

"એક દિવસ તેણે લગ્નનો પ્રસ્તાવ મુક્યો. હું ચેતનને દગો દેવા નહોતી માંગતી પણ મારા મનની નબળાઇ મારા પ્રેમ પર હાવી થઈ ગઈ અને મેં હા પાડી દીધી..!! મેં તેને પપ્પાને મળવા બોલાવ્યો અને એ આવ્યો પણ ખરો..!! પણ મારા પપ્પાએ ચોખ્ખી ના પાડી દીધી..!! તેમને ચેતન સાથે જ મારા લગ્ન કરાવવા હતાં..!! તે દિવસે તે પહેલી વખત મારા પર ખુબજ ગુસ્સે થયા..!! મને ચેતન અને તેના મમ્મીનો પ્રેમ યાદ કરાવવા લાગ્યા..!! પણ મેં જ્યારે સામેં જવાબ આપ્યો ત્યારે તેમણે મારા પર હાથ પણ ઉપાડી લીધો..!! હું ગુસ્સામાં હતી, ઘર છોડી બહાર નીકળી ગઈ..!! કુણાલને મેં કહ્યું કે આપણે ભાગીને લગ્ન કરી લઈએ..!!"

"તે મને અમદાવાદ બહાર લઈ આવ્યો..!! મારી સાથે એક મંદિરમાં લગ્ન પણ કરી લીધા અને તેના જ ફાર્મ ફાઉસમાં મને લઇ ગયો. એક અઠવાડિયા સુધી અમે બંન્ને એ જ ફાર્મ ફાઉસમાં રહ્યા..!! હું બહુ નીચ છું..!! દીદી..!! મેં મારા પપ્પાને, ચેતનને, તેના મમ્મીને બધાને છેતર્યા..!! ખાલી પૈસા માટે..!! અને મને તેની સજા પણ તરત મળી ગઈ..!!''
નિરુપમાએ પોતાના આંસુ લુંછ્યા
"એક અઠવાડિયા બાદ મેં જ્યારે કુણાલને કહ્યું કે હવે ક્યારે તે મને તેના પિતાને મળાવશે..!!

પણ તે વાત ટાળતો રહ્યો. પંદર દિવસ બાદ મને ખ્યાલ આવવા લાગ્યો કે હું છેતરાઇ ચુકી છું..!! અમારો ઝઘડો થયો અને તેણે મને ચાખ્ખા શબ્દોમાં કહી દીધું કે હું તેની રખેલ છું..!! મને બહુ આઘાત લાગ્યો..!! હું તે રાત્રે જ ત્યાંથી ભાગીને ઘરે આવી ગઈ..!! પણ મારા પપ્પાએ મારા મોઢાં પર જ ઘરનો દરવાજો બંધ કરી દીધો..!! તે આખી રાત મેં રોડ પર જ કાઢી..!!"

"ચેતન બે દિવસમાં જ અમદાવાદ આવવાનો હતો. તેને કોઇએ મારા વિષે વાત નહોતી કરી..!! ચેતન જ્યારે મારા વિષે પૂછતો ત્યારે પપ્પા કહેતા કે હું ગામડે મારા દાદા-દાદી મળવા ગઈ છું અને ત્યાં ફોન નથી..!! મારા પપ્પા નહોતા ઇચ્છતા કે ચેતનને મારા વિશ્વાસઘાત વિષે ખબર પડે અને તે તેની ટ્રેનીંગ અધુરી છોડીને આવી જાય..!! મારે ચેતન પાસે માફી માંગવી હતી પણ પછી મારામાં તેની સામેં જવાની જ હિમ્મત ના થઈ..!! હું અમદાવાદ છોડવાની હતી, તે દિવસે કુણાલે મને પકડી પાડી..!! મારું અપહરણ કરી મને ફરી ફાર્મ હાઉસ લઈ ગયો. આખી રાત્રી તેના ચાર મીત્રો, મારા શરીરને રગદોળતા રહ્યાં. હું રાડો પાડતી રહી પણ મારી મદદે કોઇ ના આવ્યું..!!" ગૌરીએ ઉભી થઈ નિરુપમાને ફરીથી બાથ ભરી શાંત પાડવા લાગી.

"તે રાત્રી બાદ, હું તેમના રમતગમતનું સાધન બની ચુકી હતી..!! સતત એક મહિનો, હું રોજરાત્રી રગદોળાતી રહી..!! મેં આત્મહત્યા કરવાના પ્રયાસ કર્યા પણ દરેક વખતે હું નિષ્ફળ ગઈ..! એમાં એક દિવસ કુણાલ આવીને મને કહેવા લાગ્યો કે ચેતન તેને મળવા આવ્યો હતો..!! અને મારા વિષે પૂછી રહ્યો હતો."

"પંદર દિવસ બાદ ફરી કુણાલ ખુબજ ગુસ્સામાં મારી પાસે આવ્યો. ચેતન અમદાવાદનો ACP તરીકે પોસ્ટ પર આવી ચુક્યો હતો. તેણે મને શોધવા પોલીસફોર્સને કામે લગાડી હતી. કુણાલને મને છેતરવા બદલ અરેસ્ટ પણ કરી લીધો હતો, જેલમાં તેને ખુબ પીટ્યો હતો..!! પણ તેના પિતાએ તેની વગ વાપરી તેને છોડાવી લીધો હતો."

"કુણાલે ચેતનનો બધો ગુસ્સો મારા પર ઉતાર્યો. મને તે રાત્રે તેણે ખુબ મારી.... હું આખી રાત્રી પીડામાં કણસતી રહી..!! સવારમાં તેણે હેવાનીયતની હદ પાર કરી નાખી..!! મારી પીઠ પર તેણે હિટરથી કેટલાય ડામ દીધા..!! મારામાં હવે વધારે પીડા સહન કરવાની શક્તિ ન હતી..!! હું બેભાન થઈ ગઈ..!!"

એક દિવસ, મને એક વાનમાં નાખી અમદાવાદ લઈ જવામાં આવી, મારામાં હવે એ શક્તિ

નહોતી રહી કે હું એ બધાનો પ્રતિકાર કરું..!! જે થતું હતું તે થવા દીધું. મને પછી ખબર પડી હતી કે ચેતને મારી પાછળ એટલો ઉત્પાત મચાવ્યો હતો કે મેંયરની ઉંઘ હરામ થઈ ચુકી હતી અને તેણે દિલ્હી હાઈકમાન્ડમાં પોતાને બચાવી લેવા વિંનંતી કરવી પડી હતી."

"હું કુણાલના પંજામાંથી નીકળી નિતેષના પંજામાં ભરાઇ..!! નિતેષે મારી સારવાર કરાવડાવી, તેણે મને સાચવવામાં કશું જ બાકી ના રાખ્યું. હું એ સમયે એક જીવતી લાશ જેવી જ બની ચુકી હતી. મને મારા આ દુખનો કોઇ અંત જ નહોતો દેખાતો..!! હું દરેક સેંકડે ચેતનને યાદ કરતી..!! તેના માટે રડતી..!! પણ જ્યારે મને ખબર પડી કે ચેતનને સસ્પેંડ કરી દેવામાં આવ્યો છે અને આ લોકો ગમેં તે સમયે તેને મારી નાખવાના હતા, ત્યારે મેં નિતેષ પાસે ચેતનના જીવની ભીખ માંગતી રહી..!! મેં હાર માની લીધી..!!"

"હું નિતેષના તાબે થઈ ગઈ..!! તે જે કહે તે કરવા રાજી થઈ ગઈ..!! તેણે ચેતનને જવા દીધો..!! હું ચેતનને એક સપનું સમજી ભુલવા લાગી અને નિતેષના એ દેહવ્યાપારના ધંધામાં હું પણ ભાગીદાર થઈ ગઈ..!! જ્યારે કોઇ નવી છોકરીઓ લવાતી અને તેમના આક્રંદ સાંભળતી, ત્યારે શરીરમાંથી એક કંપારી છુટતી..!! હું તે લોકોની મદદ તો નહોતી કરી શકતી પણ તેમને આશ્વાસન આપતી, પરિસ્થિતી સામે લડવાની હિમ્મત આપતી..!!"

"અને એક દિવસ મારા પર રુદ્રસરની નજર પડી અને બધું જ બદલાય ગયું..!! તેમણે એકલા હાથે મને છોડાવી..!! ભૂતકાળમાં એ પીંજરામાથી કોઇ નહોંતું નીકળી શક્યું, પણ રુદ્રસરે મને બહાર કાઢી..!! તે મને જુનાગઢ લાવ્યા..!! ત્યાં સુધી મને ખબર નહોતી કે હું ચેતન પાસે જઈ રહી છું..!! મેં જ્યારે ચેતનને બે વર્ષ બાદ પહેલી વખત જોયો ત્યારે બધું ભુલી તેને વળગી ખુબ રોઇ હતી. તેના પગ પકડી તેની માફી માંગવા લાગી..!!"

"મારી સાથે લગ્ન કરીશ..?? આ તેના પહેલા શબ્દો હતાં.!! ચેતનનો આ હદે પ્રેમ જોઇ મને મારા પર નફરત આવી ચુકી હતી. ચેતન સામે ઉભા રહેવાની મારામાં હિમ્મત નહોતી રહી..!! હું ત્યાંથી દોડીને બહાર આવતી રહી. રુદ્રસરે સતત બે દિવસ મને સમજાવી..!! જીંદગી જીવવા માટે હિમ્મત અપાવી, જે છોકરીઓ નિતેષના કબ્જામાં હજી હતી..!! તેમને છોડાવવા તેમને મદદ કરવા માટે પ્રોત્સાહન આપ્યું."

નિતેષના માણસો મારી શોધખોળ કરી રહ્યા હતાં અને રુદ્રસરની ઇચ્છા ન હતી કે તે લોકોને ખબર પડે કે તેમણે મને છોડાવી છે..!! તેમણે મને એક વર્ષ લંડન મોકલી દીધી. એક વર્ષ મેં કોમ્પ્યુટર્સ પર જ રિસર્ચ કર્યું. હું કંપનીનો ભાગ બની ચુકી હતી.

રુદ્રસરે ચેતનને મારી સામે આવવાની ના પાડી દીધી હતી. તે પહેલા ભૂતકાળ ભુલાવવા મને કામમાં ડુબાડી રાખવા માંગતા હતાં. એક વર્ષ બાદ જ્યારે હું ભારત પાછી ફરી, ત્યાં સુધીમાં સ્વસ્થ થઈ ચુકી હતી..!! પણ જ્યારે ચેતનને જોતી એટલે મારા પ્રત્યેની નફરત વધી જતી..!!

ચેતને મારો પીછો ના છોડ્યો, હું તેમને સમજાવતી રહી કે હવે હું તેમના લાયક નથી પણ તે જીદ પકડીને બેઠા હતાં કે તે લગ્નનો મારી સાથે જ કરશે..!! મારા માતા-પિતાનું પણ તેમણે બહુજ ધ્યાન રાખ્યું હતું અને હજી પણ તેમને આજીવિકા એ જ આપે છે..!! હું તેમની પગની ધુળ સમાન પણ નથી કેવી રીતે તેમની અર્ધાંગીની બનું..?? કેટલાના હાથે હું રોળાઇ હોઇશ જેની મને ખબર નથી..!! એ લગ્ન બાદ કેવી રીતે સહન કરી શકશે..!!" નિરુપમાએ પોતે પહેરેલું ટોપ કાઢી પોતાની પીઠ ગૌરી તરફ ધરી. ગૌરી નિરુપમાની ડામથી ખરડાયેલી પીઠ જોઇ ડઘાઇ ગઈ..!!

કેટલી ક્રુરતા..!!! ગૌરીની આંખો પણ દયાથી ભરાઇ આવી. નિરુપમાએ ફરીથી ટોપ પહેરી, ગૌરીનો હાથ પોતાના હાથમાં લીધો.!!
દીદી, જ્યારે ચેતને તેમના મમ્મીને વાત કરેલી કે તે મારી સાથે હજી પણ લગ્ન કરવા માંગે છે, ત્યારે તે મારી પાસે આવેલા..!! મને સવાલો પૂછવા..!! કે હું શા માટે ચેતનની જીંદગી બરબાદ કરવા માંગું છું..?? સસ્પેંશન બાદ ચેતને હારીને આત્મહત્યા કરવાના પ્રયાસો કરેલા..!! અને રુદ્રએ તેને બચાવ્યો હતો. હવે તેને જીવનમાં એક મકસદ મળ્યો છે, તો હું શું કામ તેના રસ્તાનો પથ્થર બનું છું..?? તેમના મમ્મી મને ચોખ્ખી ધમકી આપી હતી કે જો મેં લગ્ન માટે હા પાડી તો તે જ દિવસે તે ઝેર પી લેશે..!!

નિરુપમાએ પોતાની જીંદગીની કિતાબ ગૌરી સામેં ખુલ્લી મૂકી દીધી હતી. નિરુપમા સાવ શાંત થઈ ચુકી હતી. તેના દિલ પરથી એક બોજો ઓછો થઈ ગયો હતો. ગૌરી કશું પણ

બોલ્યા વગર બસ નિરુપમાના માથે હાથ ફેરવતી રહી.

આ બંન્ને સ્ત્રીઓ એ વાતથી અજાણ હતી કે ચેતન ઘણા સમયથી છુપાઇને બંન્નેની વાતો સાંભળી રહ્યો છે..!! નિરુપમાની વેદના સાંભળી ચેતનની આંખો ક્રોધથી ભભુકી ઉઠી હતી. નિરુપમા પીઠ પરના ઘવા જોઇને ચેતન સળગી ઉઠયો હતો. તે ચુપચાપ રૂમની બહાર નીકળ્યો.

પ્રકરણ - 19

મિલન

ચેતને પોતાના રૂમમાં ગયો અને કુણાલની તપાસ કરવાની ચાલુ કરી. રુદ્રએ ચેતનને કુણાલને માફ કરી દેવા મનાવી લીધો હતો. રુદ્ર નહોતો ઇચ્છતો કે ચેતન કોઇપણ અણધાર્યુ પગલું ભરે..!! નિરુપમાએ કદી કોઇને પણ ખબર પડવા નહોતી દીધી કે તેની સાથે હકીકતમાં શું બન્યું હતું.

કુણાલ જૈનને છોડી મુકવાનો રુદ્રનો કોઇ જ પ્લાન ન હતો, પણ સમય આવે ત્યારે તેને સજા આપશું, એવું રુદ્રએ ચેતનને સમજાવી દીધું હતું. ચેતન પણ રુદ્રની વાત માની ગયો હતો. પણ અત્યારે નિરુપમાના મોઢે સાંભળેલી વાતો ચેતનને તેની સામાન્ય બુદ્ધિનો ઉપયોગ કરાવાથી રોકી રહ્યું હતું.

નિરુપમાના કિસ્સા બાદ અરવિંદ જૈને, તેના એકના એક દિકરાને મીડિયાથી બચાવવા ન્યુયોર્ક મોકલી દીધો હતો. કિસ્મતની રમત પણ નિરાલી હોય છે..!! ત્યાં કુણાલનો ભેટો નાયડુની દિકરી સાથે થઈ. આ વાતની ખબર જ્યારે અરવિંદ જૈનને થઈ ત્યારે તેણે આ વાતનો પોલીટીકલ ફાયદો ઉઠાવવા, કુણાલને કવિપ્રીયા નાયડુને ફસાવવા અને પોતાના પ્રેમમાં પાડવા કહ્યું.

એ સમયે ગુજરાતમાં ચુંટણીનો માહોલ હતો. અરવિંદ જૈને મેંયર પદ છોડી વિધાનસભામાં ઉભા રહ્યાં હતાં. અમદાવાદ અને ઉત્તર ગુજરાતમાં અરવિંદ જેનનો દબદબો હતો. ચુંટણી જીત્યા બાદ તેમને ગુજરાતનું ગ્રુહખાતું સોંપવામાં આવ્યું હતું. પોતાની પોલીટીકલ પોઝીશનનો ફાયદો લઈ તેણે વેંકટેશ નાયડુ સાથે સંબંધ વધારવાના ચાલુ કર્યા. નાયડુને હંમેંશાથી શક્તિસિંહ અને દિનદયાલ સાથે વાંધો હતો. પણ લલિત ગુપ્તાના મૃત્યુ બાદ બધા સમીકરણો બદલાઇ ચુક્યા હતાં.

અરવિંદ જૈન અને નાયડુ વચ્ચે સારી એવી દોસ્તી થઈ ગયેલી..!! એક દિવસ અરવિંદે કવિપ્રીયાનો હાથ તેના દિકરા માટે માંગી લીધો. નાયડુએ તેની દિકરીને પૂછ્યું તો એ આ

સંબંધથી ખુશ હતી.
દોઢ વર્ષ પહેલા જ કુણાલ અને કવિપ્રીયાના લગ્ન થયા હતાં. ચેતન અને રુદ્રનો એ દિવસે ખાસ્સો મોટો ઝગડો પણ થયેલો, પણ રુદ્રએ ફરી ચેતનને શાંત પાડી દીધો..!! રુદ્રએ ચેતનને વચન આપ્યુ હતું કે કુણાલ અને તેના પિતાને કોઇપણ સંજોગોમાં નહિ છોડે..!! પણ ચેતન માટે હવે ધીરજ રાખવી અઘરી હતી.

ચેતન દિવાલ સાથે ગુસ્સામાં જોરજોરથી હાથ પછાડી રહ્યો હતો. શું કરવું એ તેને સુજી નહોતું રહ્યું. તેના માથે ખૂન સવાર હતું. કુણાલ રાજકારણમાં હજી છેલ્લા છ મહિનાથી જ સક્રિય હતો. ચેતન અત્યારે જ ભારત જઈ કુણાલનું કાસળ કાઢવાનું નક્કી કરી લીધું હતું. ચેતન ગુસ્સમાં પાગલ થઈ ચુક્યો હતો. એ જ સમયે ગૌરી નિરુપમાને લઈને તેના રૂમમાં આવી.

ચેતનની ગુસ્સાથી લાલ આંખો જોઇ બંન્ને ડરી ગઈ. ચેતન કંઇપણ બોલ્યા વગર પોતાનો સામાન પેક કરવા લાગ્યો. ગૌરીએ નિરુપમાને હજી એક વખત ચેતન સાથે વાત કરવા મનાવી લીધી હતી.

ગૌરીએ નિરુપમાને એ વાત વિચારવા મજબુર કરી દીધી હતી કે અહી વાત ચેતન માટે તે લાયક છે કે નહિ તેની નથી પણ મુદ્દો એ છે કે આટલા વર્ષોની રાહ જોયા બાદ પણ શું ચેતનને નિરુપમા નહિ મળે..?? શું ચેતનનો પ્રેમ સાચો ન હતો..?? જે થઈ ગયું છે, તેના પર કોઇનો કાબુ નથી, પણ શું કુણાલ અને નિતેષના પાપોની સજા ચેતનભાઇએ આખી જીંદગી ભોગવવાની..?? નિરુપમાને ચેતન સાથે લગ્ન કરી લેવા મનાવી લીધી..!! ગૌરીએ નિરુપમાને એ વિશ્વાસ અપાવ્યો હતો કે તેમના લગ્ન ત્યાં સુધી જાહેર કરવામાં નહિ આવે, જ્યાં સુધી ચેતનના મમ્મી આ લગ્નનો સ્વીકાર નહિ કરે અને ખુદ ગૌરી તેના મમ્મીને મળીને સમજાવશે..!! પણ ત્યાં સુધી ચેતનને એકલતાની સજા આપવી યોગ્ય નથી..!!

નિરુપમા ચેતનને મળવા તૈયાર થઈ અને બંન્ને જ્યાં ચેતનના રૂમ પાસે આવ્યા ત્યારે રૂમનો દરવાજો ખુલ્લો હતો અને ચેતન અંદર ગુસ્સામાં આમથી તેમ પોતાના કપડા ફગાવી રહ્યો હતો. ગૌરી હળવેથી રૂમની બહાર નીકળી ગઈ અને રૂમનો દરવાજો બંધ કરી, ડુ નોટ ડિસ્ટર્બનું બોર્ડ લગાવી પોતાના રૂમમાં જતી રહી.

નિરુપમાએ દરવાજો બંધ થતા જોયો. એક ઉંડો શ્વાસ લીધો અને કશું પણ બોલ્યા વગર ચેતનની સામે જ બેસી ગઈ. ચુપચાપ...!! ચેતને એ નોંધી લીધું કે ગૌરી જતી રહી છે પણ હવે તેને નિરુપમા પર પણ ખુબજ ગુસ્સો હતો. નિરુપમા સામે જોયા વગર જ તે પોતાના કપડાનું પેકિંગ કરી રહ્યો હતો.

નિરુપમા, તેને ખલેલ પહોંચાડ્યા વગર એમજ બેસી રહી. પાંચ મિનિટ બાદ ચેતને કંટાળીને પોતાની સુટકેસને ઉપાડી ફ્લોર પર જોરથી ફેંકી..!! સાવ નજીક પડેલી ફુલદાનીનો ઘા કરી તોડી નાખી..!! નિરુપમા પોતાના પર કંટ્રોલ રાખી સાવ ચુપચાપ બેઠી રહી..!!

''કેમ તે મારાથી આટલી બધી વાતો છુપાવી......? કેમ..??'' ચેતને ટેબલને જોરથી પાટું મારતા રાડ નાખી. નિરુપમા ચેતનનું વર્તન સમજી ના શકી.

''કંઇ વાત..?'' નિરુપમાથી એમ જ પુછાઇ ગયું.

"મેં તારી અને ભાભી વચ્ચે થયેલી બધી વાત સાંભળી લીધી છે..!!" ચેતન ગોઢણીયાભેર જમીન પર બેસી રડવા લાગ્યો.

"કેમ નિરુપમા...!! કેમ..?? તને મારા વિશ્વાસ ન હતો..??" ચેતનના મોઢામાંથી ચિત્કાર નીકળી ગયો. "પાંચ વર્ષથી તને જોઇને હું રોજ સળગતો હતો, તને સ્પર્શ કરવા તડપતો હતો..!! શું ખામી હતી મારી લાગણીમાં કે તું એક વખત પણ હકથી મારી પાસે ના આવી શકી...!!!" નિરુપમા જ્યાં બેઠી હતી, ત્યાં જ ચોંટી ગઈ. ચેતનનો આક્રંદ તેનાથી સહન નહોતો થઈ રહ્યો.

"અરે મારી મમ્મીએ મને બે વખત મરતા જોયો હતો..!! એ તો મા તરીકે તારી પાસે આવે પણ તારી પાસે બુદ્ધિ નહોતી કે તું એમની વાતને અવગણી શકે..?? મારી માતાને મારો જીવ વધારે વહાલો પણ હું એને કેમ સમજાવું કે નિરુપમા વગરના જીવનનો પણ કોઇ અર્થ નથી...!! બોલોને નિરુપમા...!! બોલ તે કેમ આવું કર્યું...!!"

નિરુપમા ઉભી થઈ ચેતનને વગળી પડી..!! બન્ને એકબીજાની બાથમાં સમાઇ ગયા. ચેતનના આંસુથી ખરડાયેલા ગાલને નિરુપમા ચુમવા લાગી. શબ્દો હવે મોઢામાંથી નહોતા નીકળી રહ્યાં..!! બસ આંખો જ એકબીજા સાથે વાત કરી રહી હતી. વર્ષો બાદ ચેતને આજે નિરુપમાનો સ્પર્શ કર્યો હતો. ચેતન તેના બંન્ને હાથથી નિરુપમાના ચહેરાને ફંફોસવા લાગ્યો. તેના વાળ પર હાથ ફેરવવા લાગ્યો.

નિરુપમાએ પોતાની જાતને પુરા મનની ચેતનને સોંપી દીધી હતી. ચેતન પણ ગાંડાની જેમ નિરુપમાને વળગી પડ્યો. કલાક બાદ બંન્ને જ્યારે એકબીજાના આલીગનમાં હતાં ત્યારે ચેતનનો હાથ નિરુપમાના ખુલ્લી પીઠ પર ફરી રહ્યો હતો. નિરુપમા ચેતનની છાતી પર માથું નાખી સુઇ ગઈ હતી પણ ચેતનની આંખો બદલાના ભાવથી તપી રહી હતી.

નિરુપમાની પીઠ પરની ખરબચડી ચામડી, ચેતનના ગુસ્સાને પેટ્રોલ પૂરું પાડી રહી હતી. તેનો ચહેરો શાંત હતો પણ અંદર દાવાનળ ભડકી રહ્યો હતો. તેની ધીરજ ખુટી ચુકી હતી. પણ તેને તેનો મિત્ર રુદ્રની છબી વાંરવાર મગજમાંથી આવી રહી હતી. તેને એ વિશ્વાસ હતો કે રુદ્ર તેને પોતાનો બદલો પુરો કરાવડાવશે જ પણ આ તેનો અંગત મામલો હતો અને તેણે નક્કી કરી લીધું કે રુદ્રની મદદ વગર જ પોતાનો બદલો લેશે..!! પણ જો ઉતાવળ કરશે અને રુદ્રને શક જશે તો એ તેને રોકી લેશે..!!

ચેતને થોડા દિવસ શાંત રહેવાનું નક્કી કર્યું અને જ્યારે તે લોકો ભારત પાછા ફરે ત્યારે કુણાલને તેની કર્મોની સજા દેવાનું નક્કી કરી લીધું હતું.

પ્રકરણ - 20
ઈલીયારાજા મુનાપાર

21 એપ્રિલ 2015

"ગુડ મોર્નીંગ સર...!!!" મંદાર સાહેબ રુદ્રની ઓફિસમાં પગ મુકતા બોલ્યા.

"અરે..!! આવો આવો..!!" રુદ્રએ ફાઈલમાંથી મોઢું ઉંચું કરતા કહ્યું. મંદાર સાહેબે ખુરશી પર જગ્યા લીધી.

"બોલો, શું સમાચાર છે..!!" રુદ્રનું ધ્યાન કોઇ ફાઇલમાં હતું અને બીજા હાથે તે પેનની રમત કરી રહ્યો હતો.

"સર..!! યોજના પ્રમાણે કાલે રાજેશે દિનદયાલને શેખના સાહેબના સખત પહેરામાંથી બચાવી કાઢી લીધો છે..!!"

''શેખ સાહેબને બહુ મહેનત તો નોતી પડીને..??"

"ના, તેમણે જ બધી વ્યવસ્થા કરાવી રાખી હતી. અજમેંર બાદ રાત્રે બાર વાગ્યાની આજુબાજુ આપણા માણસોએ કાર પર હુમલો કરી રાજેશ અને દિનદયાલને પકડી લીધા હતા. અત્યારે બંન્નેને જુનાગઢમાં નિતેષ સાથે બંધ કરી દીધા છે..!!" મંદાર સાહેબના ચહેરા પર ખુશી હતી.

''એ તો ઠીક છે, પણ રાજેશ માટે સારી ઓરડીની વ્યવસ્થા કરી છે ને..??"

"ના..!! આપણે કેદિઓને ક્યાં સુખ-સુવિધા આપીએ છીએ પણ ત્રણેય વ્યવસ્થિત રહી શકે એટલી મોટી ઓરડી જરૂર આપી છે..!!"

"હમ્મ્મ..!!" રુદ્રએ ફાઇલ બંધ કરી મંદાર સાહેબ સામે જોયું.

"હજી દિનદયાલનું કામ પરું નથી થયું, એ માણસ આ દેશમાં સૌથી મોટી ક્રાંતિનો ભાગીદાર બનવાનો છે..!!" અને આપણો કોઇ માણસ તેની સાથે હોવો જરૂરી છે..!! ''કેવી ક્રાંતિ..??"

''સમયની રાહ જુઓ, મંદાર સાહેબ..!! સમય પહેલા જ બધું જાણી લેશો..??"

"સારું..!! મારા માટે બીજો કોઇ હુકમ..!!" મંદાર સાહેબે પૂછ્યું.

''કુસુમનું શું થયું..??'' રુદ્રએ પૂછ્યું.

સાકેત અને કુસુમ વચ્ચે પ્રાથમિક ઓળખાણ થઈ ચુકી છે..!! બંન્ને ગઈકાલે ડિનર માટે પણ ગયા હતાં..!! તેજપાલ સાહેબને જ્યાંરથી ખબર પડી છે કે ચીફ જસ્ટીસની પૌત્રી તેના દિકરા સાથે છે, ત્યારથી થોડા વધારે ખુશ દેખાય છે..!!

રુદ્રએ માત્ર પોતાનો ચહેરો જ હલાવ્યો.

''કુસુમ બધા કરતાં અલગ જ છે, નહિ..??'' મંદાર સાહેબથી બોલાઇ ગયું.

"હા.. એ તો છે જ..!! એક દિવસ એ તમારી ખુરશી પર બેસશે..!!" રુદ્રએ હસતા કહ્યું.

"તમારા પહેલા મેં આ ભવિષ્યવાણી કરી નાખી હતી..!!" બંન્ને હસવા લાગ્યાં.

''નાયડુ કોઇને મળે છે..??'' રુદ્રએ વાત બીજી તરફ ફેરવી,

"ના..!! તે હમણાં ઘરની બહાર નથી નીકળતા પણ તેમના રાજ્યના નેતાઓ સાથે ફોનમાં વધારે વાતો કરે છે..!! અને ગુજરાતના ગુહપ્રધાન અરવિંદ જૈન સાથે પણ..!!" મંદાર સાહેબે છેલ્લા વાક્ય પર ભાર મુક્યો. ''હંમ, શું ચાલે છે તેના મગજમાં..??"

"એ લોકશક્તિ પાર્ટીથી છુટો પડવા માંગે છે..!!" રુદ્ર આ સાંભળતા ચુપ જ રહ્યો.

''એને તમારી સાથે શું તકલીફ છે..??'' મંદાર સાહેબે પૂછી લીધું

"એને મારી સાથે નહિ પણ ચેતન સાથે વાંધો છે..!! ચેતને તેના જમાઇ કુણાલને જેલમાં બંધ કર્યો હતો. અરવિંદ જૈનનું જીવવાનું હરામ કરી નાખ્યું હતું અને જ્યારે કવિપ્રીયા અને કુણાલની સગાઇ થઈ ગઈ, એ પછી પણ ચેતને કુણાલને કોઇને કોઇ કારણસર પરેશાન કર્યે રાખતો..!! પછી મેં વચ્ચે પડીને બંન્ને વચ્ચે સમાધાન કરાવી આપ્યું. પણ ત્યાં સુધીમાં મારી અને નાયડુ વચ્ચે દરાર પડી ચુકી હતી..!!" રુદ્રના અવાજમાં અફસોસ હતો. મંદાર સાહેબને પણ સમજાયું નહિ કે શું જવાબ આપવો.

''હવે આગળ શું કરવાનું છે..??'' મંદારે આડાપાટે વાત લઇ ગયો. રુદ્ર પોતાની ખુરશી પરથી ઉભો થયો અને કેબીનમાં આટા મારવા લાગ્યો.

"આજે તમિલનાડુના ચીફ મીનીસ્ટર ઈલીયારાજા મને મળવા આવવાના છે..!!"

"અને આવવાનું કારણ..!!" મંદારે જીજ્ઞાશાવશ પૂછી લીધું.

"મારું ગણિત એવું કહે છે, કે તમિલનાડુના જે બે કમિશનર અને કલેક્ટર સહિતના બીજા ઓફિસરોને ભ્રષ્ટાચારના કેસમાં ફસાવી આપણે સસ્પેંડ કર્યા, તેનું આ રિએક્શન છે..!! બસ હું તેની જ રાહ જોઇને બેઠો છું..!!" રુદ્રએ ટેબલ પર પડેલું પેપરવેઇટ ફેરવ્યું અને પાછો પોતાની ખુરશી પર બેઠો.

>>>>>>>>>>>>>>>>>>>>>><<<<<<<<<<<<<<<<<<<<

20 એપ્રિલ 2015, તમિલનાડુ

રુદ્રનો અંદાજો સાચો હતો. દક્ષીણ ભારતમાં બે મુખ્ય પાર્ટીઓ રાજ કરતી હતી.

ઓરિસ્સા, કર્ણાટક અને તેલંગણામાં લોકશક્તિ પાર્ટી હતી પણ નાયડુ વગર લોકશક્તિ પાર્ટીનું એ ત્રણ રાજ્યમાં જીતવું અસંભવ જેવું હતું. તમિલનાડુ, આંધ્રપદેશ અને કેરલામાં ઓલ ઈંડિયા દ્રવિડ યુનાટેડ (AIDU) પાર્ટીનો દબદબો હતો. AIDU દશકોથી આ ત્રણ રાજ્યો પર રાજ કરતું હતું. કેન્દ્રમાં ઘણી બધી સરકાર આવી અને ગઈ પણ AIDU ની સત્તા રોકાયા વગર, પ્રવાહ સાથે વહી રહી હતી. આ પાર્ટીના પાંચ મુખ્ય નેતા હતા. ઈલીયારાજા મુનાપર આ પાર્ટીના ફાઉન્ડીગ મેંમ્બર અને ચીફ હતાં. તેમની ઉંમર પણ 70 ની આસપાસ પહોંચવા આવી હતી. તે સતત પાંચ વખતથી તમિલનાડુના ચીફ મીનીસ્ટર ચુંટાતા આવ્યા છે અને હવે તે આ ટર્મ, જે બે મહિનમાં પૂરી થવાની છે, ત્યારે નિવૃત્તિ લઈ લેવાના હતાં, તેમના બદલે તેમનો મોટો જમાઇ થંગરાજ ચેટીયાર પાર્ટીની કમાન પોતાના હાથમાં લેવાનો હતો.

રુદ્રએ છેલ્લા થોડાક દિવસથી માત્ર તમિલનાડુને જ પોતાનો ટાર્ગેટ બનાવ્યો હોય તેમ લાગી રહ્યું હતું. છેલ્લા ત્રણ દિવસમાં છ મોટા મોટા સરકારી અધિકારીઓ સસ્પેંન્ડ થઈ ગયા હતાં અને એ બધા જ AIDU ના વફાદાર હતાં. પૂરી પાર્ટીમાં આ મુદા પર ચર્ચા જાગી હતી. આજે સવારે ઈલીયારાજાને ત્યાં પાર્ટીના નેતાઓ આ મુદ્દા પર ચર્ચા કરવા ભેગા થયા હતાં. તામિલમાં ચાલી રહેલી ચર્ચા ઉગ્ર બની રહી હતી.

થંગરાજ..!! તું તારી મર્યાદામાં રહીને વાત કર..!! ઈલીયારાજા તેના જમાઇ પર ગુસ્સે થઈ ચુક્યા હતાં. ઈલીયારાજાનો મત હતો કે તે એક વખત રુદ્ર સાથે વાત કરીને પૂછી જોશે કે શા માટે રુદ્ર આવો પક્ષપાત કરી રહ્યો છે પણ થંગરાજ અભિમાનમાં તેના સસરાને પણ સંભળાવી દીધું કે તે હવે નબળા પડી ગયા છે..!! અને રુદ્રથી ડરે છે..!!

તો તમે પણ આવી નબળી વાતો ના કરો..!! થંગરાજ હજી ખીજાયેલો હતો.
નાગેશ્વરન...!! આ અકલના ઓથમીરને સમજવ કે રાજનીતિમાં હંમેશા બીજાનો વિરોધ કરવાથી જ જીત નથી મળતી..!! આપણે પણ ક્યારેક નમવું પડે..!! ઈલીયારાજા તેના જમાઇની લાપરવાહીથી કંટાળી ગયા હતાં.

સર..!! ઠીક વાત કરે છે..!! તમે મુદ્દો સમજી નથી રહ્યા..!! રુદ્ર રાતોરાત સત્તા પર આવ્યો. તેણે તેના સસરા વિરુધ્ધ પગલા પણ લીધા, તેના સાળાને જેલમાં નાખી દીધો અને હજી શર્માની

શર્માની શોધ ચાલુ જ છે..!! અને આ બધા પર ધ્યાન ના આપતા દિલ્હીથી આટલે દુર આપણને પરેશાન કરી રહ્યો છે..! કંઇક તો કારણ હશે જ ને..!! પાર્ટીના બીજા મુખ્ય નેતા નાગેશ્વરન ઐયર વિચારતા બોલી રહ્યા હતાં.

હું પણ ઐયરથી સહમત છું..!! માર્તંડ પિલ્લાઇ એ સુર પુરાવ્યો.

પિલ્લાઇ, તમેં આવું બોલો છો..?? થંગરાજ પોતાની પાર્ટીના જ આવા મતો સાંભળી હલી ચુક્યો હતો.

થંગરાજ...!! તમે વાતને સમજો..!! જે ઓફિસરો સસ્પેન્ડ થયા છે, તે લોકો રિશવત નહોતા લઈ રહ્યા, પણ તેમને ફસાવવામાં આવ્યા છે..!! તમને યાદ છે પેલો ઓફિસર શું કહેતો હતો..?? કે દિલ્હીથી ઓર્ડર છે, એ કોઇ મદદ નહિ કરી શકે..!!'' ત્રીનાથ નાદારે પણ વાતમાં ઝંપલાવ્યું.

સારું..!! તો મને કોઇ એમ કહેશે કે રુદ્ર ચૌહાણ આપણી પાસેથી શું ઇચ્છે છે..?? થંગરાજે કંટાળીને પૂછ્યું.

''એ તો હવે તેની સાથે વાત કર્યા બાદ ખ્યાલ આવશે.'' પિલ્લાઇએ જવાબ આપ્યો.

''કોણ જશે તેની સાથે વાત કરવા..??'' થંગરાજને અંદરથી સળગી રહ્યો હતો.

હું જઈશ..!! ઈલીયારાજા બોલ્યા. હું આજે જ દિલ્હી જવાનો છુ..!! થંગરાજ ગુસ્સે થતો બહાર નીકળી ગયો.

મારે થંગરાજ માટે કંઇક વિચારવું પડશે..!! આ માણસ મારું અને મારી પાર્ટીનું નામ સાચવી નહિ શકે..!! એ કાબુથી બહાર જઈ રહ્યો છે..!! થંગરાજના ગયા બાદ ઈલીયારાજા તરત બોલ્યા.

>>>>>>>>>>>>>>>>>>>>>><<<<<<<<<<<<<<<<<<<

20 એપ્રિલ 2015

મંદાર સાહેબના ગયા બાદ થોડી જ વારમાં ઈલીયારાજા રુદ્રની કેબીનમાં પહોંચ્યાં. રુદ્ર પોતે તેમને છેક દરવાજા સુધી લેવા ગયો. ઈલીયારાજાને હાથ પકડી છેક ખુરશી સુધી દોરી લાવ્યો અને બેસાડ્યાં..!! રુદ્રએ પોતે તેમને પાણીનો ગ્લાસ ભરીને આપ્યો.

સર..!! તમારે આટલી તકલીફ લેવાની જરૂર નથી..!! ઈલીયારાજાએ પોતાનું આવું સ્વાગત વિચાર્યુ નહોતું.

''અરે સર..!! તમારા જેવી વિભૂતિઓના દર્શન કરવાનો લ્હાવો થોડો રોજે રોજ મળે..??'' રુદ્રએ પોતાની ખુરશી પર જગ્યા લેતા કહ્યું. ઈલીયારાજા જવાબમાં માત્ર સ્મિત જ આપી શક્યાં.

સન 1985, એક નાનકડા અખબારનો માલિક કંટાળીને ઘરે આવે છે..!! ગંદા રાજકારણથી ત્રસ્ત, તે એવું નક્કી કરે છે કે કોઇ તેનો સાથ આપે કે ના આપે પણ તે આ ભ્રષ્ટાચારી રાજકારણીઓ વિરુધ્ધ અવાજ ઉઠાવશે..!! અને બીજા દિવસે જ તે પોતાના અખબારથી ક્રાંતિ લાવવાનું ચાલુ કરે છે..!! પાંચ વર્ષની અંદર તે લોકશક્તિ પાર્ટીના મુળિયા પુરા તમિલનાડુ માંથી ઉખેડી નાખે છે અને સન ૧૯૯૦માં પોતે જ એક નવી પાર્ટી સાથે મુખ્યમંત્રીના પદ પર બેસે છે અને આજે ૨૫ વર્ષ બાદ પણ તેમની સત્તાને લલકારવાની કોઇનામાં હિમ્મત નથી..!!'' રુદ્ર ગર્વથી ઈલીયારાજાનો ઇતિહાસ બોલી ગયો..!! ઈલીયારાજાને રુદ્રના વખાણની સમજાતું નથી કે રુદ્ર તેનો વિરોધી છે કે મિત્ર..??

બોલો, બોલો મને કેમ યાદ કરવો પડ્યો..?? રુદ્રએ ઈલીયારાજાને વિચારમગ્ન જોતા પૂછ્યું.

ઈલીયારાજા મૂંઝાયા કે રુદ્ર એવું સમજે છે કે તે ભ્રષ્ટાચાર વિરુધ્ધ છે અને હવે જો તે પોતાના જ ભ્રષ્ટાચારી ઓફિસરો માટે કંઇ પુછશે તો કેવી છાપ ઉભી થશે..!!

હું તો બસ તમને શુભેચ્છાઓ દેવા માટે આવ્યો હતો..!! નાની ઉમરમાં તમે બહુ લાંબી મજલ કાપી લીધી.. ઈલીયારાજા મુંઝવણભર્યુ હસતા બોલ્યાં.

બસ, તમારી પાસેથી જ પ્રેરણા લીધી છે..!! રુદ્રએ પણ સ્મિત સાથે જવાબ આપ્યો. અડધી મિનિટ શાંતિ છવાયેલી રહી. કોઇ કશું જ ના બોલ્યું.

માફ કરજો સર..!! હમણાં મારા કારણે તમારી સરકારને ઘણી તકલીફ પડી રહી છે..!! પણ હું શું કરું સર..!! પ્રામાણિકતા કોને કહેવાય, તે તમારી પાસેથી શીખ્યો છું..!! આ જુઓ તમારી આત્મકથા, હું હંમેશા મારી પાસે જ રાખું છું..!! રુદ્રએ ટેબલનું ડ્રોવર ખોલી, ઈલીયારાજા તરફ એક બુક લંબાવી..!! હજી ત્રણ વર્ષ પહેલા જ ઈલીયારાજાની આત્મકથા ''કાદવનું કમળ'' પ્રસિધ્ધ થઈ હતું.

ઈલીયારાજાને રુદ્રને જવાબ આપવા માટે શબ્દો નહોતા મળી રહ્યાં. રુદ્રની વાત કરવાની છટાથી ઈલીયારાજા ખુબજ પ્રભાવિત થઈ ચુક્યા હતાં.

સર..!! હું તમારી વાતને માન આપું છું પણ, જે ઓફિસરો પર આરોપો લાગ્યા છે, તે બધાને હું વ્યક્તિગત ઓળખું છું અને તે લોકો ભ્રષ્ટાચાર કરે તે મારા માન્યામાં નથી આવતું..!! સિન્હાથી કોઇ ભુલ થતી હોય એવું લાગે છે..!! ઈલીયારાજા મહામહેનતે વાતમાં ઘુસ્યા..!!

રુદ્રએ તરત તેના ટેબલ પર પડેલી પાંચ ફાઇલોને ઈલીયારાજા તરફ ખસેડી..!!

આ રહ્યો તેમના કરેલા ગુનાહોનો અત્યારસુધીનો કાળો ચીઠ્ઠો..!! મને એ કહેતા દુખ થાય છે

કે તમે તમારો જમાઇ અને ઉત્તરાધિકારી પસંદ કરવામાં છેતરાઇ ગયા છો..!! એ માણસ તમારો ઉત્તરાધિકારી બનવાને લાયક નથી..!! રુદ્રએ કઠોર બનતા કહી દીધું. ઇલીયારાજા ચશ્મા ચડાવી ફાઇલોના પાના ઉથલાવતા રહ્યા. દરેક ફાઇલ તેમના આશ્ચર્યમાં વધારો કરી રહી હતી.

મને માફ કરજો સર..!! હું તમારા પર એમ જ શક કરી બેઠો..!! પણ હું જાણી શકું કે તમે ભ્રષ્ટાચારને નાથવાની શરૂઆત તામિલનાડુથી જ કેમ કરી..?? ઇલીયારાજાને હવે રુદ્ર સાથે સ્પષ્ટ વાત કર્યા વગર ચાલે તેમ ન હતું.

તમે ખોટું સમજી રહ્યા છો.. સર..!! પાંચ ઓફિસરો એ રાજ્યોમાંથી પણ સસ્પેન્ડ થયા છે, જ્યાં લોકશક્તિ પાર્ટી સતા પર છે અને એક બિહારમાંથી જ્યાં જનકલ્યાણ પાર્ટી સતા પર છે..!! હું નિસ્પક્ષ માણસ છું..!! રુદ્રએ તરત અદાથી પક્ષપાતીના હોવાની સાબિતી આપી દીધી. ઇલીયારાજા એક ક્ષણ રુદ્ર સામે જોતા રહ્યા અને તેના ચહેરા પરથી તેના ઇરાદાઓ વાંચવા મથી રહ્યા હતાં.

ઠીક છે..!! જો તમે નિસ્પક્ષ રહીને કામ કરતા હો તો મારે તમને રોકવા ના જોઇએ..!! મારા આર્શીવાદ તમારી સાથે છે..!! કહેતા ઇલીયારાજા ઉભા થવાની તૈયારી કરવા લાગ્યાં.

અરે..!! સર..!! તમે તો ગુસ્સે થઈ ગયાં..!! બે મિનિટ બેસો..!! પ્લીજ..!! રુદ્ર ઉભો થતા, ડ્રોવરમાંથી બીજી એક નાની ફાઇલ લઈ, ઇલીયારાજા પાસે આવી ગયો અને તેની સામેની ખુરશી પર બેઠો..!!

આ જુઓ..!! રુદ્રએ ફાઇલ ઇલીયારાજાને આપી. એ ફાઇલ થંગરાજ ચેટીયારની હતી. ઇલીયારાજા એક એક પાનું ઉથલાવતા જતા હતા અને દહેશતથી રુદ્ર સામે જોતા જતા હતાં. સામે રુદ્રના ચહેરા પર એકધારું સ્મિત હતું.

શું તમેં મને બ્લેક-મેંઇલ કરી રહ્યા છો..?? ઇલીયારાજા ગુસ્સે થઈ ગયાં.

ના.!! સર..!! ના તમે મને ખોટી રીતે લઈ રહ્યા છો..!! હું તો બસ તમને એ સમજાવવાનો પ્રયત્ન કરી રહ્યો છું, કે તમારા જમાઇના પાપનો ઘડો ભરાઇ ચુક્યો છે..!! અને હું તમને ખાતરી આપું છું કે એક વખત એ જેલમાં જશે પછી તેની લાશ જ જેલમાંથી બહાર આવશે..!! રુદ્રએ ઇલીયારાજાને ડરાવતો હોય એમ બોલ્યો.

તમે શું ઇચ્છો છો મારી પાસે..?? ઇલીયારાજા ગુસ્સામાં હતાં.

તમે આટલો ગુસ્સો ના કરો..!! તમને હ્રદયની બિમારી..!! હાર્ટ અટેક આવી જશે..!! અને રહી

વાત મારા ઈચ્છવાની તો..!! તમે AIDU ને લોકશક્તિ પાર્ટીમાં ભેળવી દો..!! રુદ્રએ છેલ્લું વાક્ય કડક થતાં બોલ્યો.

અને હું એમ ના કરું તો..?? ઈલીયારાજાએ સામેં આંખ કાઢતા કહ્યું પણ રુદ્ર અટ્ટહાસ્ય કરવા લાગ્યો. ઈલીયારાજાને સમજાયું નહિ રુદ્ર શા માટે આવું હસી રહ્યો છે..!! રુદ્ર પોતાને માંડ માંડ શાંત પાડી ઈલીયારાજા સામે ગુસ્સાથી જોયું.

"જ્યારે મને કોઇ એમ કહે કે તમેં શું કરી લેશો ત્યારે મારું ચિત્ત આનંદવિભોર થઈ જાય છે..!!, આવું એક વખત મને દિનદયાલે કહ્યું હતુ, મારા સસરાએ પણ કહ્યું હતું..! હવે તમે જાવ હું બે મહિનાબાદ કહીશ કે હું શું કરી શકું છું..!!" રુદ્ર પોતાના એક હાથને ટેબલ પર પછાડ્યો અને પાછો પોતાની ખુરશી પર આવી બેઠો. ઈલીયારાજા, ત્યાં ખુરશી સાથે જ જડાઇ ગયાં. તે એક શબ્દ પણ ના બોલ્યા. રુદ્ર ઈલીયારાજાનું નિરીક્ષણ કરવા લાગ્યો. તેને ખ્યાલ આવી ચુક્યો હતો કે હવે આ માણસ તેના કાબુમાં છે..!!

હવે, ચલો ને હું કહી જ દઉં કે મારી શું યોજના છે એટલે તમને પણ બચવાનો એક મોકો મળી જાય..!! તમિલનાડુમાં હમણાં ચુંટણી જાહેર થવાની છે..!! હાલમાં તમારી પાસે 234 માંથી 156 સીટ છે, જ્યારે લોકશક્તિ પાર્ટી પાસે 57 પણ આ ગણિત આ ચુંટણીમાં બદલાશે..!! તમે તો આમપણ આ ચુંટણીમાં ઉભા નથી રહેવાના અને તમારા જમાઇને હું દબોચી લઈશ..!! બાકી રહ્યા પિલ્લાઇ અને ઐયર એમની પન મોટી ફાઇલો છે,મારી પાસે અને નાદારને હું છોડી દઈશ..!! એમ કહોને કે ખરીદી લઇશ..!! તમારી ત્રીસ વર્ષોની મહેનત પાણીમાં..!! અને એ તો તમેં પણ જાણો છો કે તમિલનાડુમાં મારું માન પણ કંઇ ઓછું નથી અને હું આવા કૌંભાડો બહાર પાડીશ એટલે મારી ઈજ્જત વધશે અને લોકો થુંકશે તમારા નામ પર...!! રુદ્રના ચહેરા પર ક્રુર સ્મિત હતું. ઈલીયારાજાનો ગુસ્સો વધી રહ્યો હતો. તેમનો ચહેરો લાલ થઈ ચુક્યો હતો.

અરે સર..!! પ્લીજ આટલો ગુસ્સો, તમારી તબીયત માટે સારો નથી..!! તમને અત્યારે હાર્ટ અટેક આવી જશે તો..!! તમારી પાર્ટીનું શું થશે..?? રુદ્રએ ટીખળ કરતા કહ્યું.

જુઓ, તમે આ બરાબર નથી કરી રહ્યા..!! ઈલીયારાજાએ મહામહેનતે પોતાના પર કંટ્રોલ રાખતા કહ્યું.

બરાબર તો તમેં નથી કર્યું, સર..!! વિકાસના નામેં તમેં જે બિઝનેસમેનોને ફાયદો કરાવવા ગરીબ માણસો પાસેથી જમીન છીનવી છે, તેની હાય લાગી છે તમને..!! જે મંડીને ખાલી કરાવવા, તમે દંગા કરાવડાવ્યા ત્યાં 200 માણસો મરી ગયા હતાં..!! તમે ભુલી ગયા છો કે તમેં શા માટે રાજકારણમાં આવ્યા હતાં..??, તમે શાં માટે લોકશક્તિ પાર્ટીનો વિરોધ કર્યો હતો..?? તમેં પોતે આ રાજનીતિના રંગમાં રંગાઇ ચુક્યા છો..!! તમેં પણ આ સત્તા પર ટકી

રહેવા તમારા આદર્શોને નેવે મૂકીને કામો કર્યા છે..!! અને અત્યારે તમને એ જ વાતની સજા મળી રહી છે..!! તમે એક વખત વિચાર તો કરો કે તમેં કેવા લોકોને સાથ આપી રહ્યા છો..?? તમારા જમાઇ વિષે તમને બધી જ હકીકત ખબર છે પણ તમે એ સ્વીકારી લેવા તૈયાર નથી...!! જે માણસે તેની આખી જીંદગી ભ્રષ્ટાચારનો વિરોધ કર્યો તે આજે પોતે હપ્તાની કાળી મુડીમાં ભાગ માંગે છે..??? અરે તમને ક્યારથી આટલા પૈસા વાહલા થઈ ગયા..?? તમારી પાર્ટી અને લોકશક્તિ પાર્ટીમાં હવે વધારે ફરક નથી રહ્યો..!! તમે ભલે દરેક વખત ચુંટણીમાં જીતતા હોવ પણ તમે હારી ચુક્યા છો..!! તમારાથી અને તમારા આદર્શોથી,,!! તમારી દિકરી પણ તમને આ જ સમજાવતી મરી ગઈ પણ તમને તમારી દિકરીનો આક્રંદ પણ ના સંભળાયો..?? હું વચન આપું છું હું કે તમેં જે આ સફેદ કપડા પહેરી લોકો સામે જાવ છો, તે જ એક દિવસ હું ઉતારી નાખીશ..!! તૈયાર રહો ઈલીયારાજા મુનાપાર..!! દિલ્હીથી સુનામી તમારા તરફ જ વળી છે...!! '' રુદ્રએ અવાજમાં તપીશ હતી જે ઈલીયારાજાને બાળી રહી હતી. રુદ્રના શબ્દો ઈલીયારાજાને ચુભી રહ્યા હતાં.

તે ભૂતકાળમાં ખોવાઇ ગયાં, તેમને યાદ આવ્યું કે જ્યારે તે પહેલી વખત મુખ્યમંત્રીની ગાદી પર બેઠા ત્યારે તે આવા ન હતાં..!! તેમને લોકોના વિકાસ માટે કામ કરવા હતાં, પણ સમય સાથે એ પણ બદલાતા ગયા..!! અને એ જ કાવદમાં નાહી લીધું, જે કાદવને સાફ કરવા તે અંદર પડ્યા હતાં..!! આજે રુદ્રએ તમને જંજોડી નાખ્યા હતાં. રુદ્રએ જ્યારે તેમની સામે દર્પણ મુક્યુ, ત્યારે જ તે પોતાનો ખૂનથી લથપથ ચહેરો જોઇ શક્યાં. તેમને પોતાના પર જ ખીજ ચડી કે તે કઇ હદ સુધી ચાલ્યા ગયા છે..!!

એ મંડી માર્કેટની 25 એકર જમીન ખાલી કરાવવા, તેમણે કોમી દંગા પણ કરાવડાવ્યા અને તે કદી એ લાશને જોવા નહોતા જઈ શક્યા..!! તેમને એ દંગા બાદ પોતાની નબળાઇ દેખાઇ ગઈ હતી, પણ તેનો સ્વીકાર કરવાની હિમ્મત તેમનામાં ના હતી. તેમના સાથીદારો એ તેમને કદી આવા કામો પર અફસોસ કરવાની પરવાનગી નહોતી આપી..!! પણ આજે રુદ્રએ તેમને હકીકત જણાવી ત્યારે તે પોતાની જ નજરમાં પડી ગયા હતાં..!!

ઈલીયારાજા કશો જ જવાબ આપ્યા વગર ભગ્નહદયે રુદ્રની કેબીન છોડીને જતા રહ્યાં.!! ઈલીયારાજાની કેબીન છોડ્યા બાદ રુદ્રએ તરત જ સિંહા સાહેબને બોલાવ્યા. પાંચ જ મિનિટમાં સિન્હા સાહેબ હાજર થઈ ગયાં.

આ ચિઠ્ઠી તમારે ઇલીયારાજાના ઘરે ચેન્નઈ પહોંચાડવાની છે..!! આના પર માત્ર અને માત્ર ઇલીયારાજાની ફિંગરપ્રિન્ટ હોવી જોઇએ..!! મેં જેવું વિચાર્યુ હતું એવું જ થયું, ઇલીયારાજા મને પોતે મળવા આવ્યા..!! અને મારા શબ્દોની તેમના પર સારી એવી અસર થઈ ચુકી છે..!! હવે બાકીનું કામ તમારે કરવાનું છે..!!! રુદ્રએ સિન્હાને ધીમેથી પૂરી યોજના સમજાવી. રુદ્રની યોજના સાંભળી સિન્હાના કપાળની રેખાઓ તંગ થઈ ગઈ..!! તેણે પહેલા તો રુદ્રનો વિરોધ કર્યો પણ અંતે રુદ્રની વાત માની ગયાં.

પ્રકરણ - 21

આત્મહત્યા

22 એપ્રિલ 2015, ચેન્નઈ, ઈલીયારાજાનો શયનખંડ, સવારના સાત

ઈલીયારાજા બહુજ મૃદુભાષી પણ સ્પષ્ટ વક્તા હતાં. તેમના જીવનકાળમાં તેમણે ઘણા દિગ્ગજ નેતાઓને તેમની સામે જુકવા મજબુર કરી દીધા હતાં. પણ તેમનામાં બદલાવની શરૂઆત થઈ સન 2000 માં થઈ, જ્યારે તેમના જમાઈએ તેમની સામે વિરોધનો સુર ફુકવાનું ચાલુ કરી દીધું હતું. AIDU ના બે ફાંટા પડવાની શરૂઆત થઈ ચુકી હતી. મોટાભાગના નેતા થંગરાજ સાથે હતાં કારણ કે ઈલીયારાજાનું ભ્રષ્ટાચાર રહિત શાસન તે લોકો સહન નહોતા કરી શકતાં.

થંગરાજે ઈલીયારાજાની વિરુધ્ધ જાહેરમાં બોલવાનું ચાલુ કરી દીધું. ઈલીયારાજાની નીતિ હંમેંશા ગરીબો તરફની હતી, એટલે પ્રચાર માટે તેમને ફંડની હંમેંશા કટોકટી રહેતી..!! સન 2000 માં પણ એવું જ થયું. મોટા બિઝનેસમેનો થંગરાજને સહકાર આપવા લાગ્યાં. ઈલીયારાજાનો તમામ સપોર્ટ થંગરાજ ખેંચી ગયો હતો.

ઈલીયારાજાને પોતાની હાર ચોખ્ખી દેખાતી હતી. તેના જમાઈએ કરેલો દગો તેમનાથી સહનના થયો અને પોતે હવે ફરીથી મુખ્યમંત્રી નહિ બની શકે એ વાતનો ડર તેમને સતાવવા લાગ્યો. તે હારવા નહોતા માંગતા, એટલે તેમણે થંગરાજ સાથે સમાધાન કર્યું અને પોતાના આદર્શોને નેવે મુક્યા..!!

ઈલીયારાજાએ સમાધાન બાદ પણ વિકાસને અટકવા નહોતો દીધો. તેમણે મીનીસ્ટરોને નાના પાયે છુટ આપી હતી, આપવી પડી હતી. એ દરમિયાન એક પાવરપ્લાન્ટ પ્રોજેક્ટ માટે દેશના એક જાણીતા બિઝનેસમેન તેમને મળવા આવ્યાં..!! તેમણે ચેન્નઈથી નજીક એક ગામમાં એ પ્રોજેક્ટ નાખવાનું નક્કી કર્યું. જગ્યા નક્કી થઈ, પણ જે જગ્યા એ પ્રોજેક્ટ માટે નક્કી થઈ હતી ત્યાં એક મોટું માર્કેટ ભરાતું..!! હજારો લોકોને રોજીરોટી પૂરી પાડતું.

ઈલીયારાજાને લાગ્યું કે વિકાસ માટે આ પ્રોજેક્ટ જરૂરી છે..!! અને તેમણે એ જમીન ખાલી

કરવાનું સુચન આપ્યું. પણ ત્યાંના વેપારીઓએ ઈલીયારાજાનો ખુલ્લેઆમ વિરોધ કર્યો. આ વાત ઈલીયારાજાને અપમાન જેવી લાગી. તેમણે આ કામ થંગરાજને સોંપ્યું. થંગરાજે વેપારીને અંદરોઅંદર બજાડી કોમી રમખાણો કરાવડાવ્યા.

ઈલીયારાજાને જ્યારે આ ખબર મળી ત્યારે તેમને કશો જ ફરક નહોતો પડ્યો પણ એ ઘટનાસ્થળે જઈ લોકોને મળી ના શક્યાં. ઈલીયારાજા હવે બદલાઇ ચુક્યા હતાં. તેમને મનમાં એમ ઠસી ગયું કે રાજા અને પ્રજા બંન્ને ભ્રષ્ટાચારી હોય તો પોતે શું કામ માથાકુટ કરવી જોઇએ અને તેમણે પણ પૈસા પાછળ આંધળી દોટ મૂકી.

તેમની એક ની એક દિકરી અને પત્નિએ તેમને સમજાવ્યા પણ હવે મોડું થઈ ચુક્યુ હતું. પોતાના પતિ અને હવે પિતા પણ આ માર્ગે વળી ગયાં હતાં, તેનાથી તેમની દિકરી બહુજ દુખી હતી. થંગરાજની રાસલીલાઓ હવે જાહેરમાં થવા લાગી હતી..!! થંગરાજ તેના પર ઘણી વખત હાથ પણ ઉપાડતો પણ તેના પિતા હવે થંગરાજની જ વાત સાંભળતા અને અંતે તેણે કંટાળીને આત્મહત્યા કરી લીધી..!!

ઈલીયારાજ તેની દિકરીના મૃત્યુબાદ વધારે પથ્થરદિલ થઈ ચુક્યા હતાં, પણ આજે રુદ્રએ આપેલી ધમકીઓએ તેમને જંજોડી નાખ્યા હતાં. કાલ રાત્રે તે નવ વાગ્યે ચેન્નઇ પહોંચ્યા હતાં. કોઇને પણ મળ્યા વગર પોતાને રૂમમાં બંધ કરી દીધા હતાં.

સવારે જ્યારે તેમનો નોકર બિજું, તેમને જગાડવા રૂમમાં આવ્યો, ત્યારે તે સત્તાપાટ પથારીમાં શાંતિથી પડ્યા હતાં. બિજુંએ ધીમે ધીમે રૂમના બધા જ પડદા બાજુએ કરી દીધા, જેથી સુર્યપ્રકાશ અંદર આવી શકે..!!
સાહેબ, આજે ઉઠવું નથી..?? સવારના સાત વાગી ગયા..!! બિજું ઈલીયારાજાની બાજુએ આવ્યો. ઈલીયારાજ હજી એમ જ પડ્યા હતાં. બિજું બે ઘડી તેમના ચહેરા સામેં જોવા લાગ્યો..!! તે થોડી શંકા ગઈ એટલે તેણે ઈલીયારાજાને થોડા હબડાવ્યા પણ ઈલીયારાજાને કશો જ ફરક ના પડ્યો.

બિજુંના પેટમાં ફાળ પડી.....!!! તે દોડતો બહાર ગયો. પંદર જ મિનિટમાં ડોક્ટર સાથે પુરો

પરિવાર હાજર થઈ ગયો. ઈલીયારાજાને ચાર સગાભાઈ હતાં અને તેમનો પુરો પરિવાર તેમની સાથે રહેતો..!! ઘરમાં ટોટલ 27 જણા એક છત નીચે રહેતા..!! ઈલીયારાજાની પત્નિનું દેહાંત હજી બે વર્ષ પહેલા જ બિમારીના કારણે થયું હતું.

રૂમમાં સોય પડે તોય અવાજ આવે તેવી શાંતિ હતી..!! ડોક્ટરે નસ તપાસી..!! બીજી વાર તપાસી..!!

અન્ના હવે આપણી વચ્ચે નથી રહ્યા...!!'' ડોક્ટરે કાથમાંથી સ્ટેથોસ્કોપ કાઢતા કહ્યું. બધા ઉપર જાણે વીજળી પડી..!!

બધા બહાર નીકળી જાવ..!! એકપણ વસ્તુને અડતા નહિ..!! ત્યાં ઉભેલા સુરક્ષા અધિકારીએ તરત સુચના આપી.

ઘરમાં રોકકળનો માહોલ થઈ ગયો હતો. થોડી જ વારમાં વાત વાયુવેગે પ્રસરી ગઈ..!! પંદર મિનિટમાં ઈલીયારાજાનો રૂમ એજન્ટોની ટીમથી ભરાઇ ગયો હતો. બધા સબુતની દરેક બાજુ જીણવટથી તપાસ કરી રહ્યા હતાં. બધાને લાગતું હતું કે તેમનું મૃત્યુ કુદરતી છે પણ પ્રોટોકોલ પ્રેમાણે તપાસ તો કરવી પડે..!!

એક અધિકારીને તેમની ત્યાં બાજુમાં જ પડેલી તેમની ડાયરીમાંથી એક લેટર મળ્યો, જેના પર ઈલીયારાજાની સાઇન હતી.એ અંતિમ લેટર જે ઈલીયારાજાના છેલ્લા શબ્દો હતાં.

મારા વ્હાલા દેશવાસીઓ

તમે જ્યારે આ પત્ર વાંચી રહ્યા હશો ત્યારે હું તમારા બધાથી ઘણો દુર જતો રહ્યો હોઇશ..!! અને જો હજી મારામાં થોડા પણ પ્રાણ બચ્યા હોય તો, મને બચાવવાનો પ્રયત્ન ના કરવો. હું આટલું ઘાતકી પગલું ભરીશ, તેની પણ મને કદી કલ્પના ન હતી. પણ હવે મારામાં તાકાત નહોતી રહી કે હું તમારી સામે આવું.

આજે દિલ્હી ગયો હતો. આપણા નવા વડાપ્રધાન રુદ્ર ચૌહાણને મળવા, સારો છોકરો છે..!! મારું તેને મળવા જવાનું કારણ સ્પષ્ટ હતું કે હમણાં વડાપ્રધાન ઓફિસેથી જે સસ્પેનશનના

ઓર્ડર નીકળી રહ્યા છે, તે માત્ર ઓલ ઈંડિયા દ્રવિણ યુનાઈટેડ શાસિત રાજ્યો માટે જ કેમ??, ભારતના બીજા બધા રાજ્યો ભ્રષ્ટાચાર રહિત છે..?? તો તેણે મને જવાબ આપ્યો હતો કે ક્યાંકથી તો શરૂઆત કરવી જ હતી, તો તમિલનાડુથી કરી..!!

અમારા વચ્ચે થોડી ઉગ્ર ચર્ચા પણ થઈ..! પણ હું જેટલું વિચારતો હતો તેટલા આપણા વડાપ્રધાન સીધા ન હતાં..!! તેમણે મને સ્પષ્ટ શબ્દોમાં કહી દીધું કે તે AIDU નો અંત લાવી દેશે..!! મેં પૂછ્યું કેમ..?? અને તેમણે મને જે જવાબ આપ્યો, એ જવાબે મને વિચારવા માટે મજબુર કરી દીધો. તેમણે મને યાદ કરાવ્યુ કે AIDU ની સ્થાપના મેં ક્યાં આધાર પર કરી હતી. હું એક નાનકડું અખબાર ચલાવતો અને સત્તાધીશોના વહીવટથી ખુબજ દુખી હતો.

મેં ભ્રષ્ટાચાર સામે લડવા મારી પોતાની એક નવી પાર્ટી 1986 માં શરૂ કરી. તમેં મારા પર વિશ્વાસ કર્યો અને હું વિજયી બન્યો. તમિલનાડુના ઇતિહાસમાં 1990 થી 2000 નો સમય સુવર્ણ અક્ષરે લખાયો છે..!! પણ આ દસ વર્ષના શાસન બાદ મારામાં નબળાઇ આવી ગઈ..!! હું આ પદનો આદિ થઈ ચુક્યો હતો અને જ્યારે થંગરાજે મારી સામેં બળવો કર્યો ત્યારે મને લાગ્યું કે હું હારી જઈશ..! જે હું સહન નહોતો કરી શકું તેમ અને મેં તેની સાથે સમાધાન કરી લીધું.

2001 થી ભ્રષ્ટાચારની શરૂઆત કરવા મેં જ લીલીઝંડી આપી, કારણ કે મને સત્તા સાથે લગાવ થઈ ગયો હતો અને આ સત્તાની લાલચમાં મેં 2003 માં થંગરાજ પાસે એ માર્કેટ ખાલી કરાવડાવ્યુ, હું ઇશ્વરના સોગંધ ખાઇને કહું છું કે મેં થંગરાજને કદી આવા કોમી રમખાણો માટે નહોતું કહ્યું, પણ જ્યારે મને ખબર મળ્યા ત્યારે હું ચુપ જ રહ્યો. મેં થંગરાજને કશું જ ના કહ્યું.

તે દિવસે મારી અંદર રહેલા પ્રામાણિક અને સત્યનિષ્ઠ ઈલીયારાજાનો મેં દમ ઘોટી દીધો હતો, પણ આજે મને રુદ્રએ બધું જ યાદ કરાવડાવ્યું. હું મારી નજરમાં જ પડી ચુક્યો હતો. થંગરાજ વિરુધ્ધ રુદ્ર પાસે તમામ સબુતો હતા...!! અને મારી પાર્ટીના બીજા નેતાઓ વિરુધ્ધ પણ..!! તે આજે બધાની ધડપકડના આદેશ આપવાનો હતો અને હું જોઇ શકું તેમ ન હતો.

આજે હું ઈલીયારાજા મુનાપાર, પાર્ટી લીડર હોવાના નાતે, પાર્ટીમાં થયેલા તમામ ભ્રષ્ટાચાર માટે હું જવાબદારીનો સ્વીકાર કરું છું અને મારી પાર્ટીને એ આદેશ આપું છું કે તે લોકશક્તિ પાર્ટીમાં વિલીન થઈ જાય..!! જેથી રુદ્ર ચૌહાણના નેતૃત્વ નીચે દેશના વિકાસમાં ભાગીદાર બની શકે..!!

વધુમાં મેં બહુ સંપતિ તો એકઠી નથી કરી પણ છતાં મારી પાસે અંદાજે 500 કરોડ જેટલી એવી સંપતિ છે, જે મેં ખોટા રસ્તા પર ચાલીને કમાઇ છે..!! મારે કોઇ સંતાન ના હોવાને કારણે, મારી તમામ નીજી સંપતિ તમિલનાડુ સરકારને અર્પણ કરું છું..!!

હું આશા રાખીશ કે લોકો મને મારા સારા કામો માટે યાદ કરશે..!! મારાથી થયેલી ભુલો અવગણશે..!!

ઈલીયારાજા મુનાપાર

>>>>>>>>>>>>>>>>>>>>>>>>><<<<<<<<<<<<<<<<<<<<<<<<

26 એપ્રિલ 2015, ચેન્નઈ

ઈલીયારાજાના પત્રથી હાહાકાર મચી ગયો હતો. ઈલીયારાજાની લાશને પોસ્ટમાર્ટમ માટે મોકલવામાં આવી હતી, ત્યાંથી રિપોર્ટ આવી ચુક્યો હતો. ઈલીયારાજાએ તેમની રેગ્યુલર દવાઓ સાથે જ ઝેર પી લીધું હતું, જેના કારણે તેમનું તાત્કાલિક મૃત્યુ થયું હતું. તપાસના બધા રિપોર્ટ બાદ એ સાબિત થઈ ચુક્યું હતું કે ઈલીયારાજાએ આત્મહત્યા કરી છે..!!

આજે સવારે ઈલીયારાજાને તામિલ સંસ્કાર પ્રમાણે અંતિમસંસ્કાર કરવામાં આવ્યા હતા. જીવનનાં 75 વર્ષમાંથી તેમણે પોતાના 50 વર્ષ તમિલનાડુ અને આંધ્રપદેશને આપ્યા હતાં..!! ઈલીયારાજાના અંતિમસંસ્કારમાં ભાગ લેવા દેશના મોટાભાગના નેતાઓ જોડાયા હતાં. થંગરાજની ઘડપકડ એ જ દિવસે કરવામાં આવી હતી જે દિવસે ઈલીયારાજા મૃત્યુ પામ્યાં. આજે તેમને ઈલીયારાજા અંતિમસંસ્કારમાં જવા માટે પરવાનગી અપાઇ હતી.

ઈલીયારાજાના મૃત્યુ બાદ, 30 નેતાઓની ધડપકડ થઈ હતી, જેમાં આંધ્રપ્રદેશના મુખ્યમંત્રી સહિત 8 નેતાઓ, તમિલનાડુના થંગરાજ સહિત 10 મોટા નેતાઓ અને કેરલના 7 નેતાઓ..!! અને લોકસભાના 5 સાંસદો..!! એક SIT ની રચના કરવામાં આવી હતી, જેના અધયક્ષ તરીકે રિટાર્યડ જજ રિશીકેશ મજમુદાર હતાં. પત્રમાં લાગ્યા પ્રમાણે રુદ્રએ બધી ફાઇલો SIT ને સોંપી દીધી હતી.

રુદ્ર સત્તા પર આવ્યો એ પહેલા જ તેણે દેશના તમામ સાંસદો અને વિધાનસભ્યોની કુંડલી કઢાવી લીધી હતી. માથુરસાહેબ છેલ્લા પાંચ વર્ષથી આના પર કામ કરી રહ્યા હતાં..!! એ ફાઇલમાં તમામ નેતાઓએ કરેલા કાંડોના પુરેપુરા સબુત હતાં. એ ફાઇલો પણ માથુર સાહેબ શોધીને લાવ્યા હતાં, જે પોલીસ રેકોર્ડમાંથી જ ગાયબ થઈ ચુકી હતી. અમુક ચાલુ કેસોના સબુત ખુદ માથુરસાહેબ ગાયબ કરી, પોતાના સંગ્રહમાં મૂકી દીધા હતાં..!!

રુદ્ર પાસે સબુતો હોવા છતાં પણ તે બધા સામે એક સામટી એકશન લઈ શકે તેમ ન હતો...!! રુદ્રએ ધીમે ધીમે પોતાના તમામ વિરોધીઓને ઠેકાણે પાડવાના હતાં. ગાદી પર બેઠા બાદ રુદ્રની આ બીજી જીત હતી.

આ ફાઇલોનો ઉપયોગ રુદ્ર મોટાભાગે નેતાઓને બ્લેકમેઇલ કરવા જ કરતો, અને જરૂર પડે, ત્યારે તે એક્શન લઈ લેતો. ઈલીયારાજાના મૃત્યુનું કાવતરું પણ રુદ્રએ જ રચ્યું હતું. એ લેટરને જ્યારે ફોરેંસીક જાંચ માટે મોકલવા આવ્યો ત્યારે પણ રુદ્રએ પોતાની વગ વાપરી એ લેટરને સાચો છે, એમ સાબિત કરાવડાવી દીધું હતું.

આ ઘટનાથી દેશમાં રુદ્રનું માન અનેકગણું વધી ગયું હતું અને નેતાઓ રુદ્રથી ડરવા લાગ્યા હતાં..!! રુદ્રએ માત્ર એ જ નેતાઓની ધડપકડ કરાવડાવી જે લોકશક્તિ પાર્ટીમાં જોડાવાની ના પાડી રહ્યા હતાં. મોટા ભાગના મુખ્ય નેતાઓની ધડપકડ બાદ AIDU ની કમર ભાંગી ચુકી હતી અને ઈલીયારાજા અંતિમસંસ્કાર બાદ AIDU લોકશક્તિ પાર્ટીમાં ભળી ગઈ હતી.

રુદ્રએ પોતે ચેન્નઇ આવી, બધી ઔપચારીકતાઓ પૂરી કરી હતી. લોકશક્તિપાર્ટીમાં પણ રુદ્રનો જય જયકાર થઈ ગયો હતો. રાજનીતિજ્ઞો રુદ્રની આવી અણધારી સફળતાને

અક્સામાતમાં ખપાવી રહ્યા હતાં.પણ હકીકત એ હતી કે રુદ્રએ પોતાના મુળ ઉંડા નાખી દીધા હતાં..!! લોકશક્તિ પાર્ટી અને AIDU ને હંમેશા કટ્ટર વિરોધી માનવામાં આવતા હતાં, પણ રુદ્રએ માત્ર 10 દિવસમાં જ દક્ષીણની સૌથી મોટી પાર્ટીના મુળીયા ઉખેડી નાખ્યા હતાં

લોકશક્તિ પાર્ટીના મુખ્ય નેતાઓ તો કલ્પના પણ નહોતા કરી શકતા કે આવું કશું બનશે..!! રુદ્રની દીર્ધકાલીન યોજના હવે એ લોકોને સમજમાં આવી રહી હતી. દિનદયાલને આટઆટલો શોધ્યા બાદ મળતો ન હતો, તો શું આ બધા પાછળ રુદ્ર પોતે તો નથી..!! તેજપાલ પર બધાનો શક વધારે ઘેરો બની રહ્યો હતો. નાયડુ લોકશક્તિ પાર્ટીના બીજા નેતાઓને ભડકાવવામાં પ્રયત્ન ચાલુ હતાં.

આ વાત મુકુંદરાય અને હરેશ પટેલને સમજાઇ ચુકી હતી કે રુદ્ર ભવિષ્યમાં તેમના માટે સૌથી વધુ ખતરનાક સાબિત થશે..!! રુદ્રને આગળ વધતો રોકવા તેમણે અત્યારથી જ યોજનાઓ ઘડવી પડશે, પણ લોકશક્તિપાર્ટીના નીચલા સ્તરે કાર્યકરોએ રુદ્રને સ્વીકારી લીધો હતો. તે લોકોને ગર્વથી કહેતા હતા કે રુદ્ર તેમનો નેતા છે...!!!

આંધ્રપદેશ અને તમિલનાડુની સરકારો પડી ભાંગતા, રાષ્ટ્રપતિ શાસન લાગું કરી દેવામાં આવ્યું હતું. ચુંટણીઓ નજીકના સમયમાં જાહેર થવાની હતી. દેશના રાજનીતિજ્ઞોની નજર તેના પર હતી. મુકુંદરાય અને બીજા નેતાઓ જાહેરમાં બોલવાથી બચી રહ્યા હતાં. તે લોકો રુદ્ર માટે સારું બોલવા માંગતા ન હતાં અને ખરાબ બોલી રુદ્રની આંખે ચડવા પણ માંગતા ન હતાં.

પ્રકરણ - 22
ચેતનનો ગુસ્સો

28 એપ્રિલ 2015,

રુદ્ર તમિલનાડુ અને આંધ્રપદેશની મુલાકાત બાદ સ્પેશિયલ હેલીકોપ્ટરમાં દિલ્હી જવાનો નીકળી ચુક્યો હતો. હેલીકોપ્ટરની નીચે દેખાતી હરિયાળીમાં તે ખોવાઇ ગયો હતો. કાનમાં ઇયરડ્રમ્સ ભરાવી ખલેલ વગર, આજે પોતાના વિચારોના વૃંદાવનમાં ખોવાઇ જવા માંગતો હતો.

બે પાર્ટીના જોડાણમાં ઘણો સમય લેવાઇ ગયો હતો. રુદ્રએ પર્સનલી મોટાભાગના નેતાઓને મળ્યો હતો. તેમને તેમના રાજ્યોમાં વિકાસના કામ કરવા પ્રેરતો આવ્યો હતો. એ સિવાય તે આંધ્રપ્રદેશનું નવુ પાટનગર અમરાવતીની પણ મુલાકાત લેતો આવ્યો.

રુદ્ર માટેનો લોકોનો પ્રેમ દેખાઇ આવતો હતો..!! રુદ્ર પણ જનતા વચ્ચે જઈ ઘણો ખુશ દેખાતો હતો. પણ આ સમય દરમિયાન તેને ગૌરી સાથે વાત કરવાનો ખાસ સમય મળ્યો ન હતો.

અત્યારે ગૌરી શું કરતી હશે..?? હું આટલા વર્ષ મથ્યો તોય મારો મેંળ ના પડ્યો પણ ગૌરીએ ચેતન અને નિરુપમાનું સેટીંગ કરાવી આપ્યું. શું છોકરી છે એ..!!, કુસુમ પણ કાંઇ ઓછી નથી..!! કુસુમ..?? આ કુસુમ મારા મગજમાં વચ્ચે ક્યાંથી આવી..?? પણ ગમે તેમ તે ગજબની છોકરી છે..!! મને જ્યારે એ પહેલી વખત મળી ત્યારે, તેણે પેલી કંઇ કવિતા ગાઇ હતી..!! મને તો તેની કડીઓ પણ ભુલાઇ ગઈ છે, પણ જોરદાર હતી..!! તે સર્વગુણ સંપન્ન છે..!! કવિતા કરે છે, ફાઇટમાં અવ્વલ છે..!! જાસુસીમાં તેને કોઇ જવાબ નથી..!! ઇકોનોમીક્સ અને ટેકેક્ષનમાં પણ તેના વિચાર અદભુત છે..!! તેણે મને જે ટેક્ષ પોલીસી સમજાવી હતી તે હું અમલ લાવી ને રહીશ..!! અરે રુદ્ર શું થઈ ગયું છે તને..?? તું ગૌરીનો વિચાર કરી રહ્યો હતો ને..??

હા...!! તો આ કુસુમ વચ્ચે ક્યાંથી આવે છે...?? ગૌરી આજે પાછી આવવની છે...!! હવે તું

એ વિચાર કે તેને તારાથી દુર કેવી રીતે રાખીશ..?? દુર તો રાખવી જ પડશે..!! એક વખત ખોટું બોલીને, તેની નજીક ગયો હતો, દરેક વખતે એવું ના કરી શકું...!! ગૌરીને જ્યારે ખબર પડશે ત્યારે, તે મારી આ ભુલને માફ કરી શકશે..?? યાર હું પણ માણસ છું અને હું એને કેવી રીતે સમજાવું કે મારા જીવનની એ સૌથી નબળી ક્ષણ હતી. પણ ગમેં તે થાય, હવે જ્યાં સુધી એ મને રુદ્ર સમજીને નહિ સ્વીકારે ત્યાં સુધી હું તેની પાસે નહિ જાવ..!! આ વખતે તે આવે એટલે હું બધું જ કહી દઈશ કે હું કોણ છું..!! હવે તેનાથી છુપાવવાની કોઈ જ જરૂર નથી..!! એ મને માફ નહિ કરે તો કાંઇ નહિ..! તો શું મારે ફરી એના વિરહમાં આખી જીંદગી કાઢવાની..??

કુસુમે મને એક વખત કહેલું કે જે દિવસે ગૌરી મને છોડીને જતી રહે ત્યારે હું તેની પાસે જતો રહું, એ તોપણ મને સ્વીકારી લેશે..!! પાછી આ કુસુમ વચ્ચે ક્યાંથી આવી. રુદ્રએ પોતાનું માથું જોરથી ધુણાવ્યું. તેના સાથીદારોનું ધ્યાન ખેંચાયું પણ રુદ્ર પાછો બહાર જોવા લાગ્યો.

મને લાગે છે, કુસુમે મારા મગજમાં બહુ ઉંડી અસર કરી છે..!! પણ હું ગૌરીને જ પ્રેમ કરું છું..!! તે દિવસે તે રમેશ સાથે મને મળવા આવી હતી..!! કેવી મીઠડી અને નટખટ હતી..!! અમેં ત્રણેય આખો દિવસ સાથે રહ્યાં. શું હું તેને ઓળખાણ આપીશ તો એ મને ઓળખશે..?? મેં રમેશ સાથે દગો કર્યો છે..!! દગો શેનો..?? એ જેને પ્રેમ કરતો હોય તેની સાથે મને પ્રેમ ના થઈ શકે..!! જો હું પરાણે એને મારી બનાવું તો ખોટું કહેવાય ને..?? પણ તો મેં એવું જ તો કર્યું ને..!! મેં ઉપયોગ તો રમેંશના નામનો જ કર્યો ને..?? ગૌરીએ રમેશની થઈ ચુકી છે..!! અને મારી નહિ થાય, હું ગમેં તેટલા બમણા ફુંકતો હોય પણ સત્ય એ સત્ય રહેશે..!!

જો એ મારી થવાની જ નહોતી, તો શા માટે એ મારા જીવનમાં આવી..?? હું કેમ તેના તરફ આકર્ષાયો..? જેમ કુસુમ મારા તરફ આકર્ષાઇ..!! એને પણ ખબર જ હતી કે હું તેનો થવાનો જ નથી, તો પણ મને ગાંડાની જેમ પ્રેમ કરે છે ને..?? પેલો બિઝનેસમેંન અનિકેત પાંડે છેક અમેરિકાથી કુસુમ માટે આવેલો, પણ તેણે મારા માટે એને ના કહી..!! નહિતર આજે તે અમેરિકામાં મહારાણીની જેમ જીંદગી જીવતી હોત..!! મને આકર્ષવા તે કેટકેટલું કરે છે..!!

પેલા સાકેતને ફસાવવા પણ તૈયાર થઈ ગઈ..!! શું હું આ બધું ખોટું નથી કરી રહ્યો..?? એ સાકેત નો શું વાંક છે..?? એનું દિલ શા માટે હું તોડવા તૈયાર થયો છું..?? કદાચ તે તેજપાલનો દિકરો છે, એની સજા એને મળશે..??

હું ગમેં તે કહું પણ, આ બધાથી હું ઓછો હલકટ નથી..!! મને તો હવે મારા ઉદ્દેશો પર પણ શંકા જઈ રહી છે..!! ક્યાંક હું ભારતનો સરમુખ્યાતર બની લોકો પર જુલમ તો નહિ ગુજારવા લાગું ને..?? ક્યાંક એક દિવસ હું પણ ઈલીયારાજા મુનાપાર નહિ બની જાવ ને..?? ના.. ના.. એ સત્ય નથી..!! મને પૈસા કે સત્તાનો કોઇ જ મોહ નથી..!! રુદ્ર તું તારી જાત સાથે ખોટું બોલી રહ્યો છે..!! મને એક વાતનો જવાબ આપ, તે શાં માટે આટલો મોટો મહેલ બનાવ્યો..?? કેમ પ્રાઇવેટ પ્લેનમાં જ આટા મારે છે..?? તારી અપાયેલી પાર્ટીઓ કોઇ ઓછી જાણીતી નથી..!!

પણ હું લોકોની મદદ તો કરું છું..?? મેં 5-7 હજાર કરોડ તો ખાલી સેવામાં વાપરી નાખ્યા હશે..?? પણ આવી સેવા તું શું કામ કરે છે..?? તારુ નામ બનાવવા માટે ને..?? તે ઈલીયારાજાની હત્યા કરાવી ચિઠ્ઠીમાં પણ પોતાના જ વખાણ કર્યા છે..!! રુદ્રએ બંન્ને હાથે જોરથી પોતાનું માથું પકડી લીધું અને એક ઊંડો શ્વાસ લીધો.

>>>>>>>>>>>>>>>>>>>>><<<<<<<<<<<<<<<<<<

28 એપ્રિલ 2015, અમદાવાદ એરપોર્ટ, સવારના દસ

ચેતન અને નિરુપમા હવે સાથે જ રહેતા હતાં, જ્યાં સુધી ચેતન પોતાની માતાને આ લગ્ન માટે મનાવી ના લે, ત્યાં સુધી તે બંન્ને જાહેરમાં એકબીજાથી દુર જ રહેશે તેવું નક્કી કર્યું હતું..!! ચેતન, રોજ નિરુપમાની પીઠનાં નિર્મમ ધાવના નિશાન જોઇ સળગતો અને અકળાયા રાખતો. તેના મનમાં એક જ પ્રશ્ન ઉઠતો કે શું રુદ્રને ખબર હશે કે નિરુપમા પર શી વિતી હતી..?? રુદ્ર આટલી મોટી વાત તેનાથી છુપાવે નહિ તેવો ચેતનને રુદ્ર પર વિશ્વાસ હતો, પણ રુદ્રને આટલી મોટી વાતની ખબર ના હોય, તે ચેતનના માન્યામાં નહોતું આવતું..!! રુદ્રને આ સવાલો તે પુછશે તેવું તેણે મનોમન નક્કી કરી લીધું હતું.

આજે તે લોકો ભારત પાછા ફરવાના હતાં. ચેતન નિરુપમાને તેના માતા-પિતા પાસે લઈ

જવાનો હતો. ચેતન નિરુપમાના અપહરણ બાદ પણ તેમને મળવા જતો અને તેમની બધી જ જરૂરીયાતનું ધ્યાન રાખતો, જ્યારે નિરુપમાને રુદ્ર છેક દિલ્હીથી લઈ આવ્યો, ત્યારે નિરુપમાના માતા-પિતાએ તેનો ચહેરો જોવાની પણ ના પાડી દીધી હતી.

આજે ચેતન હજી એક વખત નિરુપમાના મા-બાપને સમજાવવી પ્રયત્ન કરી લેવા ઇચ્છતો હતો, કે તે નિરુપમાને સ્વીકારી લે..!! ચેતન અને નિરુપમા જ અમદાવાદ આવ્યા હતાં, બાકીનો સ્ટાફ ગૌરી સાથે જુનાગઢ જતો રહ્યો હતો. બંન્ને પ્લેનમાંથી બહાર આવી પોતાનો સામાનની જ રાહ જોઇ રહ્યા હતાં. એ સમયે ચેતનનું ધ્યાન સામે ઉભેલા એક યુગલ પર ગયું. ચેતને તેની આંખો જીણી કરી.

કેવો જોગાનુંજોગ એક યુગલ કુણાલ અને કવિપ્રિયા હતાં. ચેતનના કપાળ પર સણકા વાગવા લાગ્યાં. કુણાલ કવિપ્રિયાને કોઇ જોક્સ સંભળાવી રહ્યો હતો, બંન્ને નિર્દોષ અને ખખડાટ હસી રહ્યાં હતાં. ચેતને એક નજર નિરુપમા પર નાખી, તે તેમનો સામાન ચેક કરી રહી હતી..!!

તે આઠ દિવસથી બદલાની ભાવનામાં સળગી રહ્યો હતો. તેને એ દિવસે પાછું આવી કુણાલને સબક શીખડાવવો હતો, પણ રુદ્રના ડરે તેણે આઠ દિવસ મહામહેનતે કાઢ્યાં. ચેતનને ખ્યાલ હતો કે જો રુદ્રને પોતાના મનમાં ચાલી રહેલા મનસુબાનો અંદાજો પણ આવશે તો, તે કદી પોતાને કુણાલ સુધી નહિ પહોંચવા દે..!! પણ આજે જ્યારે કુણાલને તેની સામેં જોયો ત્યારે પોતાના પર કાબુ રાખવો તેને અસંભવ લાગી રહ્યો હતો. તેનું કપાળ તંગ થઈ ગયું હતું. આંખોમાંથી આગ વરસી રહી હતી, લોહી બમણા વેગથી વહેવા લાગ્યું હતું, શ્વાસોશ્વાસની ગતિ વધી ચુકી હતી. ચેતન પોતાના આપામાંથી બહાર જઈ રહ્યો હતો.

અત્યારે તેને એક વસ્તુ યાદ આવતી હતી કે તેની નિરુપમાને જ્યારે તેણે પીઠ પર ઘાવ આપ્યા હશે, ત્યારે નિરુપમા દર્દના કારણે કેવી ચીસાચીસ કરી હશે...!! એ હેવાનોની યાતનામાં નિરુપમા કેટલી પીડાઇ હશે..!! પણ આ માણસે તેની દયા ના ખાધી..!! આ એક માણસના કારણે તેની આખી જીંદગી બદલાઇ ચુકી હતી.

તેની ખુશહાલ જીંદગીમાં આ માણસ ગ્રહણ બનીને આવ્યો હતો. ચેતનની મુઠ્ઠીઓ બીડાઇ ગઈ હતી. ચેતનએ ભુલી ચુક્યો હતો કે ક્યાં ઉભો છે..!! આજુબાજુ બધું જ ધુંધળું થઈ ચુક્યુ હતું. તેની નજરમાં એક જ વ્યક્તિ આવી રહ્યો હતો. કુણાલ જૈન...!!

ચેતન ધીમે ધીમે તેની બાજુ ચાલવા લાગ્યો. ચેતન થોડે દુર પહોંચ્યો, ત્યારે છેક નિરુપમાનું ધ્યાન તેના પર ગયું. પહેલા તો તેને કશું સમજાયું નહિ પણ ત્યાં તેનું ધ્યાન પણ કુણાલ પર ગયું. તેના ચહેરા પર તરત ચિંતા અને ડરની રેખાઓ તણાવા લાગી. તે રાડ પાડીને ચેતનને રોકી લેવા ઇચ્છતી હતી, પણ તેના ગળામાંથી અવાજ જ ના નીકળ્યો.

અચાનક કુણાલના ચહેરા પર એક મુક્કો પડ્યો અને આખું વાતાવરણ ડહોળાઇ ગયું. કુણાલને અચાનક થયેલા પ્રહારથી આંચકો લાગ્યો. કવિપ્રીયા હેબતાઇ ગઈ. કુણાલ જમીન પર ફસકાઇ પડ્યો હતો. તેનું ધ્યાન હુમલો કરનાર તરફ ગયું. ચેતનને જોતા તેને ડર અને ગુસ્સો બંન્ને ચહેરા પર દેખાઇ રહ્યા હતાં.

કવિપ્રીયા કુણાલના ઇતિહાસથી અજાણ ન હતી, પણ તેણે તો આછુંપાતળું સાંભળેલું. એ સ્વાભાવિક જ હતું કે તેને એમ જ હોય તેનો પતિ નિર્દોષ હતો અને રાજકીય ફાયદા માટે ચેતન અને રુદ્ર તેને બદનામ કરવાના પ્રયત્ન કરતા હતાં. પોતાની પત્નિ સામે આમ ઇજ્જતના કાંકરા થતા જોઇ તે ઉભો થયો અને ચેતન પર હુમલો કરવા ગયો. ચેતન આજે કાળ બનીને આવ્યો હતો. તેણે વિજળીવેગે કુણાલ પર પ્રહારો ચાલુ કરી દીધા. આ બધું મિનિટના અડધા ભાગમાં બની ગયું હતું, એટલે કોઇને તરત એકશન લેવાનો ખ્યાલ આવ્યો નહિ, અને શું એકશન લેવા તે સમજાયું નહિ. સિક્યોરિટી તરત ચેતન તરફ દોડવા લાગી અને ચેતન અને કુણાલને પકડી લીધા, પણ ત્યાં સુધીમાં ચેતને કુણાલના ચહેરાને રંગી નાખ્યો હતો. કુણાલના બે દાંત પડી જવાના કારણે તેના મોઢા માંથી લોહી નીકળી રહ્યુ હતું. નાક પણ લોહીથી ખરડાઇ ચુક્યુ હતું. આંખો સોજી ગઈ હતી.

કુણાલ આટલી માર ખાધા બાદ સિક્યોરિટીને જોઇને હિમ્મત આવી ગઈ, તે ચેતન પર હુમલો કરવા જવા લાગ્યો. બંન્નેને સિક્યોરિટીએ પકડી લીધા હતાં. પાંચ જ મિનિટમાં અમદાવાદ એરપોર્ટ પર ખાસ્સી એવી ભીડ જમા થઈ ચુકી હતી. નિરુપમા કુણાલથી નજર

બચાવતી મહામહેનતે ચેતનને શાંત પાડવાનો પ્રયત્ન કરી રહી હતી. જ્યારે વેંકટેશ નાયડુની દિકરી કવિપ્રિયા ચેતનને રાડો પાડી ધમકી આપી રહી હતી.

બીજી થોડી મિનિટોમાં એક ઉચ્ચ પોલીસ અધિકારી પણ ઘટનાસ્થળે પહોંચી ગયો હતો. તે માણસ તરત પરિસ્થિતીને ભાપી, બંન્નેને નજીકના ખાનગી રૂમમાં લઈ ગયો. કવિપ્રિયા અને નિરુપમા અને બીજી ભીડ બહાર ઉભી હતી.

મિસ્ટર મહેતા..!! તમારી પાસે મને આવી મુર્ખાઇની આશા ન હતી..!!'' પેલાએ ચેતન તરફ જોતા કહ્યું.

જો, પટેલ, તું આ મામલામાંથી દુર જ રહે તો સારું..!! ચેતને તરત પેલા પોલીસ અધિકારી તુંકારે સંબોધતા કહ્યું. કુણાલ ઘુઘવાતો નીચે મોઢું નાખી ઉભો રહ્યો.

જો ચેતન..!! મને ખબર છે..!! આ માણસે કેટલી નીચ હરકતો કરી છે, પણ તેનો જવાબ આપવાનો આ રસ્તો નથી..!! પટેલ એક સમયે ચેતનનો બેચમેંટ હતો.

એય..!! મોઢું સંભાળીને વાત કર..!! ખબર છે ને તું કોની સામે વાત કરી રહ્યો છે..!! કુણાલ ઘુઘવાતા બોલ્યો. તે પટેલ સામે આંખો કાઢી તેને ડરાવવાનો પ્રયત્ન કરી રહ્યો હતો.

હા..!! ઓળખું છું તને સારી રીતે..!! ગુજરાતના ગ્રુહપ્રધાન અરવિંદ જૈનનો દિકરો, ભૂતપૂર્વ કેન્દ્ર પ્રધાનનો જમાઇ, અને ભવિષ્યનો સાંસદ કે વિધાનસભ્ય જો ચુંટણી જીતવા સુધી જેલમાં નહિ જાય તો..!! પટેલે લાપરવાહીથી કહ્યું.

પટેલ.....!!!! કુણાલ પીડાના કારણે ધ્રુજી રહ્યો હતો, છતાં રાડ પાડી..!!

એ ભાઇ...!! શા માટે નાહકનો પોતાના શરીરને કષ્ટ આપે છે..!! અત્યારે રુદ્ર ચૌહાણનું રાજ ચાલ છે..!! હવે અમે લોકો તારા જેવા મચ્છરોની ધમકીથી ડરતા નથી..!! અને તમે જઈ શકો છો..!! આમના વિરુધ્ધ ફરિયાદ નોંધાવી હોય તો હું મદદ કરું..!! પટેલને હજી કોઇ ફરક પડતો ન હતો.

કુણાલના એક વખત ચેતન સામે જોયું. ચેતનનો ગુસ્સો હજી શાંત થયો નહોતો, તેની આંખોમાં તેને પોતાનું મોત જ દેખાતું હતું. પોતાની રાજકીય પરિસ્થિતી વિષે પણ એને ખ્યાલ હતો. ચેતન સામે લડવું કુણાલને પોસાય તેમ ન હતું. તે કશું જ બોલ્યા વગર ખુન્નસથી બહાર નીકળી ગયો. ભીડ વચ્ચેથી કવિપ્રિયાનો હાથ પકડી, તે એરપોર્ટની બહાર નીકળી ગયો.

ચેતન હજી ખીજવાયેલો જ હતો. રાકેશ પટેલે તેને બેસવા કહ્યું.

જો ભાઇ..!! મારે તારું લેકચર નથી સાંભળવું, નિરુપમા બહાર એકલી ઉભી છે..!! આપણે પછી મળશું..!! ચેતન રાકેશ કશું જ બોલે તે પહેલા બહાર નીકળી ગયો.

>>>>>>>>>>>>>>>>>>>>>><<<<<<<<<<<<<<<<<<<<

સર..!! ચેતન સરે, અમદાવાદ એરપોર્ટ પર કુણાલ જૈન સાથે મારપીટ કરી..!! શ્યામ વર્માએ રુદ્રને તરત ઓફિસમાં આવી ન્યુઝ આપ્યા. રુદ્ર હજી બે કલાક પહેલા જ દિલ્હી પહોંચ્યો હતો અને પાર્ટી લીડરો સાથે AIDU ના સમાવવાની બાકીની પ્રક્રિયા પર ચર્ચા કરી, હજી ઓફિસમાં પગ મુક્યો હતો કે શ્યામ વર્માએ રુદ્રને આ સમાચાર આપ્યા. વર્માએ જેટલી વિગત તેની પાસે હતી, તે બધી રુદ્રને જણાવી દીધી. રુદ્રએ વર્માને જવા કહ્યું. પોતે ઓફિસમાં એકલો પડ્યો. તેણે બંન્ને હાથેથી પોતાના માથાના વાળ પકડીને ખેંચવા લાગ્યો.

રુદ્રએ તરત માથુર સાહેબને હકીકતથી વાકેફ કર્યા અને ચેતન જુનાગઢ પહોંચે કે તરત તેને બહાર ક્યાંય ના જવા દેવા કહ્યું. રુદ્રને અંદાજો આવી ગયો કે ચેતનને અચાનક આ ગુસ્સો ક્યાંથી આવ્યો હશે..!! એટલે રુદ્રએ તેને ફોન કરીને ધમકાવવા કરતા માથુર સાહેબને ફોન કર્યો.

>>>>>>>>>>>>>>>>>>>>>><<<<<<<<<<<<<<<<<<<<

ચેતન કારમાં જ જુનાગઢ જવા નીકળી ગયો. ચેતને નિરુપમાના મમ્મી-પપ્પાને મળાવવાનું મુલતવી રાખ્યું..!! ચેતન હજી ગુસ્સામાં જ હતો અને કાર પુર વેગે જુનાગઢ તરફ ધસી રહી હતી. નિરુપમાને જે વાતનો ડર અત્યાર સુધી સાલ્યા કરતો, એ જ વાત બની પણ હવે ચેતન સાથે દલીલ કરવાનો કોઇ મતલબ ન હતો.

નિરુપમાને વિશ્વાસ હતો કે રુદ્ર બધું જ સંભાળી લેશે..!! તેને આ ઘટનાની ગંભીરતાનો અંદાજો હતો. ચેતન પણ કશું જ બોલ્યા વગર ગાડી ચલાવ્યે જતો હતો. બંન્ને રાજકોટ એક હોટેલમાં જમવા રોકાયા, પણ કોઇ કશું જ બોલ્યું નહિ. ટીવી પર ચેતન અને કુણાલના ઝઘડાના ફુટેજ દેખાડવામાં આવી રહ્યા હતાં. કુણાલે મીડિયા સાથે કોઇ જ વાત નહોતી કરી અથવા તેને કરવા નહોતી દેવાઇ પણ તેના દવાખાને પટ્ટી લાગાડેલા ફોટા, ન્યુઝ ચેનલવાળા બતાવવાનું ચુક્યા નહિ.

વિપુલ મહાજને આ મુદ્દાને પકડી લીધો હતો અને રુદ્રના ગુંડારાજ તરફ ઇશારો કર્યો હતો. ચતનને રુદ્રનો જમણો હાથ ચિતરીને રુદ્રની છબી પર કિચડ ઉછાળવાની કોશિશ કરાઇ રહી હતી. ઘણા વિશેષજ્ઞોએ તો ત્યાં સુધી કહી દીધું કે રુદ્રએ આ હુમલો કરાવડાવ્યો હતો..!!. એક ન્યુઝ ચેનલ, જુના ન્યુઝને શોધી લાવી હતી.

એક જુનો પણ બહુ ચર્ચિત કેસ ''નિરુપમા ક્યાં ગઇ..??''ની હાઇલાઇટ પણ દેખાડવામાં આવી રહી હતી. જ્યારે ચેતને પ્રોબેશન પરિયડમાં અમદાવાદના મેયર અરવિંદ જૈન સાથે ટક્કર લિધી હતી. એ કેસ તો સોલ્વ ના થયો પણ પછી ચેતન રુદ્ર સાથે જોડાઇ ચુક્યો હતો અને ભીડ વચ્ચે નિરુપમાના ફોટા બતાવી મીડિયા એ સાબિત કરવાનો પ્રયત્ન કરી રહી હતી કે આ ઝઘડો જુની દુશમનાવટના કારણે થયો હતો..!!

ચેતન કંટાળી જમવાનું અડધું મૂકીને જ ઉભો થઈ બહાર નીકળ્યો. નિરુપમાએ બીલ ચુકવી, ચેતનને અનુસરી..!! તેને ચેતનને સાંત્વના આપવી જરૂરી બની ગઈ હતી. પણ તેનો અવાજ જ ગાયબ થઈ ગયો હતો. આ પૂરી ઘટના માટે નિરુપમા પોતાને જ જવાબદાર માનવા લાગી. તેને એક વખતતો વિચાર પણ આવ્યો કે બધું છોડીને ભાગી જાય...!! પણ પછી, તેને લાગ્યું કે તેનું એવું પગલું, પરિસ્થિતીને વધારે ખરાબ પરિણામ આપે તેમ હતું.

ચેતનના મગજમાં હજારો વિચાર આવી ગયા..!! રુદ્રની આદર્શવાદી નીતિ, તેની અને પોતાની વચ્ચેનો લાગણીનો સંબધ, દેશના હલકટ નેતાઓ સામે પોતાની ઉદાસીનતા, નિરુપમા સાથે એક ખુશહાલ જીવન જીવવાના સ્વપના, પોતાનો બદલો, આ બધા વિચારો વચ્ચે ચેતન પીસાઇ ચુક્યો હતો. તેણે કશું જ બોલ્યા વગર કાર સ્ટાર્ટ કરી, નિરુપમાએ આગળની સીટ પર જગ્યા લીધી અને ફરીથી વીજળીવેગે કાર જુનાગઢ તરફ દોડવા લાગી.

''શું તમને નથી લાગતું, કે જે કાંઇ થયું તે ખોટું થયું છે..??'' નિરુપમા ખુબજ હિમ્મત કરી પૂછી લીધું. ચેતન કશું જ બોલ્યો નહિ.
અરવિંદ જૈન અને વેંકટેશ નાયડુ પોતાની અલગ પાર્ટી કરાવાનો પ્લાન બનાવી રહ્યા હતાં અને આ ઘટના તેમને એવું કરવાનું કારણ આપશે..!! તમે મહેરબાની કરીને કુણાલની માફી

માંગી લો ને..!! નિરુપમાએ ફફડતા હૈયે ચેતનને કહ્યું.

નિરુપમાનું વાક્ય પૂરું થતાં જ, ચેતને તરત જોરથી કારની બ્રેક મારી, કારના ટાયરના રોડ સાથેના ઘર્ષણનો અવાજ વાતવરણમાં ગુંજી ઉઠયો. ચેતને કારને ફરીથી ચાલુ કરી રોડ પર બાજુએ લગાવી..!! ચેતન કારની બહાર નીકળ્યો.

મને એક વાતનો જવાબ આપ..!! શું તું તને અપાયેલા બધા દુખ અને પીડા ભુલી ગઇ છો...?? ચેતન શાંત અને ધીરે અવાજમાં નિરુપમાને પૂછ્યું.

હા..!! એ મારો ભૂતકાળ હતો, જેને હવે હું યાદ કરવા નથી માંગતી..!! નિરુપમાએ તરત જવાબ આપ્યો.

માફ કરજે, પણ મારા માટે એ શક્ય નથી..!! ચેતનના અવાજમાં ઉકળાટ હતો.

તમને યાદ છે, બે-ત્રણ વર્ષ પહેલા આપણે જુનાગઢમાં રુદ્રસરની ઓફિસમાં બેઠા હતાં, ત્યારે હજી આપણે ચીફ જસ્ટીસ અનુજ ત્રિપાઠીની નિમણુક સુપ્રીમ કોર્ટના ચીફ જસ્ટીસ તરીકે કેવી રીતે કરાવવી તેની યોજના બનાવી રહ્યાં હતાં..!! નિરુપમા અને ચેતન કારની બહાર રોડ પર ઉભા ઉભા જ ચર્ચાએ ચડી ગયાં.!! ચેતનને માત્ર માથું ધુણાવ્યું. ચેતનની વાત સાંભળવાની તત્પરતા જોઇ નિરુપમાએ આગળ ચલાવ્યું.

ત્યારે, તમે એક સવાલ એમને પૂછેલો..!! કે જો આપણે ખ્યાલ જ છે, કે દિનદયાલના કબ્જામાં કેટલી બધી નિર્દોષ છોકરીઓ પીસાય છે, તો આપણે આ સિંધુ લોકો સામે કેમ નથી મુકતા..?? બે દિવસમાં જ દિનદયાલ જેલ ભેગો થશે..!! નિરુપમાએ ફરી ચેતન તરફ જોયું. ચેતને હંકારમાં માથું હલાવ્યું.

એમણે એ સમયે કહેલું કે, તે 500 છોકરીઓ કરતાં, પુરા દેશની જનતાને ન્યાય આપવાનું પસંદ કરશે..!! આજે દિનદયાલ તો જેલ ભેગો થશે પણ પાછળ બીજો ઉભો થશે..!! આપણે ક્યાં સુધી બધાને હટાવતા રહીશું..?? હવે ભારતીય રાજનીતિમાં એક પરિવર્તનની જરૂર છે..!! આ બંધારણ જેના પર દેશ ચાલી રહ્યો છે..!! તે હવે ખોખલું થઇ ચુક્યું છે અને હવે નવા બંધારણની જરૂર વર્તાઇ રહી છે..!! બાબા સાહેબ આંબેડકર અને તેમના સાથીઓ એ જે મહેનતથી આ બંધારણને સ્વરૂપ આપ્યું, તેમની મહેનતની આ કપટી અને લાલચું નેતાઓએ એટલી જ મહેનતથી ધુળમાં રગદોળી દીધું છે..!! આ સિસ્ટમ સડી ચુકી છે અને આ સિસ્ટમ કોઇ એક વ્યક્તિના હાથની વાત નથી, તે યાંત્રીક રીતે ચાલ્યા જ કરે છે, બસ

માણસો બદલાયા રાખે છે..!! અને માણસો જે જીવે છે, તે મરવાના છે..!! જો હું એ માણસોની દયા ખાઇ મારી યોજનાઓ બદલતો રહીશ તો આખા સમાજનું હિત ક્દી નહિ થાય..!! જે છોકરીઓ અત્યારે પીડાઇ રહી છે, તે લોકોને હું ખાનગી રાહે બધી જ મદદ કરીશ પણ એવું જરૂરી નથી કે હું બધાને બચાવવા સફળ રહું પણ તેમની દસ જીંદગીઓ માટે દેશમાં ફુંકાનારા પરિવર્તનના પવનને નહિ રોકી શકું..!!" નિરુપમા એ ઉડો શ્વાસ લઈ ચેતન તરફ જોયું.

એ માણસ સ્વાર્થી છે, તેને બસ રાજગાદી પર બેસવું હતું અને એ બેસી ગયો..!! તેની કોઇની નથી પડી..!! જ્યારે એ તને બચાવીને લાગ્યો હતો, ત્યારે જ એ બધાનો ભાંડો ફોડી શકતો હતો..!! પણ તેણે દેશમાં પહેલા પોતાનું નામ કર્યું, પોતાનો દબદબો વધાર્યો..!! અત્યારે તને કદાચ ખ્યાલ નહિ હોય, પણ દસ હજારથી વધુ જાસુસો છે..!! તેના હાથ નીચે કામ કરે છે,અને આ જાસુસોમાં શેખ સાહેબ અને મંદાર સાહેબ જેવા મોટા અધિકારીઓ પણ સામેલ થઈ જાય છે...!! રુદ્રએ મને પણ ભોળવ્યો હતો..!! જેમ દુર્યોધને કર્ણને માત્ર અંગનું રાજ્ય આપી પોતાનો કરી લીધો, એમ રુદ્રએ મને તારી લાલચ આપી પોતાનો કરી લીધો..!! અને હું ગાંડાની જેમ તેનો ભક્ત બની સેવા કરતો રહ્યો..!!" ચેતને પોતાનો ઉકળાટ કાઢ્યો. નિરુપમાની આંખો ફાટીને ફાટી જ રહી ગઈ..!! ચેતનના મોઢે તેણે પહેલી વખત રુદ્ર માટે આવા કઠોર શબ્દો સાંભળ્યા હતાં. ચેતન પણ એ જોઇ શક્યો.

તને વિશ્વાસ નથી આવતો ને...?? રાજેશ કામદાર, કમાન્ડોની ટ્રેનીંગ લીધેલો માણસ છે, આજે તેને રુદ્રએ પોતાનો ચમચો બનાવી દીધો છે..!! મંદાર સાહેબ,આઇબી ડારયેક્ટર છે, પણ રુદ્રને પૂછ્યા વગર ક્દી પગલું પણ નથી ભરતાં..!! અરે જે રાષ્ટ્રપતિ અને ચીફ જસ્ટીસની વરણીમાં પણ રાજનીતિ રમી જાણતો હોય તેના પર કેમ ભરોસો મુકવો..??

ચેતન તમને શું થઈ ગયું છે..?? નિરુપમા દહેશતમાં ચેતનને અટકાવતા બોલી.

હું સાવ સાચું જ કહું છું, હું આ શેડો વર્કર્સનો ફાઉન્ડીગ મેમ્બર હતો, આજે તેણે બધું જ આઇબીને સોંપી, મને નિવૃત કરી, ભાભીનો બોડીગાર્ડ બનાવી દીધો..!! મતલબ કે મને ટીમમાંથી બહાર ધકેલી દીધો..!! ચેતનનો ઉકળાટ નિરુપમાની સમજની બહાર હતો.

એ તમારા પર ભરોસો કરે છે, એટલા માટે જ તો, દીદીની સુરક્ષાનું કામ તમને સોંપ્યું છે, અને એમણે તો આપણને ભેગા કરવા આ યોજના ઘડી હતી ને..?? નિરુપમા ચેતનને આમ ખોટા

માર્ગે વળી ગયેલો જોઇ, અકળાઇ ચુકી હતી.
એ યોજના ભાભીની હતી..!! રુદ્રને કશી જ ખબર ન હતી..!! આપણે જુનાગઢમાં ઓછામાં ઓછા ચાર વર્ષ સાથે હતાં, પણ ત્યારે તો તેણે આવો પ્રયત્ન ના કર્યો..?? આજે અચાનક તેને મારી દયા આવી ગઈ..?? એ ધારત તો ત્યારે પણ તારા પર ઇમોશનલ અત્યારચાર કરી શકતો હતો..!! તેને અત્યારે જ કેમ આવું સુજ્યું..?? તેણે મારી સાથે રાજરમત રમી, મને તેનાથી દુર કરી દીધો છે..!! ચેતને જે આઠ દિવસ એકાંતમાં કાઢ્યા ત્યારથી ચેતનના મગજમાં ઉંધી કેસેટ ચાલુ થઈ ચુકી હતી..!! પોતાના સૌથી મોટા હિતેચ્છુ રુદ્રને હવે તે પોતાનો દુશ્મન માનવા લાગ્યો હતો.

આ વાત ખોટી છે...!! તેમણે મને બે-ત્રણ વખત સમજાવવનો પ્રયત્ન કરેલો પણ હું જ નહોતી માનતી..!! તમેં આવું ઉંધું ઉંધું કેમ વિચારો છો..?? નિરુપમા રડુંરડું થવા લાગી હતી..!!
તું સમજતી નથી..!! આ રુદ્ર કોઇનો નથી...!! તને એ ખબર છે ને કે ગૌરીભાભીને તે કેટલા વર્ષોથી પ્રેમ કરે છે..!! તેણે તેમની સાથે સુંવા માટે કેટલું મોટું જુઠ્ઠાણું ચલાવ્યું છે...?? તેનો તને અંદાજો પણ નથી..!! ચેતનથી બોલાઇ ગયું.

શું જુઠ્ઠાણું ચલાવ્યું..?? મને સમજાય તેમ બોલો..??"
જવા દે, એ વાત ને..!!! ચેતને રુદ્રનું એ રાજ કહેવાની ઇચ્છા ના થઈ..!!
મારા સમ છે, સાચી વાત કરો..!! નિરુપમાએ આજીજી કરતા કહ્યું.

ગૌરીભાભી, ગુજરાતના મહાન વિચારક રામાનુજ આચાર્યના મોટા દિકરા રમેશને પ્રેમ કરતા હતાં, લગ્ન બાદ રુદ્રએ ગૌરીભાભીને એવો વિશ્વાસ અપાવ્યો કે એ જ રમેંશ છે, જેથી તે ગૌરીભાભીનો પ્રેમ મેળવી શકે..!!! ચેતનના મોં પર કડવાશ હતી.
હું આ બધી વાત નથી માનતી..!! રુદ્રસર ભગવાનનો અવતાર છે..!! તે આવી નીચ હરકતો ના કરી શકે..!! નિરુપમાએ પોતાના હાથથી બંન્ને કાન દાબી દેતા બોલી.

તારા આ જ ભગવાને..!! નિર્મળાદેવીનું ખૂન કરાવડાવ્યુ હતું, મને એ કહે કે હવે જ્યારે બધી બાજી રુદ્રના હાથમાં હતી, ત્યારે તેણે શા માટે તેમનું ખૂન કરાવડાવ્યું..?? અરે અનંતરાય ચૌહાણ જેમનું નામ લઈને રુદ્ર ફરે છે, તે પણ રુદ્રના જ કાવતરાનો શિકાર બન્યા હતાં, અને તેમના મૃત્યુ પાછળ પણ રુદ્રનો જ હાથ હતો...!! હજી સાંભળ..!! તેણે એ આ બધી હોટેલો પચાવવા માટે દિલ્હી કમિશનરના ઘરમાં ઘુસી, પોતાના હાથે મોતને ઘાટ ઉતાર્યા હતાં,અને એ સમયે તો તે વીસ વર્ષનો પણ નહિ હોય...!! મને ખબર છે ત્યાં સુધી, તેણે અત્યાર સુધીમાં ઓછામાં ઓછા 20 ખૂન તો તેણે જાતે કર્યા હશે અને અમારા લોકો પાસે જે ગુનાહો તેણે કરાવ્યા છે, તેનો કોઇ અંદાજો નથી..!! તે સાધુના વેશમાં દાનવ છે..!! મને જો આ આઠ દિવસ તેના થી દુર રહેવા ના મળ્યું હોત તો કદાચ હું આટલો શાંતિથી વિચાર ના કરી

શક્યો હોત..!!" ચેતનની આંખમાં રુદ્ર તરફની નફરત સ્પષ્ટ દેખાતી હતી. નિરુપમા સમજી ગઈ કે ચેતનના મનમાં રુદ્ર માટે ઝેર ભરાઇ ચુક્યું છે..!! હવે તે ગમેં તેમ કરશે પણ ચેતન હવે પાછો નહિ વળે..!!

એ રાક્ષશને ભારતમાં નવો સુર્યોદય લાવવો છે..!! નવો યુગ..!! જ્યાં ભ્રષ્ટાચાર ના હોય, જ્યાં નબળાઓ સાથે અન્યાય ના થતો હોય, જ્યાં કોઇ બાળક ભીખ ના માંગતો હોય..!! જ્યાં કોઇ સ્ત્રીની ઇજ્જત ના લુંટાતી હોય..!! છેલ્લું વાક્ય બોલતાતો ચેતનની આંખોમાં લોહી તરી આવ્યું. તેણે નીચે પડેલો એક પથરો ઉઠાવ્યો અને જોરથી પોતાની જ કારના કાચ પર માર્યો..!! નિરુપમા અચાનક ચેતનના વર્તનથી હેબતાઇ ગઈ અને એક કાચનો ટુકડો તેના જમણા હાથ પર વાગ્યો.

ચેતન અત્યારે સાવ ગાંડા જેવો થઈ ગયો હતો. તેને પોતાના વર્તન પર કાબુ નહોતો રહેતો..!! તેને એક જ વાત ખાઇ રહી હતી...!! કે તેની સાથે નિરુપમા ચાર વર્ષથી હતી છતાં પણ તેને કશી જ ખબર ન હતી કે તેના પર શું વીત્યું હતું..!!

રુદ્રએ જ નિરુપમા પર થયેલા અત્યારચારને પચાવી જવા ચેતનને સમજાવ્યો હતો. ચેતનને એ સમયે રુદ્રની વાત સમજાઇ ગઈ હતી, પણ જ્યારે તેણે નિરુપમા ઘાવ જોયા ત્યારથી તેની માનસિક હાલત બદલાઇ ગઈ હતી..!! બધા તેને પોતાના દુશ્મન લાગવા લાગ્યા હતાં..!! અને રુદ્રએ જ તેને ચાર વર્ષથી પોતાનો બદલો લેતા રોકી રાખ્યો હતો..!! એટલે તે રુદ્રને પોતાનો સૌથી મોટો દુશ્મન માની બેઠો.

નિરુપમાને કાચ વાગવાથી હાથમાંથી લોહીની ધાર થઈ..!! અને લોહીના ટીપા રોડ પર પડવા લાગ્યાં. અંધારામાં એ લાલ રંગ ચમકી રહ્યો હતો. ચેતને તરત કાચનો ટુકડો નિરુપમાના હાથમાંથી કાઢવાનો પ્રયત્ન કર્યો પણ તેના જ હાથમાં વાગી ગયો.

એ સમયે એક વાન ત્યાં ઉભી રહી..!! બે માણસ વાનમાંથી નીકળ્યા અને આ બંન્ને તરફ ધસ્યા. ચેતન હજી કંઇ સમજે, તે પહેલા તેના માથા પર જોરથી ફટકો પડ્યો અને તે ત્યાં

બેભાન થઈ ગયો..!! નિરુપમા મદદ માટે રાડ પાડે તે પહેલા પાછળથી બીજા શખ્સે તેનું મોઢું દાબી દીધું. રોડ પર વાહનોની અવર-જવર સાવ ઓછી હતી, અને અંધારામાં શું ચાલતું હતું, તે જોવાની કોઈની ઇચ્છા પણ ના હોય તેમ લાગ્યું. પેલા બંન્નેએ ચેતન અને નિરુપમાને વાનમાં નાખ્યાં. બીજાએ વાન મારી મૂકી..!!

એકાદ કિલોમીટર બાદ વાનમાંથી ચેતન અને નિરુપમાનો મોબાઈલ બહાર ફેંકાયો..!! એ લોકો બંન્નેની પૂરી તપાસ કરી લીધી હતી અને તમામ ઇલેક્ટ્રોનીક વસ્તુઓ બહાર ફેંકી દીધી હતી.

પ્રકરણ - 23

રહસ્ય

ચેતને કરેલી સામાન્ય મારપીટનો પડઘો બહુ ઉંડો પડ્યો હતો. કવિપ્રિયાએ તરત તેના પિતાને ફરિયાદ કરી દીધી હતી. વેંકટેશ નાયડુ પોતાના જમાઇના અપમાનના કારણે ખુબજ આહત થયા હતાં. તેમણે તરત ગુજરાત અરવિંદ જૈનને ફોન લગાવ્યો.

એ માણસ બચવો ના જોઇએ..!! નાયડુના અવાજમાં સખત ક્રોધ ભળેલો હતો.
હું એની જ વ્યવસ્થામાં પડ્યો છું..!! આજ રાત્રે તેનો ખેલ ખલ્લાસ કરી નાખશું..!! તમે બસ તેના મિત્ર રુદ્ર ચૌહાણને સંભાળી લેજો..!! અરવિંદ છેલ્લું વાક્ય સાવચેતીથી બોલ્યો.
કાલે હું પચાસ એમપીની સાઇન સાથે રાષ્ટ્રપતિજીને એક પત્ર આપવાનો છું, જેમાં અવિશ્વાસના મતનો પ્રસ્તાવ હશે..!! મારે ભલે જેટલું કમાયેલું ગુમાવવું પડે પણ હું એ હરામી રુદ્રને ખુરશી પરથી નીચે ઉતારીને જ જંપીશ..!! નાયડુનો અવાજ ધ્રુજી રહ્યો હતો.
ઠીક છે..!! આજે સવાર સુધીમાં કામ થઈ જશે...!! અરવિંદ જૈને વિશ્વાસ સાથે કહ્યું.
તમે આજે જ બંન્નેને દેશની બહાર મોકલી દો..!! હું નથી ઇચ્છતો કે મારી દિકરી અને જમાઇને મીડિયામાં મજાક બનાવવામાં આવે..!!
જી, આજે રાત્રે જ બંન્નેને ન્યુયોર્ક મોકલાની તૈયારી કરૂ છું..!! કહી અરવિંદે બીજી ઔપચારીક વાતો કરી ફોન મૂકી દીધો.

>>>>>>>>>>>>>>>>>>>>>>><<<<<<<<<<<<<<<<<<<

વિપુલ મહાજનને જયારેથી એ સમાચાર મળ્યા કે રુદ્રના ખાસ મિત્રએ તેમની પાર્ટીના નેતાના દિકરાને જાહેરમાં માર માર્યો ત્યારથી તેની ખુશીના કોઇ ઠેકાણા ન હતાં, તે ઘણા સમયથી રુદ્ર પર પ્રહાર કરવા રાહ જોઇને બેઠો હતો અને હવે આ મોકો તે ઝડપી લેવા માંગતો હતો..!!

તેણે તરત ચેતન અને નિરુપમાના ભૂતકાળની હકીકત જાણી આખી સ્ટોરી બનાવી મીડિયા સામે મૂકી દીધી..!! ચેતને પોતાનો બદલો લઈ લીધો, એવા સ્ટેટમેંન્ટ અપાવા લાગ્યા હતાં.

વિપુલ મહાજને પોતાના બધા જ સુત્રોને કામે લગાડી દીધા હતાં..!! રુદ્રને સત્તા પરથી નીચે ઉતારવા બસ તેને બહાનું જોઇતું હતું, રુદ્ર હજી સાંસદ નહોતો બન્યો એટલે જો તેને ખુરશી ખાલી કરવી પડે તો તે, દિલ્હીની જ બહાર ફેંકાઇ જાય..!! વિપુલના મગજમાં યોજના ઘડાવા લાગી હતી.

રુદ્રને બદનામ કરવા તેણે મીડિયા અને ઇન્ટરનેટની મદદ લીધી..!! રુદ્રના અમુક જુના કેસોની પણ જાહેરમાં ચર્ચા થવા લાગી..!! વિપુલે રુદ્રનો એક વિડીયો બનાવીને પોતાની પાસે રાખ્યો હતો, જેમાં તેણે લોકશક્તિ પાર્ટીના સાંસદ વર્માને જાહેરમાં માર માર્યો હતો. એ વિડીયો આજે તેણે ઇન્ટરનેટ પર વાયરલ થવા મૂકી દીધો હતો..! ''રુદ્રનું ગુંડારાજ''ના ટાઇટલથી તેણે વાર્તાઓ ઉભી કરવાનું ચાલુ કરી દીધું હતું..!!

એ સમયે વિપુલને સમાચાર મળ્યા કે ચેતન અને નિરુપમા એકલા જ ગાડી લઈને નીકળ્યા છે અને હમણાં જ રાજકોટ પહોંચવાના છે..!! વિપુલના મગજમાં એક ખુરાફાતી યોજના આવી અને તેણે બંન્નેને પકડી પાડવાની યોજના પણ બનાવી લીધી..!! જેથી તે પાર્ટીમાં જ વિખવાદો ઉભા કરી શકે..!!

>>>>>>>>>>>>>>>>>>>>>>>><<<<<<<<<<<<<<<<<<<<

વડાપ્રધાન ઓફિસ, રાત્રીના બાર

રુદ્ર હજી બેચેનીથી પોતાની ઓફિસમાં આટા મારી રહ્યો હતો..!! તેને ચેતનની હદ ચિંતા હતી..! તેને અંદરોઅંદર એ ખ્યાલ હતો કે ચેતન તેની ટીમનું સૌથી નબળું પત્તું છે, પણ તે એ કદી સ્વીકારવા તૈયાર થતો નહિ..!! પણ ચેતનના આવા અચાનકના વર્તનથી રુદ્ર ઘણો અકળાઇ ચુક્યો હતો.

જાહેરમાં કોઇ મોટા માણસને મારવો એ રુદ્ર માટે કોઇ મોટી વાત ન હતી પણ કોઇ યોજના વગર, સામાન્ય બુદ્ધિને બાજુએ મૂકી, આવેગમાં આવી આવા પગલા ભરવા તે યોગ્ય ન હતું..!! તેણે ગૌરી સાથે વાત કરી, પણ ગૌરીએ તેને કશું પણ જણાવવાની ના પાડી દીધી, પણ જ્યારે રુદ્રએ તેને પરિસ્થિતીની ગંભીરતા સમજાવી ત્યારે ગૌરીએ ફ્રાન્સમાં જે હકીકત બની તે રુદ્રને કહી દીધી..!!

રુદ્રને ખ્યાલ આવી ચુક્યો હતો કે ચેતનના મગજમાં અત્યારે શું વિતતી હશે, તેને પોતાના પર પણ ગુસ્સો આવ્યો કે તેણે કદી નિરુપમાને પૂછ્યું જ નહિ કે તેની સાથે શું બન્યું હતું..!! પણ તેનો આશય એવો હતો કે કોઇના જખ્મોને વારંવાર તાજા કરવાથી શું ફાયદો થવાનો છે..!! પણ આજે તેની આ ભુલ તેને ખુબ જ નડી રહી હતી.

તે વાંરવાર માથુરને ફોન કરી ચેતન વિષેના સમાચાર પૂછી રહ્યો હતો પણ માથુર સાહેબ દરેક વખતે એમ કહેતા કે તેનો મોબાઇલ સ્વિચ ઓફ છે, અંતે કંટાળી રુદ્રએ તેને શોધવા સર્ચ પાર્ટી પણ મોકલી..!! તે બસ ભગવાનને પ્રાર્થના કરી રહ્યો હતો કે ચેતન અને નિરુપમા સહી-સલામત હોય..!!

સર..!! ચેતનસર અને નિરુપમા મેંમનું અપહરણ થઈ ચુક્યુ છે..!! શ્યામ વર્માએ ઓફિસમાં દોડતા આવી ન્યુઝ આપ્યાં. રુદ્ર ધબ દઈને ખુરશી પર પડ્યો.

સર..!! વર્મા રુદ્રને આમ હેબતાઇ ગયેલો જોઇ મુંઝાયો. બે મિનિટ બાદ તેણે રુદ્રને હડબડાવ્યો. રુદ્રએ તેને માથુરને ફોન લગાવી આપવા તરત કહ્યું.

આ મને શું સંભળાઇ છે..??'' રુદ્રના અવાજમાં વ્યગ્રતા હતી..!!

જી, હું એ જ તપાસ કરી રહ્યો છું..!! તું ચિંતા ના કર, બંન્ને મળી જશે..!! માથુરનો અવાજ પણ ચિંતાતુર હતો..!!

તમે રાજેશને એ કોટડીમાંથી આજે રાત્રે ભગાડો અને તેને આ કાવતરા પાછળ કોણ છે, તેની તપાસ કરવાનું કહો..!!

હા..!! કહી માથુરે ફોન મૂકી દીધો.

મંદાર સાહેબ, સિન્હા સાહેબ, અને શેખને ફટાફટ બોલાવો..!! રુદ્રએ ધ્રુજતા બોલ્યો.

શ્યામ વર્મા દોડતો બહાર ગયો. રુદ્રના કપાળ પર પરસેવાના બિંદુ જામી ગયા હતાં. તેનું મગજ વિજળીની ગતિ દોડી રહ્યું હતું. કોણ છે આ બધા પાછળ તે વિચાર તેના મગજમાં હથોડાની જેમ પડતો હતો..!!

રુદ્રએ તરત ગુજરાત DIG કરણ વાળાને ફોન જોડ્યો.

હલ્લો..!! કરણ ઉંઘમાં હોય તેમ લાગ્યું.

અત્યારે જ તમેં ઓફિસ પહોંચો..?? ઇમરજન્સી છે..!! રુદ્રએ ગીન્નાયેલા અવાજમાં આદેશ આપ્યો.

''કોણ છો ભાઇ, તમેં..?? કેમ અડધી રાત્રે રાડો નાખો છો..??'' વાળા સાહેબ આંખો ચોળતા બેડ બેઠા થઈ બગાસું ખાતા બોલ્યા..!!

રુદ્ર ચૌહાણ..!! રુદ્રએ અકળાઇને રાડ પાડતા કહ્યું.

સર...!! વાળા બેડ પર સાવધાનની મુદ્રામાં આવી ગયો.

ચેતન મહેતા અને નિરુપમા દલાલનું હજી કલાક પહેલા જ અપહરણ થયું છે..!! તમે પૂરી ફોર્સ લાગાવી દો અને બંન્નેને ગમેં ત્યાંથી શોધીને લાવો..!! જલ્દી ઓફિસે પહોંચો હું બીજી વિગત પહોંચતી કરું છું..!! કહી રુદ્ર ફોન મૂકી દીધો.

અડધી કલાક રુદ્રએ રૂમમાં આમથી તેમ આટા મારતો રહ્યો. તેના પગરવમાં વ્યગ્રતા સ્પષ્ટ દેખાતી હતી. પેલી ત્રણેય ત્રિપુટી રુદ્રની ઓફિસે પહોંચ્યા ત્યારે રાત્રીના એક વાગી ગયો હતો. આવતા પહેલા તે લોકો ઘટનાની જેટલી વિગતો મળી એટલી લઈને પહોંચી ગયા હતાં..!!

સર..!! સમાચાર ખુબજ ખરાબ છે..!! મંદારે જ રિપોર્ટ આપવાનો ચાલુ કર્યો.

શું થયું બંન્નેને..?? રુદ્રનો અવાજ તરત ઉંચો થઈ ગયો.

સર..!! એમને કશું જ નથી થયું પણ આપણા માણસોએ સમાચાર આપ્યા છે કે નાયડુ અને મહાજનના માણસો રાજકોટમાં દેખાયા હતાં..!! અને હજી અડધી કલાક પહેલા કુણાલ અને કવિપ્રિયા દેશ છોડીને જતા રહ્યા છે..!! મંદારના અવાજમાં અફસોસ હતો.

એમ કેમ જતા રહ્યા..!! રુદ્રએ રાડ નાખી..!!

મને લાગે છે કે આ કાવતરું નાયડુ સાહેબનું છે..!! અને તેમના ફોન ટેપીંગ પરથી પણ આ વાત સાબિત થઇ ગઈ છે..!! અને તે કાલે રાષ્ટ્રપતિજીને અવિશ્વાસના મતની માગણી કરવા પણ જવાના છે..!! નાયડુ અને અરવિંદ જૈનના પાસે ટોટલ 60 સાંસદો છે, જે તમારા વિરુધ્ધ મત આપશે અને 5 સામે તમે કેસ ચલાવી રાજીનામું લેવડાવી લીધું છે એટલે અત્યારે તમારી પાસે 255 સાંસદો જ છે અને એ પણ જો પાર્ટીના બીજા નેતાઓ તમારી સામે બળવો ના કરે તો..!! એટલે જો અવિશ્વાસનો મત લેવાય તો 150 સાંસદો જનકલ્યાણ પાર્ટીના અને 78 સાંસદો બીજી નાના-મોટી પાર્ટીના ભેગા થાય તો તમારી હાર નક્કી છે..!! સિન્હાએ વચ્ચે બોલતા કહ્યું.

રુદ્ર હવે સાવ સુનમુન બેસી રહ્યો. આટલા વર્ષોની મહેનત એળે જતી હોય તેમ રુદ્રને લાગ્યું. પાંચ મિનિટ સાવ શાંતિ છવાયેલી રહી...!! રુદ્રએ થોડા ઉંડા શ્વાસ લીધા, પોતાને સાવ શાંત પાડ્યો..!!

તમે આકાશ-પાતાળ એક કરીને પણ ચેતન અને નિરુપમાને શોધો બાકી બધું હું ફોડી લઈશ..!! રુદ્ર હવે સાવ શાંત થઈ ચુક્યો હતો. પેલા ત્રણેય રુદ્રની રજા લઈ જતાં રહ્યાં, રુદ્ર ખુરશી ફેરવતો ઓફિસમાં જ બેઠો રહ્યો. તેની આંખમાંથી આંસુ વહી રહ્યાં હતાં.

એ આંસુ પોતાને પડી રહેલી અત્યારની તકલીફના ન હતાં, પણ ચેતનની કિસ્મત પર તેને રડવું આવી રહ્યું હતું..!! નિરુપમાના દુખ માટે તેને પીડા થઈ રહી હતી..!! તે ભગવાનને એ પ્રશ્ન કરી રહ્યો હતો કે શા માટે અમુક લોકોના જીવનમાં કદી શાંતિ સ્થાપિત નથી થતી..?? કેમ હંમેશા ચેતન અને નિરુપમાને જ સહન કરવું પડે છે..!! ભગવાન કેમ સારા માણસોને જ તકલીફ આપતો હશે..!!

વીસ મિનિટ તે એમ જ બેઠો રહ્યો, કશું પણ વિચાર્યા વગર, સાવ ચુપચાપ..!! ત્યાં તેને કોઇના આવવાનો પગરવ સંભળાયો..!! રુદ્રએ દરવાજા પર નજર કરી તો કુસુમ ઉભી હતી. કુસુમે ઓફિસની લાઇટો ચાલુ કરી, અચાનક આખી ઓફિસમાં પ્રકાશ ભરાઇ જતાં રુદ્રએ પોતાના હાથ આંખો પર મૂકી દીધા..!!
કુસુમ ધીમેથી અંદર આવી, તે નાઇટ ડ્રેસમાં જ હતી, લુઝ ટીશર્ટ અને પેન્ટ, ગળામાં આડીતેડી ચુંદડી વીટાળેલી હતી. તે હાંફી રહી હતી..!!

મંદાર સાહેબનો મને ફોન આવ્યો હતો, હું એક સેકેંડ પણ મારી જાતને ના રોકી શકી..!!''

કુસુમે આવી હળવેથી રુદ્રનો હાથ તેની આંખો પરથી હટાવ્યો. રુદ્રની આંખો જોઇ કુસુમ એક ડગલું પાછળ ખસી ગઈ..!! રડી રડીને રુદ્રની આંખો સોજીને રાતીચોળ થઈ ગઈ હતી.!!

શું થયું..?? કુસુમે રુદ્રને હડબડાવતા પૂછ્યું. રુદ્ર ઉભો થયો, કુસુમનો હાથ પકડી સામેની ખુરશી પર બેસાડી અને તેણે ફરી અંધારું કરી પોતાની ખુરશી પર બેઠો.

આ શું છે બધું..??'' કુસુમે ફરી પૂછ્યું.

મારે અત્યારે એકાંતની જરૂર છે, તમે જાવ અને એ બંન્નેને શોધો..!!

એ કામ અત્યારે બધા કરી રહ્યા છે, મને લાગે છે કે મારી જરૂર અત્યારે અહિંયા વધારે છે..!!

તું શું મને બાળક સમજે છે..!! મારે આશ્વાસનની જરૂર નથી..!! મને મારી જાતને સમજાવતા આવડે છે અને એમાં મારે ત્રીજા વ્યક્તિની જરૂર નથી..!! રુદ્રએ રુક્ષ અવાજમાં કહ્યું.

મને ખબર છે, રુદ્ર ચૌહાણની અસીમ શક્તિઓની..!! કદાચ પોતાનું મન હળવું કરવા મને બે વાતો કરી દેશો તો તમેં નાના નહિ થઈ જાવ..!! કુસુમે છણકો કર્યો.

રુદ્ર કંઈજ ના બોલ્યો.

તમે એક વખત મારા પર વિશ્વાસ તો મૂકીને જુઓ..!! કુસુમ ફરી બોલી.

જોં...!! તું ગમે તે મહેનત કરી લે પણ મારા દિલમાં ગૌરી છે અને હંમેંશા રહેશે...!! રુદ્ર કંટાળીને બોલ્યો.

અચ્છા..!! તમને એટલી બધી હલકટ લાગું છું..?? તમારા પરમમિત્રના અપહરણનો હું અહી ફાયદો ઉઠાવવા આવી હોવ એવું લાગે છે, તમને..?? કુસુમ ગુસ્સામાં ત્રાડુકી..!!

મને માફ કરી દે..!! કે હું તારા વિષે ધારણાઓ બાંધું છું, પણ તું અત્યારે અહિંથી જા..!! રુદ્રએ વિંનંતીના સુરમાં કહ્યું.

આજે તો હું અહીથી નહિ જ જાવ..!! તમારે થાય તે કરી લો..!! તમારે વાત ના કરવી તો ચુપ થઈને બેસો, પણ હું નહિ જાવ..!! કુસુમે પોતાનો નિર્ણય સંભળાવી દીધો.

ગાર્ડ્સ..!! રુદ્રએ રાડ પાડી, દસ સેકેંન્ડમાં ગાર્ડ્સ અંદર આવી ગયાં.

આને ઉપાડીને બહાર ફેંકી દો, અને ધ્યાન રાખજો કે એ પાછી ના આવે..!! રુદ્રએ આદેશ આપ્યો.

ચીફ ઓફિસર બે ડગલા આગળ આવ્યો.

સર..!! મને મારી ગુસ્તાખી માટે માફ કરજો પણ અત્યારે તમેં એકલા રહો તે હિતાવહ નથી..!! હું કુસુમજીને વર્ષોથી ઓળખું છું, તે તમારી હિતેષ્છુ છે, અને અત્યારે તમારે તમારા

શુભચિંતકોની વધારે જરૂર છે..!! પેલું માથું નમાવીને બોલ્યો.

તમે આને બહાર કાઢો છો કે નહિ..!! રુદ્રએ રાડ પાડી..!!
જી નહિ..!! તમે કહેશો તો હું અત્યારે રાજીનામું આપવા તૈયાર છું પણ તમેં એકલા પડો એ મને મંજુર નથી...!! ચીફ ઓફિસર ફરી નમ્રતાથી બોલ્યો.

જાવ અહીથી..!! રુદ્રએ અકળાઇને રાડ પાડી..!!

ગાર્ડસના ગયા બાદ કુસુમ કશું જ ના બોલી, ચુપ બેસી રહી અને પૂનમની રાત્રી હોવાના કારણે બારીમાંથી આછી ચાંદનીમાં રુદ્રના આખો અને ચહેરો ચમકી રહ્યો હતો. તેના આંસુના ટીપા પર ચંદ્રની પ્રતિમા હતી..!! અડધી કલાક એમજ વિતી ગઈ, કોઇ કશું જ ના બોલ્યું, રુદ્ર બારીની બહાર દેખાતા ચંદ્રમાને જોઇ રહ્યો હતો અને કુસુમ રુદ્રને..!!
ત્યાં રુદ્રનો ફોન વાગ્યો..!! રુદ્રએ નંબર જોયો અને ફોન ઉઠાવ્યો.

તું હજી સુતી નથી..?? ગૌરી આટલી રાત્રે કોલ કર્યો એટલે રુદ્રએ વ્યગ્રતાથી પૂછ્યું.
તું પણ ક્યાં સુતો છે..!!! ગૌરીના અવાજમાં ભારોભાર દુખ હતું. રુદ્રએ એક ઉંડો નિશ્વાસ નાખ્યો.
હું કાલે ત્યાં આવું..?? ગૌરીએ થોડી ક્ષણોના મૌન પછી પૂછ્યું.
ના..!! અહિં વધારે ખતરો છે..!! હમણાં ઓફિસનું કામ પણ ઘરેથી જ કરજે અને બહાર જવું પડે, તો પૂરી સુરક્ષા સાથે જશે..!! રુદ્રએ તરત સુચના આપી.!!
ત્યાં તું એકલો છે..!!
તું મારી ચિંતા ના કર..!
સારું..!! જરૂર લાગે તો મને ફોન કરજો..!! અને વાત કરશો તો મન હળવું થશે..!! ગૌરી પ્રેમથી બોલી..!!
‘‘હા..!! હું તને ફોન કરીશ..!!’’ કહી રુદ્રએ ફો મૂકી દીધો..!!
કુસુમ કશું બોલી નહિ, બસ રુદ્રના વર્તનને જોયા કર્યું. રુદ્ર ઉભો થયો અને બારી પાસે ઉભો રહ્યો. ચંદ્રના પ્રકાશથી રુદ્ર ચમકી રહ્યો હતો.

તમે મને કહ્યું હતું કે હું તમને આ જનમમાં તો નહિ પામી શકું પણ તમે મારી લાગણીની કદર જરૂર કરો છો અને એ ધોરણે તમે મને મિત્ર માનશો..!! મેં આજ સુધી એક સેવકની હેસિયતથી તમારી સાથે કામ કર્યું છે અને આજે એક મિત્રની હેસીયતથી પહેલી વાર તમને પુછુ છું કે એવી કંઇ મુંઝવણો છે, જે તમને અંદરથી કોરી ખાય છે..!! કુસુમ ધીમે પણ વિનંતીના સુરમાં બોલી..!!
તું જે જાણવા માંગે છે, તે બાદ તને દુખ જ થશે..!! અને મને નફરત કરવા લાગીશ..!! રુદ્રએ કુસુમ તરફ મો કરતા કહ્યું.

એ માટે હું પછી વિચારીશ..!! હું અત્યારે ઈચ્છું છું કે મારા મિત્રનો ભાર હળવો થાય અને અથવા મને કહી દો કે તમેં મને મિત્ર માત્ર કહેવા ખાતર કહી હતી..!!

તને ખબર છે..!! કુસુમ..!! હું ગૌરીને દગો આપી રહ્યો છું..!! હું તેને અનહદ પ્રેમ કરું છું..!! પણ તેને દગો આપી રહ્યો છું..!! પ્રેમતો ચેતનનો હતો..!! અથાગ અને અપાર..!! રુદ્રએ ધીમે ધીમે બોલી રહ્યો હતો..!! કુસુમે તેને બોલવા દીધો..!! તેને અટકાવવાની કે વચ્ચે બોલવાની ચેષ્ટા કરી નહિ..!!

જ્યારે નિતેષ નિરુપમાને દિલ્હી લઈ આવ્યો, ચેતને એડી-ચોટી બળ કરી લીધું છતાં પણ તેને નિરુપમા ના મળી તો એ કાયર આત્મહત્યા કરવા જતો હતો..!! રાત્રે અગીયાર વાગ્યે, એલિસ બ્રીજથી તેણે સાબરમતીમાં ઝંપલાવ્યુ અને મારી કારનો કાફલો બસ ત્યાંથી પસાર થઈ રહ્યો હતો..!! મેં જોયું અને તરત નીચે ઉતરી હું પણ તેની પાછળ કુદ્યો..!! એ તરવૈયો હતો પણ તેને બસ પોતાને ડુબવા દેવો હતો..!! હું તેને પકડી કિનારા સુધી લાવ્યો..!! હું તેને મારી હોટેલમાં લઈ આવ્યો..!! તેનો અવાજ છીનવાઇ ગયો હતો..!! એ બસ પુતળુ બની ગયો હતો..!! હું તેને જે કહું તે બસ પાલન કરતો..!! મેં તેના માતા-પિતાનો સંપર્ક કર્યો અને આખી વાત જાણી..!! મને બસ એ માણસ ગમી ગયો..!! મેં તેના માતા-પિતાની રજા લઈ તેને સાથે દિલ્હી લઈ આવ્યો..!! ત્યારે હજી શિવ મહેલ અને મારી ઓફિસ જુનાગઢમાં બની રહી હતી..!!

બે મહિના, મેં સતત તેની સાથે વાત કરવાનો પ્રયત્ન કર્યો અને ધીમે ધીમે તે ટ્રોમામાંથી બહાર આવી રહ્યો હતો..!! છ મહિના બાદ તે સાવ સામાન્ય થયો પણ તેને સામાન્ય કરવામાં મને ખુબજ મહેનત પડેલી, હું રોજ તેને જીવવા માટે એક કલાક ભાષણ આપતો..!! એ બસ નિરૂતર રહી સાંભળ્યા રાખતો..!!

ત્યારબાદ તો એ નિરુપમાને બસ યાદ કર્યા કરતો પણ કામમાં પૂરું ધ્યાન આપવા લાગ્યો, તેના પ્રેમરસમાં મેં ભક્તિરસ ભેળવી દીધો હતો..!! અમે બંન્ને ખુબજ સારા મિત્રો બની ગયાં હતાં, મેં તેને મારી જીંદગીના તમામ સત્યો કહ્યા હતાં..!! જે માત્ર માથુર સાહેબ જાણતા અને થોડી ઘણી તને ખબર છે...!! રુદ્ર હજી બારી પાસે જ ઉભો હતો..!!

નિરુપમાને હું જ્યારે દિલ્હીથી લાવ્યો ત્યારે મારે ચેતનને સમજાવવો નહોતો પડેલો..!! ચેતને મને કહ્યું હતું કે તેની ઇચ્છા વિરુધ્ધ તેના શરીરનું શોષણ જરૂર થયું હશે..!! પણ તેનાથી તે અછુત સાબિત નથી થતી..! તેને પણ જીવવાનો અધિકાર છે..!! પ્રેમ એ કોઇ

શરીરની સુંદરતા સાથે જોડાયેલું તત્વ નથી પણ લાગણીના ધોધથી નીતરતું એક પુષ્પ છે..!! જે લોકોએ તેની સાથે અન્યાય કર્યો છે, તેને હું માફ તો નહિ કરું પણ તેમના ગુનાની સજા હું નિરુપમાને તો નહિ જ આપું, હું હજી પણ તેની સાથે લગ્ન કરવા તૈયાર છું..!! ત્યારે મેં તેને એક સલાહ આપેલી કે એ નિરુપમાને કદી પણ તેના ભૂતકાળના બે વર્ષો વિષે એ ના પુછે..!! તે મારી વાતનો મર્મ સમજી ગયેલો અને તેણે આજે લગભગ ચાર-પાંચ વર્ષ માત્ર નિરુપમા સામે હતી છતાં તેની રાહ જોવામાં કાઢી નાખ્યા..!! કેવી ધીરજ..!! અને હું જેને મેં પંદર વર્ષ પ્રેમ કર્યો, તેનાથી એક વાત સત્ય ના કહી શક્યો..!! પણ તેં..!! ચેતનની માત્ર એક નબળાઇ છે, અવિશ્વાસ..!! તેને હંમેંશા મનમાં ઘુમરાયા કરે છે..!! તેની સાથે કોઇ દગો કરી બેસશે..!! તે મારા સિવાય કોઇપણ ઉપર વિશ્વાસ કરતો નથી..!!

તેની કર્તવ્યપરાયણતા અદભુત છે..!! તેની સચ્ચાઇ હિમાલયના પહાડ જેવી છે..!! જ્યારે હું ડગલેને પગલે જુઠ્ઠું બોલો છું..!! મારા સ્વજનોને છેતરું છું..!! કોઇ મને નથી ઓળખતું..!! ઘણી વાર તો મને એમ લાગે છે કે આ બધું હું શું કરી રહ્યો છું..?? મારી પાસે એટલી બધી માહિતી સબુતો સાથે પડી છે કે હું ધારું તો રાતોરાત બધા જ સાંસદો અને વિધાનસભ્યોને જેલ ભેગા કરી દઉ પણ હું નથી કરી શકતો...!!! કારણ મને નથી ખબર..!! પણ કદાચ મને એમ લાગે છે..!! કે આ બહેરી મુંગી પ્રજાને કંટ્રોલ કરવા મારે આ બધાની જરૂર છે..!!

તું આવી એ પહેલા હું આ જ વાતને લઈને રડી રહ્યો હતો..!! કે હવે હું, હું નથી રહ્યો..!! મારો માર્ગ મેં બદલી નાખ્યો છે..!! મારું આત્મમંથન એ સ્પષ્ટ સુચવે છે કે હવે, મને સત્તાની લાલચ લાગી છે..!! મને આ ખુરશી માટે મોહ જાગ્યો છે..!! હું કાલે જ રાજીનામું આપી જુનાગઢ પાછો જતો રહેવાનો છે..!!"

હવે કેમ...?? તમારી પાસે હવે તો મોકો છે કે તમે પરિવર્તન લાવી શકશો..!! અને હવે તમે ભાગવાની વાત કરો છો..?? કુસુમથી બોલ્યા વિના ના રહેવાયું.
એક નેતાને હોવા જોઇએ તેવાં ગુણ મારામાં હવે નથી રહ્યાં, હું સ્વાર્થી છું, સત્તા લાલચું છું, હું ખુબજ ગંદી રાજનીતિ રમું છું, લોકોને છેતરું છું, અને આ બધા અવગુણો સાથે આ ખુરશી પર બેસી, હું બધાનું અહીત જ કરીશ..!! રુદ્ર પાછો કુસુમ સામે આવીને બેઠો..!!

તો તમારા બાદ, કોણ..?? શું એ સત્તા લાલચું નહિ હોય..?? શું એ આ દેશના લોકોનું હિત કરી શકશે..?? અને આ જ તો તમારી પરીક્ષા છે..!! કે તમે એક નેતા તરીકે કેવી રીતે ઉભરી આવો છો..!! મને નથી ખબર કે તમેં ગૌરી દીદીને શું દગો આપ્યો છે..!! પણ તેની પાછળ જરૂર કોઇ કારણ હશે..!! કુસુમે વિશ્વાસ સાથે કહ્યું.
મારો સ્વાર્થ..!! એ જ કારણ છે..!! હું ગૌરીને સારી રીતે ઓળખતો હતો..!! મેં તેના પિતાની હકીકતો વિષે કહ્યું તે બાદ તે કદી તેના પિતાનો સાથ ના આપત..!! મારે તેની સાથે

ખોટું બોલવાની કોઇ જ જરૂર ન હતી..!! પણ એ રાત્રે જ્યારે તે મને કોઇ બીજી વ્યક્તિ સમજી પ્રેમ કરવા લાગી ત્યારે તેને પામવાની ઇચ્છામાં મેં પણ એ જુઠ્ઠાણું ચલાવ્યે રાખ્યું..!! મને હજી ખબર છે કે હું ગૌરીને સાચું કહી દઈશ. તો એ લોકો સામે કશું જ નહિ કહે, પણ ખાનગી રાહે મને નફરત કરશે..!! તો શું આવો માણસ આ ગાદી પર બેસવાને યોગ્ય છે..!! રુદ્રએ ફરી કુસુમને કહ્યું.

તમે એ જુઠ્ઠાણાનો ફાયદો રોજ ઉઠાવો છો..?? કુસુમથી પુછાઈ ગયું.
હું એ રાત્રી બાદ, તેનાથી દુર જ ભાગું છું..!! મારામાં સચ્ચાઇ કહેવાની હિમ્મત નથી..!! મને લાગે છે કે હું ગૌરીને હંમેશા માટે ખોઇ બેસીસ..!! રુદ્ર માથું નીચે રાખીને બોલ્યો.

ચેતનસર, આ બાબતે શું કહેતા..??
શું અત્યારે ચેતનને એ લોકો સતાવી રહ્યા હશે..?? કે નિરુપમાનો ઉપયોગ કરી ચેતનને લાચાર કરી, તેની પાસેથી માહિતી કઢાવી રહ્યા હશે..!! રુદ્રને કંઇક યાદ આવતા તરત બોલાઇ ગયું, તેની આંખોની પીડા સ્પષ્ટ તરી આવતી હતી..!!

એ બંન્ને મરી જશે પણ કશું બોલશે નહિ..!! કુસુમ વિશ્વાસ અપાવતી હોય તેમ બોલી..!!
મેં પણ ગૌરી પર બળાત્કાર જ કર્યો કહેવાય..!! નહિ..!! હંમેશા સ્ત્રી જ કેમ શોષણનો શિકાર બનતી હોય છે..!! રુદ્રએ ફરી વાત બદલી..!! કુસુમ રુદ્રની અંદર ચાલી રહેલા દાવાનળને સમજી શકતી હતી. રુદ્રને અત્યારે આરામની જરૂરત હતી..!! પણ કુસુમ બસ ત્યાં બેસી રહી..!!

મને આનો જવાબ ખબર નથી..!!
રાજેશ, મને ઘણી વખત કહેતો કે એ લાચાર બાળકીઓની ચાડો તેને ગાંડો કરી નાખે છે, હું તેને પાછો બોલાવી લઉ..!! મેં તેને કહ્યું કે આપણે થોડી રાહ જોવી પડશે,,!! સમય અનુકુળ થવા દે..!! મેં ચાર વર્ષ આંખ આડા કાન કર્યા..!! કેટલી છોકરીઓને મેં મારી આંખો સામે રોળાવા દીધી..?? રુદ્ર હવે માનસિક દુખમાં એટલો બધો ગરકાવ થઈ ચુક્યો હતો કે તે બસ બોલી રહ્યો હતો. પોતે કરેલા પાપોને યાદ કરી રહ્યો હતો..!!

પણ હવે તમે હજારો બાળકી અને સ્ત્રીઓને એ નરકમાં જતાં જ અટકાવી શકશો..!! આજે તમારી પાસે સત્તા છે અને તમેં એનો ઉપયોગ કરી શકો છો..!! કુસુમને બસ ફટાફટ સવાર પાડવી હતી, રુદ્રની નિરાશા તેનાથી સહન નહોતી થઈ રહી..!
આજે દેશમાં એક લાખ કરતા પણ વધારે સ્ત્રીઓ આ ધંધામાં છે, અને કદાચ આજે હું એ લોકોને એમાંથી બચાવી પણ લઉ, તો આગળ શું..?? સમાજ એમને સ્વીકારશે..?? સરકાર સાવ ફ્રીમાં તેમને ખાવા-પીવાનું આપશે....?? નિરુપમા અને તેની સાથે છોડાવેલી ઘણીબધી

સ્ત્રીઓને મેં નજીકથી જોઇ છે..!! એ લોકો અંદરથી સાવ તુટી ચુકી હતી..!! હું લોકોને પ્રોત્સાહિત કરી શક્યો કારણ કે તેમની સંખ્યા ઓછી હતી અને એ આંકડો મોટો થશે, ત્યારે તેમને કોણ સંભાળશે..?? કુસુમને અત્યારે રુદ્રની વાતો નહોતી સમજાઇ રહી, ચેતનના અપહરણે તેના મગજ પર ઉંડી અસર કરી હતી, તે પાક્કું હતું.

આજ રાત્રે શું, નિરુપમા ફરીથી ચુંથાશે..!! ચેતન શું આ ઘા જીરવી શકશે..!! રુદ્રની આંખો ફરીથી ભીની થઈ ગઈ..!! ટેબલ પર પડેલા પેપરવેટનો તેણે જોરથી ઘા કર્યો. જે સામેની દિવાલ સાથે અથડાઇને નીચે પડ્યુ.
પોલીસ અને આપણા એજંટો પૂરી મહેનત કરી રહ્યા છે..!! બંન્ને મળી જશે..!! કુસુમે ફરી આશ્વાસન આપ્યું.

કાલથી બજેટ સત્રના બીજા ભાગનો પ્રારંભ થવાનો છે..!! તમને નબળા પાડવા જ આ કાવતરું ઘડાયું છે..!! તમેં તમારા વ્યક્તિગત દુખ માટે પુરા દેશને અંધારામાં ના ધકેલી શકો..!! તમે ઓળખો છો, તમારી જાતને..!! આજે તમારા પર માત્ર તમારો હક નથી, આ દેશને તમારી જરૂર છે..!! કુસુમે ઉભી થઈ રુદ્રના બંન્ને હાથ પકડીને દબાવતા કહ્યું.

હું નપુંસક છુ..!! નપુંસક..!! તને ખબર નથી કે હું કોણ છું..!! હું ગમેં તેટલો તાકતવર થવાનો દાવો કરતો હોવ પણ એ બધી અફવાઓ છે..!! હું ઢોંગી છું..!! આજે ભારતનો વડાપ્રધાન થઈને પણ હું એક સ્ત્રીને સાચું નથી કહી શકતો..!! મારા મિત્ર અને તેની પત્નિને બચાવી નથી શકતો..!! રુદ્ર રડતા રડતા પોતાના હાથ ટેબલ પર પછાડ્યાં.

કુસુમ સમજી ચુકી હતી, કે આ અપહરણના કારણે રુદ્રનો કાળો ભૂતકાળ તેની નબળાઇ, બધું છતું કરી રહ્યો છે..!! તે માનસિક રીતે ભાંગી પડ્યો છે, નહિતર તે આટલી અંગત વાતો કુસુમ સાથે તો ક્દી ના કરે...!!

તમારે આરામની જરૂર છે..!! આપણે સવારે વાત કરીએ..!! કુસુમ રુદ્રને ઉભો કરવા મથી રહી હતી..!!
ના..!! આજે બેસ તું..!! તું મને પ્રેમ કરે છે..!! હું તને સમજાવું છું કે આ રુદ્ર ચૌહાણ કોણ છે...!! બેસ..!! તું...!! રુદ્રએ રાડ નાખી. કુસુમ હેબતાઇને બેસી ગઇ,,!!

હું એક વેશ્યાનો દિકરો છું, એક હરામી..!! રુદ્રએ ફરીથી રાડ નાખી, તેની આંખો રાતીચોળ થઈ ચુકી હતી. એ રાત્રીમાં રુદ્રનો અવાજ બધાને સ્પષ્ટ સંભળાઇ રહ્યો હોત. પણ સદભાગ્યે ચીફ ઓફિસરે, બધા ગાર્ડસને બિલ્ડીંગની બહાર મોકલી દીધા હતાં..!! પોતે પણ ઘણો દુર જતો રહ્યો હતો. એટલે અંદર ચાલી રહેલી વાતો સંભળાતી હતી, પણ શું વાત થઈ રહી છે તે નહોતું સમજાઇ રહ્યું.

મુંબઈમાં રહેતો, એ જ કમાટીપુરામાં..!! હું આઠ વર્ષનો થયો ત્યાં સુધી હું ત્યાં જ રહ્યો..!! એ ગલીચ માણસો અને હવસખોરોના હરામના પૈસે મેં ખાધું હતું, મારું પોષણ થતું હતું, મને જેવું તેવું યાદ છે, કે મારી માતા આ ધંધામાં આવવા નહોતી માંગતી પણ મારા ભરણપોષણ માટે તેણે પણ આ દેહવ્યાપારનો ધંધો સ્વીકારી લીધો..!! મારી માને મેં ઘણી વખત એકલા એકલા રડતી જોઇ છે, તેને બીજાના હાથે માર ખાતા જોઇ છે, એ બાળપણના દ્ર્શ્યો મારા મગજમાંથી હટતા નથી..!! એક દિવસ મને કોઇએ વેંચી દીધો..!! ખબર નહિ કે એ મારી મા હતી કે બીજું કોઇ..!! મને રાતોરાત દુબઈ મોકલી દેવામાં આવ્યો હતો..!! મેં બે વર્ષ શેખ લોકોની ગુલામી કરી..!! એ સમય મારી જીંદગીનો સૌથી કપરો સમય હતો, હું એ બધું સમજવા અને સહન કરવા ઘણો નાનો હતો, હું દેખાવડો હતો, એટલે હું ખુદ પણ તેમની હવસનો શિકાર થયેલો..!! આજે પણ એ દિવસો યાદ આવે છે, તો શરીરમાં કમકમાટી ઉપડી જાય છે..!! એક દિવસ મેં કંટાળીને આત્મહત્યા કરવાની કોશિશ કરી, પણ હું બચી ગયો..!! મને જેણે ખરીદ્યો હતો. તેણે મને ખુબ માર્યો..!! તેની હોટેલ હતી, જ્યાં તે ખાનગી ધોરણે દેહવ્યાપારનો ધંધો ચલાવતો..!! મને તે પોતાના ઘરે જ રાખતો..!!

તેની પત્નિને મારા પર ખબર નહિ કેમ દયા આવી અને મને પૈસા આપ્યા અને ભગાડી દીધો..!! પણ દુબઈમાંથી જવું ક્યાં અને કરવું શું એ જ ના સમજાયું..!! મારી પાસે કોઇ ઓળખપત્ર ન હતું..!! પૈસા પણ પુરા થઈ ગયાં..! મેં ભુખ્યા બે દિવસ એ રણમાં કાઢ્યા, અને અંતે એ જ નરકમાં હું પાછો આવ્યો..!!! મેં જોયું કે પેલાએ તેની પત્નિની શું દશા કરી છે..!! અને તે દિવસે પણ તે તેને મારી રહ્યો હતો. મને કશું જ ના સુજ્યું અને તેની તલવાર તેના પેટ હુલાવી દીધી..!! પેલી સ્ત્રી રાડારાડ કરવા લાગી..!! મને ડર લાગ્યો કે પોલીસ મને પકડી જશે, મેં તેને શાંત પાડવાની કોશિશ કરી, તે ભાનમાં આવી, તેને સમજાયું કે મેં શું કામ એ કર્યું..!! તેની પાસે હતા, એટલા મને આપ્યા અને મને ભારત જવાનો રસ્તો બતાવ્યો. મારે પણ દુબઈથી બહાર નીકળવું હતું, મેં દરિયા તરફ દોટ મૂકી, અને એક જહાજમાં છુપાઇને ચડી ગયો..!!

સદભાગ્યે એ જહાજ ભારત પાછું આવી રહ્યું હતું..!! હું ફરીથી મુંબઈ જ ઉતર્યો..!! મારી પાસે 5000 દિરહામ હતાં, એક ઓફિસરે, મને પોર્ટની બહાર નીકળતા પકડી લીધો..!! તેણે

મારી તલાશી લીધી અને બધા દિરહામ તેણે લઈ લીધા, મને જવા દીધો..!! ફરીથી હું મુબઈની ધરતી પર રજળતો હતો..!!

પણ મારામાં ફરીથી જીવવાની ઇચ્છા થઈ...!! મેં ચોરી કરવાનું ચાલુ કરી દીધું, હું મુંબઈની અંધારી આલમમાં પ્રવેશી ચુક્યો હતો..!! નાનો હતો, પણ મારી બુદ્ધિથી એ લોકો ઘણા પ્રભાવિત થયા હતાં, મારી પાસે કોઇ નામ ન હતું, બધા મને છોટું જ કહેતા..!! એક દિવસ, મને મારો ઉસ્તાદ કોઇને છોકરીને પકડી લાવ્યો હતો..!! મને અત્યારે તેનો ચહેરો પણ યાદ નથી, પણ તેની ચીખો મારાથી સંભળાઇ નહોતી રહી..!! મને મારી મા વારંવાર યાદ આવતી હતી..!! અને એ સમયે ઉસ્તાદના બધા સાથીઓ ઘણા દુર હતાં..!! હું રૂમમાં ઘુસ્યો અને ઉસ્તાદના કપાળ પર ચાર ગોળી ધરબી, હું ભાગ્યો..!! એ રિવોલ્વર મારી પાસે જ હતી..!! મને ખબર નહિ કે છોકરીનું પછી શું થયું પણ બસ ભાગ્યો..!!

મને કશું જ ના સુજતા, હું કમાટીપુરામાં પાછો આવ્યો..!! મારી માને શોધવા લાગ્યો..!! મને એ ક્યાંય ના મળી..!! મેં તપાસ કરી તો ખબર પડી કે મારા ગાયબ થયા બાદ, તે આ બધું છોડીને ક્યાંક ભાગી ગઈ હતી..!! ઉસ્તાદના સાથીઓ મને શોધતા શોધતા, કમાટીપુરામાં આવી ગયા..!! હું ફરીથી ભાગ્યો.

દુરભાગ્યે એક પોલીસ ઓફિસરે મને રોકવાનો પ્રયત્ન કર્યો, મને એમ લાગ્યું કે એ મને પકડી જશે..!! મેં તેના પર પણ ગોળીઓ ચલાવી..!! અને ભાગવા લાગ્યો..!! એક માલગાડી સ્પીડ પકડી રહી હતી અને હું બેસી ગયો..!! હું દોડી દોડીને થાકી ચુક્યો હતો, જીંદગીથી કંટાળી ચુક્યો હતો..!! મને એ છોકરીની ચીસો, મારી માતાનું આક્રંદ અકળાવી રહ્યું હતું, મને થયું હું ટ્રેનમાંથી કુદી જાવ, પણ જીગરના ચાલી, બસ હું તેમાં જ પડ્યો રહ્યો..!! હું થાકીને સુઇ ગયો, કેટલો સમય ઉઘ્યો મને ખબર નહિ પણ જ્યારે મારી ઉંઘ ઉડી ત્યારે હું જુનાગઢમાં હતો. હું જુનાગઢમાં ઉતર્યો, મારી ભાષા એ લોકોથી અલગ હતી..!!" રુદ્રની આંખોમાં ચમક આવી ગઈ હતી, તેને કોઇ અલૌકિક આંનંદ થઈ રહ્યો હોય તેવું કુસુમને લાગી રહ્યું હતું. રુદ્ર આગળ કશું બોલે તે પહેલા ફોન રણકી ઉઠયો..!!

હેલ્લો..!! મંદાર સાહેબનો નંબર જોઇ ગૌરીએ જ ઉપાડ્યો. એક મિનિટ બાદ કુસુમેં ફોન મુક્યો, તેના ચહેરા પર એક પ્રકારની સ્થિરતા હતી..!! રુદ્ર અંધકારમાં કુસુમના ચહેરાના ભાવો વાંચવાનો પ્રયત્ન કરી રહ્યો હતો..!!

જેતપુર પાસે..!! ચેતનસર અને નિરુપમા ઘાયલ હાલતમાં પડ્યા હતાં..!! ચેતનસરે ચારેય અપહરણકારીઓને મારી નાખ્યા છે, પણ તે ખુબજ ઘવાયા હતાં..!! નિરુપમાજીની હાલત ખુબજ ગંભીર છે..!! પણ ચેતનસર બચી ગયા છે અને ખતરાથી બહાર છે..!! કુસુમ મહમહેનતે બોલી શકી..!!

બેં માથી કોઇપણ આગળ કશું જ ના બોલ્યું.

પ્રકરણ - 24
બજેટ સેશન

એ ફોનબાદ રુદ્ર તરત બહાર નીકળી ગયો..!! કશું જ ના બોલ્યો..!! કુસુમ પણ ત્યાં જ જડવત થઈને બેસી રહી. નિરુપમાની હાલત ખુબજ ગંભીર હતી. તેમને ચાર ગોળી વાગી હતી, તેમનું બચવું મુશકેલ હતું. હવે ચમત્કાર સિવાય તે બચે તેમ ન હતી.

જ્યારે બીજીબાજુ કુસુમે આજે રુદ્રનું એક અલગ જ રૂપ જોયું હતું. રુદ્રના કાળા ભૂતકાળના પડછાયો કુસુમને ધ્રુજાવી રહ્યો હતો...!! રુદ્ર જુનાગઢ પહોંચ્યો, પણ પછી શું..?? એ કેવી અહીં સુધી પહોંચ્યો..?? તે કુસુમને જાણવું હતું. પણ રુદ્રની મનોસ્થિતી બરાબર ન હતી..!! તે ભાંગી ચુક્યો હતો. કુસુમને રુદ્રને ઉભો રાખી હજી સાંભળવો હતો પણ કુસુમને તેને બોલાવવની હિમ્મત ના થઈ..!! અને તેનું મન પણ ચેતન અને નિરુપમાની ચિંતામાં વ્યગ્ર હતું.

કુસુમને મનમાં બીજો ડર એ હતો, કે કાલે જ્યારે રુદ્ર સાંસદો વચ્ચે જશે ત્યારે શું થશે..!! રુદ્ર રાજીનામાનો વિચાર કરતો હતો..!! સાચે કાલે સરકાર બરખાસ્ત કરી દેશે..!! કુસુમ રુદ્રને આમ એકલો મૂકી શકે તેમ ન હતી એટલે તે પણ તેની પાછળ ગઈ..! રુદ્રની વેદના અને એકલતાની સાક્ષી તેની ઓફિસ, નિર્જીવ અને કઠોર બની ત્યાંજ જડાઇ રહી..!!

રુદ્ર ચાલતો વડાપ્રધાન નિવાસની બહાર નીકળી ગયો. તેણે સુરક્ષા અધિકારીને સ્પષ્ટ સુચના આપીને ગયો હતો કે કોઇપણ સંજોગોમાં તેનો પીછો ના થવો જોઇએ..!! રુદ્રનું મુડ ભાપી ગયેલા સુરક્ષા અધિકારીએ રુદ્ર સાથે કોઇ દલીલ ના કરી..!! રુદ્ર મેઇનરોડ પર એકલો ચાલવા લાગ્યો. મોડી રાત્રી હોવાથી એકલ દોકલ વાહનોની અવર જવર હતી..!! રુદ્ર માથું નીચે રાખીને બસ ચાલ્યે જતો હતો. રુદ્રની પાછળ છુપાઇને તેના સુરક્ષા કર્મીઓ પણ આવી રહ્યા હતાં..!!

પંદરેક મિનિટ બાદ એક કાર રુદ્ર પાસે આવીને ઉભી રહી. રુદ્રએ જોયું તો કુસુમ હતી..!! રુદ્રએ ગુસ્સામાં આવી જોરથી પોતાનો પગ કારના દરવાજાને માર્યો.

"ભગવાનની ખાતર મને એકલો કેમ નથી મૂકી દેતી..??" રુદ્રથી રાડ નખાઇ ગઈ..!!
એટલું મોટું જોખમ હું ના લઈ શકું.!! કુસુમે ધીમેથી દરવાજો ખોલતા બોલી. એ સમયે રુદ્રનો ફોન રણક્યો. રુદ્રએ જોયું તો માથુર સાહેબનો નંબર હતો.
હા..!! બોલો...!! રુદ્રના અવાજમાં પીડા વર્તાઇ આવતી હતી.
નિરુપમા.... નિરુ... માથુર સાહેબ ફોન પર જ રડી પડ્યાં. રુદ્ર બાકીની વાત સમજી ગયો. નીચે રોડ પર જ ઢીલો થઈને બેસી ગયો.

''બોલો, શું થયું નિરુપમાને..??'' રુદ્રનો અવાજ સાવ દબાઇ ગયો હતો.
નિરુપમા.. હવે આપણી વચ્ચે નથી રહી...!! માથુર સાહેબ મહામહેનતે પોતાના પર કાબુ રાખતા બોલ્યા.
''ચેતન..??'' રુદ્ર સાવ જડ થઈ ચુક્યો હતો.
તેને માથામાં ખુબ જ વાગ્યુ હતું, તે બચી તો ગયો છે, પણ કોમામાં જતો રહ્યો છે...!! માથુર સાહેબથી હવે આગળ વાત થાય તેમ ન હતી. રુદ્રએ ફોન કાપી નાખ્યો.

કુસુમ કારની બહાર ક્યારની આવી ચુકી હતી. રુદ્રની આંખો સાવ કોરી હતી. ચહેરો સાવ પથ્થર જેવો થઈ ચુક્યો હતો. કુસુમે સિક્યુરીટીને ઇશારો કર્યો એટલે ચાર ઓફિસરો દોડતા આવી પહોંચ્યાં. રુદ્ર બસ ચુપચાપ બેસી રહ્યો. બે ઓફિસરે તેને ઉભો કરી કારમાં બેસાડ્યો અને પાછા પંચવટી આવી ગયાં. ઓફિસરોએ રુદ્રને તેના બેડરૂમ સુધી પહોંચાડ્યો, ત્યાં સુધીમાં કુસુમ ઉંઘની ગોળી અને પાણી લઈને પહોંચી ગઈ..!! રુદ્રએ કોઇપણ દલીલ વગર દવા પી લીધી, અને દવાની અસરમાં તેને ઉંઘ પણ આવી ગઈ.

સવારમાં નિરુપમાનું કમકમાટી ભર્યુ મૃત્યુ ચર્ચાનો વિષય બની ચુક્યુ હતું, આરોપો સીધા અરવિંદ જૈન પર જઈ રહ્યા હતાં...!! કુણાલનું રાતોરાત ભાગી જવું શકમાં વધારો કરી રહ્યું હતું. જે ચાર વ્યક્તિ મૃત્યુ પામ્યા તેમની પણ તપાસ થઈ રહી હતી..!!

કુસુમે મંદાર સાહેબને રુદ્રને તરત ન મળવા કહ્યું હતું. એટલે તે છેક સવારે આઠ વાગ્યે પંચવટી પહોંચ્યાં, રુદ્રએ અમુક લોકોને બેરોકટોક આવવા-જવાની પરવાનગી આપેલી હતી. એટલે મંદાર સાહેબને રુદ્રના બેડરૂમ સુધી પહોંચતા વાર ના લાગી..!! રુદ્ર ઉંઘી રહ્યો હતો.!! મંદાર સાહેબ રુદ્રની બાજુમાં બેઠા અને તેના માથા પર હળવે હળવે હાથ ફેરવવા લાગ્યા..!! મંદાર સાહેબે પોતે લગ્ન નહોતો કર્યા,પણ તેમણે પોતે પાંચ અનાજ બાળકોને ઉછેરીને મોટા કર્યા હતાં. રુદ્રને પણ તે પોતાના પુત્રની જેમ જ પ્રેમ કરતા..!! પણ કદી તેમણે પોતાની મર્યાદા ઓળંગી ન હતી પણ આજે તેમને રુદ્રની દયા આવી રહી હતી...!!
''સર...!!'' મંદાર સાહેબ રુદ્રને ધીમેથી હડબડાવ્યો..!! રુદ્ર ઝબકીને ઉભો થયો.
રુદ્રની આંખો તેની પીડાનું બયાન આપી રહી હતી. તેને કાલરાત્રીની ઘટનાઓ ફ્લેશબેકની જેમ યાદ આવી ગઈ, તેને હવે વાસ્તવિકતાનો સામનો કર્યા સિવાય છુટકો ન હતો..!! તે કશું પણ બોલ્યા વગર ઉભો થયો અને સીધો બાથરૂમમાં જતો રહ્યો, મંદાર સાહેબ નીચે હોલમાં રુદ્રની આવવાની રાહ જોવા લાગ્યા..!!

એક કલાક બાદ રુદ્ર નીચે આવ્યો..!! તેણે આછા ઓફક્રિમ કલરનો લિનનનો અડધી બાયનો શર્ટ પહેર્યો હતો અને હંમેશાની જેમ બ્લેક પેન્ટ..! કાળા ચશ્મા અને ક્લીન સેવ..!! વિશ્વાસ સાથે પગથીયા ઉતરતો રુદ્ર, મંદાર સાહેબ સામે જઈને બેઠો..!! મંદાર સાહેબને તેમની આંખો પર વિશ્વાસ ના આવ્યો......!!! હમણાં જોયેલો રુદ્ર અને આ રુદ્ર બંન્નેમાં કેટલો ફરક

છે..!!

મને ફટાફટ કાલ રાત્રીનો રિપોર્ટ આપો..!! મારે આજે સંસદનું મારું પહેલું સત્ર એટેંડ કરવાનું છે..!! રુદ્ર છાપું હાથમાં લેતા બોલ્યો.
''તમે તમારા પર આટલો બધો કાબુ કેવી રીતે રાખી શકો છો..?'' મંદાર સાહેબથી પુછાઇ ગયું.
હું કાબુ નહોતો રાખી શક્યો એટલે જ કાલરાત્રે નબળો પડ્યો હતો અને મારી નબળાઇ કોઇ સામે છતી પણ થઈ ગઈ..!! પણ હું ક્યાં સુધી અફસોસ કરીશ..!! હવે જે બની ગયું તે બની ગયું..!! હું તે બદલી નથી શકવાનો..!! અને મારા અંગત સ્વાર્થ માટે હું સમષ્ટીનું અહિત ના કરી શકું..!! મારે હિમ્મત રાખવી જ પડે, મંદાર સાહેબ..!! રુદ્રના ચહેરા પરથી તેના ભાવો સ્પષ્ટ નહોતાં અને આંખો પર તેણે ચશ્મા લગાવેલા હતાં..!!

સર..!! એ લોકો ચેતન અને નિરુપમાજીનું અપહરણ કરાવામાં સફળ તો થયા હતાં પણ ચેતને ચાલાકી કરી તેમના ચંગુલમાંથી ભાગી નીકળ્યો હતો અને માથુર સાહેબને મદદ માટે ફોન કર્યો હતો..!! નિરુપમાજી ત્યારે તેમના કબ્જામાં જ હતા..!! ચેતને કોઇ તેમને મદદ કરવા પહોંચે તે પહેલા જ, તે ચારેય પર હુમલો કર્યો પણ અને પંદર મિનિટની અથડામણ બાદ, તે ચારેય મરીચુક્યા હતાં..!! પણ તે બંન્નેને પણ ગોળીઓ વાગી હતી..!! માથુર સાહેબ જ્યારે ટીમ સાથે ત્યા પહોંચ્યા, ત્યારે ખેલ સમાપ્ત થઈ ચુક્યો હતો..!! તપાસ પરથી એ ખ્યાલ આવ્યો કે પેલા ચારેય નવા જ માણસો હતાં..!! તેમની પાસેથી કોઇ ફોન કે બીજુ કશું પણ મળ્યું નહોતું, રિવોલ્વર પણ ચોરી કરેલી હતી..!! મંદાર સાહેબે રિપોર્ટ આપ્યો. રુદ્ર એક મિનિટ શાંત રહ્યો.

તમને કોના પર શક છે..!!
નાયડુ અને મહાજને પણ અપહરણનું કાવતરું કરેલું પણ તે સફળ થયા હોય તેવું મને નથી લાગતું..!! આ કામ કોઇ ત્રીજાનું છે..!!
''કોણ હોઈ શકે..??''
એ અંદાજો લગાવવો ખુબજ અઘરો છે, મને થોડો સમય આપો..!!
કુસુમને જુનાગઢ પહોંચાડો..!!
કુસુમ, તેજપાલ સાહેબના ઘરે પ્રવેશ મેળવી ચુકી છે..!! અને હવે તેને હટાવશું તો તેજપાલને શક જશે..!!
તેજપાલ અત્યારે આપણા માટે ચિંતાનો વિષય નથી..!! અને ગૌરી-કુસુમની બહેનપણી છે, એટલે કુસુમ તેને મળવા જ જાય છે..!! એવું જ કહેવાનું છે..!! મારે કોઇ એવો માણસ મારા મહેલમાં જોઇએ છે, જે બધા પર ધ્યાન રાખી શકે..!! અને તેના પર કોઇને શક પણ ના જાય..!! ગૌરીનો જીવ ખતરામાં હોય એવું મને લાગે છે..!! રુદ્રએ તરત પોતાના તર્કો આગળ મુક્યા.

ઠીક છે..!!
તમે બધા સાવચેત રહેજો..!!

મંદાર સાહેબ ઉભા થયા અને બહાર નીકળી ગયા..!! રુદ્રએ માથુર સાહેબને ફોન લગાવ્યો..!!
તમે લોકો નિરુપમાનો અંતિમ સંસ્કાર કરી નાખજો..!! હું નહી આવી શકું..!! રુદ્રએ કશું જ સાંભળ્યા વગર ફોન મૂકી દીધો..!! તેણે એક ઉંડો શ્વાસ લીધો અને પોતાના ચશ્મા કાઢ્યા..!! તેની આંખો લાલ અને ભીની હતી. તે ઉભો થયો અને સંસદ ભવન જવા નીકળ્યો.

>>>>>>>>>>>>>>>>>>>>><<<<<<<<<<<<<<<<<<<

"આ શું ભાંગરો વાટ્યો છે, તમે..??" દિલ્હીની ભીડમાં બે વ્યક્તિ ધીમે ધીમે એકબીજા સાથે વાત કરી રહ્યાં હતાં..!!
મને પણ નથી ખબર કે એ બંન્ને ભાગવામાં કેવી રીતે સફળ થયા..!! પણ સાહેબ ઉપર આંચ નહી આવે, તેની જવાબદારી હું લઉ છું..!! મે એ ચારેયનો બહુ ચાલાકીથી સંપર્ક કર્યો હતો...!! ગમે તેવી તપાસ કરશે..!! પણ કોઈને કશું જ હાથ નહી લાગે..!! બીજાએ ધીમેથી કહ્યું.
આજ પછી મારો સંપર્ક કરતો નહી..!! ચાર-પાંચ મહિના ગાયબ થઈ જા..!! અને બીજા ત્રીસ માણસોની વ્યવસ્થા કર..!! આ વખતે બહુ મોટો હુમલો કરવાનો છે...!! પણ જો જે એ લોકો ખચકાવા ના જોઇએ..!! પહેલાએ ગંભીરતાથી કહ્યું.
કામ થઈ જશે..!! બીજાએ આત્મવિશ્વાસથી કહ્યું. બંન્નેએ હાથ મિલાવ્યા અને છુટા પડ્યાં..!!

>>>>>>>>>>>>>>>>>>>>><<<<<<<<<<<<<<<<<<<

20 મે 2015

આજે બજેટ સેશનનો છેલ્લો દિવસ હતો..!! પૂરું બજેટ સેશન પૂર્ણપણે નિષ્ફળ અને નાટકીય નીવડ્યું હતું. બે નાના બીલો સિવાય કશું જ પાસ ના થયું. વિપુલ મહાજન અને બીજી પાર્ટીઓ છેક સુધી દિનદયાલ અને શક્તિસિંહના ગુનાહોની માટે સજાનો રાગ આલાપી સંસદને કશું જ કામ ના કરવા દીધું..!! વિપુલ મહાજને પુર જોશથી રુદ્ર અને લોકશક્તિ પાર્ટીનો વિરોધ કર્યો.

રુદ્ર પુરા બજેટ સેશન દરમિયાન ચુપ જ રહ્યો..!! તેણે પ્રશ્નોત્તરી સેશનમાં અમુક પ્રશ્નોના જવાબ આપ્યા, એથી વિશેષ તેણે કશું જ કર્યુ નહી..!! બધા રાડો પાડતા રહ્યા અને સામે ઉત્તર અપાતા ગયા પણ કામના સંદર્ભમાં મીંડુ જ હાથમાં લાગ્યું. રુદ્ર ત્રાસી ગયો હતો, આ અભણ નેતાઓથી..!! ના કોઇ શિસ્ત, ના કોઇ રીતભાત, બસ નાના છોકરાની જેમ હઠ પકડીને રાડો જ નાખવી..!!

રુદ્ર બિમારીનું બહાનું કાઢી ચાર દિવસ તો સદનમાં આવ્યો જ નહી..!! ન્યુઝ પેપર અને મીડિયામાં તેની ખુબજ નિંદા થઈ રહી હતી..!! રુદ્ર બધાને અવગણી રહ્યો હતો..!! રુદ્ર માટે આ સેશન પતવું જરૂરી હતું..!! તેને બસ આ દિવસોમાં સમય જ પસાર કરવો હતો..!! નેતાઓના મગજમાંથી રુદ્રનો ડર સાવ નીકળી ચુક્યો હતો.

બધાને એમ જ લાગી રહ્યું હતું કે તેના મિત્ર પર થયેલા હુમલાના કારણે તે સાવ ભાંગી પડ્યો છે..!! ચેતન હજી કોમામાં જ હતો..!! અને રુદ્ર એકપણ વખત તેને મળવા અમદાવાદ નહોતો ગયો..!!

આંધ્રપ્રદેશ અને તમિલનાડુમાં ચુંટણીના શંખ ફુકાવાની તૈયારી થઈ રહી હતી..!! ચેતન પર હુમલો કરનારા અને નિરુપમાના હત્યારાઓને કોણે આ કામ સોંપ્યું હતું, તે હજી કોઇ જાણી શક્યું ન હતું.

કુસુમ છેલ્લા પંદર દિવસથી જુનાગઢમાં હતી, અને જીણવટથી બધી જ ગતિવિધીઓ પર ધ્યાન રાખી રહી હતી..!! ગૌરીને પણ આશ્ચર્ય થઈ રહ્યું હતું કે કુસુમ આટલા બધા દિવસ કેમ રોકાઇ ગઈ..!! કુસુમ ઉડાવ જવાબ આપતી કે તેને હવે આ મહેલ પચાવી પાડવાની ઇચ્છા થઈ ગઈ છે..!! ગૌરી બિઝનેસમાં પુરેપુરી ઓતપ્રોત થઈ ગઈ હતી...!! તે રુદ્રને ફોન કરતી પણ રુદ્રના ઉદાસ અવાજ તેને અકળાવી મુકતો..!! તેને રોજેરોજ રુદ્રને મળવા જવાની ઇચ્છા થતી, પણ રુદ્ર દરેક વખતે સુરક્ષાનું બહાનું આપીને ટાળી દેતો..!! રુદ્ર નિરુપમાના બારમાંમાં પણ નહોતો આવ્યો એટલે ગૌરીને રુદ્રની ચિંતા ખુબજ વધી ચુકી હતી..!!

રાજેશને જેલમાંથી ભગાડી દેવાયો હતો...!! અને તે અત્યારે દિલ્હીમાં છુપા વેશમાં રહી બધા પર ધ્યાન રાખી રહ્યો હતો. જ્યારે દિનદયાલ અને નિતેષ દુનિયામાં શું ચાલે છે, તે જેલમાં બેઠા બેઠા ટીવી પર જોતા..!! અને રોજ દિવસો ગણતા હતાં..!! તેમને ન તો કોઇ મારતું, કે ના કોઇ ટોર્ચર કરતું, બસ આખો દિવસ એ કોટડીમાં પડ્યા રહેતા..!! બંન્નેની દાઢી પણ ખાસ્સી એવી વધી ચુકી હતી..!! આ એકાંતવાસની બંન્ને પર અલગ અલગ અસર થઈ હતી..!!

નાયડુને એ સવારે જ્યારે ખ્યાલ આવ્યો કે ચેતન પર હુમલો કરનારા તેના માણસો ન હતાં, ત્યારે તે પોતે પણ મુંઝાયો હતો..!! તેણે જ્યાં સુધી, રુદ્રના આ નવા દુશ્મનની જાણકારી ના મળે, ત્યાં સુધી ચુપ રહેવાનું જ નક્કી કર્યુ..!! અવિશ્વાસના મતની વાત પણ મુલતવી રાખી..!! જો રુદ્રનો દુશ્મન મજબુત હોય તો તેની સાથે હાથ મિલાવી રુદ્રને પાછો પાડવો અઘરી વાત ન હતી..!!

પ્રકરણ - 25

હાશ..!

22 મે 2015, પંચવટી, સવારના પાંચ

રુદ્રનો રોજનો દિનચર્યા ક્રર્મ બદલી ચુક્યો હતો..!! સવારમાં તે પાંચ વાગ્યે જાગતો, બગીચામાં જઈને બે કલાક એકલો બેસતો અને પોતાના કરેલા કર્મો પર વિષે વિચારતો..!! ભવિષ્યની યોજનાઓ બનાવતો..!! તે હવે કોઇ જ ફરક નહોતો પડતો, કે કોણ તેની સાથે છે અને કોણ નથી..!! તેણે માથુર સાહેબ સાથે સાવ ઔપચારિક વાતો સિવાય બીજી વાતો કરવાનું છોડી દીધું હતું.

રોજ ચેતનને યાદ કરતો, તેની સાથે ગાળેલા સમયને યાદ કરતો, છેલ્લા ઘણા વર્ષોથી ચેતન તની સાથે તેના પડછાયાની જેમ રહ્યો હતો. રુદ્રએ ઘણી વખત મહેનત કરી હતી કે ચેતન અને નિરુપમા એક થઈ જાય પણ તે સફળ ના થઈ શક્યો, પણ ગૌરીએ રમત રમી બંન્ને એક કરી દીધા..!! તે વાતનો રુદ્રને સંતોષ હતો. પણ રુદ્રએ એ વાત વિચારીને સમસમી ઉઠતો કે જ્યારે ચેતનને હોશ આવશે અને તે નિરુપમા વિષે પૂછશે ત્યારે તે શું જવાબ આપશે..!! ચેતન અત્યાર સુધી એ આશા એ તો જીવી રહ્યો હતો કે એક દિવસ નિરુપમા તેની થઈ જશે..!! પણ હવે તે કોના સહારે જીવશે..??

રુદ્રની આસપાસના લોકોને લાગી રહ્યું હતું કે રુદ્ર હવે તેનો જાદું ગુમાવી રહ્યો છે..!! નિરુપમાને ના બચાવી શક્યાનો અફસોસ રુદ્રને અંદરથી કોરી ખાતો હતો...!! શું તેનો મિત્ર ચેતન આખી જીંદગી એકલો જ રહેશે..?? આ સવાલ તેને અકળાવી મુકતો હતો..!! સંસદમાં બેઠા બેઠા પણ રુદ્રના મગજમાં આવા જ સવાલો ઘુમ્યા કરતાં..!! તે બહારથી એવું નાટક કરતો કે તેને કશો જ ફરક નથી પડતો પણ હકીકતમાં તે અંદરથી ખાલી થઈ ચુક્યો હતો..!! બીજાઓ સામે તે કઠોર થવાનું નાટક કરતો પણ તે જાણતો હતો કે તે અંદરથી તુટી ચુક્યો હતો..!!

રુદ્ર અંદરથી ભાંગી ચુક્યો હતો, પણ નબળો નહોતો પડ્યો. તેણે હજી હાર નહોતી માની..!! તે બસ આ બજેટ સેશન પૂરું થવાની રાહ જોતો હતો. અને આજે તે ફરી પોતાના એ જ રૂપમાં દુનિયા સામે આવવનો હતો. માત્ર ફરક એટલો હશે કે પહેલા જે તેના દિલમાં જુનુન હતું, તે સાવ ઓસરી ચુક્યું હતું..!! તે હવે માત્ર પોતાના જીવનનું લક્ષ મેળવવા જ મથી રહ્યો હતો. ઔપચારીકતાના ભાગ રૂપે..!!

આજે સવારે પણ તે એકલો બગીચામાં બેઠો હતો..!! સામે અડધા દેખાતા ચાંદ અને નવા ઉદય થનાર સુર્ય તરફ એકીટસે એ જોયા કરતો હતો.

શું હું અહી બેસી શકુ..?? કોઇ સ્ત્રીનો અવાજ પાછળથી સંભળાયો એટલે રુદ્રએ ચોંકીને જોયું, તો ગૌરી ઉભી હતી. રુદ્ર એક ક્ષણતો ખમચાઇ ગયો પણ બીજી ક્ષણે તે ગૌરીને બાજી પડ્યો..!! ગૌરીને પોતાના બાહુપાશમાં જકડી લીધી અને રુદ્રની આંખોમાંથી સરવાણી ફુટી પડી..!!

ગૌરીએ પણ તેના ઉના આલિંગનો એવો જ પ્રતિસાદ આપ્યો. બંન્ને બે મિનિટ બસ એકબીજાને વળગી રહ્યાં..!! પછી બંન્નેને ખ્યાલ આવ્યો કે તે બંન્ને બહાર બગીચામાં બેઠા છે, એટલે ખચકાઇને છુટા પડ્યા અને પોતપોતાની ખુરશી પર બેઠા..!!

''તું કેવી રીતે આવી..??'' રુદ્રએ પહેલો સવાલ કર્યો.
મારે તો, આવવાનું જ હતું, બસ બહાનું શોધતી હતી..!!
''અને ક્યાં બહાને પધાર્યા છો..??'' રુદ્ર સ્વસ્થ થવાનો પુરો પ્રયત્ન કરી રહ્યો હતો.
એ તો પછી કહીશ, પણ અત્યારે હું એકલી નથી આવી, પુરા પરિવારને સાથે લઈને આવી છું..!! ગૌરી રુદ્રનુ મુડ સારું કરવાના પ્રયત્નો કરવા લાગી.
''માથુરસાહેબ અને મીનાક્ષીભાભી પણ આવ્યા છે..??''
હા..!! એ બંન્ને ઉંઘ પુરી કરવા ગેસ્ટરુમમાં સુઇ ગયાં..!! અને કુસુમ તેના ઘરે ગઈ..!!
''મને અકળાવ નહી, બોલોને કેમ બધા અચાનક પહોંચી ગયા..??''
મે કહ્યુંને તું ઉતાવળો ના થા..!! તારા બધા જ પ્રશ્નોનો જવાબ મળશે..!! પણ પહેલા મને એ કહે કે આ શું હાલત બનાવી છે..?? ગૌરીએ ખોટું ખોટું ગુસ્સે થતા કહ્યું.
તારા શરીરને જોતા તો એવું લાગે છે કે તું મહિનાની બિમારી બાદ હમણાં જ ઉભો થયો હશે..!! અને મહારાજ કહેતા હતાં કે તે ઘણા દિવસથી જમવાનું સાવ ઓછું કરી નાખ્યું છે..!! ગૌરીએ ઠપકો આપ્યો.
ના..!! એવું કશુંજ નથી, હવે તમે બધા આવી ગયા છો ને..!! બધું બરાબર થઈ જશે..!! રુદ્ર ફરી ચંદ્રમાં સામે જોવા લાગ્યો.
''તું મારી સાથે જુઠ્ઠું કેમ બોલ્યો..??'' ગૌરીએ રુદ્ર સામે આંખ કાઢતા પુછ્યું
''તું ક્યાં જુઠ્ઠાણાની વાત કરે છે..??''
''તે મારી સાથે કેટલું જુઠ્ઠું બોલ્યો છે..?? તે આવા સવાલો કરે છે..??''
''મતલબ કે હું શું જુઠ્ઠું બોલ્યો છું..??''
''હવે ખોટો બન નહી, મને બધી જ ખબર પડી ગઈ છે..??''
''શું ખબર પડી ગઈ છે..??'' રુદ્રનું હ્રદય જોરજોરથી ધડકી રહ્યું હતું.
''તું મને કેટલો પ્રેમ કરે છે..??''
''તું આ પાછો કેવો સવાલ કરે છે..??''
''તું મને કેટલો પ્રેમ કરે છે..??''
બહુજ
"તું મને રુદ્ર બનીને વધારે ચાહે છે કે રમેશ બનીને..??''

મહેરબાની કરીને આવા વાહિયાત સવાલો ના કર..!!
તું મને રુદ્ર બનીને વધારે ચાહે છે કે રમેશ બનીને? ગૌરી વધારે ભાર દઇને બોલી.

ખબર નહી..!! રમેશનું અસ્તિત્વ તો ક્યારનુંય ભુંસાઇ ચુક્યું છે..!! બસ હવે તો હું રુદ્ર બનીને જ જીવી રહ્યો છું..!!'' રુદ્રને ખ્યાલ આવી જ ગયો કે ગૌરીને ખબર પડી ગઈ છે, પણ તે હવે વધારે જુઠ્ઠું બોલવા નહોતો માંગતો, ગૌરી જે સજા આપે તે સ્વીકારી લેવા મનોમન નક્કી કરી લીધું હતું..!! હવે તેને આમપણ રસ ઉડી ગયો હતો, એટલે બસ તે પણ ચેતનના દુખમાં ભાગીદાર થવા તૈયાર થઈ ગયો..!!

''એક વાતનો સાચો જવાબ આપીશ..??'' "હંમ..!!"

તું રમેશ નથી ને..?? કોઇ બેહરૂપીયો છે ને..?? રુદ્ર થોડી ક્ષણો તો ગૌરીની આંખો જ વાંચી રહ્યો હતો..!! જેમાં ન ગુસ્સો હતો, કે ના અકળામણ, તેની આંખો ભરેલી લાગતી હતી..!! રુદ્ર ગૌરીની અંદર ચાલી રહેલા દાવાનળને મહેસુસ કરી શકતો હતો..!! પણ આ દાવાનળ આટલો શાંત કેમ છે, તે રુદ્રને નહોતું સમજાઇ રહ્યું.

ના..!! હું રામાનુજ આચાર્યનો દિકરો રમેશ નથી..!! રુદ્રએ હિમ્મત કરી અને કહી દીધું, અને ગૌરી જે કાંઇ પણ સજા આપે તે સ્વીકારી લેવા તૈયાર થઈ ગયો..!! પણ રુદ્રનો જવાબ સાંભળ્યા બાદ, ગૌરીએ એક નિસાસો નાખ્યો અને ખુરશીને ટેકો દઈ એ ઉગતા સુર્ય પહેલાના અજવાળા સામે મીટ માંડી..!!

રુદ્ર..!! સાચું કહું તો જે દિવસે મને સચ્ચાઇનો સામનો થયો, એ દિવસે મને એમ લાગ્યું કે મારું સર્વસ્વ છીનવાઈ ચુક્યું છે..!! તારો દગો મારાથી સહન નહોતો થઈ રહ્યો..!! પણ એ દિવસે ચેતનભાઇ અને નિરુપમાનું અપહરણ થઈ ગયું...!! તે રાત્રે જ્યારે મેં તારી સાથે વાત કરી, ત્યારે હું સચ્ચાઇ જાણતી હતી પણ તારું દુખ જોઇને મને તને કશું કહેવાની ઇચ્છા જ ના થઈ..!! હું તે રાત્રે ચેતનભાઇની ચિંતામાં અને મારા દુખમાં આખી રાત જાગી હતી..!! બસ વિચાર્યા કરતી હતી કે તે શા માટે મને દગો આપ્યો..!! સવાર પડ્યુ..!! આખા મહેલમાં ગમગીનીનું વાતાવરણ હતું..!! ચેતનના મમ્મી ખુબજ રડી રહ્યાં હતાં..!! હું બસ બધાને સંભાળવામાં જ પડી હતી..!!

ઓફિસ સ્ટાફની ઘણી છોકરીઓ, ચેતનભાઇના સમાચાર સાંભળી સવારમાં મહેલે દોડી આવી હતી..!! હું બધા સાથે બેઠી અને આશ્વાસન આપી રહી હતી..!! એમાં બે છોકરીઓ તો રડતી બંધ થતી ન હતી..!! મને જ્યારે તેમની સાથે આવેલી બીજી છોકરીઓએ કહ્યું ત્યારે ખબર પડી કે તે લોકો પણ દિનદયાલના કબ્જામાં હતી..!! તે અને ચેતનભાઇએ મળીને

તેમની બચાવી હતી..!!

તેમના ઘરે જ્યારે તમે બંન્ને તેને મુકવા ગયા, ત્યારે તેના મા-બાપે તેમને સ્વીકારવાની ના પાડી દીધી..!!, પણ તમે બંન્ને તેમને સાથે મહેલે પાચા લાવ્યા, તેનો અધુરો અભ્યાસ પુરો કરાવ્યો અને નોકરી પણ અપાવી. એ બધાને તમારા બંન્ને પર ઉંડી શ્રધ્ધા હતી..!! મે એ વાત નિરુપમામાં પણ જોઇ હતી,તે તારી ભક્તિ કરતી હતી..!!

ત્યારે મને વિચાર આવ્યો કે આ માણસ એક સ્ત્રીને દગો કેવી રીતે આપી શકે..?? આવો માણસ શા માટે ખોટું બોલે..??" ગૌરીએ એકપણ વખત રુદ્ર સામે ના જોયું, બસ તે થતાં સુર્યોદય સામે જોતા ક્યાંક ખોવાઇ ગઈ હોય તેમ બોલી રહી હતી...!!

મને હજી આ વાતનો જવાબ મળે તે પહેલા કુસુમ શિવમહેલ પહોંચી, અમે આખો દિવસ સાથે રહેતા..!! નિરુપમાના બારમાં વખતે તેણે ખુબ દોડાદોડી કરી હતી..!! બધાને જાતે પીરસી જમાડ્યા હતાં..!! મને કુસુમમાં કંઇક બદલાઇ ગયું હોય તેમ લાગી રહ્યું હતું..!! મારી વિચારશક્તિને મેં વધુ જોર આપ્યું, ત્યારે મને ખ્યાલ આવ્યો કે આ સ્ત્રી પણ તારા જ ઇશારે ચાલતી હશે..!! આ વખતે મેં તેને મોઢાં પર જ પૂછી લીધું કે તારી અને રુદ્ર વચ્ચે શું સંબંધ છે..?? અને ધમકી પણ આપી તેનું જુઠ્ઠાણું મને પસંદ નહી પડે..!! તેણે એક ક્ષણ પણ ખચકાયા વગર મને કહી દીધું કે તારી સાથે કામ કરે છે અને તે અહીં બધાનું ધ્યાન રાખવા જ મોકલી છે..!!

અમારે એ દિવસે બહુ લાંબી ચર્ચા ચાલી અને ચર્ચાના અંતે મને તેણે એ રાત વિષે પણ કહ્યું જ્યારે તે તારી હકીકત અભાનપણે તેને જણાવી દીધી હતી..!! એ બાદ મેં ખુબ મનોમંથન કર્યુ. તને નફરત કરવાના પ્રયત્ન કર્યા પણ હું સફળ ના થઈ શકી..!! હું ગાંડી હતી કે મૃત માણસ પાછળ મારા જીવનનું બલિદાન આપવાનો વિચાર કરતી હતી..!!

હું વિચારો જડ બની ચુક્યા હતા, કે હું માનતી કે હું રમેશ સિવાય કોઇની ના થઈ શકું..!! એક પતિવ્રતા સ્ત્રીની જેમ મને એમ જ લાગ્યા કરતું કે એ બાળપણનો પ્રેમ જ મારી માટે સર્વસ્વ હતો..!! પણ તે જે રમેશના નામનો ઉપયોગ કર્યો તે બરાબર ન હતું..!! હું તને એ વાત માટે કદી માફ નહી કરી શકું..!! તે મારી સાથે ખોટું બોલીનો મારો પ્રેમ પામવાની કોશિશ કરી...?? પણ એમાં સાવ તારો પણ વાંક ન હતો, હું આંધળી થઈ ગઈ હતી..!! જો મારો પ્રેમ રમેશ માટે સાચો હોત તો તને સ્પર્શ કરતા જ મને ખ્યાલ આવી જવો જોઇતો તો કે તું એ નથી...!!

એટલે જેટલી ભુલ તે કરી એટલી જ મે કરી..!! તો મારી ભુલની સજા હું તને આપું એ પણ યોગ્ય નથી..!! મને નથી ખબર કે, તું રમેશને ક્યારે મળ્યો, તારો આચાર્ય કાકાના ઘર સાથે

શું સંબંધ છે..!! મને કોઇ જ પરવા નથી..!! અને મને હવે જાણવાની ઇચ્છા પણ નથી...!!" ગૌરી એકધારું બોલ્યે જતી હતી, અવાજમાં ન તો કોઇ ભાવ હતો, ના લય બસ તેના મોઢામાંથી વાક્યો નીકળી રહ્યાં હતાં, રુદ્ર એક એક વાક્યને પકડીને તેને સમજવાનો પ્રયત્ન કર્યે જતો હતો, પણ ગૌરીને અટકાવવાનું સાહસ તે નહોતો કરવા માંગતો.

એક દિવસ હું તારા રૂમને પહેલી વખત જોવા ગઇ હતી..!! મને ખબર પડી કે ત્યાં કોઇને જવાની પરવાનગી નથી, એ રૂમની સાફ-સફાઇ પણ તું જ કરે છે..!! એ જાણીને મને આશ્ચર્ય થયું, મે લોક તોડાવ્યો અને અંદર ગઇ..!! હું બસ ત્યાં ઉબરે જ ખોડાઇ ગઇ..!! સામેથી દિવાલ માત્ર મારા ચહેરાની છબીથી રંગાયેલી હતી..!! તેની સામેની બાજુએ તારો બેડ હતો, એટલે તું રોજ ઉઠીને મારો એ હસતો ચહેરો જોતો હોઇશ એવું મને લાગ્યું.

રૂમમાં ફર્નીચર સાવ ઓછું હતું, પણ આખો રૂમ મારી નાની વસ્તુઓથી ભરેલો હતો..!! મે લખેલી ચોપડીઓ..!! મારી પસંદીદા ચોપડીઓની એક નાની એવી લાયબ્રેરી હતી..!! ડ્રોવરના ખાનામાં પડેલો એક જાડો આલ્બમ મારા ફોટાઓનો ભરેલો હતો, ત્યારે મને અહેસાસ થયો કે લંડનમાં પણ તે મારી પાછળ સતત જાસુસો રાખેલા હતાં..!! અને જ્યારે મને કોઇ તકલીફ પડતી, ત્યારે કોઇ અજાણી મદદ મને હંમેશા પહોંચતી, તેનું રહસ્ય પણ તે દિવસે ખુલ્યું..!!

તારી પાસે એટલી તાકાત હતી કે તું મારું અપહરણ કરાવી શકે..!! મારા પિતા પાસે મારો હાથ માંગી શકે..!! અને લગ્ન માટે મજબુર કર્યા બાદ પણ તે મને પુરી સ્વતંત્રતા આપી હતી..!! આજે મને સમજાય છે કે તે મારી સાથે લગ્ન કર્યા તેમાં તારો રાજકીય ઉદ્દેશ હતો,પણ આ રાજકીય લગ્નમાં તું જ નુકશાનમાં રહ્યો..!! તે મને લગ્ન પહેલા, જ્યારે મે તૈયાર થવાની ના પાડી ત્યારે કહેલું કે "જ્યારે નજીકના ભવિષ્યમાં, તમે મારા પ્રેમમાં પાગલ થશો અને તમને આપણા લગ્ન યાદ આવશે, એ સમયે તમને જ તમારી આડોડાઇ પર ગુસ્સો આવશે..!!" એ વિધાન મારા મગજમાં હંમેશા ચકરાયા રાખતું અને તારી આ વાત મને એ વિચારવા મજબુર કરતી કે તારો મને દગો દેવાનો કોઇ ઉદ્દેશ ન હતો..!! મને છેતરવાની તારા મનમાં કોઇ જ યોજના ન હતી..!!

એ રાત્રીના સંજોગો જ કંઇક એવા હતા કે કદાચ....!!" ગૌરી આગળના બોલી, તેણે રુદ્ર સામે જોઇ લીધું. રુદ્ર નીચે મોં રાખીને સાંભળી રહ્યો હતો. ગૌરીએ નિશ્વાસ નાખ્યો. એકધારું બોલીને થાકી ગઈ હતી. પણ રુદ્રએ ઉંચું ના જોયું, તે ગૌરી આગળ બોલે તેની રાહ જોવા લાગ્યો.

તું ખોટું બોલ્યો એ કદાચ, તારી નબળાઇ હતી અને તું આ જુઠ્ઠાણું આખી જીંદગી ચલાવી શકત પણ તે આપેલા દગાનો આઘાત તને મારા કરતા વધારે લાગ્યો, તે મને તારાથી દુર કરી દીધી..!! એકલો રહેવા લાગ્યો, ઘુંટાવા લાગ્યો..!! એ પસ્તાવો જ તારી સજા હતી..!! આજે મને ખબર નથી કે મેં તને માફ કર્યો કે નહી પણ હાં હું તને નફરત નથી કરતી અને પ્રેમ કરું છું કે નહી તે મને સ્પષ્ટ નથી થતું.!! પણ હા મારા મગજમાં જે રમેશના પ્રેમને લઈને જે વહેમ હતો, તે હવે ભાંગી ચુક્યો છે..!! કદાચ બાળપણથી હું અમરપ્રેમની ગાથાઓ સાંભળતી એટલે મને હંમેશા એમ લાગતું કે પ્રેમ હંમેશા એક વખત થાય..!! સ્ત્રી પહેલી વખત જેને પોતાનો માને, તેને તે કદી ભુલી ના શકે..!! પણ તને ખબર છે રુદ્ર..!!

કુસુમ તને અનહદ પ્રેમ કરે છે, પણ તેનામાં તને મેળવી લેવાની ભાવના નથી, તને એનો બનાવીને સંતાડી દેવાની ઘેલછા નથી, તે મારી ઈર્ષા નથી કરતી, તેણે કોઇ બલિદાન પણ નથી આપ્યુ, બસ તે તને ચાહે છે, એ જ તેના માટે મહત્વનું છે..!! નિરુપમા દીદી ચેતનભાઇને પ્રેમ કરતાં હતાં..!! પણ તે કદી તેમને કહી ના શક્યાં, હંમેશા તે અપરાધભાવથી ઘેરાયેલા રહ્યા, અને જ્યારે ચેતનભાઇને એમ લાગ્યુ કે હવે તેને તેના જીવનની ખુશી મળી ગઈ, ત્યારે તે જ તેમને છોડીને બહુ દુર ચાલ્યા ગયા..!!

આ પીડાથી અત્યારે તું પીડાઇ રહ્યો છે..!! જો તું મને પ્રેમ કરે છે, તો મને કહે..!! તારાથી જો ભુલ થઈ છે તો તેને કબુલ કરવાની હિમ્મત રાખ..!! મારે મારી જીંદગી આમ મુંઝવણમાં નથી કાઢવી...!!" ગૌરીએ હવે છેક રુદ્રની આંખોમાં જોયું. રુદ્રની આંખોમાંથી સતત અશ્રુધારા વહી રહી હતી, તે સજળ આંખે ગૌરીના ઝાંખા દેખાતા પ્રતિબિંબને જોઇ રહ્યો હતો..!!

ગૌરીની આંખો જ્યારે તેની સાથે ટકરાઇ ત્યારે તે ધ્રુજી ઉઠયો. તેણે પોતાને ગૌરીના ખોળામાંજ પડતો મુક્યો..!! સુરક્ષા અધિકારીનું ધ્યાન બંન્ને પર ગયું, તેને એ તો ખબર ન હતી કે શું વાત થઈ રહી છે, પણ તેને લાગ્યુ કે આ દ્રશ્ય હવે તેના સાથી ગાર્ડ્સના જુએ એ વધારે સારુ, એટલે બધા આધા-પાછા થઈ ગયાં, જ્યાંથી રુદ્ર અને ગૌરી દેખાતા ન હતાં..!! બંન્નેને ખુલ્લા આકાશ નીચે એકાંત આપી દીધું..!!

રુદ્ર કશું પણ બોલ્યા વગર રડી રહ્યો હતો..!! આ રડવું રોજની જેમ ખાલી ન હતું પણ તેમાં ઉપકારની ભાવના ભળેલી હતી, ગૌરીએ તેનો સૌથી મોટો ભાર હળવો કરી દીધો હતો..!!

ગૌરી રુદ્રના વાળને સહેલાવતી બસ ત્યાં એમજ બેઠી રહી..!! બંન્ને વાત નહોતા કરી રહ્યા બસ, એકબીજાને સમજી રહ્યા હતાં..!!

રુદ્રએ ઘણા સમય સુધી ગૌરીના ખોળામાંથી માથુ ઉચું જ ના કર્યુ બસ, તે રડતો રહ્યો પોતાનું મોં છુપાવી તે રડતો રહ્યો..!!

ઘણા સમય બાદ ગૌરીએ હળવેથી રુદ્રનું માથું ઉચું કર્યુ, રુદ્ર ત્યાં જમીન પર જ બેસી ગયો. ખુરશીને ટેકો આપ્યો અને પોતાના બંન્ને પગ લાંબા કર્યા..!! ગૌરી પણ ખુરશીને થોડી ખસેડીને નીચે રુદ્રના ખોળામાં માથું નાખી ચતાપાટ સુઇ ગઈ...!! બંન્નેની આંખો મળી..!! રુદ્રની આંખોમાં કોઇ દર્દ ન હતું..!! ગૌરીની આંખોમાં કોઇ ખાલીપો ન હતો. ગૌરીએ હળવેથી રુદ્રનો હાથ પકડ્યો અને પોતાના પેટ તરફ લઈ ગઈ અને તેના પર મુક્યો અને આંખ મિચકારી..!! રુદ્રની આંખો મોટી થઈ ગઈ...!!

"શું તું આ ખબરથી ખુશ ના થયો..??" ગૌરીએ આંખ જીણી કરતા, ખોટેખોટું ગુસ્સે થતા કહ્યું..!! રુદ્ર માટે હવે આટલી ખુશી, એકસાથે મેળવવી હવે તેની સામર્થ્ય બહારની હતી..!! તે બસ ગૌરીને વળગી પડ્યો..!!
એ શરમાવ થોડા..!! આમ ખુલ્લેઆમ અશ્લીલ હરકતો કરતા બંન્નેને શરમ નથી આવતી...??" પાછળથી મીનાક્ષીભાભીનો અવાજ આવ્યો.

રુદ્ર અને ગૌરી ભડકીને ઉભા થઈ પાછા ખુરશી પર બેસી ગયા..!! પોતાની ભીની આંખોને તરત લુંછી નાખી..!!
"શું ભાઇ રુદ્ર..!! હમણાં તારા અહંકાર બહુ આવી ગયો છે..!! મને ભુલી ગયો છે કે શું..??" માથુર સાહેબે રુદ્રનો કાન પકડતા ઠપકો આપ્યો.
માફ કરજો, બસ હું મારામાં જ ગુંચવાઇ ગયેલો પડ્યો હતો, એટલે..!! રુદ્રએ હાથ જોડીને માથુરસાહેબની માફી માંગી..!!
હવે તું ચિંતાના કરતો..!! અમે આવી ગયા છીએ..!! અને તને શું લાગે છે કે અમને તારી વેદના નહી સંભળાતી હોય..?? માથુર સાહેબે રુદ્રના ખભા પર બે ધબ્બા માર્યા.

હું સાચું કહું, રુદ્ર તો મારું મન બદલવા અને મને સમજાવવામાં સૌથી મોટો ફાળો માથુરસાહેબનો હતો..!! આ આખી યોજના તેમની જ હતી..!! ગૌરીએ માથુરસાહેબનો આભાર માનતી હોય તેમ બોલી..!!

એટલે..!! પ્લીજ મને આખી વાત કરોને..?? રુદ્રએ માથુર સાહેબને વિનંતિ કરી..!!
માથુરસાહેબને લાગ્યું કે તે ફસાઇ જશે એટલે તે તરત ઉભા થઈને ભાગ્યાં, મીનાક્ષીએ જ વાત કરવાનો ભાર ઉપાડ્યો..!

એમાં થયું એવું રુદ્રભાઇ કે, જ્યારે જર્મનીથી ગૌરી બહેન ફ્રાન્સ ગયા ત્યારે મને લાગ્યુ કે તમારા બંન્ને વચ્ચે કાંઇક તો થયું હશે..!! મે એમને પુછ્યું તો બસ એ ઉડાવ જવાબ આપી..!! વાતને ઊડાવી દેતા, પછી એક દિવસમે તેમને ખુબજ ફ્રોર્સ કર્યો ત્યારે તેમણે મને કહ્યું કે તમે ગૌરીબહેનને સાથે ખોટું બોલી છેતર્યા છે..!! હું જાણતી હતી કે તમારો એવો કોઇ ઇરાદો નહી હોય, પણ હવે જે બની ગયું, તેને બદલી તો ના શકાય..?? એટલે અમે બંન્નેએ તમને કેમ ભેગા કરવા તે માટે વિચારવા લાગ્યા, અને એમના મગજમાં એક યોજના આવી ગઈ..!! તેમણે જે દિવસે ગૌરીબહેન ફ્રાન્સથી પાછા આવ્યા,ત્યારે સવારના આઠેક વાગ્યા હતાં..!! બહેન મહેલ આવ્યા અને થોડો આરામ કર્યો પછી હું તેમના રૂમમાં ગઇ અને એક મરાઠી નવલકથા, તેમના હાથમાં મૂકી દીધી..!! એ ચોંકી ગયા કે હું શા માટે આ નવલકથા તેમને આપુ છું..?? મીનાક્ષી વાતમાં પુરો મસાલો ભરી બોલી રહ્યા હતાં. ગૌરીથી બે વખત હસાઇ ગયું. પણ રુદ્ર ધ્યાનથી વાત સાંભળી રહ્યો હતો.

તો બહેને તરત મને કહ્યું કે મને ક્યાં મરાઠી વાંચતા આવડે છે..? તો હું ડાહી થઈને બોલી કે, લો પતિ મરાઠીમાં મહારથી છે અને મેડમને મરાઠી આવડતું જ નથી..!! ત્યારે ગૌરી બહેનનો ચહેરો જોવા જેવો થઈ ગયો હતો..!! એ મને પુછે કે રુદ્રને મરાઠી આવડે છે..?? મે કહ્યું હાસ્તો વળી..!! મરાઠી એમની માતૃભાષા છે..!!!'' મીનાક્ષી હસવા લાગી..!! રુદ્ર ગુંચવાયો. ''પણ આ વાત પરથી ગૌરીને કેવી રીતે ખબર પડે કે હું રમેશ નથી..??

તે તો મને મુર્ખ જ સમજી હશે ને..?? તેમણે મને જ્યારે કહ્યું કે મરાઠી તારી માતૃભાષા છે, ત્યારે જ મને કંઇક ગોટાળો લાગ્યો અને માથુરસાહેબે ભાભીને આ લાઇન બોલવાનું ખાસ કહેલું, એ મને પછી ખબર પડી..!! ગૌરીએ ચોખવટ કરી..!!
તો તે બીજી માહિતી કેવી રીતે મેળવી..??

ગુજરાતી માણસની માતૃભાષા મરાઠી કેવી રીતે હોઇ શકે..?? એ વાત મને સતાવી રહી હતી એટલે ભાભીના ગયા બાદ મે તારા રૂમમાં શોધખોળ કરી..!! તારી એક કવિતા વાંચી જે તે મરાઠીમાં લખી હતી..!! મે તારા જુના રેકોર્ડિંગ્સ પણ ચેક કર્યા,તેમા મને એક ભાષણ મળી આવ્યું, તે જે એક વખત તે મહારાષ્ટ્રની સ્કુલમાં મરાઠીમાં આપેલું, તે મેં સાંભળ્યું એટલે મારો શક પાક્કો થયો..!! મે હવેલીમાં કામ કરતા તમામ જુના લોકોની સાથે મુલાકાતો ચાલુ કરી, ત્યારે મને ઘણા એવા મળ્યા કે જે આચાર્યકાકાને ખુબજ સારી રીતે ઓળખતા અને મને પણ..!! અને મને ત્યારે જ જાણવા મળ્યું કે રમેશની લાશનો તેમણે જાતે અંતિમસંસ્કાર કર્યો હતો..!! હું એ સમયે ભાનમાં ન હતી, એટલે મને કશું જ યાદ નહોતું. અને મને અચાનક બનેલી ઘટનાઓ અને તારા પાકીટમાં ફોટાઓ જોઇ, હું તને જ રમેશ માની બેઠલી, પછી જ્યારે મારો વહેમ ભાંગ્યો...!!

હું કંઇક વિચારું કે તને ફોન કરું તે પહેલા મીનાક્ષીભાભી આવીને મારી સાથે વાતે વળગી ગયા અને વાંરવાર એ વાત પર ભાર મુકવા લાગ્યા કે તું મને કેટલો પ્રેમ કરે છે.....!!!

તેમણે મારાથી આ વાત એ સમયે છુપાવી જ કે એમને બધી ખબર છે..!! અને પછી રાત્રે ચેતનભાઇવાળી ઘટના ઘટી અને મારું આખું ધ્યાન એમાં પોરવાયું એટલે મે તરત તને આ બાબતમાં ફોન ના કર્યો...'' ગૌરીએ નિશ્વાસ નાખ્યો.

મને નથી ખબર કે માથુર સાહેબે મને સમજાવવા શું યોજના બનાવેલી પણ હું એટલું જરૂર કહીશ કે આપણે આજે સાથે છીએ તો ચેતનભાઇ અને નિરુપમાદીદીના કારણે..!! એ ઘટના ના બની હોત તો મને નથી લાગતું, કે હું મારી જાતને સમજાવી શકી હોત..!! ગૌરીના ચહેરા પર દર્દ તરી આવ્યું. મીનાક્ષીએ ઘડિયાળમાં જોયું સાડા છ થઈ ગયા હતાં..!! તે બંન્નેની વાતોમાં ખલેલ પહોંચાડ્યા વગર જ નાસ્તો બનાવવા ઉભા થઇ જતા રહ્યાં..!! રુદ્ર અને ગૌરીનું ધ્યાન ઉભા થઈને જઈ રહેલા મીનાક્ષીભાભી તરફ હતું પણ ગૌરીએ ભાવાવેશમાં બેધ્યાન પણે બોલ્યે રાખ્યું.

પછી કુસુમ આવી,તેને ખ્યાલ આવી ગયો હતો કે મારા મનમાં કંઇક ચાલે છે, અને મને તેના પર શક ગયો હતો. અંતે અમે બંન્ને ગેરસમજણ દુર કરવા બેઠા..!! તેણે મને બધી હકીકત કહી...!! તેણે મને સાથે એ પણ કહ્યુ કે આ બધું કહી તે રુદ્ર સાથે વિશ્વાસઘાત કરી રહી છે..!! પણ તે તારા ભલા માટે, તે વિશ્વાસઘાતી બનાવા પણ તૈયાર થઈ ગઈ..!! તેણે મને સાચા પ્રેમની પરિભાષા સમજાવી..!! અને કાલે જ મને ખબર પડી કે હું માં બનવાની છું..!! મે મારી જાતને સમજાવી લીધી, તને માફ કરી દીધો અને અહી બધાને લઈને તારો ભાર હળવો કરવા દોડી આવી..!! ગૌરી પણ વાત કર્યા બાદ ખુશ દેખાઇ રહી હતી..!!

તે મને એમ જ માફ કરી દીધો..?? રુદ્રએ કુતુહલતાવશ પૂછી લીધું..!!
તું શું બહેરો હતો..!! આગળ મે આટલી રામાયણ શું કરી..!! 29 એપ્રિલે મને ખબર પડી ત્યારથી કાલ સુધી, હું મૂંઝાયેલી જ હતી અને મારું મન ફેરવવામાં ઘણી બધી ઘટનાઓનો ફાળો હતો..!! ખાસ તો કુસુમ અને માથુરસાહેબ..!!! આ વીસ દિવસો મે કેટલી મુંઝવણમાં કાઢ્યા છે, એ તો મારું જ મન જાણે છે પણ જ્યારે કાલે મને ઉલ્ટી થઈ અને ડોકટરે તપાસ કરી, અને મને ખુશખબર આપી, ત્યારે મારામાં કંઇક બદલાઇ ગયું એવું લાગ્યું..!! ખબર નહી કેમ પણ હું તારા જુઠ્ઠાણાને તારી નબળાઇ ગણી મે તને માફ કરી દીધો..!! પણ એ માટે મારે વીસ દિવસ લાગ્યા..!!'' ગૌરી ફરી રુદ્રને વળગી પડી.

પ્રકરણ - 26

વટહુકમ

20 મે 2015, વડાપ્રધાન કાર્યાલય, સવારના દસ

રુદ્રમાં ગૌરીની વાતોથી ફરી આત્મવિશ્વાસ આવી ગયો હતો..!! તે આજે ઓફિસે ફરીથી એ જ રુદ્ર બનીને ગયો..!! અગીયાર વાગ્યે રુદ્રએ પહેલો વટહુકમ બહાર પડ્યો. જે તમામ માટે ચોંકાવનારો હતો..!! રુદ્રના એક જ દિવસમાં બદલાયેલા વર્તનથી બધા જ આંચકો ખાઇ ગયેલા હતાં..!!

સત્ર પૂરું થયાના એક દિવસ બાદ બહાર પાડેલા વટહુકમથી રુદ્રની બુદ્ધિમતાના તરત વખાણ પણ થવા લાગ્યાં..!! રુદ્ર આ બીલ જો સત્ર ચાલુ હોત અને રજુ કરત તો કદી પાસ ના થાત..!! પણ હવે રુદ્રને આવતા સત્ર સુધીનો સમય મળી ગયો હતો..!! રુદ્રની આ વટહુકમ બહાર પાડવાની યોજના, પહેલેથી જ હતી, કદાચ આજે ગૌરીએ તેને સુખદ આશ્ચર્યના આપ્યું હોત, તો પણ તે આ વટહુકમ બહાર પાડવાનો હતો. પણ કદાચ તે એટલો જોશમાં ના હોત જેટલો અત્યારે છે..!!

મીડિયામાં આ વટહુકમની ચર્ચા થવા લાગી હતી..!! ભારતના રાજનીતિના ઇતિહાસમાં આ પહેલો કડક વટકુકમ કાળાનાળાને નાથવા માટે હતો..!! વટહુકમ પ્રમાણે સરકારે દેશના તમામ લોકોને માત્ર 20 દિવસનો સમય આપ્યો હતો..!! આ 20 દિવસની સમયમર્યાદામાં જે લોકો તેમની પાસેનું તમામ કાળું નાણું જાહેર કરશે, તેને 40% ટેક્ષ ભરી એ નાણાને કાયદેસર જાહેર કરવામાં આવશે..!! 20 દિવસ બાદ ઇન્કમટેક્ષ વિભાગમાં એક નવો વિભાગ ઉભો થશે, જેમની પાસે પુરા ભારતમાં કોઇપણ વ્યક્તિની કોઇપણ મિલકતની વોરંટ વગર તપાસ કરવાની સતા હશે..!! અને તમામ કાળું નાણું જપ્ત કરી લેવામાં આવશે અને જેટલું નાણું જપ્ત થયું હશે તેના 30% તેમણે દંડ તેમને અલગથી ભરવો પડશે..!!

જ્યારે સરકારી અધિકારીઓ અને નેતાઓ જો આ 20 દિવસમાં પોતાનું તમામ કાળું નાણું જમા કરાવી દેશે તો, તો સરકાર તેમની આ પહેલી ભુલ ગણી માફી આપશે અને કોઇપણ એકશન નહી લેવાય પણ જો 20 દિવસ બાદ જો તેમની પાસે 10,000 કરતા વધારે કાળું નાણું પકડાશે, તો તે સરકારી ઓફિસર અથવા સાંસદ કે વિધાન સભ્ય, અથવા કોઇપણ સરકાર સાથે જોડાયેલો અને સરકાર તરફથી પગાર મેળવનાર વ્યક્તિની તમામ સંપતિ જપ્ત કરવામાં આવશે, તેમણે ચાલુ પદથી પદભ્રષ્ટ કરવામાં આવશે અને 5 વર્ષની જેલની સજા થશે..!!

વધુમાં આ 20 દિવસમાં કાળુનાણું જમા કરાવનાર કોઇપણ વ્યક્તિનું નામ જાહેર કરવામાં નહી આવે..!! જેની સરકાર લેખિત ખાતરી આપે છે, પણ 20 દિવસ બાદ તેમના નામ પણ

જાહેર થશે અને ઉપર પ્રમાણે કાયદેસર પગલા પણ લેવાશે..!! અને કાળાનાણાને લગતા તમામ કેસો કોર્ટના કાર્યક્ષેત્રથી બહાર રહેશે..!! સરકારે નીમેલી કમિટી જ બધા નિર્ણયો લેશે અને સજા આપશે..!!

આ વટહુકમે પુરા દેશમાં ચર્ચા જગાવી હતી..!! રુદ્ર આજે બપોરે બધી ઔપચારિકતા ઓ પુરી કરી એક પત્રકાર પરિષદ યોજવાનો હતો, જેના પર બધાની નજર હતી. રુદ્ર અગાઉથી જ પુરી યોજના તૈયાર કરી રાખી હતી, તેમા ચેતન પરનો હુમલો અને ગૌરીની માફીએ તેનામાં ઝુનુનમાં વધારે આગ ઉમેરી હતી.

>>>>>>>>>>>>>>>>>>>>>><<<<<<<<<<<<<<<<<<<

22 મે 2015, વડાપ્રધાન કાર્યાલય, બપોરના ત્રણ

રુદ્રએ પાર્ટીના કોઈપણ નેતા સાથે વિચાર વિમર્શ કર્યા વગર જ વટહુકમ રાષ્ટ્રપતિની અનુમતી માટે મોકલાવી દીધા હતાં. તેજપાલ ઘણા સમયથી રુદ્ર સાથે મુલાકાતો ઓછી કરી નાખી હતી. લોકશક્તિ પાર્ટીના તમામ મોટા નેતાઓ જાહેરમાં ખુબજ ઓછા આવતા અને આજે જ્યારે રુદ્ર આટલી મોટી જાહેરાત કરવાનો હતો, ત્યારે પણ એકપણ નેતા નહોતા દેખાયા. નાયડુને જ્યારે ખબર પડી ત્યારે જે ઘુઘવાઇ ઉઠયો. અને અવિશ્વાસના મતને મુલતવી રાખવાના પોતાના નિર્ણય પર તે પોતાના પર જ ગુસ્સે થવા લાગ્યો. રુદ્રએ માત્ર તેજપાલને આમંત્રણ આપ્યુ હતું, પણ તેજપાલને લાગ્યું કે પોતે એકલો જ જશે તો બધાનો શક પાક્કો થઈ જશે..!!! તેણે રુદ્રને ના આવવાનું બહાનું કાઢી દીધું.

રુદ્ર અને તેના રેવેન્યુ ડિપાર્ટમેંટના અધિકારીઓ પત્રકાર પરિષદમાં હાજર રહ્યાં.પુરો હોલ ખીચોખીચ ભર્યો હતો. રુદ્રના આવ્યા બાદ તરત શાંતિનો સંચાર થયો. બધા રુદ્ર કંઇ બોલે તેની રાહ જોવા લાગ્યાં.

રુદ્ર મંચ પર પોતાની જગ્યા લીધી. થોડું પાણી પીધું અને એક નાનકડો ખોખારો ખાઇ, હોલમાં બેઠેલા તમામ પત્રકારો પર એક નજર નાખી જોઇ..!!

ઘના સમયથી જોઇ રહ્યો હતો કે મીડિયા મારા પર થોડું વધારે ધ્યાન આપી રહ્યું છે, મને નપુંસક વડાપ્રધાનની સંજ્ઞા પણ અપાઇ ચુકી છે, મે તો ત્યાં સુધી સાંભળ્યું છે કે ઘણા મને ડરેલી બિલાડી કહે છે, જે સંસદના કુતરાઓ સામે ડરીને ચુપ બેસે છે..!! પણ આ બધા વિષેષણો ગમ્યા..!! તમારો ખુબ ખુબ આભાર..!! રુદ્રએ સ્મિત સાથે બધાને નમસ્કાર કર્યા. બધાએ એક વખત નીચે જોઈ લીધું.

આજે હું દેશની જનતા સામે ઉપસ્થિત થયો છું, કે એ સાબિત કરી શકું કે હું કદી મૌન ન હતો..!! બસ સમયની રાહ જોઇને બેઠો હતો. તમે જેટલી સમજો છો એટલી સરળ પરિસ્થિતી

આ નથી..!! કાળા નાણા માટે આગળ પણ કાયદાઓ બન્યા છે, અને ચર્ચાઓ થઈ છે, પણ પરિણામ હંમેશા શુન્ય જ આવ્યુ છે..!!

આજે પણ મેં એક વટહુકમ બહાર પાડ્યો છે અને પણ આ વટહુકમને સફળ બનાવવા મારે ખુબજ કઠોર થવું પડશે, જેના માટે કદાચ મારે જનતાનો પણ વિરોધ સહન કરવો પડશે..!! આજે અહી તમે એમ વિચારશો કે જો હું દેશ માટે સારા કામનો સંકલ્પ લઈ રહ્યો છું, તો તમે મને કેમ નાપસંદ કરશો, પણ જે હકીકત છે એ જ કહી રહ્યો છું..!! રુદ્રએ બે ક્ષણનો વિરામ લીધો.

બધાને એ વહેમ છે કે કાળુ નાણું માત્ર મોટા બિઝનેસમેન, સરકારી અધિકારીઓ અને રાજકીય નેતાઓએ જ ભેગું કર્યુ છે. પણ હકીકત માત્ર એ નથી, કાળા નાણા માટે એ તમામ વ્યક્તિઓ જવાબદાર છે, જે તેમની સાચી આવક આવકવેરા ખાતાને નથી જણાવતા..!! પછી એ પાણીપુરીવાળો હોય, ચાની હોટેલવાળા હોય, કે કરીયાણાની દુકાનવાળો વેપારી કે પછી છુટક કામ કરવા વાળો કોઇ કારીગર હોય..!! ભારતના બંધારણમાં સમાનતાની વાત કરવામાં આવી છે, પણ મને એ કબુલ કરતા દુખ થાય છે કે આપણા કાયદાઓ સમાનતાને પ્રેત્સાહન નથી આપતા..!!

હું ઉદાહરણ તરીકે કહું તો, કોઇ ખેડુત પાસે પાંચ-દસ એકર જમીન હોય અને તે વર્ષે બાર-પંદર લાખ કમાઇ લેતો હોય તો પણ, તેને એક રૂપિયાનો ટેક્ષ નથી ભરવો પડતો જ્યારે, એક ટેક્ષીવાળાને વર્ષે માંડ તેના ઘર-પરિવારનુ ગુજરાન ચાલે તેટલું કામાતો હોય છતા, તેને દર વર્ષે ટેક્ષ ભરવો પડે છે !! પછી હું આવા સમયે એ ટેક્ષીવાળા પાસે એવી આશા કેવી રીતે રાખુ એ એ તેની સાચી આવક જણાવવામાં પ્રામાણીલ રહેશે..!! એને પણ સારી જીંદગી જીવવાનો અધિકાર છે..!! તો એ શા માટે સરકારને પોતાની મહામહેનતે કમાયેલી મુડી આપે..??

અહી તમે વિચારી રહ્યા હશો કે હું બેવડી વાત કરું છું, તો તમે સાચું જ વિચારી રહ્યા છો..!! આજ સુધી મેં કદી મારા રાજકીય વલણ તમારી સામે નથી મુક્યું પણ આજે હું બધી સ્પષ્ટતા કરવા જ તમારી સામે ઉપસ્થિત થયો છું..!!

હું ડાબેરીઓનું કદી સમર્થન નથી કરતો કે નથી મને પરંપરાગત રાજનીતિમાં વિશ્વાસ...!! હું એમ માનું છું કે જે મહેનત કરે છે, તેમને પુરતું વળતર મળવું જોઇએ અને પણ જે આળસુ છે, તેમને સમાનતા હકના નામ પર એક કોડી પણ મળવા પાત્ર નથી..!! કદાચ મેં બહુ આગળની વાત અહી કરી દીધી..!! એ બદલાવ લાવતા મારે થોડો સમય લાગશે, પણ એ પહેલા હું જે મુદાને ચર્ચવા અહી આવ્યો છું, તેની વાત કરી લઉ..!!

તો જેમ એક ટેક્ષીવાળો મજબુર છે, તેમ એક નેતા અને સરકારી ઓફિસર અને બિઝમેન પણ મજબુર છે..!! તમે મને એમ લાગતું હશે કે મારું ચસકી ગયું છે, પણ હું એ જ વાત કરી રહ્યો છું, જે સત્ય છે..!! અહિ તમારે એક વાત સમજવી પડશે કે માણસ સ્વાર્થી છે અને તે તેના તમામ કામ પોતાના સ્વાર્થને સાધવા જ કરતો હોય છે..!! અહી એક બિઝનેસમેનની ઇચ્છા હોય છે કે તેનો ધંધો વિકસાવે, એક નેતાની ઇચ્છા હોય કે તેને દરેક ટર્મમાં વિજયી રહે..!! અને અધિકારીઓને સ્વાર્થ હોય છે કે તેમની નોકરીઓ સલામત રહે..!! આ ત્રણેય, આ પુરી સિસ્ટમનો હિસ્સો છે અને આ ત્રણના કારણે જ આ સિસ્ટમમાં સડો પેદા થયો છે..!! પણ આ બધાના મુળમાં છે જનતાનો સ્વાર્થ..!! પોતાના અંગત સ્વાર્થો માટે તે એક ભ્રષ્ટ નેતાની વરણી કરે છે..!! બાકી એ કેવી રીતે શક્ય બને કે આ આઝાદીના સાઠ વર્ષોમાં કોઇ સારો નેતા આ દેશને ના મળે..??

એક નેતાને ચુંટણી જીતવા એક જ વસ્તુની સૌથી વધારે જરૂરીયાત હોય છે, એ છે જનતાનો સપોર્ટ અને જનતાનો સપોર્ટ જનતા સાથે ખોટા વાયદા કરી, તેમના અયોગ્ય કામ કરી અને તેમના સ્વાર્થનોને પોષીને મળે છે..!! લોકોને પ્રલોભનો આપવા, પોલીટીકલ પાર્ટીસ ચુંટણી ઢંઢેરામાં ખુબજ પૈસા વેડફે છે, પણ આ પૈસા ક્યાંથી આવે છે..?? આ પૈસા કોણ આપ છે..?? અને શુકામ આપ છે..?? તો જવાબ છે, કે એ બધો પૈસો કાળાનાણાનો હોય છે, એ પૈસાનું ફંડિગ મોટભાગે બિઝમેન કરે છે..!! અને શું કામ તો તેમની જરૂરીયાતો સંતોષવા..!! આ જરૂરીયાતો સંતોષવા ધંધાદારીઓ પોલીટીકલ પાર્ટીઝને ડોનેશન આપશે..!! હવે અહિ ઉલ્લેખનીય બાબત એ છે કે ચુંટણીપંચે આ ડોનેશનની રકમ મર્યાદિત કરેલી છે, જેથી એ આ ધંધાદારી માણસોને વધારે રકમ આપવા માટે કાળા નાણાનો સંગ્રહ કરવો ફરજીયાત બની જાય છે..!!

હવે જે નેતા આટલી મહેનત બાદ સત્તા પર આવ્યો, તેની પાસે તમે એ અપેક્ષા કેવી રીતે રાખી શકો કે એ તમારી સેવા કરશે..?? પાંચ વર્ષ બાદ તમે તેનો સાથ ના આપ્યો તો એ શું કરશે..!! તો પોતાના ભવિષ્યની ચિંતાથી ઘેરાયેલો આ નેતા પોતાના ભવિષ્ય માટે નાણા ભેગા કરશે..!! હવે એ નાણા, તે કોઇ અપરાધીને જેલમાંથી છોડાવવાનો હોય કે પછી કોઇ ફાઇલને પાસ કરાવવાની હોય..!! તેનાથી તેને કોઇ ફરક નથી પડતો..!! બસ તે રૂપિયા ભેગા કરવા છે..!! અહિ હવે હાસ્યાસ્પદ સ્થિતી સરકારી અધિકારીઓની થશે..!! જો એ લોકો આ નેતાઓના કામ કરવાની ના પાડશે અને ઇમાનદારી બતાવશે તો કાં તો બદલીઓ અથવા સસ્પેંશનનો સામનો કરવો પડશે..!! અને હા પાડશે તો તેમને ભ્રષ્ટાચારી કહેવામાં આવશે..!!

હવે તમે જ વિચારો કે ચાલીસ વર્ષે કોઇ ક્લાર્ક કે પોલીસ ઓફિસરને પદભ્રષ્ટ કરવામાં આવે, તો તે કરે અને કેવી રીતે પોતાના પરિવારનું ગુજરાન ચલાવે..?? તેને પણ પોતાના ભવિષ્યની ચિંતા હોય છે..!! હવે અહિ તે જો નાના પાયે ભ્રષ્ટાચાર ચાલુ કરશે. તો તેનો નેતા તેને ના નહી પાડી શકે..!! અને આ રીતે આખો વ્યવહાર સચવાય છે..!!

હું એ કબુલ કરૂ છું કે ભ્રષ્ટાચાર અને કાળુનાણું એ આ સિસ્ટમની બિમારી છે, જેનો કોઇ ઇલાજ નથી..!! તો શું આ જે ચાલે છે એ ચાલવા દઉ..?? આમા હસ્તક્ષેપના કરું..?? બહુ લાંબા વિચારો બાદ, મને આ તમામ સમસ્યાના સમાધાનો મળ્યા પણ એ સમાધાનોને અમલમાં મુકવા મારે મજબુત સત્તા અને સમયની જરૂર છે..!! હું વડાપ્રધાન છું, એ હકીકત છે પણ છતા અમુક બાબતોમાં હું મજબુર છું..!! હજી ગયા સત્રમાં મને ધમકીઓ મળેલી હતી કે જો હું કડક વલન અપનાવીશ તો મને આ પદથી દુર કરી દેવામાં આવશે..!! અવિશ્વાસના મતનું સેશન ચલાવવામાં આવશે અને મને એ વાતનો પુરો ખ્યાલ હતો કે જો આ સેશન ચાલત તો હું સતા ગુમાવી બેસત..!!

પણ ભગવાનની કૃપા અને જનતાની દુઆઓ મારી સાથે હતી કે એવું કશું જ બન્યું નહી..!! પણ હવે મને ખબર નથી કે હું કેટલો સમય આ સત્તા પર ટકીશ એટલે હું જેટલી બને એટલી ગંદકી સાફ કરીને જવા માંગું છું...!! જેમ તમે લોકો જાણો છો એમ મારી પાસે પૈસાની કોઇ તાણ નથી..!! હું સત્તા પર લોકોના મતથી નથી આવ્યો..!! કોઇ મોટા બિઝનેસમેન કે નેતાએ મને અહી સુધી પહોંચવા મદદ નથી કરી..!! હું અહી બેઠો છું તો એક અકસ્માતનથી..!! અને જ્યાં સુધી હું છું ત્યા સુધી તો હું સેવા કરીશ જ..!!

પણ મે જેમ કહ્યુ તેમ કે કાળુંનાણું અને ભ્રષ્ટાચાર માટે બધા મજબુર હતાં..!! હું આ મજબુરીને એક વખત માફ કરવા ઇચ્છું છું..!! આ 20 દિવસમાં એ તમામ સરકારી અધિકારી, અને નેતાઓને હું વિનંતી કરીશ કે તેમની તમામ કાળી સંપતિ જમા કરાવી દે..!! અને હું તમને સંપૂર્ણપણે માફ કરી દઈશ..!! અને સામાન્ય જનતાને 40% ટેક્ષ ભરી તેમની કાળાનાણાને સફેદ જાહેર કરી દેવામાં પણ મને વાંધો નથી..!!

અને મને આવતા માર્ચ સુધીનો સમય આપો, હું એવી યુનીક ટેક્ષ પોલીસીની જાહેરાત કરીશ કે તમારે ટેક્ષચોરી કરવાની જરૂરીયાત જ ઉભી નહી થાય..!! વહિવટી તંત્રમાં એટલા ફેરફારો થશે કે તેમને ભ્રષ્ટાચાર કરવા મજબુર નહી થવું પડે..!!

મારી આ નમ્ર વિનંતીને ધ્યાનમાં ન લેનાર વ્યક્તિને મારા ગુસ્સાનો સામનો કરવો પડશે અને હું તમને વચન આપું છું કે હું રતીભાર પણ દયા નહી ખાવ..!! જેમ મે મારા સગા સસરા અને સાળાની, પણ દયા નથી ખાધી..!! તેમ હું કોઇની દયા નહી ખાઉ..!!

વધુમાં મારા સસરા પર લાગેલા તમામ ચાર્જીસ સાબિત થઈ ચુક્યા છે અને તેમની કુલ 50,000 કરોડની સંપતિ સરકારે જપ્ત કરી લીધી છે, જેમાં 30,000 કરોડ પાંચ અલગ અલગ દેશોમાં જમાં હતા અને 20,000 ની સંપતિ અહી ભારતમાં જ હતી, જેમાં જમીન, મકાન અને રોકડનો પણ સમાવેશ થાય છે..!!' આવશે..!! તો હું બધાને એટલી વિનંતી કરું છું કે મારી ધીરજની પરીક્ષા ના લેતા..!! આ 20 દિવસ તમારી પાસે છેલ્લા છે..!!'' રુદ્રએ લાંબા ભાષણ બાદ બે હાથ જોડી નમ્સ્કાર કર્યા..!!

આ સિવાય દિનદયાલ અને નિતેષ શર્માની પણ તમામ સંપતિ પણ સીલ કરી દેવાઇ છે, અને તે પકડાતા જ તેમની બીજી સંપતિ પર પણ કબ્જો મેળવવામાં આવશે..!! તો હું બધાને એટલી વિનંતી કરૂ છું કે મારી ધીરજની પરીક્ષા ના લેતા..!! આ 20 દિવસ તમારી પાસે છેલ્લા છે..!!'' રુદ્રએ લાંબા ભાષણ બાદ બે હાથ જોડી નમસ્કાર કર્યા..!!

>>>>>>>>>>>>>>>>>>>>>><<<<<<<<<<<<<<<<<<<<

તો વડાપ્રધાનજી આજે કેવો રહ્યો દિવસ..!! રુદ્રની છાતી પર માથું રાખીને ગૌરી સુતા સુતા પૂછી રહી હતી..!!

છોડ એ બધી વાતો અત્યારે મને એ કહે કે ડોક્ટર ચેક-અપ માટે આવ્યા હતાં..!!'' રુદ્ર ગૌરીના પેટ પર હાથ ફેરવતા બોલી.

હંમ્મ..!! બધું બરાબર છે..!! ગૌરી રુદ્રની આંખોમાં જોતા બોલી.

મને હજી વિશ્વાસ નથી આવતો કે તે મને માફ કરી દીધો..!!! હું મારી જાતને માફ નહોતો કરી શકતો...!! તો તે મને કેવી રીતે માફ કરી દીધો..!! રુદ્ર હજી સવારવાળા આશ્ચર્યમાં જ હતો. ગૌરી થોડીવાર કશુંજ ના બોલી. છત તરફ તાકવા લાગી.

હું તારુ ખૂન કરવાની ઇચ્છા ધરાવતી હતી, પણ કુસુમ અને માથુરસાહેબની સમજાવટે મારું હૃદય પરિવર્તન કરી નાખ્યું...!!'' ગૌરીએ આંખો બંધ કરી રુદ્રની છાતીમાં મોઢું છુપાવી દીધું..!!

શું તું એ નહી પુછે કે મને તારી અને રમેશ વચ્ચેનીવાતો કેવી રીતે ખબર પડી..??? રુદ્ર એક હાથ ગૌરીના માથા પર ફેરવતા પુછ્યું.

મને ઘણા સવાલ થતા હતા..!! પણ હવે હું મને વધારે ગુંચવવા નથી માંગતી..!! તું મને સ્વાર્થી કહી શકીશ, પણ મારે તારા ભૂતકાળનો થોડો અંશ પણ જાણવાની ઇચ્છા નથી, મારે તારી સાથે મારું વર્તમાન સુંદર બનાવવું છે અને ભવિષ્યને વધારે સુંદર..!!

>>>>>>>>>>>>>>>>>>>>>><<<<<<<<<<<<<<<<<<<<

આ રુદ્રનું કંઇક કરો નહીતર આપણે બધા બરબાદ થઈ જઈશું..!! નાયડુએ દારુનો ગ્લાસ જમીન પર ફેંકતા કહ્યું.

આજની જાહેરાત બાદ લોકશક્તિ પાર્ટીના મોટાભાગના નેતા ગુસ્સામાં હતાં. હવે તે રુદ્ર સામે ખુલ્લેઆમ યુધ્ધમાં ઉતરવા તૈયાર હતાં..!! આજે નાયડુના ઘરે બધા દિગ્ગજ નેતાઓનો જમાવડો થયો હતો..!! મુંકદરાય, હરેશ પટેલ, બીજા કેબીનેટ મીનીસ્ટરો અને પાર્ટીના કારોબારી સભ્યો.

''આપણે જાતે જ આપણા પગ પર કુહાડી મારી છે..!!'' હરેશ પટેલ પણ ખુન્નસમાં બોલ્યો. મુકુંદરાય આખો પેગ ગટગટાવી ગયાં.

આ બધું જ તેજપાલે કર્યુ છે..!! એ સાલ્લો ફુટી ગયો હતો..!! આપણી બધી હકીકતો હવે રુદ્ર

પાસે તેણે પહોંચાડી જ દીધી હશે..!! નાયડુની આંખો રાતીચોળ હતી.
આપણે બળવો કરીએ તો..?? અજય સેન બોલ્યા. બધાનું ધ્યાન તેમના તરફ ખેંચાયું.

હા..!! આપણે બધા લોકશક્તિ પાર્ટીથી છુટા પડી જઈએ અને નવી પાર્ટી બનાવીયે..!! તો...?? અજય સેન થોડું વધારે ભાર દઇને બોલ્યો.
"હવે, એ શક્ય નથી..!! હમણાં આંધ્રપદેશ અને તમિલનાડુમાં ચુંટણીની જાહેરાત થશે અને રુદ્ર વગર ત્યાં જીતવું અસંભવ છે..!!" મકસુદઅલી બોલ્યા.
નાયડુ સાહેબ આપણી સાથે હશે, તો આપણે ત્યાં પણ જીત મેળવી લઈશું..!! હરેશ પટેલે પ્રોત્સાહન આપ્યું.
તમે બધાં મુર્ખ છો..!! નાના છોકરા કરતા નાની બુદ્ધિ ધરાવો છો..!! આ કોઇ ઘરનો ઝઘડો નથી, કે ચાર માણસ ભેગા થયા અને સમાધાન થઈ ગયું. આ રાષ્ટ્રીય લેવલે રમાતી રાજરમત છે..!! તમે લોકો રુદ્રને નોકઆઉટ કરવા માટે આ પાર્ટીના વિભાજનની વાત કરો છો..!! રુદ્ર ચૌહાણને તમે હજી ઓળખવામાં ભુલ કરી રહ્યા છો..!! તો આજે તમને હું થોડું યાદ કરાવી દઉ..!! મુકુંદરાયે ખીજાયેલા હતાં, બધા તેમની સામે જોઇ રહ્યા હતાં.

તમારામાંથી ઘણા અનંતરાય ચૌહાણને ઓળખતા હશે..!! ચૌહાણ પરિવારનું નામ ખુબજ ઉચું હતું, પણ અનંતરાય તેમના ખાનદાનનો કલંક હતો..!! તેણે લગ્ન નહોતા કર્યા કારણ કે તે કોઇ માથે જવાબદારી નહોતો ઇચ્છતો..!! એક ભાઇ અને બહેનનું અસ્માતમાં મૃત્યુ થયું હતું, અને પોલીસને એ પાક્કો શક હતો કે આ બધા પાછળ અનંતરાયનો જ હાથ હતો..!! આવો માણસ એક અનાથ છોકરાને પોતાનો વારસદાર બનાવવા કેવી રીતે રાજી થયો હશે..?? અને પછી આવી જાહોજલાલીની જીંદગી છોડી એકાંતવાસમાં જતો રહ્યો..??? મુંબઈની મશહુર હોટેલ સદાઅબહારનો માલિક જેને મુંબઈના અંડરવર્લ્ડનો ડોન શા માટે રુદ્રને પોતાની હોટેલ વેચવા તૈયાર થયો..?? આ સમયે રુદ્ર વધુમાં વધુ 20 વર્ષનો હશે..!! પેલો માથુર, તમને કોઇને ખ્યાલ ના હોય તો કહી દઉ કે એક સમયે એ પોતે વિપુલ મહાજનના પિતા માટે કામ કરતો હતો અને પટણાનો બાહુબલી હતો..!! આજે તે કેમ રુદ્રની સાથે છે..?? પેલો સિન્હા અને મંદારના રુદ્રના આવ્યા બાદ રંગઢંગ જ બદલાય ગયા છે..!! અને જુનાગઢનો તેનો મહેલ કોઇએ જોયો છે..?? તેની ઓફિસનું સ્ટ્રકચર કોઇએ જોયું છે..?? માત્ર બે વર્ષમાં તેણે બધું બનાવી નાખ્યું...!! કોઇ જુનાગઢ આટો મારવા ગયું છે..??

જુનાગઢ છેલ્લા ત્રણ વર્ષથી તમામ રાજકીય કુચક્રોથી દુર થઈ ચુક્યું છે. જુનાગઢમાં કોઇપણ પ્રકારનો ભ્રષ્ટાચાર કે ક્રિમિનલ કેસની ફરિયાદ પોલીસ સ્ટેશનમાં થતી નથી..!! જુનાગઢની મોટાભાગની પોલીસનો મોટાભાગનો સમય ફાજલ પડ્યો રહે છે,અને એ સમય તે લોકોની સેવા કરવામાં કાઢે છે..!! ઘણી વખતતો પોલીસ, કોઇ એકલા રહેતા વૃધ્ધો માટે શાક-બકાલું પણ લાવી આપે છે..!! કલ્પના કરો, કોઇ ઈસ્પેકટર સામાન્ય જનતા સાથે બહુ પ્રેમથી વાત કરતો હોય તો કેવું લાગે..??

રુદ્રને જુનાગઢના લોકો તેમનો ભગવાન માને છે..!! જુનાગઢનો એકપણ વ્યક્તિ ભુખ્યો નથી સુતો..!! જુનાગઢમાં કોઇ ગરીબ નથી, જુનાગઢમાં કોઇ ભીખારી નથી, અને કોઇ વ્રુધ્ધ કે કોઇ બાળક સહારા વગરનું નથી.!! કોઇ બાળમજુર નથી..!! જુનાગઢનો સર્વાંગી વિકાસ રુદ્રને આભારી છે.

રુદ્રએ દસ વર્ષમાં રોડ પરથી દિલ્હીની ગાદી સુધીની સફર કરી લીધી છે..!! તમે આવા માણસની સામે ઉતરવાની મુર્ખાઇ કરો છો..??'' મુકુંદરાય એક સાથે લયમાં બોલતા રહ્યા..!! બધા બસ મોઢું ફાડીને તેમને સાંભળી રહ્યા હતાં..!! થોડીવાર કોઇ કશું જ ના બોલ્યું.

તો શું આપણે આપણી બધાની બરબાદીનો તમાશો જોતા બેસી રહેવાનું..?? થોડીવાર બાદ નાયડુએ ઉકળાટ કાઢ્યો.

ના..!! પણ આ સમય રુદ્રનો વિરોધ કરવાનો નથી..!! આ સમયે તેનો સાથ આપવાનો છે..!! રુદ્રને જે ઉદ્દેશથી આ ગાદી પર બેસાડવાની આપણે મુર્ખાઇ કરેલી, તે ઉદ્દેશને હવે પાર પાડવો જ રહ્યો..!! મુકુંદરાયે સ્પષ્ટતા કરી..!!

એટલે..?? હરેશ પટેલે આંખ ઝીણી કરતા પુછ્યું.

રુદ્રનું નામ મોટું કરવામાં આપણે તેની મદદ કરશું..!! કાળું નાણું ભેગું કરવામાં આપણે તેની પડખે ઉભા રહીશું...!! લોકોને વિશ્વાસ અપાવી દઈશું કે આપણી વિચારધારા રુદ્રથી અલગ નથી..!! અને સમય આવ્યે, તેને શહીદ કરી દઈશું અને એ સિવાય આપણી પાસે કોઇ છુટકો નથી..!! ત્યારબાદ આપણે રુદ્રના વારસદાર હોઇશું..!! અને હું તમને ખાતરી આપું છું કે આગળના ત્રીસ વર્ષ સુધી આપણી સામે કોઇ ઉભું નહી થઈ શકે..!! મુકુંદરાયએ પોતાની વિચાર જણાવ્યો..!!

તમને ખ્યાલ છે ને, કે તમે શું વાત કરી રહ્યા છો..?? નાયડુએ પુછ્યું.

હા..!! તમે એ ભુલી રહ્યા છો કે રુદ્રએ ઈલીયારાજા મુનાપારને ઠેકાણે પાડ્યા છે..!! થંગરાજ અને વિપુલ મહાજન એકબીજા સાથે હાથ મિલાવવાના જ હતાં..!! પણ આ ગઠબંધન થાય તે પહેલા જ રુદ્રએ પુરી પાર્ટીનો કચ્ચરઘાટ વાળી દીધો..!! હવે માત્ર જનકલ્યાણ પાર્ટી એક જ છે, જે આપણી સામે ઉભી છે..!! આ 20 દિવસ પસાર થવા દો..!! રુદ્ર એમને પણ ઠેકાણે પાડી દેશે..!! પછી રહ્યા માત્ર આપણે..!!'' મુકુંદરાય ભવિષ્ય જોતા હોય તેમ બોલ્યા..!!

પણ આપણી પાસે પણ કાળુંનાણું ઓછું નથી..!! તે પહેલા આપણી પાછળ જ પડશે તો..?? હરેશ પટેલે તર્કબધ્ધ સવાલ કર્યો.

ના..!! એ વ્યક્તિ મુર્ખ નથી..!! સમયની ચાલને બરાબર ઓળખે છે..!! આજે મને સમજાય છે કે તેણે ગૌરી સાથે લગ્ન કેમ કર્યા..!! ગમે તે રીતે તે જાણતો હતો કે રાઠોડ સાહેબ અને દયાલ વચ્ચે અનબન છે, અને બસ તેણે પરિસ્થિતીનો ફાયદો ઉઠાવ્યો, કદાચ એ રાત્રીની ઘટનાઓમાં એનો પણ હાથ હોય..!! આપણને બરાબરના મુર્ખ બનાવવામા આવ્યા છે...!!

મુકુંદરાયે પોતાના હાથનો ગ્લાસ જોરથી ટેબલ પર મુક્યો. આજે મુકુંદરાયે બધાને ચોંકાવી દીધા હતાં..!! તેમનો શાંત અને ધીર સ્વભાવ આજે કોઈક અલગ જ મુડમાં હતો..!!
આ બધું તેજપાલના કારણે થયું છે, એણે જ આપણને આ પગલું ભરવા ઉશ્કેર્યા હતાં..!! નાયડુના ચહેરા પર કડવાશ હતી.
હું તેજપાલને આજે જ મારી નાખવા માંગું છું..!! હરેશ પટેલ ગુસ્સામાં બોલ્યાં.
હવે જે થઈ ગયું, તે થઈ ગયું..!! હું રાયસાહેબની વાત સાથે સહેમત છું..!! આપણે અત્યારે રુદ્રની મદદ કરીએ અને પછી તેનું કાસળ કાઢવાનું વિચારશું..!! ઘણા સમયથી શાંત દિલબાગસિંહ બોલ્યા.

ચર્ચાઓ થઈ અને યોજના તૈયાર કરવામાં આવી..!! મને કે મને પણ બધા વાત માનવા તૈયાર થયા..!!

પ્રકરણ - 27
20 દિવસ

23 મે 2015, વડાપ્રધાન ઓફિસ, સવારના અગીયાર

આજે ચેતનને દિલ્હીમાં ટ્રાંસફર કરી દો..!! અને તેના મા-બાપના રહેવાની વ્યવસ્થા પણ કરી દો..!! પુરી સુરક્ષા રાખજો, હજી કદાચ તેના પર હુમલો થઈ શકે છે..!! રુદ્રએ મંદાર સાહેબને સુચના આપી રહ્યો હતો. મંદાર સાહેબ ગંભીર થઈને બેઠા હતાં, જે વાત રુદ્રના ધ્યાનમાં આવ્યા વગર ના રહી.

''શું થયું..?? કેમ ઉદાસ છો..??'' રુદ્રએ ટેબલ ઉપરથી પોતાનો હાથ લાંબો કરી મંદાર સાહેબનો હાથ દબાવતા કહ્યું.

જી..!!'' મંદાર સાહેબે ઉંડો નિશ્વાસ નાખ્યો. ''હવે, હું હવે આ પદને લાયક નથી રહ્યો..!! આટલા દિવસની દોડધામ બાદ પણ હું નિરુપમાજીના હત્યારાને શોધવા સફળ નથી થયો..!! હું રાજીનામું મુકવા માંગું છું..!!! મંદાર સાહેબ મોઢું લટકાવતા બોલ્યા.

અરે..!! કોઇ વાંધો નહી..!! એ ભુલી જાવ અત્યારે..!! ચેતનની બહાદુરીથી તેનું મિશન નિષ્ફળ ગયું છેં, અને હવે તે બીજું સાહસ કરતા પહેલા થોડો સમય લેશે...!! તમે અત્યારે ચેતનની સુરક્ષામાં ધ્યાન આપો..!! રુદ્ર સહજતાથી બોલ્યો.

''પણ એ માણસ આપણા માટે ખતરનાક સાબિત થઈ શકશે..!!"

એ હું જોઇ લઈશ..!! તમે 20 દિવસ પતે એટલે આપણે ચર્ચા થઈ હતી, તેમ,તમે અને સિન્હા સાહેબ, ભુખ્યા વાઘની જેમ જનકલ્યાણ પાર્ટી પર ટુટી પડો..!!! અને લોકશક્તિ પાર્ટીના પાંચ-દસ નેતાનઓને પણ ઝડપી લેજો એટલે આપણા પર વધારે શક ના જાય..!!

''અને સર..!! કુસુમને સાકેત પાછળ જ ફરીથી લગાવવી છે..??"

ના..!! એને કહો હવે સાકેત સાથે સંબંધ ઓછા કરી નાખે..!! તેજપાલ બધી બાજુથી ફસાઇ ચુક્યો છે..!! શું સમાચાર છે એના..??

આખો દિવસ દારુ પીવે છે..!! ઘરમાં વધારે રહે છે..!! ફાઈલો પર પણ ઘરેથી સાઇન કરીને મોકલે છે..!! તેને કોઇ પાર્ટીની મીટીંગોમાં હવે બોલાવતું નથી..!! બધી બાજુએથી એકલો પડી ચુક્યો છે..!! મંદાર સાહેબે તરત અહેવાલ આપ્યો.

આવા માણસો સૌથી વધારે ખતરનાક હોય છે..!! તેના પર ધ્યાન રાખજો..!! રુદ્રએ તરત સુચના આપી..!!

>>>>>>>>>>>>>>>>>>>>>>><<<<<<<<<<<<<<<<<<<<<

પહેલો દિવસ પુરો થઈ ગયો..!! એક રૂપિયાનું પણ કાળુંધન કોઇ જમા કરાવવા

ના આવ્યું. રુદ્રને આ વાતનો અંદાજ પણ હતો એટલે તેને લાંબો ફરક પણ ના પડ્યો...!! આજે રાત્રે જ રુદ્રએ ગૌરીને પાછી જુનાગઢ મોકલી દીધી..!! રુદ્રને અહીં કોઇ પર ભરોસો ન હતો. ચેતનને AIIMS માં દાખલ કરી દેવાયો હતો. રુદ્ર રાત્રે દસ વાગ્યે તેને મળવા ગયો. ચેતનની આંખો બંધ હતી અને નિર્જીવની જેમ પડ્યો હતો. રુદ્ર તેના બેડની બાજુએ ગયો અને તેનો એક હાથ પોતાના હાથમાં લીધો. પંદર મિનિટ તે ચુપચાપ બેસી રહ્યો અને પછી તે બહાર આવી ગયો.

>>>>>>>>>>>>>>>>>>>>>>><<<<<<<<<<<<<<<<<<<<

''શું કેવું રહ્યું જુનાગઢ..!!'' અનુજ ત્રિપાઠી રાત્રે ડિનર પર જ્યારે તેની પૌત્રીન મળ્યા ત્યારે પૂછી રહ્યા હતાં.

ઠીક હતું, પણ મહેલ બહુ જ આલીશાન હતો..!! ગીરનાર ચડવાની ઇચ્છા હતી, પણ પછી મુડ ના ચડ્યું, મમ્મીને ત્યાં મજા આવત..!! કુસુમ તેની મમ્મી તરફ જોતા બોલી..!

મને તો તે ત્યાં પહોંચી ગયાં બાદ કહ્યું, નહિતર તો હું ત્યાં જરૂર આવત..!! પહેલા મને એ કહે કે આ સાકેતની શી વાત છે..?? બધાનું ધ્યાન કુસુમ તરફ ખેંચાયું..!!

એ પકાઉ છે..!! કુસુમે કોળીયો મોઢામાં નાખતા બોલી.

તેણે તારા દાદા પાસે તારો હાથ માંગ્યો છે..!! કુસુમના પિતા ધીમેથી બોલ્યા. કુસુમ સાંભળતા જ ઓતરાઇ ગઈ અને ઉધરસ ખાવા લાગી. ત્રિપાઠી સાહેબ પાણીનો ગ્લાસ આગળ ધર્યો. ચીફ જસ્ટીસ અનુજ ત્રિપાઠી મરક મરક હસી રહ્યાં હતાં.

''તો તમે શું જવાબ આપ્યો..!!'' કુસુમે હળવેથી પૂછી લીધું.

હું શું કહું..?? હવે તો તમારા લોકોનો જમાનો છે..!! તમને પુછ્યા વગર અમારે નિર્ણય લેવાય..??, બાકી તારા પિતાએ તો લગ્નના દિવસે છેક તારી મમ્મીને જોઇ હતી..!! ત્રિપાઠી સાહેબ મીઠું હસતા બોલ્યા.

એટલે જ હજી સુધી પસ્તાવ છું..!!! કુસુમના પિતા ધીમેથી પણ બધાય સાંભળી શકે તેટલું જોરથી બોલ્યા. બધા હસી પડ્યાં.

જો, કુસુમ દિકરા, એ ખાનદાન બરાબર છે, અને છોકરો રાજકારણથી કોસો દુર છે..!! રાણા સાહેબના પિતા અને તારા દાદાજી વચ્ચે સારા સંબંધ પણ હતાં..!! તું હા પાડી દે, તો તારા ભવિષ્ય માટે કંઇ ખોટું નથી..!! કુસુમની મમ્મીએ શાંતિથી સમજાવતા કહ્યું.

જુઓ, તમે બધા જ જાણો છો કે હું રુદ્રને પ્રેમ કરું છું, અને કરતી રહીશ..!! મને ખબર છે, તમે મારી સામે એ દલીલ કરશો કે હવે રુદ્રના લગ્ન થઈ ગયા છે, તો હું એ સ્પષ્ટતા કરી દઉં કે તેનાથી મને કોઇ જ ફરક પડતો નથી..!! આ જીવન મેં રુદ્રના નામે કરી દીધું છે..!! બસ..!! કુસુમ નીચે મોં રાખી જમવા લાગી. કુસુમની મમ્મી તેને કંઇક કહેવા જતી હતી પણ ત્રિપાઠી સાહેબે તેને ચુપ રહેવા જ કહ્યું.

તો હું સાકેતને ના કહી દઉ..?? ત્રિપાઠી સાહેબ કુસુમ સામે જોયા વગર જ પુછ્યું.
ના...!! તેની સાથે હું વાત કરી લઈશ..!! કુસુમે જમવાનું ચાલુ રાખ્યું

>>>>>>>>>>>>>>>>>>>>>>><<<<<<<<<<<<<<<<<<<

તને ખ્યાલ છે, આપણે અહિ બંધ છીએ તેને કેટલા દિવસ થયા..?? દિનદયાલ નિતેષ સામે જોતા બોલ્યો. નિતેષની દાઢી વધી ચુકી હતી, વાળ પણ ઘણા વધી ગયા હતાં.!! દિનદયાલે એક વાત નોંધી હતી કે તેનો દિકરો સાવ શાંત થઈ ચુક્યો હતો..!! ઘણીવાર આખો દિવસ કશું જ બોલ્યા વગર સામેની દિવાલે તાક્યા કરતો..!! દિનદયાલ ઘણી વખત રાડો પાડ્યા કરતો..!! બહાર ગાર્ડ્સને ધમકાવ્યા કરતો..!!

રાજેશ ભાગી ગયો, એ પછી દિનદયાલને રોજ એ આશા રહેતી કે એક દિવસ એ તેને ભગાડવા આવશે..!! પણ નિતેષના વર્તનથી તે કંટાળી ચુક્યો હતો. ઉપરથી બહાર જે ચાલી રહ્યું હતું, એ તેને વધારે અકળાવતું હતું. છેલ્લા ત્રણ દિવસથી બે માથી એકપણ એક શબ્દ પણ બોલ્યા ન હતાં. આજે અંતે કંટાળીને દિનદયાલે નિતેષને પૂછી જ લીધું.

ખ્યાલ નથી..!! નિતેષ દિવાલને ટેકો દઇને બેઠો હતો.
તને શું થયું છે..?? કેમ સાવ મરી ગયા જેવો થઈ ગયો છે..?? દિનદયાલે આ સવાલ તેને ઘણી વખત પુછ્યો હતો પણ જવાબમાં માત્ર મૌન જ હતું.
પપ્પા, તમને એ છોકરીઓની, જેમની તમે હત્યા કરી છે, તેમની ચીખો કદી સંભળાય છે..?? નિતેષે આજે પહેલી વખત સામે સવાલ કર્યો.
।'ના..!!'' દિનદયાલના ચહેરા પર વિચિત્ર ભાવો હતાં.
મને લગભગ એક અઠવાડીયું, એ અંધારી કોટડીમાં બંધ કરી દેવાયો હતો, મને કશો જ ખ્યાલ નહોતો કે હું હોટેલથી આ જેલમાં ક્યાથી પહોંચ્યો..!! હું અકળાયેલો હતો.!! રાડો પાડી, પૈસાની લાલચ આપી, બધા જ ગુનાહ કબુલી લેવા પણ તૈયાર થઈ ગયો, પણ મને મળવા કોઇ ના આવ્યુ, દરવાજા નીચે એક નાની બારી હતી, ત્યાંથી જ જેવું તેવું જમવાનું અંદર આવતું, અને એકાંત..!! એ એકાંતમાં મને સમજાયું કે બધી જગ્યાએ પૈસા અને પાવર કામ નથી લાગતા..!! આપણી પાસે 40,000 કરોડ કરતા વધારે સંપતિ હશે, પણ આપણે લગભગ દોઢ મહિના કરતા વધારે સમયથી આ કોટડીમાં બંધ છીએ..!! શું ફાયદો આ સંપતિનો..?? એક વખત હું એક સ્ત્રીનું કોમાર્ય ભંગ કરવાનો પ્રયત્ન કરી રહ્યો હતો..!! મને યાદ નથી કે કોણ હતી, પણ તે અપંગ હતી..!! મારાથી દુર ભાગી શકે તેમ ન હતી..!! એ હાલતમાં પણ મને તેની દયા ના આવી..!! હું રાક્ષશની જેમ તેના પર ટુટી પડ્યો..!! પપ્પાએ મદદ માટે પોકારતી રહી, પણ મારી સિવાય ત્યાં કોઇ ન હતું..!! એ મને શ્રાપ આપવા લાગી, હું સાંભળી હસી રહ્યો હતો..!! મને છતાં સંતોષ ના થયો..!! મે સતત ચાર દિવસ તેને ચુંથી..!! પાંચમા દિવસે જ્યારે હું રૂમમાં ગયો ત્યારે તે મરી ચુકી હતી..!! એક પ્લાસ્ટીકની થેલીને તેણે પોતાના મોઢાં પર બાંધી દીધી હતી..!! મને આ કોટડીમાં રોજ તેનો ચહેરો દેખાય છે..!!''
નિતેષની આંખોમાં વિષાદ દેખાઇ આવતો હતો.

તું ગાંડો થઈ ગયો છે..!! આ બધી એ હરામી રુદ્રની ચાલ છે..!! દિનદયાલ પોતાના નબળા પડેલા દિકરાને જોઇ ખીજવાઇ ચુક્યો હતો.
હા..!! આ તેની ચાલ જ છે..!! તેણે આજ સુધી આપણી સાથે વાત કરવા કોઇને નથી મોકલ્યા..!! ના તોએણે આપણા ગુનાહો કબુલ કરાવવા થોડી પણ કરી..!! એ તો ઇચ્છે જ છે કે આપણને વિચારવાનો સમય મળે...!! અને આજે મને સમજાય છે કે મેં મારી જીંદગીના ત્રીસ વર્ષ મે વ્યર્થ જવા દીધા..!! મેં જેં કાંઇ કર્યુ છે, તે હું બદલી નહી શકું પણ હવે હું આ જીંદગી વધારે જીવવા નથી માંગતો..!! અને આજે તમે આ સાંભળી લો કે હવે હું તમારી સાથે નથી...!! મને રાક્ષશ બનાવવામાં તમારો જ મોટો ફાળો છે..!! નિતેષે એક વખત દિનદયાલ તરફ જોયું અને પછી તેને બંધ કરી દીધી.

દિનદયાલનો ઉકળાટ હવે વધી ચુક્યો હતો..!! તેની રુદ્ર તરફની નફરત ઔર વધારો થયો હતો. તેની માટે હવે એક જ આશા હતી, એ હતી રાજેશ..!! માથુરે રાજેશના ભાગી ગયાં બાદ એક વખત તેને કહેલું કે રુદ્ર તેને જીવતો તો નથી છોડવાનો..!! પણ દિનદયાલને રાજેશની કાબેલિયત પર વધારે ભરોસો હતો..!!

>>>>>>>>>>>>>>>>>>>>>><<<<<<<<<<<<<<<<<<

રુદ્રના વટહુકમ બાદ આજે દસ દિવસ પસાર થઇ ચુક્યા હતાં, પણ હજી સુધીમાં માત્ર 500 કરોડ જ સરકારી તિજોરીમાં જમા થયા હતાં. રુદ્રએ મીડિયાને એક વાર ફરી સંબોધી કહ્યુ હતું કે હવે માત્ર દસ દિવસ વધુ રાહ જુએ..!! લોકશક્તિપાર્ટીના નેતાઓ હવે જાહેરમાં રુદ્રના વટહુકમનું સમર્થન કરવા લાગ્યા હતાં.!!

નાયડુ જાતે બધાને અપીલ કરી રહ્યા હતાં કે રુદ્રએ જે યજ્ઞ ચાલુ કર્યો છે, તેમાં બધા સાથ આપે..!! મુકુંદરાયે અને બીજા લોકશક્તિપાર્ટીના નેતોએ એક મહારેલીનું આયોજન કર્યુ હતું, જેમા બધાને અપીલ કરવામાં આવી હતી કે આ બાકીના દસ દિવસમાં બધા તેમની સાચી સંપતિ આવકવેરા વિભાગને જાહેર કરી દે..!! જેથી સરકારને કોઇપણ જાતના કડક પગલા ભરવા ના પડે..!! જ્યારે વિપુલ મહાજને પણ જવાબમાં બીજી રેલી યોજી, આરોપો મુક્યા હતાં કે લોકશક્તિ પાર્ટી પહેલા પોતાનાથી શરૂઆત કરે, અને ત્યારબાદ બીજાને સલાહ આપવા જાય..!!

રુદ્ર આ બધી બાબતોને અવગણી આંધ્રપ્રેદેશ અને તમિલનાડુમાં જાહેર થયેલી ચુંટણીના પ્રચારમાં લાગેલો હતો..!! આગલા પાંચ દિવસમાં તમિલનાડુ, આંધ્રપદેશ અને ખાલી પડેલી પાંચ સાંસદોની સીટો પર પણ પેટા ચુંટણી યોજાવાની હતી..!! રુદ્રને પણ લોકસભાની એક સીટ જીતવાની હોવાથી, તેણે ચેન્નઇથી જ લડવાનું નક્કી કર્યું હતું, જેથી એ સાબિત કરી શકે કે પોતાનું વર્ચસ્વ માત્ર જુનાગઢ કે ગુજરાત પુરતું નથી..!! વિપુલ મહાજને પણ એ ચુંટણીમાં પોતાનો દબદબો સાબિત કરવા એડી ચોટીનું બળ લગાવી દીધું હતું.

રુદ્રએ પાર્ટી સાથે ચર્ચા કર્યા વગર જ બંન્ને રાજ્યોની વિધાનસભાના ઉમેદવારોની લીસ્ટ જાહેર કરી દીધી હતી. આ વાત પાર્ટીના તમામ નેતાઓને કોરી ખાતી હતી પણ લાચાર થઈ તમાશો જોયા કર્યો. તેજપાલ ધીમે ધીમે બધાથી અલગ થઈ ચુક્યો હતો. ન તો તે હવે રુદ્રથી વધારે નજીક હતો, કે ના પાર્ટી સાથે..!! બસ નામનો નાયબ વડાપ્રધાન બનીને રહી ગયો હતો.

તેજપાલ રાણા એમ હાર માને તેમ ન હતો. તેણે પણ સમયનો સહારો લીધો અને ધીરજની નાવ પર સવાર થઈ ગયો હતો..!!

>>>>>>>>>>>>>>>>>>>>>>>><<<<<<<<<<<<<<<<<<<<

સમય પસાર થવા લાગ્યો હતો. બધાના જીવનમાં એક અલગ જ પ્રકારનો ઉચાટ હતો. રુદ્ર તેના મકસદ પાછળ દોડી રહ્યો હતો..!! તેની પાછળ બધા ચક્રો ગતિમાન થઈ ચુક્યા હતાં..!! ગૌરી હવે તમામ મુદાઓથી અલગ થઈ માત્ર બિઝનેસ અને પોતાના આવનાર સંતાન પર જ ધ્યાન કેન્દ્રિત કરી રહી હતી. માથુર સાહેબ પર ચેતન અને નિરુપમાની ગેરહાજરીમાં કામનો બોજો વધી ગયો હતો.

દિનદયાલની બહાર નીકળવાની આશા જીંવત હતી..!! તેજપાલે પોતાનેશરાબમાં ડુબાડી દીધો હતો. પાર્ટીના તમામ નેતા પોતાને રુદ્રતરફી હોવાનું સાબિત કરવા મહેનત કરી રહ્યા હતાં..!! લોકો આશા રાખીને બેઠા હતાં કે રુદ્ર કંઇક પરિવર્તન લાવશે અને ચુંટણીના પરિણામો જ જાહેર કરશે કે રુદ્ર લોકોમાં આશા જગાડવા કેટલો સફળ થયો છે..!! ચેતન મુંગો સાક્ષી બની બધું જ જોઇ રહ્યો હતો..!! રુદ્ર લગભગ રોજ તેને મળવા જતો..!! દસ મિનિટ તેની સાથે બેસતો અને જતો રહેતો.

ચુંટણીના પરિણામની જાહેરાત આજે એટલે કે 13 જુન 2015 ના રોજ થવાની હતી..!! અને આજના જ દિવસે રુદ્રનું 20 દિવસનું અલ્ટીમેટમ પૂરું થવાનું હતું...!!

પ્રકરણ - 28
રુદ્રનો કહેર

13 જૂન 2015

પેટા ચુંટણીમાં લોકશક્તિ પાર્ટીએ ત્રણ સીટો પર જીત મેળવી હતી. જ્યારે બે સીટ પર જનકલ્યાણ પાર્ટી જીતી ચુકી હતી. રુદ્રએ પણ ખાસ્સી મોટી લીડથી જીત મેળવી, લોકસભાનો સાંસદ બની ગયો હતો. રુદ્રને આજે લોકશક્તિ પાર્ટીના લગભગ બધા નેતાઓએ શુભેચ્છાઓ પાઠવી ચુક્યા હતાં. તેજપાલનો ફોન નહોતો આવ્યો કે તે રૂબરૂ મળવા પણ નહોતા આવ્યા, જે વાત રુદ્રના ધ્યાનમાં આવ્યા વગર રહી નહી. અને નાયડુએ પણ પોતાનું અક્કડ વલણ ચાલુ જ રાખ્યું હતું.

પોતાની જીતના સમાચાર મળતા જ તે ચેતનને મળવા હોસ્પિટલે પહોંચી ગયો હતો. સામાન્ય રીતે તે કદી ચેતન સાથે એકલા એકલા બોલતો નહી, બસ ચેતનનો હાથ પકડી દસ-પંદર મિનિટ બેસી રહેતો..!! પણ આજે રુદ્ર પોતાની જીત બાદ પણ થોડો ઉખડેલો લાગતો હતો. તે અંદરથી થોડો અશાંત હતો. આજે પણ તે ચેતનની પાસે બેઠો, તેનો હાથ પકડ્યો..!!

''તું મારાથી ગુસ્સે છે..??'' રુદ્ર એક નિશ્વાસ નાખતા પુછ્યું. તેણે ચેતનની સામે જોયું, ચેતનની આંખો બંધ હતી. વિટામીનની બોટલો અને દવા પર જીવી રહેલા ચેતનના હ્રુષ્ટપુષ્ટ શરીરમાં નોંધનીય ઘટાડો થયો હતો.

''આજે હું શરત જીતી ગયો છું..!! અને તારે હવે મારું ઇનામ આપવા ઉભું થવું જ પડશે?'' રુદ્ર ચેતનને જગાડતો હોય, તેમ થોડો હબડાવ્યો.પણ ચેતન એમ જ નીશ્ચેતન પડ્યો રહ્યો, રુદ્ર થોડીવાર તેને તાકતો રહ્યો.

''તે જ મને કહ્યું હતું, કે તારી અને મારી સિવાય મને બીજું કોઇ મત નહી આપે..!! આજે જો હું દસ લાખની લીડથી આગળ છું..!! અને હવે મને મારું ઇનામ આપ..!!'' રુદ્ર રડમસ જેવો થઈ ગયો હતો.

મને ખબર છે, તું લુચ્ચો તો છે જ, મને કશું જ ના આપવું પડે એટલે તું, ઉભો નહી થાય પણ ચલ હવે મારે કંઇ નથી જોઇતું..!! ખાલી મારી સાથે વાત તો કર..!! રુદ્રની આંખમાથી દડ દડ આંસું પડવા લાગ્યા હતાં.

હું ગમે તેટલી ભાગવાની કોશિશ કરું, પણ હકીકત એ જ છે કે તારી આ હાલતનો જવાબદાર હું જ છું..!! નિરુપમાને જ્યારે હું જુનાગઢ લઈને પાછો આવી રહ્યો હતો, ત્યારે જ તેણે મને બધી હકીકત કહી દિધી હતી. હું સ્વાર્થી થઈ ચુક્યો હતો. મેં જ તેને કહ્યું હતું કે તારાથી આ

વાત છુપાવે..!! એટલે સીધો મતલબ એવો જ હતો કે તારાથી દુર રહે..!! મને ડર હતો કે તેના ઘાવ, તું સહન નહી કરી શકે..!! અને બદલો લેવા તું કોઇ આડા-અવળું પગલું ભરીશ તો..?? મારું આખું મિશન ખતરામાં જશે..!! મને ખ્યાલ હતો કે જ્યારે નિરુપમાની વાત આવે, ત્યારે ધીરજ જેવી વસ્તુ તારી પાસે નથી રહેતી. પણ પછી મે તારી એના પ્રત્યેની તડપ જોઇ,ત્યારેમને હું ખુબ પસ્તાયો, મને એ વાત ખાઇ જતી કે મેં બે પ્રેમીઓને અલગ કર્યા..!! પછી મે તેને સમજાવી પણ ખરી..!!, કે એ તારા લગ્નનો પ્રસ્તાવ સ્વીકારી લે, પણ તેને લાગ્યું કે તમારા બંન્નેના અંગત સ્વાર્થ માટે તે મિશનને ખતરામાં ના નાખી શકે..!! અને તેણે આ મિશનની સફળતા માટે તમારા બંન્નેની ખુશીઓનું ગળું દાબી દિધું..!! વધુમાં તેને તારા મમ્મીનું પણ બહાનું મળી ગયું હતું...!! પણ છતાય જે થવાનું હતું, એ થઇ ગયું..!! અને હું એકલો જ રહી ગયો..!! જ્યારે મેં ચાલવાનું ચાલુ કર્યું ત્યારે તો, મે નહોતું ઇછ્યુ કે તમે મારી જીંદગીમાં આવો અને હવે જ્યારે આવી જ ગયા છો તો મને છોડીને કેમ જાઉ છો..?? '' રુદ્ર હવે રડવા લાગ્યો હતો. આજે પોતાની જીતમાં સાવ એકલો મહેસુસ કરી રહ્યો હતો.

થોડીવાર બાદ રુદ્રએ જાતે પોતાને શાંત કર્યો અને બહાર નીકળી ગયો. રુદ્ર હોસ્પિટલેથી સીધો, કાર્યાલય પાછો આવ્યો. અનિકેત મંદાર, પ્રદિપ સિન્હા,વરૂણ કાપડીયા (ચીફ ઓફ વિજીલંસ ડિપાર્ટમેંટ), અતુલ ગપ્તા (ડાયરેક્ટર ઓફ એંટી કરપશન બ્યુરો), મનન આહુજા (પ્રિસિપાલ સેક્રેટરી), નૌમન ખાન (પ્રિસીપલ સેક્રેટરી ઇનકમ ટેક્ષ ડિપાર્ટમેંટ) મીટીંગ રૂમમાં રુદ્રની રાહ જોતા બેઠા હતાં.

રુદ્રએ પોતાના પદગ્રહણ બાદ બહુ મોટા પ્રમાણમાં બદલીઓ અને બઢતીઓ કરેલી, તમામ ઉંચી પોસ્ટ પર રુદ્રએ પોતાના વફાદાર માણસો ગોઠવી દિધા હતાં..!!
રુદ્રના આવતા તેમની અંદરોઅંદર જે ચર્ચાઓ ચાલતી હતી એ બંધ થઈ ગઈ અને બધાએ ઉભા થઈ વડાપ્રધાનને આવકાર્યા..!! રુદ્ર થોડો ઉતાવળમાં હોય તેમ આવીને ફટાફટ પોતાની જગ્યા લીધી.

''આજે તમે બધા જાણો છો, કે મે તમને બધાને કેમ ભેગા કર્યા છે..!!'' મીટીંગની શરૂઆત કરતાં બોલ્યો. બધાએ હકારમાં મોઢું હલાવી રુદ્રની વાતને સમર્થન આપ્યું.
આજે મે, આપેલા વીસ દિવસનું અલ્ટીમેટમ પૂરું થઈ ગયું છે..!! અને તમે બધા જાણો છો કે હવે એક્શન લેવાનો સમય આવી ગયો છે, મારી ધારણા પ્રમાણે હવે, એક જટકાની જરૂર છે, અને તમારા બધાનું શું માનવું છે..!! રુદ્રએ બધા સામે એક વખત જોઇ લીધું.
મેં આ વીસ દિવસ તમે કહેલી યોજના પ્રમાણે પૂરી તપાસ કરાવી લીધી છે, અને હકીકત એવી છે, કે આપણા તમામ ટાર્ગેટ તૈયારી સાથે બેઠા છે....!!! પ્રદિપ સિન્હા બોલ્યાં. રુદ્રએ તેમની

સામે જોયું.
એટલે કે, બધાએ તેમની સંપતિ અને પુરાવાઓને ભુગર્ભમાં મોકલી દિધા છે..!! અને ઘણા પોતે ભુગર્ભમાં જતા રહ્યા છે..!! પણ આપણા માણસો સતત તેમના પર ધ્યાન રાખી રહ્યા છે, હવે તકલીફ એ છે કે એ પેસા મળી ગયા બાદ પણ આપણે તેમનું વધારે નુકશાન નહી કરી શકીએ..!! એટલે તેમને આર્થિક નુકશાન જરૂર જશે પણ તે બચી જશે..!! પ્રદિપ સિન્હા થોડો અકળાયેલો હતો.

‘‘તમે, ચિંતાના કરો, મારી પાસે એક યોજના છે..!!’’ રુદ્રના ચહેરા પર ચમક આવી ચુકી હતી.‘‘તમે લોકો કોઇપણ રીતે રામપ્રસાદ શર્માને ફસાવી લો..!!’’ રુદ્ર હળવેથી બોલ્યો.
‘‘એ માણસ બહુ ઢીઢ છે, મરી જશે પણ કશું જ નહી બોલે..!!’’ અનિકેત મંદાર તરત બોલ્યાં.

આપણે તેની પાસે કશું જ બોલાવડાવવું પણ નથી..!! બસ તેને તો આપણે ગુંચવણ ઉભી કરવા જ પકડી રહ્યા છીએ..!! અને આ ગુંચવણ જ આપણા માટે એક મોટું હથિયાર સાબિત થશે..!! રુદ્રના ચહેરા પર સ્મિત હતું. બધા તેની સામે કુતુહલતાથી જોઇ રહ્યા હતાં.

હું સમજાવું છું..!! જનકલ્યાણ પાર્ટીની ચાર મુખ્ય રાજ્યો પર પકડ છે, ઉત્તરપ્રદેશ, બિહાર, મધ્યપ્રદેશ અને મહારષ્ટ્ર..!! હા..!! મહારાષ્ટ્રમાં તેની ગઠબંધનવાળી સરકાર છે..!! પણ ત્યાંની મરાઠા એકતા પાર્ટી (MUP) અને વિપુલ મહાજનને ખાસ ભડતું નથી. તેમને સરકાર ચલાવવા આ ગઠબંધન જીંવત રાખવું પડે છે..!! જેમાં આપણે ભંગાણ પડાવશું..!! અને હા..!! છત્તીસગઠ, ત્યાં પણ સત્તા પર જનકલ્યાણ પાર્ટીની ગઠબંધન સરકારછે, પણ ત્યાંની પુઅર પિપલ્સ પાર્ટી (PPP) અને જનકલ્યાણને ઘાટા સંબંધો છે..!! અને આ PPP જ નકસલીઓ સુધી જવાનો આપણો એક માત્ર રસ્તો છે..!! રુદ્ર ધીમે ધીમે બધાને પોતાની યોજના સમજાવી રહ્યો હતો.

આપણે એક કાંકરે આ ત્રણેય પાર્ટીને જમીનદોસ્ત કરવાની છે..!! અને આ કરવામાં આપણે જે કાંઇ પણ કરવું પડે, તે બધાની હું તમને છુટ આપુ છું..!! કાળાનાણાના કાયદાના ઓઠા હેઠળ આપણે ઘણા કામો પાર પાડવાના છે..!!

‘‘પણ રામપ્રસાદને પકડવાથી, શું ફાયદો થશે..?? કદાચ આ પુરા કામમાં મહિનાઓ જતાં રહેશે..!!’’ સિન્હા વચ્ચે બોલ્યાં.

‘‘ના..!! નહી જાય..!! આપણે થોડા કાયદાઓ તોડવા પડશે, થોડા પ્રોટોકોલનો ભંગ કરવો પડશે, પણ ચિંતા ના કરતા, હું તમને બધાને બચાવી લઈશ..!! એ મારી જવાબદારી..!!”

રુદ્રએ બધાને વિશ્વાસ અપાવતા બોલ્યો. ''હવે વાત છે, કે કેમ રામપ્રસાદ જ, તો જનકલ્યાણ પાર્ટીની આવકના મુખ્ય સ્ત્રોતોમાં ગણવા જઈએ તો, વેદાંતા ગ્રુપ છે, જે દેશની સૌથી મોટી કન્સ્ટ્રક્શન કંપની છે, તેમણે રિયલ એસ્ટેટની અંદર ખુબજ મોટા પ્રમાણમાં ઉચાપાત કરી કાળું નાણું ભેગું કર્યુ છે, મહારાષ્ટ્ર અને ઉત્તરપ્રદેશ સરકાર તેમને સૌથી વધુ મદદ કરે છે, જેના બદલામાં આ કંપની જનકલ્યાણ પાર્ટીને ચુંટણી દરમિયાન મોટા પ્રમાણમાં ફંડિંગ કરે છે..!!''

''સર, માફ કરજો પણ મને ખ્યાલ છે, ત્યાં સુધી વેદાતાં ગ્રુપ લોકશક્તિ પાર્ટીને પણ એટલી જ મદદ કરે છે..!!'' વરુણ કાપડિયા બોલ્યા.
તમારી વાત સાચી છે, અને એટલે જ તે દેશમાં આટલી મજબુત સ્થિતી છે, અને તમારે બિન્દાસ્ત થઈને લોકશક્તિને પણ ભરડામાં લઈ જ લેવાની છે..!! આપણે કોઇને નથી છોડવાના..!! રુદ્રના ચહેરા પર એક અજબ શાંતિ હતી.

હવે, આ વેંદાતા ગ્રુપ અને જનકલ્યાણની મુખ્ય કડી છે, રામપ્રસાદ શર્મા..!! તે જ આ બધાના કાળા રૂપિયાને ધોળા કરવાનું કામ કરે છે..!! અને આ સિવાય બિહારમાં જે ઓરગેનાઇઝ્ડ ક્રાઇમ થાય છે, તેનો મુખ્ય સુત્રધાર પણ રામપ્રસાદ શર્મા જ છે..!! જો રામપ્રસાદ શર્માને આપણી તરફ કરી લઈશું તો વેદાંતા ગ્રુપ, બિહાર અને ઉત્તરપ્રદેશના બાહુબલીઓ પણ આપણી પકડમાં આવી જશે..!! જે લોકો આપણા કામના ના હોય, તેમનું ઓન ધ સ્પોટ એનકાઉટર કરો..!! જે લોકો પકડાય તેમને સરકારી ગવાહ બનાવવા મનાવો, લલચાવો,ડરાવો..!! ખાલી પાંચ-સાત MP કે MLs` હાથમાં આવી જાય એટલે આપણું કામ થયું સમજો..!! પછી, તે લોકોને કાળાનાણાના કાયદામાં ફસાવો, અને એકાદાને ફરી સરકારી ગવાહ બનાવી તેના મિત્રોને ફસાવવા કહો..!!

જે લોકો કાળાનાણાના કાયદામાં ના આવતા હોય..!! તેમના જુના કેસ ઓપન કરાવડાવો..!! પણ મે તમને જે લીસ્ટ આપ્યું છે, તે 150 સાંસદો, અને 1284 વિધાનસભ્યો મારે એક જ મહિનામાં જેલમાં જોઇએ..!! રુદ્રની આંખમાં ગુસ્સો સ્પષ્ટ દેખાતો હતો. રુદ્રની વાત સાંભળતા બધાને જુનુન ચડી ચુક્યુ હતું.

તમારા બધાના વિભાગમાં આ તમામના ચમચાઓ પણ હશે..!! તેમનો ઉપયોગ કરો..!! છેલ્લે સુધી તમારા પ્લાનની ખબર તમારા સિવાય કોઇને ના હોવી જોઇએ..!! આજ સુધી તમને તમારી પ્રામાણિકતાના બદલામાં આ લોકોએ તમને ભેટ સ્વરૂપેમાત્ર અને માત્ર બદલીઓ આપી છે, પણ હવે તેમને ઋણ ચુકવવાનો વારો આવી ગયો છે..!! રુદ્ર એકધારું બોલ્યે જતો હતો.

માફ, કરજો સર..!! પણ આટલા બધામાં એકસાથે ફસાશે તો, દેશમાં હલચલ મચી જશે..!! એ લોકો બચવા માટે કોઇપણ હદ સુધી જઈ શકે છે, કદાચ દંગા-ફસાત પણ કરાવડાવે..!! મનન આહુજા બોલ્યા વગર ના રહી શક્યાં..!!

હું, તેના માટે તૈયાર છું...!! બની શકે છે, અમુક નિર્દોષોનો જીવ જશે..!! પણ આઝાદીની કોઇ કિંમત તો ચુકવવી જ પડશે..!! પણ મે પૂરી તૈયારી કરી છે, કે અવું કશું જ ના થાય..!! બસ તમે ચાલવાનું ચાલુ તો કરો, રસ્તો આપોઆપ દેખાશે..!!
''પણ, સર મે તમને કહ્યું તેમ, રામપ્રસાદ કશું જ નહી બોલે, અને તેને કોર્ટમાંથી છુટવાનો ઓર્ડર પણ મળી જશે..!!'' મંદાર સાહેબ ફરીથી બોલ્યાં.

તમારે તેને, કાળાનાણાના કેસમાં ફસાવવાનો છે..!! જે કોર્ટના અધિકાર ક્ષેત્રની બહાર છે, તેને માત્ર કસ્ટડીમાં જ રાખવાનો છે,બાકી તમને ખ્યાલ જ છે કે તે લોકોએ પૈસા ક્યાં સંતાડ્યા છે, અને ક્યાં ડોક્યુમેન્ટ્સ ક્યાં મુકેલા છે, તમારે માત્ર એટલું જ કહેવાનું છે કે રામપ્રસાદે મોઢું ખોલી નાખ્યું છે, પછી તો જુઓ જે ભગદડ મચે છે એ..!! તમારે લોકોએ કોઇ જ પુરાવાઓ નહી આપવા પડે..!! બધું જાતે જાતે થઈ જશે..!! રુદ્રના ચહેરા પર સ્મિત હતું. અને એક અજબ વિશ્વાસ...!!
''અને વેંદાતાં ગ્રુપનું શું કરવાનું છે!!'' વરુણ કાપડીયા બોલ્યા.
''જે કાયદેસર થતું હોય તે..!!'' રુદ્રએ તરત જવાબ આપ્યો.
''એ કંપની ડુબી જશે..!! દેશને પણ ઘણું મોટું આર્થિક નુકશાન જશે..!!'' નૌમન ખાન બોલ્યા. ઘણા બધા તેમની સાથે સહમત પણ થયાં.
''રુદ્ર કોર્પોરેશન, એની જગ્યા લઈ લેશે..!!'' રુદ્ર વિચારીને બોલ્યો. રુદ્રનો આ વિચાર અમુક અધિકારીને ગમ્યો નહી, પણ તે કશું જ ના બોલ્યા.

તેમના ગયા બાદ રુદ્રએ રાજેશને બોલાવ્યો હતો. જે કેબીનની બહાર મીટીંગ પૂરી થવાની રાહ જોઇ રહ્યો હતો. અધિકારીઓના નીકળતા જ તે અંદર ગયો. બંન્ને ઘણા દિવસો બાદ મળી રહ્યા હતાં એટકે પહેલો ઘણી ઔપચારીક વાત થઈ, નિરુપમાના મૃત્યુ પર રાજેશે શોક પણ વ્યક્ત કર્યો.!

''કાલરાત્રે, પાકિસ્તાનના આપણા એજંટની મૃત્યુ થયુ છે..!!'' રુદ્રએ ઢીલા અવાજે વાત ચાલુ કરી..!! રાજેશ ચુપ જ રહ્યો.
મારી ઇચ્છા છે, કે તું પાકિસ્તાન જાય..!! આપણી પાસે હવે વધારે સમય નથી. મંદાર સાહેબના ઘણા એજંટો ત્યાં છે, જે ત્યાં તને મદદ કરશે..!! અને તું પરિસ્થિતી માહિતગાર છે, અને હા આજથી તું ઓફિશીયલી આઇબીનો એજંટ છે..!!
''પણ, સર નિરુપમાજીના હત્યારાઓ..??''
મને ખ્યાલ આવી ચુક્યો છે, કે કોણ છે..!! મારી છઠ્ઠી ઈંદ્રી કદી દગો ના દે..!! પણ મારી પાસે પુરાવા નથી, પણ હવે તો હું તેને ફસાવી લઈશ..!! રુદ્રએ આત્મવિશ્વાસ સાથે કહ્યું.
રાજેશને પુછવું હતું કે એ કોણ છે..?? પણ ચુપ જ રહ્યો અને રુદ્ર પાસેથી બીજી સુચનાઓ લઈ, તે જતો રહ્યો.

>>>>>>>>>>>>>>>>>>>>>><<<<<<<<<<<<<<<<<<<<

''ભૈયાજી..!! એક ખરાબ ન્યુઝ છે..??'' વિપુલ મહાજાનનો સેક્રેટરી ઓફિસમાં દોડતો પહોંચ્યો. વિપુલ મહાજન પાર્ટી ઓફિસમાં બેઠો હતો.
''નવું શું ખરાબ થયું..??'' વિપુલ લાપરવાહીથી બોલ્યો.
''રામપ્રસાદના ઘરે છાપો મરાયોહતો..!!!'' પેલાએ નીચે મોં રાખીને કહ્યું.
''તો એમાં શું નવીન વાત છે, આપણને બધાને ખ્યાલ જ હતો, કે પેલો હરામી દિલ્હીમાં બેઠો બેઠો આપણા જ ચાળા કર્યા કરશે..!! બધું સલામત જ છે..!! કશું જ મળવાનું નથી, એ લોકોને..!!'' વિપુલ નિશ્ચિંત થઈને બોલ્યો.
''સર..!! પ્રસાદના ઘરેથી 50 કરોડની રોકડ મળી છે...!!''
''શું..?? એ ક્યાંથી આવ્યા..??'' મહાજન ખુરશી પર અડધો ઉભો થઈ ગયો.
''મને લાગે છે કે આ બધી ચૌહાણની ચાલ છે..!!''
''સાલ્લો..!!'' વિપુલે પોતાનો એક હાથ ટેબલ પર માર્યો.''ચલ પ્રસાદના ઘરે..!!''
''એને તો લઈ ગયા..!! અત્યારે તો એ દિલ્હીમાં છે..!!''
''તો મને પહેલા કેમ ના કિધું..??''
''ભૈયાજી..!! બધું પતી ગયું, પછી તો ખબર પડી..!!''
''સારું, તું જા મને વિચારવા દે..!!'' સેક્રેટરી મોઢું લટકાવી જતો રહ્યો.

વિપુલ ઓફિસમાં આમતેમ આંટાં મારવા લાગ્યો. રુદ્રની આગળની ચાલ શું હશે..!! તેનો અંદાજ લગાવવા લાગ્યો. તેને કંઇક યાદ આવતા પોતાનો મોબાઇલ હાથમાં લીધો..!!
''સાલ્લા, તને ખુરશી પર છોલાવા બેસાડ્યો છે..!!'' વિપુલનો અવાજ ગુસ્સાના કારણે ધ્રુજી રહ્યો હતો.
''અરે ભૈયાજી...!!,એ લોકોએ પરમીશન વગર જ છાપો માર્યો હતો..!! મને પણ તે લોકોના ગયા બાદ જ ખબર પડી..!!'' બિહારના મુખ્યમંત્રી આકાશ યાદવ થોથવાતા બોલ્યા.
''તારા રાજ્યમાં, તારા જ ડિપાર્ટમેન્ટના લોકો, તને પુછ્યા વગર કેવી રીતે ઘુસી શકે..??'' વિપુલ મહાજનનો ગુસ્સો સાતમાં આસમાને હતો.
સર, એ લોકો દિલ્હીથી આવ્યા હતાં..!! મને નહોતી ખબર અને હું અત્યારે કોને ફરિયાદ કરવા જાઉ..?? અને ફરિયાદ કરીશ તો આ વાય, દેશની બ્રેકિંગ ન્યુઝમાં આવશે અને એ ચૌહાણનો બચ્ચો, તેને આપણા વિરુધ્ધ જ વાપરશે..!! યાદવ સાવ લાચાર થતા બોલ્યો.
વિપુલ વધારે ગુસ્સામાં આટાં મારવા લાગ્યો. પણ તેને ઉંડે સુધી વિશ્વાસ હતો કે ગમે તે થાય રામપ્રસાદ કશું જ નહી બોલે..!!

ચાર કલાક બાદ જ્યારે સેક્રેટરી અંદર આવ્યો, ત્યારે તેના ચહેરા પર દહેશત હતી..!!
''સર..!! રામ પ્રસાદે જે ડોક્યુમેન્ટ્સ તેના એક સંબંધીને ત્યાં સંતાડેલા..!! ત્યાં પણ સીબીઆઇનો દરોડો પડ્યો છે, અને બધાં ડોક્યુમેન્ટ્સ કબજે કરી લેવાયા છે..!!'' સેક્રેટરી હાંફી રહ્યો હતો.

"અરે, ડોબા..!! અહી આવી સમાચાર ચેનલ કેમ બને છે..!! બહાર બધા શું જખ મારો છો.....??" વિપુલે ત્રાડ નાખી.
"સર..!! એ લોકો બહુ ચાલાકીથી કામ કરી રહ્યા છે..!! નહિતર પ્રસાદ એટલો નબળો માણસ નથી કે ચાર કલાકમાં બધું બકી નાખે..!!" સેક્રેટરી બચાવ કરતા કહ્યું.
એ ડોક્યુમેન્ટ્સ જાહેર થશે, તો આપણા બધાનું આવી બનશે..!! કંઇક કરો..!! એક કામ કરો..!! જેટલા પણ તપાસ માટે આવ્યા છે..!! બધાને મારી નાખો..!! એ ડોક્યુમેન્ટ્સ સળગાવી દો..!! જાવ.....!!! જલ્દી..!! વિપુલને હવે કશું સુજી નહોતું રહ્યું.

તેને ઇચ્છા થઈ કે તેના તમામ સાથીઓને ફોન કરી આગાહ કરી દઉ..!! પછી તેને જ વિચાર આવ્યો કે ફોન પણ ટેપ થતા હશે તો..?? પોતાના એક હાથથી બીજાને જોરથી મુક્કા મારતો તે ફરી ઓફિસમાં આંટા મારવા લાગ્યો. તેને સમાચાર જોવા માટે ટીવી ચાલુ કર્યું, તો હજી રુદ્રની જીતના જ સમાચાર આવી રહ્યા હતાં. માત્ર પટણાની લોકલ ચેનલ પર જ આ ધડપકડ બતાવાઇ રહી હતી..!! વિપુલને ખ્યાલ આવી ગયો કે રુદ્ર કોઇ મોટો ધડાકો કરવાની તકમાં છે, એટલે જ મીડિયાને આ વાત દબાવવા દબાણ કરી રહ્યો હશે..!! તેણે આમતેમ આંટા માર્યા અને પછી અકળાતો તે બહાર નીકળી ગયો.

કારમાં બેસી ડ્રાઇવરને કારને ઘરે લઈ લેવાનું કહ્યું. પોતે બારી બહાર જોતા વિચાર કરી રહ્યો હતો કે શું કરવું..!! તે પટણાની વ્યસ્ત સડકો પરથી પસાર થઈ રહ્યો હતો. ત્યારે લોકો એક દુકાનમાં લાગેલા ટીવીને ટોળે વળી જોતાજોયા. વિપુલને લાગ્યું કે તેના જ સમાચાર આવી રહ્યા હશે..!!
"જલ્દી ચલાવ..!!" વિપુલ અકળાઇને બોલ્યો.
પંદર મિનિટ બાદ વિપુલ પોતાના ઘરે હતો. તેનો આખો પરિવાર ટીવી સામે આંખો ખોડીને બેઠો હતો. બધા ઉચ્ચક જીવે સમાચાર જોઇ રહ્યા હતાં. વિપુલ પણ હળવેથી સામે ગોઠવાયો,ઘરના લોકોને તેને સવાલ પુછી, હેરાન કરવાની કોઇની ઇચ્છા ના થઈ, એટલે બધા ચુપ જ રહ્યા..!!

રુદ્રની ચુંટણીની જીત હવે જુની થઈ ચુકી હતી..!! બિહારમાં ચાલી રહેલી ચહલપહલ બધાનું ધ્યાન ખેંચી રહી હતી. રામ પ્રસાદની ધડપકડના ચાર જ કલાકમાં તેમના સંબંધીના ઘરે છાપો મારવામાં આવ્યો, અને ફાઇલોની આખી પોટલી તેમના હાથ લાગી હતી, પણ આ ફાઇલ લઈને તેઓ દિલ્હી પાછા ફરે, તે પહેલા જ તેમના પર પાંચ લોકોએ હુમલો કરી દીધો..!! પણ ચોંકાવનારી ઘટના એ બની કે સિવિલડ્રેસમાં મોટી સંખ્યામાં સીઆરપીએફ હતી..!! તેમણે ચારને જીવતા પકડી લીધા..!! અને એકનું મુઠભેડમાં મૃત્યુ થયું..!! પાંચ મીનીટમાં આખો એરિયો સુરક્ષીત કરી દેવાયો..!! કહેવાઇ રહ્યું છે કે એ ફાઇલોમાં ખુબજ સ્ફોટક માહિતી છે....!!! હવે તમામ ફાઇલો અને એ ચારેય આંતકીઓને દિલ્હી લઈ જવાઇ

રહ્યા છે..!! સુરક્ષા માટે સુસ્ત બંદોબસ્ત કરાયો છે..!!
વિપુલની પગ પછાડતો પોતાના રુમમાં જતો રહ્યો.

>>>>>>>>>>>>>>>>>>>>>><<<<<<<<<<<<<<<<<<<

“શું કહેવું નાયડુ સાહેબ..!! મારો અંદાજો સાચો નીકળ્યો ને..?? મુકુંદરાય નાયડુને ઘરે મળવા ગયાં હતાં.

“હા..!!! મતલબ કે આ માણસ, હવે જનકલ્યાણનું નિકંદન કાઢીને જ રહેશે એમને.?? નાયડુ ઘણા સમય બાદ ખુશ દેખાયો.

“તમે હવે રુદ્રની માફી માંગી લો, આપણા બધાના ફાયદામાં રહેશે..!! આમ પણ એ વધારે દિવસનો મહેમાન નથી,,,!!” મુકુંદરાયે આંખ મીચરતા કહ્યું.

“હંમ્મ..!! હું પાછું મારું પદ સંભાળી લઉ..!! આપણે બધા સાથે મળીને જનકલ્યાણનો લોથ વાળી દઈએ..!!” નાયડુને મુકુંદરાયની વાત સમજતા વાર ના લાગી.

“પણ મને લાગે છે કે આપણે આગ સાથે રમી રહ્યા છીએ..!! તમે ધારો છો એટલું આ આસાન પણ નથી...!! તમે જોયું નહી, બિહારમાં કેવી ચાલાકી કરી તેણે.??” નાયડુએ પોતાની શંકા વ્યકત કરી..!!

“તમે ચિંતા ના કરો, મે ફુલપ્રુફ પ્લાન બનાવ્યો છે..!! સમય આવવા દો..!!”
“સારું,હું તેને મળી લઈશ...!! નાયડુ ઉદાસ મને કહ્યું.

>>>>>>>>>>>>>>>>>>>>>><<<<<<<<<<<<<<<<<<<

10 જુલાઇ 2015

રુદ્રએ આ એક મહિનાની અંદર જનકલ્યાણ પાર્ટીની કમર તોડી નાખી હતી. રુદ્રએ વિગતોને પહેલેથી ભેગી કરી રાખી હતી, બસ તેને યોગ્ય રીતે ઉપયોગમાં લેવાની હતી. જે તેણે બરાબર રીતે પાર પાડ્યું હતું. રુદ્રએ નાના દલાલોની ઘડપકડથી ચાલુ કર્યુ અને ટોટલ 627 વિધાનસભ્યો અને 90 સાંસદોને ઝપટમાં લઈ લીધા હતાં..!! એ સિવાય 446 સરકારી અધિકારીઓને પણ પદભ્રષ્ટ કરાયા હતાં. જેમાં પોલીસ અધિકારીઓ, વહિવટી અધિકારી, કોર્ટના અધિકારીઓનો પણ સમાવેશ થતો હતો.

પરિસ્થિતીને ધ્યાનમાં લઈ આંધ્રપ્રદેશ અને તમિલનાડુની ચુંટણી મોકુફ રખાઇ હતી. એ સિવાય આઠ રાજ્યોમાં રાષ્ટ્રપતિ શાસન લાગી ચુક્યું હતું. ટોટલ દોઢ લાખ કરોડની સંપતિ જપ્ત કરવામાં આવી હતી, જેમાં 90,000 કરોડ વિદેશી બેન્કોમાં હતાં. આ ઉપરાંત વિધાનસભ્યો અને સાંસદો પર લાગેલા જુના આરોપોની ફાઇલો પણ ફરી ખુલી ચુકી હતી..!! દેશના ઘણા ભાગોમાં વિરોધી પાર્ટીઓએ દંગા ચાલુ કરાવવાના પ્રયત્નો કર્યા, પણ કંઇ ખાસ

સફળતા ના મળી..!! જે લોકો આ નેતાઓના ગુનાહો સામે પહેલા બયાન આપતાડરતા હતાં, તે હવે સામેથી રુદ્રએ આપેલી હેલ્પલાઇન પર ફોન કરી માહિતી આપવા લાગ્યાં.

સરેઆમ રસ્તાઓ પર એંકાઉટર થવા લાગ્યા હતાં..!! બિહારના બહુચર્ચિત બાહુબલી અજ્જુ તિવારીને રોડ પર ગોળીઓથી છલ્લી કરી દેવામાં આવ્યો. પોલીસ, નારકોટીક્સ ડિપાર્ટમેંટ અને એંટી ટેરિરિઝમ સ્કોડ, કેંદ્ર સરકાર તરફથી મળેલી છુટનો પુરો લાભ લઈ રહ્યા હતાં. રુદ્રએ એક સાથે કેટલાય ઓપરેશનો ચાલુ કરાવી દિધા હતાં..!! જેથી બધા ગુંચવાઇ ગયા હતા..!! આખા દિવસમાં દેશમાં એકસાથે ઘણીબધી ઘટનાઓ બનતી, ક્યાંક કોઈ મરાયું હોય, તો ક્યાંક કોઇ સસ્પેન્ડ થયું હોય, તો ક્યાંક કોઇની તમામ સંપતિને સીલ મારી દેવાતું, ક્યાંક કોઇનું એન્કાઉટર થતું, તો કોઇ નેતાની ધડપકડ થતી..!!

રુદ્રના નિશાન પર કોણ છે, એ સમજવું કે કહેવું મુશકેલ હતું...!! લોકશક્તિ પાર્ટીના પણ 20 સાંસદો જપટમાં આવી ચુક્યા હતાં. રુદ્રએ એવી ધાક બેસાડી દિધી હતી, કે ગુનેગારો બહાર નીકળી પ્રતિકાર કરવાને બદલે છુપાઇ રહ્યાં હતાં. પોતાને બચાવવા માટે સરકારી સાક્ષી બનવા તુરંત તૈયાર થઈ જતાં..!! જેનો બહુ મોટો ફાયદો રુદ્રને મળતો..!! રુદ્રને ધાર્યા કરતા ઓછી સફળતા મળી હતી. પણ પરિણામો સંતોષજનક હતાં.

આ એક મહીનામાં, વેદાંતા ગ્રુપના માલીક આકાશ વેદાંતાની પણ ધડપકડ થઈ ચુકી હતી.

>>>>>>>>>>>>>>>>>>>>>>><<<<<<<<<<<<<<<<<<<<

“અરે..!! નાયડુ સાહેબ..!! બહુ લાંબા સમય બાદ દેખાયા..??” રુદ્રએ હસતા હસતા આવકાર આપ્યો.

“મને ઘણા દિવસથી તમને મળવાની ઇચ્છા હતી, પણ મારો પગ જ નહોતો ઉપડતો..!!” નાયડુએ નાટક ચાલુ કર્યુ.

“જે બની ગયું, તે બની ગયું, તેને ભુલી જાવ..!! બોલો તમને શું ફાવશે..!!” રુદ્રએ ટેબલ પર ખુલ્લી ફાઇલ બંધ કરી નાયડુ પર પૂરું ધ્યાન કેંન્દ્રીત કર્યુ.

“ના.!! આભાર..!! આજે, હું મારી જાતને ઘણો નાનો મહેસુસ કરી રહ્યો છું..!! તમે જે દેશની સેવા, આ બે મહિનામાં કરી, તે અમે આઠ વર્ષોમાં પણ ના કરી શક્યાં..!” નાયડુનો અવાજ નાટકીય રીતે સાવ ઢીલો હતો.

“મેં કહ્યુંને જે થઈ ગયું, તે થઈ ગયું..!! હવે આ દેશના વિકાસમાં, આગળ મદદ કરશો કે નહી, એ મહત્વનું છે..!!”

“આજથી હું તમારો સેવક બનીને રહીશ..!! બસ એક તક તો આપો..!!”

“ના..!! નાયડુસાહેબ, સેવક બનવાની જરૂર નથી, મને વડિલ બનીને સહારો આપો એ પણ મહત્વનું છે..!!” રુદ્રએ હસતા કહ્યું.

“આ તો તમારી મહાનતા છે, કે મારી આટલી આડોડાઇ બાદ પણ તમે મને આટલી આસાનીથી

આસાનીથી માફ કરી દીધો..!!" નાયડુ આભારવશ બોલી ગયો.

"સર..!! મારે હજી એક વાત કહેવી હતી..!!" નાયડુ ખચકાતા બોલ્યો.

"હા... હા...!! નિશ્ચિંત થઈને બોલો..!!"

"સર..!! નિરુપમાજીના કેસમાં કુણાલ કે અરવિંદજીનો કોઇ જ હાથ નથી..!! અને અમને કોઇને એ બાબતમાં કોઇ જ માહિતી પણ ન હતી..!! આ તો મે ડરના માર્યા બંન્નેને વિદેશ મોકલી દિધા હતાં..!!" નાયડુએ લાગ જોઇને કહી જ દિધું.

"મને ખબર છે..!! અને તમારે બંન્ને પાછા બોલાવવા હોય તો, બોલાવી લો, તેમના પર હું આંચ પણ નહી આવવા દઉ..!!" રુદ્ર મનમાં હરખાઇ ગયો.

"જી, સર..!! એમને તો ઘણા દિવસથી આવવું છે, પણ હું જ ના પાડતો હતો, પણ હવે મારા મનનો ભાર હળવો થઈ ગયો..!!" નાયડુના ચહેરા પર રાહત દેખાતી હતી.

>>>>>>>>>>>>>>>>>>>>>>>><<<<<<<<<<<<<<<<<<

નાયડુના માફી માગ્યા બાદ, રુદ્રએ પોતાનુ વલણ લોકશક્તિ પાર્ટીના નેતાઓ તરફ થોડું નરમ પડ્યું હોવાનું નાટક ચાલુ કરી દિધું હતું. રુદ્રએ તેજપાલ અને પાર્ટીના બીજા નેતાઓ વચ્ચે ઉભી થયેલી ગેરસમજણ પણ દુર કરી દિધી. હવે લોકશક્તિ પાર્ટી બહારથી અને અંદરથી એક થઈ ચુકી હતી..!! (રુદ્રના ડરના કારણે..!!) પુરા દેશમાં રુદ્રનો જયજયકાર થઈ ગયો હતો. લોકશક્તિના તમામ કાર્યકરોએ રુદ્રને પુરા મનથી પોતાનો નેતા સ્વીકારી લીધો હતો.

અદાલતોના ધીમા કામકાજના કારણે ઘણા નેતાઓ જેલમાં તો ના જ ગયાં, પણ તેમની સત્તા અને પૈસા છિનવાઇ ગયા..!! અને કેસ તો ચાલુ જ હતાં, અને તે લોકો રુદ્રની નજરમાં પણ હતાં. ચુંટણીપંચે એ લોકો પર ચુંટણી લડવા પર પ્રતિબંધ મુકી દીધો હતો. વિપુલ મહાજન પર ઘણા આરોપો થયા પણ એ છટકી ગયો.

રુદ્ર આજે લાંબા અંતરાળ બાદ મીડિયાને સંબોધવાનો હતો. આ વખતે તેની સાથે તેજપાલ, મુકુંદરાય, હરેશ પટેલ અને નાયડુ પણ સાથ આપવા મંચ પર હાજર હતાં..!!

રુદ્રએ માઇક નજીક કર્યુ અને એ બોલે તે પહેલા જ બધાએ ઉભા થઈને તાળીઓના ગડગડાતથી આંખો રૂમ ગજવી નાખ્યો. રુદ્રએ હાથ ઉંચો કર્યો અને બધાને શાંત રહેવા અપીલ કરી.

"હજી, મેં એવું કોઇ પરાક્રમ નથી કર્યુ, કે હું તમારી તાળીઓનો હકદાર થાવ..!!! માત્ર કાળા નાણાને પાછું લાવવું અને અપરાધીઓને જેલ ભેગા કરવા એ કોઇ સમસ્યાનું સમાધાન નથી..!! પણ નાણાને ફરીથી પેદા થતા કેવી રીતે અટકાવવું અને આવા નેતાઓને અને અપારાધીઓને ગુનાહ કે ભ્રષ્ટાચાર કરતા કેવી રીતે રોકવા, એ જ મહત્વનું છે..!! આ સિસ્ટમ

સડી ચુકી છે, આ નેતાઓ અને અપરાધીઓ તેને ઉધઈની જેમ ખાઇ ગયા છે, હવે આ ખોખલા થઈ ગયેલી આ સિસ્ટમનો નિકાલ કરવો જરૂરી બની ગયો છે..!!

દેશના ઘડવૈયાઓએ ખુબજ ખંતથી આપણા દેશનું બંધારણ બનાવ્યું હતું. પણ આ સિસ્ટમે તેને તોડી-મરોડી વિકૃત કરી નાખ્યું છે..!! એટલે હવે આ બંધારણને આજના જમાના અને લોકો પ્રમાણે અપડેટ કરવાની જરૂર ઉભી થઈ છે..!! પણ બંધારણમાં મોટા ફેરફારો કરવા માટે મારે ખુબજ મજબુત સરકારની જરૂર છે..!! અને જરૂર છે પ્રામાણિક નેતાઓની જે તમે છેલ્લા એક મહિનાથી જોઇ રહ્યા છો કે અત્યારની સરકારમાં એ બંન્નેની ખામી છે..!! એટલે આજે હું મારી સરકારના વિસર્જનની ઘોષણા કરું છું. મે સરકાર વિસર્જનનો પત્ર રાષ્ટ્રપતિજીને મોકલી આપ્યો છે..!! એટલે હવે ચુંટણી બાદ જ હું નવા નિર્ણયો લઈશ..!!

બીજું, હજી કાળાનાણાની મારી દોટ અટકી નથી..!! આ કાળાનાણાના જે આંકડા તમને મળ્યા છે..!! તે માત્ર રાજકીય નેતા અને તેમના દલાલોના જ છે..!! હજી તો હું સરકારી ઓફિસરો અને ધંધાદારીઓને પણ આ વર્તુળમાં અંદર લાવીશ..!!

પણ હું હજી એ લોકોને વધુ એક ચાન્સ આપવા માંગું છું..!! બે દિવસ..!! જો બે દિવસમાં સરકારી ઓફિસરો, તેમણે ભેગું કરેલું બધું કાળું નાણું જમા નહી કરાવે, તો તેમની પરિસ્થિતી આ નેતાઓ કરતા પણ વધારે ખરાબ થશે..!! અને ધંધાદરી મિત્રો બે જ દિવસમાં 40% ટેક્ષ ફરી બાકીના 60% રૂપિયા તમારી પાસે રાખી લે, નહીતર જે હાલ વેંદાંતાના થયા, તેના કરતા વધારે ખરાબ હાલ હું તેમના કરીશ..!!'' રુદ્રનો ચહેરો ગંભીર હતો. થોડીવાર બાદ રુદ્રએ મીડિયાને તેમના સવાલો પુછવા કહ્યું.

બે ક્ષણ બાદ એક પત્રકાર ઉભો થયો. ''સર!! જે સાંસદો અને વિધનસભ્યો પકડાયા છે, તેમાં ઘણા બધા લોકશક્તિ પાર્ટીના પણ છે..!! તો શું આ બાબતને લઈને તમારો વિરોધ, પાર્ટીના બીજા નેતાઓએ ના કર્યો..??'' તેણે પુછ્યું.

''ના, લોકશક્તિ પાર્ટીની હાઇકંમાન્ડે મને આ પદ પર આ જ કામ માટે બેસાડ્યો છે, કે હું આ પાર્ટી પર લાગેલા દાગ ધોઇ શકું..!! હવે ખરા અર્થમાં આ પાર્ટી લોકોની શક્તિ છે, અને હમેંશા રહેશે, તેવી ખાતરી પણ આપું છું...!!'' રુદ્રએ ખુરશીને ટેકો દીધો અને પત્રકારોએ રુદ્રના જવાબને તાળીઓથી આવકાર્યો.
''તમારી સામે હવે કોઇ સ્ટ્રોંગ પાર્ટી રહી જ નથી કે તમને ટક્કર આપે, તો શું આ વખતે વિપક્ષ વગરની સરકાર બનશે..!!"
''હજી ઘણા રાજ્યોમાં ત્યાની લોકલ પાર્ટીઓ છે, અને કદાચ જનકલ્યાણ હવે ઇમાનદાર નેતાઓને તક આપે અનો, મારી સામે ઉભા રહે..!!"
''તમારા મિત્ર ચેતન મહેતા અને નિરુપમા દલાલ પર જે હુમલો થયો હતો, એ કેસમાં કોઇ

લીડ મળી..??"
ના..!! એ ચાર આંતકીઓના મૃત્યુ સાથે, આખી વાત રહસ્ય બની ચુકી છે..!! હવે, ચેતન કોમામાંથી બહાર આવે અને કોઇના નામ આપે તો, કેસમાં આગળ તપાસ થઈ શકે..!!
''તમને કોઇના પર શક છે...??"
''કદાચ, બદલો લેવા દિનદયાલ અને નિતેષ મળીને આ કામ કરાવ્યું હોય...!!'' રુદ્ર ખોટું બોલ્યો.
''અમે સાંભળ્યું છે કે તમે પિતા બનવાના છો..??'' અચાનક બધાનું ધ્યાન ખેંચતી એક પ્રત્રકાર બોલી. બધાના ચહેરા પર આશ્ચર્ય હતું.
''હા..!! સાચી વાત છે..!!'' રુદ્ર ખચકાતા બોલ્યો.

આ સાંભળતા જ બધા શુભકામનાઓ આપવા લાગ્યા અને પૂરી પત્રકાર પરિષદનો માહોલ જ બદલાઇ ગયો.

પ્રકરણ - 29
ભારત ભ્રમણ

રુદ્રના સરકાર વિસર્જનના નિર્ણયને જાહેર જનતાએ વધાવી લીધો હતો. રુદ્ર પિતા બનવાનો છે, એ વાત પુરા દેશમાં વાયુવેગે ફેલાઇ ચુકી હતી..!! લોકોના રુદ્ર પ્રત્યેની લાગણી ખુબજ વધી ચુકી હતી..!! દેશમાં ઘણી જગ્યાએ ગૌરી અને બાળકની સુરક્ષા માટે યજ્ઞો થઈ રહ્યા હતાં. ગૌરી વાત છુપાવવા ઘણી મહેનત કરી હતી....!! પણ તોય વાયરાએ વાત પહોંચાડી દિધી..!!

આ ખુશીઓની વચ્ચે સરકારી અધિકારીઓ ચિંતામાં ગ્રસ્ત હતાં..!! રુદ્રએ જે ધમકી આપી હતી, એ તેણે સાબિત કરી બતાવી..!! રુદ્ર જો રાજ્યોના મુખ્યમંત્રીને ના છોડતો હોય તો પોતાની શું વલ્લે કરશે..!! અને છેલ્લા ઘણા દિવસોમાં દેશમાં જે ઘટનાઓ બની હતી, એ વિચારીને અધિકારીઓ ધ્રુજી જતા હતાં.

ઘના અધિકારીઓએ હિંમત કરી પૈસા અને ઘરેણાના થેલા ભરી આવકવેરા ખાતે જઈ જમા કરાવવા લાગ્યાં..!! કોઇ તેમને એક પણ સવાલ પુછતું નહી અને પૈસા જમા લઈ લેવામાં આવતા..!! મોટા બિઝનેસમેનોને પણ પોતાની શાખ વહાલી હતી..!! તે રુદ્ર નામનું જોખમ ઉપાડી શકે તેમ ન હતાં..!! મોટા શહેરોમાં આવકવેરા ખાતા આગળ પૈસા જમા કરાવવા લાઇનો લાગી હતી..!!

બે દિવસ જતા જતા તો આવકવેરા ખાતામાં 5,00,000 કરોડની સંપતિ જમા થઈ ચુકી હતી..!! દેશની અંદર જ રોકડમાં આ નાણું જમા પડ્યુ હતું. બધું ગુમાવવાના ડરથી સરકારી નોકરોએ તમામ કાળી સંપતિ આવકવેરા ખાતને આપી દિધી હતી..!! મીડિયા પણ પ્રોત્સાહન આપવા માત્ર આંકડાઓ જાહેર કરતા, પણ કોઇનું નામ કે ફોટા લીક થવા ના દિધા..!! જેથી બીજા ઓફિસરોની પણ હિમ્મત વધતી અને જેના પર તેમનો હક ન હતો તે તમામ સંપતિ તે લોકો જમા કરાવવા લાગ્યા..!!

ચુંટણીની તારીખો આવી ચુકી હતી. પાંચ ફેઝમાં ચુંટણીઓ યોજાવાની હતી, જે પેલી સપ્ટેમ્બરે ચાલુ થવાની હતી અને પંદર સપટેમ્બરે પૂરી થવાની હતી. ચુંટણીનું પરિણામ પચ્ચીસમી સપ્ટેબરે જાહેર થવાનું હતું.

રુદ્રના દબાવના કારણે સરકારી ઓફિસરો જનતાને વધુ જવાબદાર બનવા લાગ્યા હતાં. ભ્રષ્ટાચાર ખુબજ ઓછો થઈ ચુક્યો હતો. અંતરીયાળ ગામડાઓમાં હજી પણ સ્થિતી ખાસ સુધરી નહોતી,પણ શહેરોની સ્થિતીમા ખુબજ સુધારો આવ્યો હતો.

રુદ્રએ ભારત ભ્રમણનું એલાન કર્યું હતું..!! લોકો પોતાના ગામડા અને શહેરોમાં રુદ્રને આવકારવા રાહ જોઇને બેઠા હતાં....!! રુદ્રએ 20 જુલાઇથી 15 ઓગસ્ટનો પોતાનો ભારત ભ્રમણનો પ્રોગ્રામ જાહેર કરી દીધો હતો. જેંમા તેણ મોટાભાગના રાજ્યો અને સંવેદનશીલ વિસ્તારો (નક્સલી) આવરી લીધા હતાં.

બધાને એ સ્પસ્ટ દેખાતું હતું કે રુદ્ર જ જીતવાનો છે, એમાં કોઇ શંકા ન હતી..!! રુદ્રએ પ્રચાર માટે ખોટા નાણા ખર્ચવાની ચોખ્ખી ના પાડી દિધી હતી...!! લોકશક્તિ પાર્ટીની કારોબારી મીટીંગમાં તેણે સ્પષ્ટ કર્યુ હતું, કે જે કાર્યકરો લાલચના કારણે ચુંટણી પ્રચારમાં જોડાવાના હોય, તેમનું લોકશક્તિ પાર્ટીમાં કોઇ જ કામ નથી..!! નિસ્વાર્થભાવે દેશની સેવા માટે તૈયાર કાર્યકરોનું હાર્દિક સ્વાગત કરું છું. રુદ્ર પાર્ટીનો સર્વેસર્વા બની ચુક્યો હતો, અને તેની વાતને ના પાડવી એટલે રાજદ્રોહ જેવો ગુનો ગણાતો..!! બધાએ રુદ્રની વાત સ્વીકારી લીધી..!!

રુદ્રની બીજી જાહેરાત વધારે અટપટી અને લોકશક્તિ પાર્ટીના બધા નેતાઓને આંચકો આપનારી હતી..!! પણ વિરોધનો કોઇ પ્રશ્ન ઉભો થતો ન હતો. અત્યારે રુદ્રથી લોકશક્તિ પાર્ટીનું અસ્તિત્વ ગણાતું, લોકશક્તિ પાર્ટીથી રુદ્રનું નહી...!! એટલે રુદ્રને ખુશ રાખવો જરૂરી નહી પણ અનિવાર્ય બની ગયો હતો.

રુદ્રની અટપટી માંગ પ્રમાણે ચુંટણીમાં યોગ્ય ઉમેદવારોને પસંદ કરવા પુરા દેશમાંથી અરજીઓ મંગાવવામાં આવે..!! ત્યારબાદ મળેલી અરજીઓને તપાસવામાં આવે અને જે અરજી રુદ્રએ આપેલી ઓછમાં ઓછી લાયકાત સાથે બંધ બેસતી હોય તેમને અલગ કરવામાં આવે..!!

બીજા તબક્કા માટે પસંદ કરાયેલા ઉમેદવારોને, એક દસ સભ્યોની બનેલી પેનલ દ્વારા ઈન્ટર્વ્યુનો સામનો કરવો પડતો..!! રુદ્રએ આવી વીસ પેનલો ઉભી કરી હતી..!! જેમાં રાજકારણના તજજ્ઞો, મોટા પત્રકારો, શિક્ષણવિદો, ધંધાદારી લોકો, પ્રજાના આગેવાનો, જેવા અલગ અલગ ક્ષેત્રોના લોકોનો સમાવેશ થતો હતો. આ લોકો ઉમેદવારના ઇન્ટરવ્યૂના આધાર પર તેમને માર્ક્સ આપતા અને રિમાર્ક્સ લખતા..!! એ સિવાય એ પેનલ ક્યાં ઉમેદવારોને, આગળના તબક્કામાં મોકલવા, તે પણ નક્કી કરતી..!!
ત્રીજા તબક્કામાં પહોંચેલા ઉમેદવારોને રુદ્રનો અને તેની સાથે તેજપાલ રાણા, વેંકટેશ નાયડુ, હરેશ પટેલ અને અજેય સેનનો સામનો કરવો પડ્તો અને આ પેનલ નક્કી કરતી કે ક્યાં ઉમેદવારને ટીકિટ આપવી..!! રુદ્ર આવા ઇન્ટરવ્યૂ, તેના ભારત ભ્રમણના પ્રોગ્રામ સાથે જ લેવાનો હતો..!!

વધુમાં રુદ્રએ પહેલા જ ઘોષણા કરી દિધી હતી કે તે કોઇ ભાષણ નથી કરવાનો..!! જ્યાં જશે ત્યાં લોકો સાથે બેસશે અને તેમની ફરિયાદો સાંભળશે..!! અને તેમની સાથે વાતો કરશે અને

જે સમસ્યાઓનો તરત નિવેડો આવે તેમ હશે, તેમનો તરત ઉકેલ લાવી આપશે..!! જનકલ્યાણ પાર્ટીએ મીડિયા સામે આવવાનું જ બંધ કરી દિધું હતું. જે નેતાઓ હજી સતા પર હતાં, તે રુદ્રની નજરમા આવવાથી બચી રહ્યાં હતાં..!! વિપુલ મહાજને ઘરની બહાર નીકળવાનું જ બંધ કરી દિધું હતું..!! તે લોકોની હમદર્દી અને નફરતભરી નજર સહન નહોતો કરી શકતો..!!

જ્યારે રુદ્ર લોકો વચ્ચે બેસતો..!! એ પણ કોઇ સુરક્ષા વગર..!!! ભીડમાં પહોંચી જતો..!! ત્યારે લોકો જ તેની સુરક્ષાનું ધ્યાન રાખતા..!! રુદ્રએ ન તો તેની પાર્ટીનો પ્રચાર કર્યો કે ના પોતાનો..!! બસ..!! બધાની ફરિયાદો સાંભળતો અને તેમના સમાધાન માટે શું પ્રયત્ન કરશે તે જણાવતો..!! એક આખી ટીમ તેની સાથે રહેતી, જે ફરિયાદોને નોંધતી..!! પુરા દેશમાં આવી ટીમોના કેમ્પ લગાવવામાં આવ્યા હતાં. જે 25 ઓગસ્ટ સુધી કાર્યરત રહેવાના હતાં. અને પછી રુદ્ર તેમના પર એક્શન લેવાની ચાલુ કરવાનો હતો. અને જેના પર તાત્કાલીક એક્શન લઈ શકાય તેવી બાબત હતી, તેને અધિકારીઓ તરત ઉકેલી દેતા..!!

રુદ્રના મધ્યભારત અને ઉત્તરભારતનો પ્રવાસ સૌથી યાદગાર રહ્યો. રાજકીય પાર્ટીના સપોર્ટ વગર અપરાધીઓ અને બાહુબલીઓની હિમ્મત ટુટી ચુકી હતી..!! બિહારમાં પોલીસે પોતાનો દબદબો બનાવી રાખ્યો હતો. સરકારી અધિકારીઓ કોઇથી ડર્યા વગર અને પ્રામાણિકતાથી પોતાનું કામ કરી રહ્યા હ્તા..!! કોઇપણ પ્રકારની ગેરરિતી આચરવામાં આવતી તો, રુદ્રએ આપેલ હેલ્પલાઇન પર ફોન થઈ જતો. બિહાર અને ઉત્તરપ્રદેશમાં કાયદા-કાનુન વધારે કડક થઈ ચુક્યા હતાં..!! પોલીસ અને સરકારી અધિકારીઓએ તેમની વફાદારી જનતા તરફ કરી દિધી હતી..!! રુદ્રનું બધા રાજ્યોમાં ભવ્ય સ્વાગત કરવામાં આવ્યું હતું. લોકો રુદ્રની સાથે વધુને વધુ સમય વિતાવવા માંગતા હતાં. રુદ્રની લોકપ્રિયતા અત્યારે ચરમસીમાએ હતી.

રુદ્રએ જાતે દરેક રાજ્યમાં જઈને ઉમેદવારો નક્કી કર્યા હતાં. ભારતની રાજનીતિમાં પહેલી વાર એવું બન્યું હતું કે ઉમેદવારોને ટીકિટ તેમણે પાર્ટીને કેટલા રૂપિયા આપ્યા છે, અથવા પાર્ટી માટે કેટલી દોડાદોડી કરી છે..!! તેના પર નહી પણ તેમની યોગયતા પ્રમાણે તેમને ટીકિટ મળતી..!!

આ પધ્ધતીની મીડિયા અને લોકશાહી દેશોમાં ખાસ્સી પ્રશંશા થઇ હતી.!! રુદ્રની લોકશાહી પાર્ટીના વ્યવસ્થિત આયોજન સામે, કોઇપણ ઉભું રહેવા તૈયાર ન હતું. જનકલ્યાણના ઘણા પ્રામાણિક નેતા પણ રુદ્ર સાથે જોડાઇ ચુક્યા હતાં. કોઇપણ કોર્પોરેટ હાઉસ જનકલ્યાણ કે બીજી કોઇ સ્થાનીક પાર્ટીને ફંડિંગ નહોતું કરી રહ્યું. પૈસા અને નેત્તુત્વના અભાવમાં મોટાભાગની પાર્ટીઓ વિખેરાઇ ચુકી હતી. વિપુલ મહાજન ગુસ્સામાં તડપતો ચુપ નહોતો

બેસી રહ્યો..!! તેના મગજમા રુદ્ર સાથે બદલો લેવાની યોજના ચાલુ જ હતી..!!

તેણે ઝારખંડમાં પોતાની યોજના અમલમાં મૂકી પણ સફળ ના થયો. આટલા બહોળા પ્રતિસાદ સામે તેના પર ઝારખંડમાં વિપુલ મહાજનના ઇશારે નકસલી હુમલા થયો હતો..!! બે હ્યુમન બૉમ્બ સ્યુસાઇડ મિશન પર રુદ્રને ફરિયાદી તરીકે મળવા ગયા હતાં. પણ આઇબીની અપૂર્વ કામગીરીથી રુદ્રનો આબાદ બચાવ થયો હતો, પણ બોમ્બ બ્લાસ્ટમાં 15 સામાન્ય નાગરીક અને પાંચ SPG ના જવાનો શહીદ થઈ ગયાં હતાં.

રુદ્ર આ બનાવના કારણે ખુબજ ગુસ્સે થયો હતો. તેને એ ખ્યાલ આવી ચુક્યો હતો કે આ કામ વિપુલ મહાજનનું જ છે, પણ રુદ્ર ચુપ રહ્યો. નકસલવાદ દેશની આંતરીક સુરક્ષા સામે સૌથી મોટો પડકાર હતો, પણ આ સમયે તે હલ થઈ શકે તેમ ન હતો. રુદ્રએ પોતાના ગુસ્સાને સમય પર છોડી દીધો..!! રુદ્રએ આઇબી અને પોલીસને નકસલીઓ વિરુધ્ધ કોઇપણ એકશન લેવાની સ્પષ્ટ ના પાડી દિધી હતી..!!

તેણે મીડિયાને ત્યાં સુધી કહ્યું કે નકસલીઓ તેમના ભાઇઓ જેવા છે, અને ક્યારેક ભાઇ હિંસક થાય પણ..!! પણ એ મારી જવાબદારી છે કે હું તેમની સાથે ન્યાયથી વર્તુ..!! તેમની પાસેથી જે છીનવી લેવામાં આવ્યું છે, તે પાછું આપું..!! તેમને આ દેશમાં એક માનભર્યુ સ્થાન આપું..!! મને ખબર છે, મારા પહેલા પણ ઘણા નેતાઓએ આવા વાયદાઓ કર્યા છે, અને હું તેમને એ પણ નહી કહું કે મારો વિશ્વાસ કરો..!! ભલે એ તેમની જીદ તેમના ભાઇ-બહેનોનેહાની પહોંચાડી પૂરી કરવા માંગતા હોય..!! પણ હું હંમેશા મારી જીદ મારા ભાઇઓનો જીવ બચાવીને પૂરી કરીશ..!! આજે 15 પરિવારો ઉજડી ગયા છે..!!

મારા કારણે..!! હું તેમને ગયેલી માનવીની ખોટતો નહી પૂરી શકું, પણ બનશે ત્યાં સુધી હું તેમને આર્થિક મદદ જરૂર કરીશ..!! આજથી એ બધા પરિવારોની જવાબદારી હું ઉપાડીશ..!! પણ હું એ પરિવારોને વિનંતી કરું છું કે એ તેમના આ નકસલીવીરોને નફરતના કરે..!! પણ તેમની પીડા સમજે અને મદદ કરે..!! હું એ પીડા બરાબર સમજું છું, જ્યારે તમે નિસહાય હોવ અને કોઇ તમારી પાસેથી બધું જ છીનવીને લઈ જાય..!! તમને એ માટે હડધુત કરવામાં આવે કે તમે ગરીબ છો, નીચલી જાતીના છો..!! તમારી જમીન છીનવી લેવામાં આવે..!! કાયદાના રક્ષકો પણ તમારી મદદે ના આવે..!! તમે ગામ વચ્ચે ઉભા રહી મદદ માટે પોકારો પણ કોઇ મદદ માટે હાથ લાંબો ના કરે..!! હવે આવી જીંદગી જીવનાર વ્યક્તિ પાસે તમે કેવી રીતે અહિંસાની આશા રાખી શકો..??

અને એટલે જ પહેલા હું, મારા વચનો પુરા કરીશ..!! એ લોકો માટે એવો સમાજ ઉભો કરીશ, જ્યાં તે માનભેર જીવી શકે..!! અને પછી હું તેમનું આહવાહન કરીશ, ફરીથી આ જ સમાજમા જાય..!!

રુદ્રની આ વાતને વાંરવાર પ્રચારિત કરવામાં આવી રહી હતી. દેશના લોકો રુદ્રની વાતને સમજી રહ્યા હતાં..!! રુદ્રનું કદ દરેક ઉગતા દિવસે મોટું અને મોટું થતું જતું હતું. તે મંચ પર ભાષણો નહોતો આપતો, બસ લોકોની વચ્ચે બેસી વાતો કરતો, જે તેમના દિલોને સ્પર્શી જતી.

રુદ્રની દરેક વાત કાયદા જેવી હતી, તે કહેતો અને કોઇપણ ઔપચારીકતા વગર તે કાયદો બની જતો..!! ઘણા એવા કાયદાને બંધારણીય રીતે યોગ્ય ન હોય તેવું ઠેરવવા લાગતા. પણ અપવાદો વચ્ચે રુદ્રની વાતને બધાએ સ્વીકારી લેતા..!! આવા કાયદાઓ કાગળ પર હયાત ન હોવાના કારણે આચારસંહિતા ભંગ ન થતી. પણ લોકોતો તેનો કાયદા તરીકે સ્વીકાર કરી લેતા..!!

''શું વાત છે, વડાપ્રધાન સાહેબ, હમણા બહુ ચર્ચામાં રહો છો..??'' ગૌરીએ ફોન પર રુદ્રની ઠેકડી કરતા કહ્યું.
''તારી તબીયત કેમ છે..!!'' રુદ્રએ આડો સવાલ પુછી ગૌરીની વાત કાપી નાખી.
''હજી બે કલાક પહેલા તો સવાલ કર્યો હતો...!!'' ગૌરીએ ઠેકડી કરતા પુછ્યું.
''સારું, મંદાર સાહેબ આવે છે, પછી વાત કરું..!!'' કહી રુદ્રે ફોન મુકી દીધો.
''તો મારી મેધાલય જવાની તમામ તૈયારીઓ થઈ ગઈ..?'' મંદાર સાહેબના આવતા જ રુદ્રએ પુછ્યું.

''હા..!! પણ ત્યાં તમે માત્ર પાંચ જ કલાક રોકાઇ શકશો..!! બહુ સંવેદનશીલ વિસ્તાર છે..!! અને ચેતન પર હુમલો કરનારા પણ ત્યાંના જ હતાં, ખબર નહી, તમારો દુશ્મન ઘાત લગાડીને ત્યાં જ બેઠો હોય..!!'' મંદાર સાહેબ ગંભીર હતાં.
''મરવાનું હશે, તો તમે પણ નહી બચાવી શકો..!! તો શા માટે નાહકની ચિંતા કરો છો..?? મને કશું જ નહી થાય..!!'' રુદ્ર લાપરવાહીથી બોલ્યો.

તમને શું લાગે છે, કે સિસ્ટમ સુધરી ગઈ..?? હવે તમારી જરૂર નથી..?? તો મિસ્ટર પ્રાઇમ મીનીસ્ટર એ ભુલી ગયા છે, કે વાંદરો ગમે તેટલો ઘરડો થાય પણ ગુંલાટ મારવાનું ના ભુલે, એ ન્યાયે તમારા ગયા બાદ આ જ સિસ્ટમને પહેલા કરતા પણ વધારે ભ્રષ્ટ થતા વાર નહી લાગે..!! તમે છો, ત્યાં સુધી જ આ બધું છે..!! ઇતિહાસ હંમેશા પુનરાવર્તન પામ્યો છે.!! મંદાર સાહેબ ચેતવણી આપતા હોય તેમ બોલ્યા..!!
''એટલે તમે કહેવા શું માંગો છો..??''
શ્રી રામે ખુબજ આદર્શ રાજ્યની સ્થપનાકરી હતી, તો પણ અયોધ્યાનું પતન થયું ને..?? પાંડવોએ ધર્મની નીવ પર રાજ્ય ઉભું કર્યુ હતું, એ પણ નાશ પામ્યું, ભગવાન શ્રી કૃષ્ણે એ બધા અધર્મીઓનો નિકાલ કર્યો હતો, તો પણ કલયુગ આવ્યો ને...?? સમ્રાટ ચંદ્રગુપ્ત, વિક્રમાદિત્ય, શહેનશાહ અકબર, શિવાજી મહારાજ, આ બધાના રાજ્યો અને તેમની શાશનપ્રણાલી મજબુત હતી, તો પણ તેમનો હરાસ થયો ને.....?? તો હજી તો તમે બરાબર

સત્તા પણ નથી સ્થાપી, તો તમે કેવી રીતે વિચારી શકો કે બધું બરાબર થઈ જશે..?? તમારું મૃત્યુ ભારતમાટે માત્ર અને માત્ર દુર્ભાગ્ય જ લાવશે..!! મંદાર સાહેબના અવાજના આરોહ અવરોહમાં રુદ્ર ખોવાઇ ગયો.

''જો તમે મારા કહ્યા પ્રમાણે કરશો તો, જ હું આ પ્રવાસ થવા દઇશ નહિતર નહી..!!'' મંદાર સાહેબ ખુબજ ગંભીર થતા હતાં.

''અને ના માનું અને પ્રવાસ પણ કરું તો..??'' રુદ્ર માની ગયો હતો, પણ માત્ર ઠેકડી કરતા બોલ્યો.

''હું રાજીનામું મુકી દઈશ..!!''

''આવી ધમકી..??''

''તો બીજું શું કરું..??''

''સારુ, તમે ગોઠવો તો ખરા, બાકી ત્યાં જઈને જોયું જશે..!!'' રુદ્ર સર્કિટ હાઉસના આરામદાયક સોફા પર લાંબો થયો. મંદાર સાહેબ મોઢું ફુલાવતા બેસી રહ્યાં

>>>>>>>>>>>>>>>>>>>>>><<<<<<<<<<<<<<<<<<

''ત્યાં બહુ, તકલીફવાળી પરિસ્થિતી છે..!! મારે કંઇક કરવું પડશે..!!'' રુદ્ર મેઘાલય અને જમ્મુ કાશ્મીરની મુલાકાત બાદ દિલ્હી પાછા ફરતા, ગૌરી સાથે ફોન પર વાત કરતા બોલ્યો.

''આ નકસલીઓને અને ઉગ્રવાદીઓને બધાને મારીને શું મળતું હશે..??'' ગૌરીએ એમજ પુછી લીધું.

''એ બધા તો ઠીક છે, કે તેમના સ્વભાવ પ્રમાણે વર્તે છે પણ મિલેટ્રીનો ત્રાસ પણ ઓછો નથી..!!! એ લોકો પણ ખુબજ ક્રુરતાથી કામ લે છે..!!''

''રાજકારણીઓ, તેમનું રાજકારણ રમશે અને સામાન્ય જનતા તેની સજા ભોગવશે.!!''

''પણ, હવે એવું નહી થાય..!!''

''તો તારી પાસે શું સમાધાન છે..??''

''ખબર નહી..!! આજે ચેતન હોત તો મને સાચી સલાહ જરૂર આપત..!! પણ હું કંઇક તો કરીશ જ..!! એ લોકોને આ નર્ખ જેવી જીંદગીથી બચાવીશ..!!''

''તું ચેતનભાઇને બહુ મિસ કરે છે ને..??'' ગૌરીએ બેધ્યાન પણે વાતને બીજા પાટે ચડાવી દિધી..!!

''હંમ, તને ખબર છે, અમે રાતે બાર એક વાગ્યે જુનાગઢમાં એમજ ચાલવા નીકળી જતાં..!! કોઇને પણ કહ્યા વગર, છુપાઇને..!! બહુ ગપાટાઓ મારતા..!! એના જોક્સ બહુ મજેદાર હોતા..!! ભવનાથ તળેટી અમારી પસંદિદા જગ્યા હતી, રાત્રે ગીરનાર ચડનારા સાહસીકો ક્યારેક અમે ડરાવતા પણ ખરા..!! ચેતને મારા અંદરના બાળકને જગાડી દીધો હતો..!!'' રુદ્રના અવાજમા દર્દ હતું.

‘‘હું, તે દર્દ સમજી શકું છું..!!’’ ગૌરીના અવાજમા વિષાદ હતો.
‘‘હું તને છોડીને જતી રહી હોત તો શું કરત..??’’ ગૌરીથી પુછાય ગયું.
‘‘ખબર નહી..!! હું પણ ઘણી વખત મારી જાતને આ સવાલ કરતો હોવ છું પણ કોઇ જવાબ નથી મળતો..!!’’
ચેતનભાઇ શું કરશે..??
‘‘એ પણ એ જ જાણે..!! બસ તે ઉભો તો થાય...!!’’ રુદ્રએ ફરી વખત નિસાસો નાખ્યો.

>>>>>>>>>>>>>>>>>>>>><<<<<<<<<<<<<<<<<<

રુદ્ર દિલ્હીમાં આવ્યો તેને એક અઠવાડિયું થઈ ચુક્યું હતું. બધા જ મંત્રાલયો સમય અનુસાર કામ કરવા લાગ્યા હતાં. જ્યારે રાજા પ્રામાણિક હોય, ત્યારે તેના કર્મચારીઓ આપોઆપ પ્રામાણિક થઇ જતા હોય છે..!! એ ન્યાયે છેલ્લા મહિનામાં વહિવટીતંત્રમાં ઘણો સુધારો આવી ગયો હતો.

આવા જ એક દિવસે મીડિયા એક અજીબો ગરીબ સ્ટોરી પકડીને લાવી. મધ્યપ્રદેશના એક ગામમાં દુધની સરવાણીઓ ફુટી હતી. એવું કહેવાય છે કે એ ગામની મસ્જીદમાં રહેતા એક પીરના સ્વપ્નમાં એક ફરિસ્તો આવ્યો હતો, જેણે એવું કહ્યું કે રુદ્ર ચૌહાણખુદાએ મોકલેલો ફરિસ્તો છે, જેણે કોઇ સ્ત્રીના પેટે જન્મ નથી લીધો પણ ખુદા તેને ખુદ આ જ ગામની જમીન પર છોડીને ગયા હતાં, અને તેણે આ ગામથી સફર ચાલુ કરી હતી..!! અને સાબિતી માટે સવારમાં પાંચ વાગ્યે તે ગામના દક્ષીણ સીમા પર જાય, જ્યાં એક નાગ નીકળશે, ત્યાં ખોધે, જમીનમાંથી દુધની ધારાઓ વહેવા લાગશે..!! અને એવું જ સ્વપ્ન ગામના પુજારીને પણ આવ્યું પણ તેમા રુદ્રએ એવું કહ્યું કે તે ભગવાન છે..!!

અને જ્યારે આખું ગામ ત્યાં પહોંચ્યું અને જોયું તો સાચે નાગણી હતી..!! અને ત્યાં ખોદતા દુધનો ફુવારો જ થયો. છેલ્લા ચાર કલાકથી ત્યાં ફુવારો ચાલુ હતો..!! આ વાત આખા દેશમાં ફેલાતા વાર ના લાગી..!! મીડિયા પુરા ગામનું કવરેજ કરી રહી હતી..!! શું રુદ્ર ખુદા મોકલેલો ફરિસ્તો કે ભગવાનનો અવતાર છે..?? આવા સવાલોથી વાતને વધારે ચગાવવા લાગ્યા.

આ અફવાએ જોર પણ પકડી લીધું..!! રુદ્રએ પહેલા તો આ વાતને હાસ્યાસ્પદ ગણી અવગણી પણ, જ્યારે મીડિયાએ રુદ્રની અસામાન્ય સિધ્ધિઓ વાંરવાંર સમાચારમાં દેખાડી, ત્યારે લોકોની આસ્થાએ આ વાત પર વિશ્વાસ કરી લીધો.

એ દિવસે રુદ્રએ મીડિયામાં જઈને માત્ર એટલું કહ્યું કે આ બધી અફવાઓ જ છે...!! પણ આ

શ્રધ્ધાવાન દેશના લોકોને સમજાવવા એટલે લોઢાના ચણા ચાવવા..!! રુદ્રએ લપ મુકી ચુંટણીમાં જ ધ્યાન આપ્યું. એ દુધની સરવાણી અને એની નિશાનીઓ બીજે જ દિવસે ગાયબ થઈ ચુકી હતી..!!

''આ બધું શું છે..?? સર..!!'' સિંહા અને મંદાર બે દિવસ બાદ ઓફિસમાં બેઠા બેઠા પુછી રહ્યા હતાં.

''મને શું ખબર..??'' રુદ્રએ ખભા ઉલાળીને બેખબર હોવાનો ઢોંગ કર્યો.

''કહોને..?? આ બધા નાટકની શું જરૂર હતી..??'' સિંહાએ પુછ્યું.

'મેં થોડું કંઇ કર્યુંછે, તો મને ખબર હોય..?''

''આવી વિચિત્ર બુદ્ધિ તમારી જ ચાલે..!! મે એ એંજીનીયર અને મદારીને પકડી લીધો છે..!! જેની મદદથી તમે આ કારનામું કર્યુ છે..!!'' મંદાર સાહેબ આંખો જીણી કરતા બોલ્યા..!! રુદ્ર ચોંકી ગયો. પછી તેણે હાર માની લીધી.

''તમારા જ કારણે, મારે એ પગલું ભરવું પડ્યું..!!'' રુદ્રએ હસતા જવાબ આપ્યો.

''મારા કારણે..??'' મંદાર સાહેબ ચોંકી ગયા.

''હા..!! તો પછી..!! તમે જે ઈતિહાસના પુનરાવર્તનની વાત કરી હતી, તેના સમાધાન રૂપે મે એક યોજના બનાવી છે, જેનો ફાયદો અંદાજ એકાદ સદી સુધી તો ચાલી જ જશે..!!''

''કેવી રીતે..??'' મંદાર સાહેબ તરત બોલ્યા પણ પ્રદિપ સિંહા પ્રશ્નાર્થ ભરી નજરથી બંન્નેને તાકવા લાગ્યાં.

''અત્યારે તમને આ વાત નહી સમજાય અને હુ તમને લોકોને સમજાવી પણ નહી શકું..!!'' રુદ્રએ બંન્નેને સમજાવતા કહ્યું.

'હા..!! મને ખબર છે, તમે એમજ કહેશો કે બધું આજે જાણી લેશો..!! ભવિષ્ય માટે પણ કંઇક રાખો..!!'' અને ત્રણેય હસવા લાગ્યાં.

>>>>>>>>>>>>>>>>>>>>>><<<<<<<<<<<<<<<<<<<<

કુસુમ દિલ્હીમાં જ હતી..!! તેણે સાકેત સાથે સંબંધ તો રાખ્યા હતાં, પણ અંતર થોડું વધી ગયું હતું. તો બીજી બાજુ રુદ્રને નિતેષમાં આવેલું પરિવર્તન દેખાતા,તેણે તરત જ બાપ-દિકરાની કોટડી અલગ કરાવી દિધી..!! નિતેષ અને દિનદયાલ એકલા એકલા ખાલી ટીવી જોઇ ગાંડા ના થઈ જાય એટલે તેણે જેલમાં ચોપડીઓની વ્યવસ્થા પણ કરાવી દિધી..!!

ગૌરીની પ્રેગનન્સી બાદ માથુર સાહેબ પર ઓફિસનો ભાર પણ આવી પડ્યો હતો. મીનાક્ષીએ તેના પતિને મદદ કરવા મહેલ અને ઓફિસ પર વધારે ધ્યાન આપવા લાગી હતી અને ગૌરીનું પણ ખુબજ ધ્યાન રાખતી હતી..!!

સમય જતાં વાર ના લાગી..!! ચુંટણી માથે આવીને ઉભી રહી..!! પણ આ વખતે ભારતવાસી માટે ચુંટણી ઉત્સવથી ઓછી ન હતી. લોકોને પહેલી વાર વોટ આપવા માટે સાફ

છબીવાળા ઉમેદવારો મળ્યા હતાં. રુદ્રની મેરીટવાળી પધ્ધતી લોકોને અને પાર્ટીના કાર્યકરોને બહુજ પસંદ આવી હતી..!! એવા ઘણા નાના કાર્યકરો હતાં, જેમની કદી નોંધ નહોતી લેવાતી, તે આજે ચુંટણી લડવા માટે ઉભા હતાં..!!

જનકલ્યાણ પાર્ટીએ પોતાનું નામ રાખવા જ ઉમેદવારોને ટીકિટો આપી હતી, પણ પૈસા વગર પ્રચાર કરવો શક્ય ન હતો. ઘણી જગ્યાએ અપક્ષ ઉમેદવારો પણ ઉભા રહ્યા હતાં. પણ ચુંટણીની લડાઇ પહેલા જ રુદ્રની જીત નિશ્વિત થઈ ચુકી હતી. બહુ ઓછા જુના ઉમેદવારો હતાં, જેને રુદ્રએ ફરી ચુંટણીમાં ઉભા રહેવાની પરવાનગી આપી હતી. નવા ચહેરાઓથી લોકશક્તિ પાર્ટી ઉભરાતી હતી.

ચુંટ્રણીમાં 80% લોકોએ ભાગ લીધો..!! અને તેમા રુદ્રના અવતારવાળા નાટકે પણ સારો એવો ભાગ ભજવ્યો. કોઇપણ અનિશ્વનીય ઘટના વગર જ ચુંટણીનો કાર્યકર્મ ઉકેલાય ગયો.

પ્રકરણ - 30
એક નવી શરૂઆત

2 ઓક્ટોબર 2015, રાષ્ટ્રપતિભવન, સાંજના છ

આજે રુદ્રનો શપથગ્રહણ સમારોહ હતો. રુદ્રએ અધધ 493 સીટો પર જીત મેળવી હતી. પોતે ચેન્નઈની સીટ યથાવત રાખી હતી. સમારોહમાં ભાગ લેવા માટે મુખ્ય મહેમાન પાકિસ્તાનના વજીરેઆઝમ યુનુસ ખાન, અને બાંગ્લાદેશના પ્રમુખ મારુફ કુરેશીને આમંત્રણ અપાયું હતું.

રુદ્રના માત્ર આ બે ને જ બોલાવવાના પાછળ રુદ્રનો શું હેતુ હોય શકે તેની ઘણી ચર્ચાઓ થઈ પણ કોઈ પરિણામ મળ્યું નહી. રુદ્ર સાથે કુલ 48 મંત્રીઓ શપથ લેવાના હતાં. 5000 કરતા પણ વધારે માણસો રુદ્રને શપથ લેતો જોવા આવ્યા હતાં.રાષ્ટ્રપતિભવન સિવાય પુરા દેશમાં પણ આ દિવસની ઉજવણી થઈ ધામધુમથી રહી હતી. એમાં પણ આજે ગાંધીજીનો જન્મ દિવસ હતો..!!

ઘના રાજ્યોમાં ફટાકડા ફોડવામાં આવ્યા, તો ઘણી જગ્યાને લાઈટોથી શણગારમાં આવી. તો મુંબઇ જેવા મોટા શહેરોમાં નાચગાનના પ્રોગ્રામ ઠેર ઠેર ગોઠવવામાં આવ્યા હતાં. સાંસ્કૃતિક કાર્યક્ર્મો ઠેરઠેર થઈ રહ્યા હતાં..!! લોકોનો ઉત્સાહ ક્યાય સમાતો ન હતો. ન્યુઝ ચેનલો રુદ્રના ખુબ જ વખાણ કરી રહી હતી. અને પેલા ભગવાનવાળી ચર્ચાએ ખુબ જ જોર પકડ્યું હતું. કારણ કે ભગવાન સિવાય કોઈની તાકાત છે કે 493 સીટો પર એકલા હાથે જીત મેળવે..!!

ગૌરી રુદ્રના શપથગ્રહણ સમારોહમાં ભાગ લેવા આવી પહોંચી હતી અને હવે તે સંતાનનો જન્મ થાય ત્યાં સુધી દિલ્હીમાં જ રોકાવાની હતી..!! માથુર સાહેબ અને મીનાક્ષીભાભી સહિત શિવમહેલ અને ઓફિસનો ઘણો સ્ટાફ દિલ્હીમાં હતો. દુનિયાના મોટાભાગના દેશોની નજર આ શપથ ગ્રહણ પર હતી. રુદ્રએ અસામાન્ય જીત મેળવી હતી. રુદ્રએ કાળાનાણાનું જે વચન આપ્યું હતું, તે પાળ્યું પણ ખરું. સરકારી તિજોરીમાં ટોટલ અધધ સાત લાખ કરોડ જમા થયા હતાં અને હજી ગણતરી ચાલુ હતી..!! રુદ્રએ માત્ર પાંચ જુના મંત્રીને એમના ખાતા આપ્યા હતાં, બાકી બધા ખાતા નવા સાંસદોને જ સોપાયા હતાં અને મોટાભાગના સાંસદો પહેલી વખત ચુંટાયા હતાં.

અઢી કલાક ચાલેલા આ કાર્યક્રમને લોકોએ હોશેથી નિહાળ્યો હતો. ત્યાં હાજર શ્રોતાઓના મોઢામાંથી રુદ્ર રુદ્રની પોકાર સતત નીકળી રહી હતી. જે લોકોને રુદ્રને કારણે વર્ષો બાદ ન્યાય મળ્યો હતો. પોલીસેએ અપરાધીઓને સજા આપવા જે મહેનત કરી હતી. તે બધું જ રુદ્રના

મળ્યો હતો. પોલીસેએ અપરાધીઓને સજા આપવા જે મહેનત કરી હતી. તે બધું જ રુદ્રના કારણે હતું. અને આવો વર્ગ રુદ્રના શપથ ગ્રહણ સાથે ખુશીના મારે કારણે રડી પડ્યો હતો.

મુકુંદરાય, નાયડુ અને હરેશ પટેલ મનમાં લોકોનો આવો ઉત્સાહજોઇ રાજી થઈ રહ્યા હતાં. તેમને અંદરથી વિશ્વાસ હતો કે રુદ્રનો વારસો તેમને જ મળવાનો છે..!!

>>>>>>>>>>>>>>>>>>>>>><<<<<<<<<<<<<<<<<<<<<<

3 ઓક્ટોબર 2015, વડાપ્રધાન નિવાસ, સવારના પાંચ

''જો, સાંભળ કોઇએ મારો પીછો કરવાનો નથી..!! નહિતર તમે બધા ગયા સમજજો..!! અને તને એક બીજી ખાસ વાત કહી દઉં, એ સાચી વાત છે, કે હું ભગવાનનો જ અવતાર છુ..!! એટલે મારી પાછળ આવ્યા તો મને ખબર પડી જશે..!!'' રુદ્ર તેના ચીફ સુરક્ષા અધિકારીને સુચના આપી રહ્યો હતો.

''તારી અને મારા સિવાય કોઇને ખબર નથી કે હું સરદારના વેશમાં છું અને બહાર જાવ છું, એટલે ચિંતા કર્યા વગર તું આરામ કર..!! હું સાત વાગ્યા સુધીમાં આવી જઈશ..!!'' રુદ્રએ બહાર નીકળવા લાગ્યો. પેલો ઓફિસર રુદ્રની વાતને લઈને ખડખડાટ હસ્યો કે પોતાને દુર રાખવા રુદ્ર કેટલું જુઠ્ઠુ બોલે છે..!!

થોડે દુર પહોંચ્યા બાદ રોડની બાજુમાં એક કાર ઉભી હતી. રુદ્ર તેમાં બેસી ગયો. કારને હંકારવા લાગ્યો. તેનું ધ્યાન રોડ પર હતું પણ મગજ બીજે હતો.

કાલે શપથ લીધા બાદ જ્યારે તે મંચ પરથી નીચે ઉતરી રહ્યો હતો. ત્યારે તેનું ધ્યાન કુસુમ પર ગયું. તેના જુનાગઢથી આવ્યા બાદ તેણે એકપણ વખત કુસુમ સાથે વાત જ નહોતી કરી..!! કુસુમના કારણે જ આજે ગૌરી તેને પ્રેમ કરતી હતી. રુદ્ર કુસુમને ભુલી ગયો હતો, એટલે નહોતો મળ્યો અથવા તે વ્યસ્ત હતો એટલે ના મળ્યો, એવું ન હતું પણ તેના મનમાં તે રાત્રી બાદ કુસુમનો સામનો કરવાની જીગર ન હતી. પણ શપથગ્રહણ બાદ જ્યારે કુસુમ તેને શુભેચ્છા આપવા આવી, ત્યારે તે શરમથી પાણી પાણી થઈ ગયો હતો..!!

કુસુમે તેના માટે શું શું નથી કર્યુ અને પોતે..!! માત્ર તેને અવગણી જ છે..!! રુદ્ર પરિસ્થિતીનો સામનો કરવા તૈયાર થઈ ગયો. તેણે શપથ ગ્રહણનો કાર્યક્રમ પત્યો પછી, કુસુમને ફોન કરી કહેલું કે આજે સવારે પાંચ વાગે, તે તેને ઈંડિયા ગેટ પાસે મળે..!! કુસુમે તરત હા પાડી દિધી. કુસુમને રુદ્રના મળવાનું કારણ તો ખબર ન હતી પણ તેને મળવાનો મોકોએ કેવી રીતે જતો કરે..!! અને એ પણ આટલા અંતરાળ બાદ...??

રુદ્રએ કારને ઈંડિયાગેટની બાજુમાં પાર્ક કરી અને બહાર નીકળ્યો. કુસુમ રુદ્રની રાહ જોતી ઉભી હતી. તે જોગીંગ માટે બહાનું કાઢીને આવી હતી, એટલે તેણે જોગીંગ માટેનો ટ્રેકિંગ સુટ પહેર્યો હતો. વાળ બાંધેલા હતાં. રુદ્રની નજર કુસુમ પર પડી, કુસુમનું ધ્યાન તેના પર ન હતું. રુદ્ર બે ક્ષણ તો તેને નિહાળી રહ્યો. કુસુમની એક લટ વાંરવાર તેની આંખો પર આવતી અને તે તેને સરખી કરવા હાથથી કાનની ઉપર લગાવી દેતી. તેનો નિચલો હોઠ તે પોતાના દાંત નીચે દબાવી રહી હતી. કુસુમની આંખો રોડ પર લાગેલી હતી, કે ક્યારે તે રુદનને જુએ..!! રુદ્રએ તેને થોડી વાર નિહાળી પછી ધીમા ડગ માંડતો કુસુમ પાસે પહોંચ્યો.

''ઓહો..!! ક્યુટ લાગો છો..!!'' કુસુમનું ધ્યાન રુદ્ર પર પડતા જ બોલી. બંન્નેએ હાથ મિલાવ્યા, અને ધીમે ધીમે ચાલવા લાગ્યાં.
''તો કહો મિસ્ટર પ્રાઇમ મીનીસ્ટર, ના સોરી ભગવાનજી..!!! કેમ મને આટલી સવારમાં યાદ કરી..??'' કુસુમ પોતાના બંન્ને હાથ પાછળ બાંધી ચાલી રહી હતી. અને ચહેરા પર સ્મિત અને સંતોષ બંન્ને દેખાઇ આવતું હતું.

''તને અવગણવા બદલ,તારી માફી માંગવા..!! મને માફ કરી શકીશ..??'' રુદ્ર ખચકાતા બોલ્યો.
''કંઇ બાબત માટે તમારે માફી જોઇએ છે..!! તમે એવું કશું કામ કર્યુ હોય એવું તો મને યાદ નથી...!!'' કુસુમ તરત બોલી.

''કેમ તને, ખોટું ના લાગ્યુ કે મે તને એક પણ વખત ફોન ના કર્યો..??'' રુદ્રએ એક વખત કુસુમ સામે જોતા પુછી લીધું.
''મને શું કામ ખોટું લાગે..??'' કુસુમે સામે સવાલ કર્યો.

લોકો મને કહે છે કે, મને સમજવો અઘરો છે, પણ હકીકતમાં તને સમજવી અઘરી છે!! તું કોઇ માટે તારી જાત ઘસી નાખે છે, તારું સર્વસ્વ તેને સોપી દે છે, તારા માટે તારું કંઇ અગંત જ નથી રહેતું, તેની ખુશી જ તારું સર્વસ્વ છે, અને એ માણસ તને અવગણે, તારી સાથે વાત શુદ્ધા ના કરે, તો પણ તને કશો ફેર ના પડે..?? રુદ્રના પ્રશ્નમાં આશ્ચર્ય હતું કે અકળામણ એ કુસુમને ના સમજાયું.

''એનું જ નામ ''પ્રેમ'' મિસ્ટર ભગવાન..!!! જો મે મારી જાતને તમને જ સમર્પીત કરી હોય તો, તમારી ખુશીમાં જ મારી ખુશી હોવી જોઇએ, અને તમારી ખુશીનું માધ્યમ બનવાનો મોકો મળતો હોય, તો પણ એ શું કામ છોડવો જોઇએ..?? અને તમને મારી સાથે વાત કરવાથી દુખ કે સંકોચ થતો હોય તો, એવું હું શું કામ ઇચ્છુ..?? હું એ અવગણના સાથે જીવી શકું પણ તમારા સંકોચનું કારણ તો ના જ બની શકું..!!'' કુસુમે રુદ્રના ખભા પર હળવેથી ટપલી મારી લીધી......!!! પણ કુસુમના જવાબથી રુદ્ર ઓર દુખી થઈ ગયો. તે રોડની વચ્ચે,

ડિવાઇડર પર બેસી ગયો. કુસુમે પણ તેનું અનુકરણ કર્યુ.

મારી માથે હવે ભાર વધતો જાય છે..!! રમેશના નામનો ઉપયોગ મને હજી સહન નથી થતો, હું જ્યારે એકલો હોવ ત્યારે મને તે કોરી ખાઇ છે..!! એ સપનામાં આવીને મને ડરાવે છે..!! નિરુપમા પણ મને આવીને સવાલો કરે છે કે શા માટે, મે તે બંન્ને અલગ કર્યા..!! તે મને સ્વાર્થી કહે છે..!! પેલો દુબઈવાળો શેખ રાત્રે સપનામાં આવી મારા પર ખખડાટ હશે છે..!! આચાર્યજી મને સપનામાં આવીને પુછે કે હું ભટકી તો નથી ગયો ને..?? મને વારંવાર મારું શબ નદીમાં તણાતું દેખાય છે..!! હું કોઇને કહેતો નથી પણ રાત્રે મને સુતા ખુબજ ડર લાગે છે..!! મને લાગે છે કે કોઇ સારું કામ કરવાના બહાને મારાથી હિન કામો વધારે થયા છે..!! અને આટલી અકળામણો ઓછી હતી કે તું પણ મારા પર ઉપકાર કરી, મારા પર વધારે ભાર નાખે છે..?? આજ સુધી મને તારો નટખટ સ્વભાગ ગમતો, તું મારી સાથે ઝઘડી લેતી, મને તારા પ્રેમની દુહાઇઓ દેતી એ ગમતું, પણ તારી આ ભારે સમજણ મારા મન પર વધુ બોજો નાખી રહી છે..!! લોકો મને તેમનો ભગવાન અને ખુદા માનવા લાગ્યા છે..!! પણ એ બિચારાઓને ક્યાં ખબર છે, હું તેમને દગો આપી રહ્યો છું..!! હવે આજે જે નિર્ણય હું લેવાનો છુ, તેના માટે મને આખો દેશ ધિક્કારશે..!! તેમણે જે આશાએ મને આ બહુમતીથી જીતાવ્યો છે..!! તે જ બહુમતીથી હું તે લોકોને પીડા આપીશ..?? હું હમેંશા મારી જાતને એક જ સવાલ કરતો હોવ છું કે મને દુબઈમાં તે શેખે મારી નાખ્યો હોત તો કેવું સારું થાત..?? તો આજે આટલી પીડાઓ વચ્ચે તો ના જીવી રહ્યો હોત..!! અને બાકી હતી, તો તું પણ મારા જેવી થઈ ગઈ..?? આ રસ્તા પર કશું જ નથી રાખ્યું, હજી પણ સમય છે..!! સ્વાર્થી બની જા..!! તારા માટે વિચાર કર..!! બીજાનું ધ્યાન રાખવા જઈશ તો માત્ર દુખ જ મળશે..!!'' રુદ્રના અવાજમા પીડા વરતાઇ આવતી હતી.

કુસુમે એક ઉડો શ્વાસ લીધો. રુદ્રએ તેના તરફ એક વખત જોઇ લીધું. વહેલી સવારના કારણે વાહનોની અવરજવર ઓછી હતી. ચોમાસાનો સમય હોવાથી કુસુમ જેવા કોઇક જ જોંગીગ માટે નીકળ્યા હતાં.

''સ્વાર્થી લોકો શું વિચારતા હશે કે શું મહેસુસ કરતા હશે એ મને નથી ખબર પણ આ ભાર અને આ પીડા મને ગમે છે, જીવન જીવ્યાનો સંતોષ આપે છે, જ્યારે તમે બીજા માટે જીવતા હો, ત્યારે તમે એક નહી પણ બે જીંદગી જીવો છો..!! અને રહી મારી વાત તો હું દુનિયાની સૌથી સુખી માણસ છું..!! કારણ કે, હું તમારી ખુશી ઇચ્છુ છુ અને તમે આ માનવજાતીની, તો તમે એકસાથે બધાની ખુશીનું કારણ બનો છો અને કેટલીય જીંદગી જીવો છો અને તમારા દ્વારા હું પણ તે લોકોની ખુશીનું કારણ બનું છું! તો.... કહો..!! સ્વાર્થી થવામાં આવો ફાયદો મળે..??'' કુસુમે ભવા ઉછાળતા પુછ્યું.

''આટલી ઉડી બુદ્ધિ ક્યારથી આવી ગઈ, તારામા..??'' રુદ્રએ કુસુમની સમજણથી નવાઇ પામ્યો.

''તે દિવસે હું એમ જ ગૌરીને સમજાવતી હતી, કે પ્રેમ શું કહેવાય અને તે જ દિવસે કદાચ મેં જ મારા અંદર ઉઠતા સવાલોના જવાબ, જાતે જ શોધી લીધા હોય એમ લાગતું હતું..!!'' કુસુમે હસતા કહ્યું.

''તું એ કેવી રીતે સહન કરી શકે છે, કે તું જેને પ્રેમ કરે છે, તે બીજા કોઈના પ્રેમમાં છે..?? અને તો પણ તું ખુશ રહે છે..??'' રુદ્રથી પુછાય ગયું.

''તમે ગૌરીને પ્રેમ કરો છો, એ તમને કરે છે..!! તમારા પ્રેમને, તમે એક નામ આપવા લગ્ન કર્યા..!! અને એકબીજા સાથે જોડાઇ ગયા..!! હવે મને તમારા પ્રત્યે લાગણી છે..!! પણ એનો અર્થ એ નથી કે મારે પણ તમારી સાથે લગ્ન કરવા જ..!!'' કુસુમે તરત પોતાનો તર્ક કહ્યો.

''પણ છતાં, તું સ્ત્રી છે, અને જ્યારે એક સ્ત્રી અને પુરુષ એકબીજાની નજીક આવે ત્યારે ગમે તેવો સ્નેહનો સંબંધ હોય, આકર્ષણનો ભાર તો બંન્નેને લાગવાનો જ..!! આ સાંભળતા જ કુસુમ ખડખડાટ હસી પડી..!! રુદ્રને સમાજયું નહી કે કુસુમ કેમ હસવા લાગી..! રુદ્ર પ્રશ્નાર્થ ભરી નજરે કુસુમને જોવા લાગ્યો.

।'આપણે ઘણો સમય બેઠા, ચલો પાછા જઈએ..!!''

।'હા.. પણ..!! મને કહે કે તું કેમ હસી..?''

।'તમે આજે પકડાઇ ગયા..!!''

।કેવી રીતે..??''

''તમને નિરુપમાજી પ્રત્યે તમને લાગણી હતી..?? અને મીનાક્ષીભાભીને તમે સ્નેહ કરો છો..??''કુસુમ ઉભા થતા બોલી.

''હા..!!"

''શું એક તમે એક પૂરુષ તરીકે તે બંન્ને સ્ત્રીઓથી આકર્ષાયા છો..??"

''શું ગાડા જેવી વાત કરે છે..!!"

''નથી આકર્ષાયા ને..??, કારણ કે તમે એ પ્રેમના સંબંધોને નામ આપી દિધું છે, એકને તમે બહેન માનતા અને બીજીને તમારી ભાભી પણ હું..?? કોણ છુ..??'' કુસુમે રુદ્ર તરફ જોયું, રુદ્ર મુંઝાયો. બંન્ને પાછા ચાલવા લાગ્યા હતાં.

''તું મારી મિત્ર છે..!!'' થોડું વિચારીને જવાબ આપ્યો.

''એમ...?? તમને ખાતરી છે કે તમે મને મિત્ર જ સમજો છો..??"

''મારે હવે, જવું પડશે..?? નહીતર વડાપ્રધાન ગાયબ થયાના ન્યુઝ ફેલાઇ જશે..!!'' રુદ્રને જવાબ આપવાને બદલે ઘડિયાળમાં જોયું.

''પરિસ્થિતીથી ભાગવાની વાતો રુદ્ર ચૌહાણ કરે એ, શોભાસ્પદ નથી..!!"

''આજે મને એક વાત તો સમજાઇ કે કુટ રાજનીતિજ્ઞો સાથે રહી, મારી વિચારસરણી પણ એમના જેવી જ થઈ ગઈ છે, સંબંધોની રાજનીતિમાં તું મારા કરતા આગળ છે..!! અને મને હવે આ ચર્ચા મને જોખમી લાગે છે..!! એટલે પલાયન કરવામાં જ ફાયદો છે..!!"

''ચર્ચા અધુરી મુકશો તો, જ્યારે કેબીનેટ મીટીંગો ચાલતી હશે ત્યારે તમે મારા વિચાર કરશો, એ બરાબર ના કહેવાય..!!!"

"તને કેમ ખબર પડી કે હું એકાંતમાં તારા વિચારો કરું છુ..??" બોલાય ગયા બાદ રુદ્રને પોતાની ભુલનો અહેસાસ થયો..!! પણ કુસુમ ખડખડાટ હસવા લાગી.
"કદાચ આજે તને અંગતમા મળી આભાર કહેવાનો મારો વિચાર વધારે ધાતક સાબિત થયો..!!"
પણ આજની ચર્ચા એ મને આખી જીંદગી જીવવાની ઉષ્મા આપી દિધી..!! તમે જે અજાણતા એકરાર કર્યો, તેનો હું સ્વીકાર કરું છું..!! અને વચન પણ આપું છું કે પ્રેમના આ ત્રિકોણનો એકપણ ખુણો, હું નહી બનું..!! તમે બંન્ને ખુશ રહો, હું તમને જોઇને જ આનંદિત રહીશ..!! અને તમે આજના વિષે વિચારી વધારે ગુંચવાતા નહી..!! કહેતી રુદ્રનો જવાબ સાંભળ્યા વગર જ કુસુમ ત્યાંથી જતી રહી. રુદ્ર તેને જતી જોઇ રહ્યો. રુદ્ર પાછો આવ્યો, ત્યારે સાડા છ થઈ ગયા હતાં. ગૌરી હજી સુતી જ હતી. રુદ્ર તે જાગે નહી એ રીતે, તેની બાજુમાં ફરીથી સુઇ ગયો.

>>>>>>>>>>>>>>>>>>>>>>>><<<<<<<<<<<<<<<<<<<

2 ઓક્ટોબર 2015, વડાપ્રધાન નિવાસ, સવારના નવ

"તો, બહુ લાંબા સમયે આપણે મળ્યા..!!" રુદ્ર અને પાકિસ્તાનના વજીરેઆઝમ યુનુસખાનની 20 મીનીટની મીટીંગ ફિક્સ થઈ હતી. બંન્ને બંધ બારણે જ ચર્ચા કરવાનું નક્કી કર્યુ હતું.
'હા..!! આપણી છેલ્લી મુલાકાત થોડી કડવી રહી, જેનું મને દુખ છે..!!" યુનુસ ખાને ખોટો અફસોસ કર્યો.
"ભુતકાળ વિતી ચુકેલી ઘટના છે, હું તેને યાદ કરવામાં નથી માનતો, આપણે આગળનું વિચારીએ..!!"

"તો હવે કહો, મને બોલાવવાનું તમારું પ્રયોજન..?? હું ઘણા વિરોધનો સામનો કરીને આજે અહી આવ્યો છું..!! પણ હું નથી ઇચ્છતો કે ચર્ચા કાશમીર ઉપર થાય..!! નહિતર કદાચ આ બીજી મુલાકાત પણ કડવી જ જશે..!!" યુનુસ ખાન ધિમે ધિમે મુદા પર આવ્યા. રુદ્ર લાપરવાહીથી હસ્યો.
છ દાયકાથી આપણે બંન્ને દેશો એકબીજા સાથે એક જ મુદા પર લડીએ છીએ કે કાશ્મીર અમારું છે..!! અને હું હવે આ વાતને વધારે ખેંચવા નથી માંગતો..!! હું ષષ્ઠ અને ભારતના કબ્જાનું કાશ્મીર પણ પાકિસ્તાનને સોંપવા તૈયાર છું..!! રુદ્રની વાત સાંભળી યુનુસખાનની આંખ પહોળી થઈ ગઈ! તેને લાગ્યું કે તે સપનું જોઇ રહ્યો છે.
મને લાગે છે કે તમને મારા પર વિશ્વાસ નથી આવી રહ્યો.પણ હું તદ્દન સાચું જ કહી રહ્યો છું..!! આજે મારી પાસે સંપુર્ણ બહુમતી છે, અને હું ધારું તે બીલ પાસ કરાવી શકું તેમ છું..!! બસ હવે આવનારી આઠ રાજ્યોની ચુંટણીમાં હું જીતીશ એટલે રાજ્યસભામાં પણ મારી પાર્ટી બહુમતી આવી જશે..!! હું વચન આપું છું કે એક વર્ષની અંદર ભારત કાશ્મીર પરનો હક જતો કરશે..!! રુદ્ર એકધારું યુનુસ ખાન તરફ તાકી રહ્યો હતો.

''તમે મને મુર્ખ સમજો છો..!! તમે એક બિઝનેસમેન અને કુટનિતિજ્ઞ છો, જે કોઇ ફાયદા વગર કોઇકામ નાકરે..!! તોકહો મિસ્ટર ચૌહાણ બદલામાં શું જોઇએ છે..??'' યુનુસ ખાને ભવા તંગ કરતા પુછ્યું.

''મને આ કારણ વગરની દુશમની પસંદ નથી...!! આ દુશમનીનો અંત આવવો જોઇએ અને કાશમીર આપવાથી જો પાકિસ્તાન, ભારતનું મિત્ર બનવા તૈયાર હોય તો એનાથી વિષેશ શું હોય..!!'' રુદ્ર સહજ પણે બોલી ગયો.

''માફ કરજો, પણ મને તમારી વાત સમજાઇ નથી રહી..!!''

''સરળ વાત તો છે..!! ભારત તમને કાશ્મીર સોપશે અને સામે તે પાકિસ્તાનની ગાઢમિત્રતા ઇચ્છે છે..!!!''

''કેવા પ્રકારની ગાઢ મિત્રતા..??''

''ભારતમાં ગાઢમિત્રનો અર્થ પાકિસ્તાનના ગાઢમિત્રના અર્થથી જુદો નહી હોય..!!''

''હા..!! પણ મને સ્પષ્ટતા ગમશે..!!''

''એ હું તમને જણાવવા તૈયાર છું, પણ હું સ્પષ્ટ કરી દઉ કે આ મારી શરતો નથી..!! પણ પાકિસ્તાન પ્રત્યેની અપેક્ષાઓ છે..!!''

''જી, હું સમજું છું..!! તમે બોલો..!!''

પહેલું, પાકિસ્તાન ભારતને તાલીબાન પર હુમલો કરવા મદદ કરશે..!! બીજું, પાકિસ્તાન ચીન સાથેના સંબંધો ભલે યથાવત રાખે..!! અને સિયાચિનનો હિસ્સો ચીન પાસેથી મેળવી પાકિસ્તાનમાં ભેળવશે અને કોઇપણ સંજોગોમાં કાશ્મીરનો કોઇપણ હિસ્સો ચિનને નહી સોંપે, અથવા તે દ્રારા તેને મદદ નહી કરે..!! યુધ્ધની પરિસ્થિતીમાં પાકિસ્તાન ભારતની પડખે ઉભુ રહેશે અને સરહદ પર સિઝ ફાયરનો ભંગ કરનાર કોઇપણ ઓફિસરને ભારતને સોંપવામાં આવશે..!! અને કાશ્મીરની સોંપણી બાદ ભારતનો દરેક નાગરીક, પુરા કાશ્મીરમાં કોઇપણ વિઝા વગર ફરી શકશે, અને ધંધો પણ કરી શક્શે..!! રુદ્રની પાકિસ્તાન તરફની અપેક્ષાઓ સાંભળી દંગ રહી ગયો.

''તમને નથી લાગતું કે તમે વધારે પડતી અપેક્ષાઓ રાખી રહ્યા છો..??''

એક મિત્ર, બીજા મિત્ર પાસે આટલી અપેક્ષા રાખે તે વધુ કહેવાતું હોય તો વાંધો નહી, ભારત કાશ્મીરના બદલામાં કશું જ નહી માંગે..!! હું કાશ્મીરને એમ જ આપવા તૈયાર છું..!! નહિતર તમે ભારતને પીઓકે સોંપી દો અને તમારી શરતો કહો..!!! પણ મારે આ પ્રશ્નનું સમાધાન લાવવું છે..!! રુદ્રએ સ્પષ્ટ કર્યું.

''હું આટલી જલ્દી કોઇ નીર્ણય નહી લઈ શકું..!! મારે સમય જોઇએ છે..!!''

''લો..!!! તમે જે મુદાને લઈને છેલ્લા આટલા વર્ષોથી લડી રહ્યા છો..!! તે હું તમને આપી દઉ છું..!! એ પણ કોઇ શરત વગર, યુધ્ધ વગર, તોપણ, તમે હજી વિચારવા માંગો છો..??''

''આ દેશની જનતા જ, તમને આવું પગલું નહી ભરવા દે..!! તો શા માટે નાહકની તકલીફ વેઠો છો..??'' યુનુસ ખાન રુદ્રની પરીક્ષા લેવા બોલ્યો.
''આ દુનિયામાં મારા માટે કશું જ અસંભવ નથી...!!'' રુદ્ર કંઇક અલગ જ અંદાજમા બોલ્યો.
''તમારા દેશવાસીઓ તમને ખુદાના દુત માને છે, તો તમને પણ મગજમા એવો વહેમ નથી ને..??'' ખાન ઠેકડી કરતા બોલ્યાં.
''થોડા સમયમાં તમને આ સવાલનો જવાબ પણ મળી જશે..!!'"

''માફ કરજો, પણ મેં આવું વિચાર્યુ ન હતું કે આટલું આસાની આ પતી જશે..!! એટલે..!!! એટલે મને થોડો સમય આપો..!!'' રુદ્રની અડગતા જોઇ, ખાન રુદ્રથી આંખ ચોરતા બોલ્યા.
''તમને મારા પર શંકા છે..??"
''એ.... તો... એવું તો કંઇ નથી..!!"
''દેશ તમે જ ચલાવો છો કે તમે માત્ર કતપુતળી જ છો...?? કે તમારે નિર્ણય લેવામા આટલું વિચારવું પડે..!! હું આજે બેઠા બેઠા અહી તમને વચન આપી રહ્યો છું, તે તમને શંકાશીલ લાગે છે..?'' રુદ્રનો અવાજ સહેજ ઉંચો થઈ ગયો.

''ના..!! એવી કોઇ વાત નથી..!! પણ મને એમ માનવામાં નથી આવતું કે તમે શા માટે પાકિસ્તાનને કાશ્મીર સોંપવા માંગો છો..??'"
''લો..!! હું તમને ગળૂ ફાડીને તો કહું છું કે મારે શાંતિ જોઇએ છે..!! હું નથી ઇચ્છતો કે બે દેશોના ઝઘડામાં કાશ્મીર પીસાય..!! ત્યાંના લોકોની હાલત ખુબજ ખરાબ છે..!! અને હું આ આપસી સંઘર્ષમાં પડવા નથી માંગતો..!! કે પછી, એવું તો નથીને, કેતમને કાશ્મીર નહી પણ ભારતની શાંતિ જ ખુંચે છે..!! તમે દરેક પળે એ જ દુઆ માંગો છો કે કેમ કરીને ભારત બરબાદ થઈ જાય..!! અને કાશ્મીર તમારા માટે આ ઝઘડો ચાલુ રાખવાનું એક બહાનું જછે..??'' રુદ્રનો અવાજ ઉંચો થઈ ગયો.

''એવું કશું જ નથી..!! હું પણ બંન્નેદેશ વચ્ચે સારા સંબંધો ઇચ્છું છું..!!'' યુનુસખાન રુદ્રને શાંત પાડતા તરત બોલ્યા.
''ઠીક છે..!! હું તમને સમય આપું છું..!! બે મહિના..! પણ આ વાત તમારા ખુબજ અંગત અને વિશ્વાસુ માણસો સુધી જ રાખજો...!! મારે મારી પ્રજાને કેવી રીતે સમજાવવી તે મારે જોવાનું છે..!! પણ હું જાહેરાત ના કરું ત્યાં સુધી તમારા બાજુથી વાત લીક ના થવી જોઇએ, નહિતર આ સમજોતો રદ્દ સમજજો..!!'' રુદ્ર ચેતવણી આપતો હોય, તેમ બોલ્યો.
''ઠીક છે..!!'' કહેતો યુનુસ ખાન ઉભો થયો. બંન્ને ગળે મળ્યા અને બંન્ને એકબીજાના ખભા પર હાથ રાખી બહાર આવ્યાં. મીડિયાએ ફોટાઓ પૂરી દુનિયા સુધી પહોંચાડી દિધા..!! વિષેશજ્ઞો આને એક નવી શરૂઆત તરીકે જોવા લાગ્યા..!!

2 ઓક્ટોબર 2015, વડાપ્રધાન નિવાસ, સવારના સાડા દસ

''ભારતની મહેમાનગતીમાં કોઇ ઉણપ તો નથી રહી ગઈને..??'' રુદ્રએ બાંગ્લાદેશના પ્રમુખ કુરેશીને સાથે એકાંતમાં વાત શરૂ કરતા કહ્યું.
''ના.!! મારું ઘણું ધ્યાન રાખવામાં આવ્યુ છે..!! અને મેં સાભળ્યું છે કે તમે પિતા બનવાના છો..!! આવનાર બાળકની ખુશીઓ માટે મેં દુઆઓ માંગી છે..!!''
''આભાર..!! તમારી દિકરીના નિકાહ પણ હજી હમણા જ થયા નહી..?? તમે મને નહોતો બોલાવ્યો..!!'' રુદ્રએ ઠેકડી કરતા કહ્યું.
।'શા માટે મને મુંઝવો છો..!! મને માફ કરજો કે હું વ્યવહારથી ચુક્યો હતો..!!! પણ છતા તમે જે કારની ગિફ્ટ મોકલી તે સરાહનીય હતું..!!

''ના, એવું નથી..!! પણ આ તમે કરેલા ઉપકારનો બદલો જ છે...!! મારી એવી ઇચ્છા હતી કે બંન્ને પાડોશી દેશોમાં મારી હોટેલ્સ હોય, અને એ બે મારા ડ્રિમ પ્રોજેક્ટસ હતાં...!! પાકિસ્તાનમાં મને મંજુરીના મળી..!! હું ખાન સાહેબને મળ્યો હતો, પણ તેમણે મારું અપમાન કરી કાઢી મુક્યો પણ તમે..!! મને આવકાર્યો..!! આજે બાંગ્લાદેશમાં મારે છ હોટેલ્સ છે, અને ખુબજ સારી કમાણી થાય છે..!!! તો તેની સામે તો મે જે ગિફ્ટ આપી તે બહુ નાની છે..!!''

''આજે તમારી એ હોટેલ્સ બાંગ્લાદેશની શાન બની ચુકી છે, અમારા તમામ મહેમાનો માટે હું તમારી હોટેલ્સ પસંદ કરું છું..!! પણ જવા દો એ વાતને હવે મને કહો કે ભારત અને બાંગ્લાદેશના સંબંધ હજી કેટલા ઘાટા કરવા છે..!! હું આજે એક વાત સાચી કહી દઉ તો મને, ભારતના બીજા વેવલા નેતાઓની રાજનીતિથી હંમેશા કંટાળો આવતો..!! પણ તમને તો વર્ષોથી ઓળખું છું..!! હું આ સંબંધોને વધુ ગાઢ બનાવવા માંગું છું..!!'' કુરેશીના અવાજમા એક વિશ્વાસનો રણકાર હતો.

''હા..!! પહેલું પગલું હું ભરીશ..!! જે ત્રણ વિઘા કોરીડોર વર્ષોથી વિવાદમાં છે, તેનું બીલ હું સંસદમાં પાસ કરાવી બાંગ્લાદેશને સોપી દઈશ..!!''
''હા..!! તેની અમારે તાતી જરૂરીયાત છે..!!'' કુરેશીએ હસતા કહ્યું.
''વધુમાં હું એવું ઇચ્છું છું કે આપણે મિલેટ્રી કરાર પણ કરીએ..!!''
''હું એ સાંભળવા ઉત્સુક છુ..!! બોલો તમે કેવા પ્રકારની ભાગીદારી ઇચ્છો છો..!!''

''ભારત જ્યારે કોઇ યુધ્ધની પરિસ્થિતીમાં હોય, ત્યારે બાંગ્લાદેશ વગર બોલાવ્યે ભારતને મિલેટ્રી સહાયતા આપે અને જ્યારે બાંગ્લાદેશ તકલીફમાં હશે ત્યારે ભારત દોડીને આવશે..!!''

''માફ કરજો પણ....!! ભારત શા માટે કોઇ સાથે યુધ્ધ કરે....? અને તમારી વિદેશનીતી, આ

દેશમાં કદી યુધ્ધની પરિસ્થિતી જ નહી આવવા દે..!! પણ મને એવો કરાર કરવામાં વાંધો નથી પણ અહી એક વાત હું ઉમેરી દઉં કે સામે કોઇ બાંગ્લાદેશનો મિત્ર દેશ હશે, તો બાંગ્લાદેશ તટસ્થ રહેશે..!!"

"મંજુર છે..!! અને બીજું, સરહદ પર નકસલવાદ અને ઘુસણખોરીનો બહુ ત્રાસછે..!! જો તમે ભારતીય સેનાને તમારી જમીન પર ઘુસવાની પરવાનગી આપો, તો અમે એ કેમ્પોને તબાહ કરી દઈએ..!! જ્યાં ભારત વિરોધી ઝેર ભારતીયો અને બાંગ્લાદેશીઓમાં ભરવામાં આવે છે..!! હું જ્યારે ઉત્તર- પૂર્વીય રાજ્યોની મુલાકાતે ગયો, ત્યારે મને ખ્યાલ આવ્યો કે આ ઉગ્રવાદી ગ્રુપોના કારણે ઘણા સ્થાનીક લોકોને પોતાનો જીવ ગુમાવવો પડે છે..!! અને તમારા આ સહકારના બદલામાં એ તમામ બાંગ્લાદેશી, જે ભારતમાં ગેરકાયદેસર રહે છે, તેમને ભારતના નાગરીક બનાવવા તૈયાર છુ..!!"

"તમારી વાતને સ્વીકાર કરવામાં મને કોઇ વાંધો નથી, અને હું ઘણા સમયથી ઇચ્છતો હતો કે ભારત અને બાંગ્લાદેશ જોઇંટ ઓપરેશન કરી આ કેમ્પોને તબાહ કરે, કારણે સરહદ પર નિર્દોષ બાંગ્લાદેશીઓને વધારે નુકશાન જાય છે..!! બીજુ કે અમને કેમ્પની જગ્યાના પુરાવા આપો..!! હું ખાતરી આપું છું કે ભારત વિરોધી ચાલતા કોઇપણ કેમ્પને,અમે જ નિસ્તોનાબુદ કરી દઈશું..!!" કુરેશીની વાતને ધ્યાનમાં લેતા, રુદ્રએ બાજુના ટેબલ પરથી એક નાનકડી ફાઇલ ઉઠાવી અને કુરેશીના હાથમાં સોંપી.
"હું આના પર જરૂર કામ કરીશ..!!" થોડું રોકાઇને કુરેશીએ રુદ્ર સામે જોયું. "શું હું કોઇ અંગત સવાલ તમને પુછી શકું..?? કુરેશી ખચકાતા બોલ્યા.
"હાં.. હા...!! કેમ નહી..??" રુદ્રએ પ્રોત્સાહન આપ્યું.

"એ વાત મારા ધ્યાન બહાર નથી, કે જ્યારે મારા દેશમાં ચાલતા મિલેટ્રીરાજનો મે વિરોધ કર્યો હતો, ત્યારે તમે છુપી રીતે તમે મને ઘણી મદદ પહોંચાડી હતી..!! અને કદાચ એટલે જ મેં તમારા ડ્રીમ પોજેક્ટને મંજુરી આપી હતી. હું છેલ્લા ઘણા વર્ષોથી તમારા પર ધ્યાન રાખતો આવ્યો છું, અને ઘણી વખત હું એ વિચારું છું કે તમે જીવન પાસેથી શું ઇચ્છો છો..?? કદાચ તમારા દેશવાસીઓ તમારા બલિદાનને કે કર્તવ્ય પરાયણતાને નહી સમજે પણ હું તેનો સાક્ષી રહી ચુક્યો છું..!! હું આ મિત્રતાનો હાથ માત્ર તમારા ભરોસે લંબાવું છું..!! કારણ કે મને અંદરથી એવું થાય છે કે તમારા એવું કંઇક છે, જે બધાને તમારી આજુબાજુ વિટાંળીને રાખે છે..!! તમે ભલે ભારતમાં જન્મ લીધો પણ તમે કોઇ એક દેશની ધરોહર નથી..!!"
કુરેશી આગળ કંઇ બોલે તે પહેલા રુદ્ર હસી પડ્યો.
"માફ કરજો, પણ તમે પણ પેલી ફરિસ્તાવાળી વાત પર વિશ્વાસ તો નથી કરતા ને..??" રુદ્રએ હસતા પુછ્યું.

"મને તમારા વિશ્વાસ છે..!! હું એ કદી નહી ભુલુ કે જો, તમારા સાથીઓ ત્યાં સમયસર ના પહોંચ્યા હોત, તો મારા પરિવાર સહિત, 500 લોકો ખુદાને પ્યારા થઈ ગયા હોત..!!

મને બચાવવાની જવાબદારી તમારી ના હતી, પણ તમે સામેથી ઉપાડી..!! તમે એ સાબિત કરી દિધું કે માણસ એ નથી જે માત્ર પોતાના ગામ, શહેર કે દેશ માટે વિચારે પણ માણસ એ છે જે માણસાઇ માટે વિચારે..!!" કુરેશીએ માથું નમાવી રુદ્રને માન આપ્યું. બંન્ને ગળે મળ્યા અને હેતથી છુટ્ટા પડ્યાં.

*** 2012 પહેલાના વર્ષોમાં બાંગ્લાદેશ પર તેમની જ મિલેટ્રીએ કબજો જમાવી લીધો હતો..!! છેલ્લા પંદર વર્ષથી ચાલતી સરમુખ્ત્યાર શાહીનો કુરેશીએ વિરોધ કર્યો.!! તેમણે 2008માં ચળવળ ચાલુ કરી હતી..!! ચાર વર્ષની મહેનતબાદ લોકોનો સપોર્ટ તેમને મળવા લાગ્યો હતો.

સરમુખ્ત્યાર જનરલ યાકુબ અજહર ગીલાનીને એ ડર લાગ્યો કે મારુફ કુરેશી, સત્તા પલટો કરવામાં કદાચ સફળ નીવડે..!! જનરલ ગીલાની અને શક્તિસિંહ રાઠોડ વચ્ચે મિત્રતા હતી..!! મિત્રતાનું મુખ્ય કારણ હતું, બાંગ્લાદેશી મિલિટંટ, ઉત્તર-પૂર્વીય રાજ્યોમાં સતત દબાબ બનાવી રાખવા શક્તિસિંહ મિલેટ્રીનો દુરઉપયોગ કરતા..!! જનરલ ગીલાની મિલીટંટોને આશરો અને હથિયાર આપતા અને સરહદો પર હુમલો કરાવતા અને એવા હુમલાઓને શાંત પાડવા, એ પુરા વિસ્તારમાં ડરનો માહોલ બનાવવા આર્મીનો સાથ લેવાતો, જેની સીધી અસર ચુંટણી વખતે થતી..!! અને મોટાભાગે લોકશક્તિ પાર્ટીની જ રાજ્ય સરકારો બનતી..!! દેસાઇએ જ્યારે માહિતી આપી કે ગીલાની કુરેશીના કેમ્પો પર હુમલો કરવાનો છે, ત્યારે રુદ્રએ તાત્કાલીક એકશન લઈ માહિતી લીક કરાવડાવી, રુદ્રએ જાતે ફોન કરી કુરેશીને તેમના પર થનાર હુમલા વિષે જાણકારી આપી હતી..!! ત્યારે રુદ્રએ પોતાની ઓળખાણ છતી નહોતી કરી, એક મહિના બાદ તેમણે હથિયારો સાથે ધાકા પર હુમલો કરી, જનરલ ગીલાની ચાર રસ્તા પર ફાંસીએ ચડાવી ફરી સત્તા લોકોએ હાથમાં લાધી હતી..!! કુરેશી વડાપ્રધાન બન્યા બાદ પણ એ ફોન વિષે હંમેશા વિચારતા અને જ્યારે રુદ્ર પહેલી વખત, તેમના સત્તા પર આરુઢ થયા બાદ મળવા ગયો ત્યારે રુદ્રની વાતો પરથી એસમજતા વાર ના લાગી કે ફરિસ્તો રુદ્ર જ હતો..!!

>>>>>>>>>>>>>>>>>>>>>>><<<<<<<<<<<<<<<<<<<<<

26 સપ્ટેમ્બર 2015, મીટીંગ રૂમ, વડાપ્રધાન નિવાસ સવારના સાડા અગીયાર

રુદ્રની કેબીનેટમાં એક પણ નવો મેમ્બર ન હતો, રુદ્રએ લોકશક્તિ પાર્ટીના જુના અને મોટા નેતાઓને જ કેબીનેટમાં સ્થાન આપ્યુ હતું. જ્યારે કાઉસીલ ઓફ મીનીસ્ટર્સમાં બધા જ નવા સાંસદો હતાં. આજે પહેલી વખત તે કાઉસીલ ઓફ મીનીસ્ટર્સને સંબોધી રહ્યો હતો.

"હું તમારા બધાનું સ્વાગત કરું છું..!!" રુદ્રના કહેતાની સાથે જબધાએ ટેબલ પર ટપલીઓ મારી રુદ્રની વાત આંનદ વ્યક્ત કર્યો.

"તમારામાંથી ઘણાને વહિવટી અનુભવ નહિવત છે..!! તો આવા કેસમાં તમને પાર્ટીના સિનિયર નેતા અને મારા વડીલ નાયડુ સાહેબ મદદ કરશે..!! અને સંસદીય બાબતોમાં તમને તેજપાલ સાહેબ મદદ મળી રહેશે..!" તેજપાલ રાણા અને વેંકટેશ નાયડુએ માથું નમાવી જવાબદારીનો સ્વીકાર કર્યો.
"હવે..!! મારી પાસે સમયનો અભાવ હોવાના કારણે આજે થોડા મુદ્દાઓ, હું ઝડપથી ચર્ચી લેવા માંગું છું..!!" બધા સાંભળવા તત્પર હતાં. રુદ્રએ પોતાની આગળ પડેલી ડાયરી ખોલી એક કાગળ કાઢ્યું.

"મે છેલ્લા બે મહિનામાં ભારત ભ્રમણ કર્યુ, લોકોની ફરિયાદો સાંભળી તેના અમુક મુખ્ય મુદ્દાઓ મે તૈયાર કર્યા છે..!! હું એ આશા રાખું છું, કે તમે લોકો પ્રામાણિકતાથી તેના પર અમલ કરશો...!! પહેલું મે છેલ્લા મહિનાઓમાં ઘણી મહેનત કરી પણ ભ્રષ્ટાચાર હજી ત્યાં નો ત્યાં છે..!! ઉપર છલ્લો જરૂર ફરક પડ્યો છે..! પણ હજી કરોડો લોકો આનાથી પીડાય છે..!! તો મે અમુક સમાધાન શો[1]યાછે...! જુની સરકાર 'પ્રથમ કાર્ડ' અસ્તિત્વમાં લાવી હતી. જે કાર્ડ સ્માર્ટકાર્ડ જેવું હોય છે,એક યુનિક નંબર પણહોય છે..!! બસ હવે એ જ સ્માર્ટકાર્ડનો ઉપયોગ આ ભ્રષ્ટાચારને ઓછો કરવામાં થશે..!!" બધા રુદ્ર સામે પ્રશ્નાર્થ ભરી નજરે જોવા લાગ્યાં.

તમે હવેથી એમ સમજો કે પ્રથમ કાર્ડનો યુનીક નંબર ભારતીય હોવાનો પુરાવો છે..!! આ નંબર માત્ર કાયમી સ્થાયી લોકોને જ મળશે..!! મારા માટે એ કાર્ડ કરતા તેનો નંબર વધારે મહત્વનો છે..!! એ કાર્ડને એ વ્યક્તિની તમામ વિગતો સાથે અપડેટ કરાવડાવો..!! હું અહી જ્યારે મારા કોમ્પ્યુટરમાં કોઇપણ વ્યક્તિનો યુનીકનંબર નાખું એટલે મને તેનો પુરો ઇતિહાસ દેખાવો જોઇએ, જેમકે તેના કેટલા બેન્ક ખાતા છે, કેટલું ભણેલો છે, તેના કુટુંબમાં કેટલા વ્યક્તિઓ છે. તેબધાની વિગતો પણ યુનીક નંબર સાથે, ડ્રાવીંગ લાઇસેંસ, ચુંટણી કાર્ડ, રેશન કાર્ડ, તેની ડીગ્રીની વિગતો, તેના ક્રિમીનલ રેકોર્ડ્સ, તેની તમામ પ્રાઇવેટ કંપનીની વિગતો જ્યાં તેણે કામ કરેલુ છેં, તેની સંપતિની વિગત વગેરે વગેરે પણ અપડેટ કરો..!! રુદ્રએ બે ક્ષણનો વિરામ લીધો.

"બીજું, આઇ વોન્ટ પેપરલેસ ઓફિસીસ અક્રોસ ધી કંટ્રી..!!" રુદ્રએ એક નજર બધા તરફ નાખી.
"હું તમને બધાને બે મહિના આપું છું..!! આ બે મહિનામાં તમારા તમામ ખાતા ઓનલાઇન હોવા જોઇએ અને બાકીના છ મહિનામાં જેટલો જુનો ડેટા ફાઇલ્સમાં પડેલો છે, તે તમામ પણ અપલોડ થઈ જવો જોઇએ..!!" રુદ્રએ છેલ્લી સુચના આપી.
"કોઇને સવાલ..??" રુદ્રએ પુછ્યું..!! ઘણાબધાના મનમાં સવાલોના ઢગલા હતાં, પણ પુછવાની હિમ્મત કોઇ ના કરી શક્યું. રુદ્રએ નાની મોટી બીજી સુચનાઓ આપી મીટીંગ વિસર્જિત કરી.

પ્રકરણ - 31
જમ્મુ કાશમીર

15 ઓક્ટોબર 2015, શ્રીનગર,

રુદ્રએ ઘણા માળખાઈ ફેરફારો કર્યા, નવી સરકાર બરાબર પાટા પર ચાલવા લાગી હતી. રુદ્રએ વડાપ્રધાન તરીકે જમ્મુ-કાશમીરની પહેલી મુલાકાત લીધી હતી અને પહેલી વખત જાહેરમાં ભાષણ કરવાનો હતો. જાહેરાત ઘણા દિવસથી થયેલી એટલે લોકોની ખાસ્સી મોટી ભીડ શ્રીનગરમાં જમા થઈ ચુકી હતી. દસ લાખથી વધુની ભીડ વચ્ચે રુદ્ર મંચ ઉપર ઉભો હતો. સફેદ શર્ટ અને બ્લેક પેંટના સાદા કપડામાં તે મંચ ઉપર બેઠેલા લોકોમાં અલગ છાપ ઉભી કરતો હતો.

આ ચુંટણીમાં તમે મને જે જીત અપાવી છે, તેના માટે તમારો આભાર..!! હું હમેંશા જમ્મુ_કાશમીરને એક સ્વર્ગની જેમ જોતો હતો, પણ મારા ભારત ભ્રમણ દરમિયાનનો અનુભવ કંઈક અલગ હતો. ભારતવાસીઓ આ પ્રદેશની સમસ્યાઓથી અજાણ છે, અને તમારી આઝાદ કાશમીરની માંગનું હું સમર્થન કરું છું..!! રુદ્ર આટલું બોલ્યો, ત્યાં તો ભીડમાંથી ચિચિયારઓ પડવા લાગી..!! આખું મેદાન રુદ્રના નામથી ગુંજી ઉઠ્યું. રુદ્રએ બંન્ને હાથને ઉંચા કરી લોકોને શાંત કર્યા.

આજે ભારતના ઈતિહાસમાં એવું પહેલી વાર બન્યું હશે કે ભારતનો વડાપ્રધાન આજે કાશમીરને ભારતથી અલગ કરવાની વાત કરે છે..!! અને મને એ વાતનું દુખ છે..!! કે મારે એવા દુર્ભાગ્યનો સામનો મારે કરવો પડે છે..!! પણ હું મારા નિર્ણય ઉપર અટલ છું..!! હું કાશમીરને અલગ કરી તેને એક સ્વતંત્ર દેશનો હોદો અપાવડાવીશ..!! આ મારું વચન છે..!! ફરીથી આંખું મેદાન રુદ્રના નામથી ગુંજી ઉઠ્યું.

પણ..!! આના બદલામાં હું તમારી સામે એક નાનકડી માંગણી મુકું છું..!! આ માંગ એવી નથી કે તમે પૂરી ના કરી શકો..!! હું કાશમીર પાસેથી અને અલગતાવાદીઓ પાસેથી એક વર્ષ ઉધાર માંગું છું..!! કાશમીર સાથે ભારતવાસીઓની લાગણી જોડાયેલી છે અને તેમને આ બદલાવ તરત મંજુર નહી પડે..!! મારી આ જાહેરાત દેશમાં ઉહાપોહ મચાવી દેશે..!! દંગા થવાની શક્યતા છે..!! અને એવું પણ બનશે કે લોકો મારા પુતળા બાળશે..!! મારી પાર્ટીના લોકો મારા વિરોધમાં ઉતરશે..!! પણ હું આ બધું જ સહન કરી લઈશ..!! પણ બદલામાં મારે એક વર્ષ જોઇએ છે..!! કે હું દેશવાસીઓને સમજાવી શકું કે શા માટે કાશમીરને ભારતથી અલગ કરવું જોઇએ!!

પણ આ એક વર્ષમાં કાશમીરમાંથી તમામ મિલેટ્રી ફોર્સ હટાવી લેવામાં આવશે અને માત્ર એલઓસીની સુરક્ષા માટે મિલેટ્રી તૈનાત રહેશે, માત્ર સરહદ પર.....!!! બાકી લો એન્ડ

ઓર્ડરની સુરક્ષા કાશ્મીર પોલીસ કરશે..!! હું આ એક વર્ષ માટે તમારા બધા પાસેથી શાંતિની અપેક્ષા રાખું છું..!! કાશ્મીરને જે જોઇએ છે, એ બધું, હું આપવા તૈયાર છું, પણ બદલામાં ભારતને એ ખાતરી મળવી જોઇએ કે કાશ્મીરના લોકો કોઇપણ પ્રકારની ભારત વિરોધી પ્રવૃત્તિમાં સાથ નહી આપે..!! જેટલા પણ અલગતાવાદીઓ છે, તે રાજ્ય સરકારને સરેંડર કરી દેશે અને પોતાના તમામ હથિયાર જમા કરાવી દેશે..!!

ભારત સરકાર કોઇપણ અલગતાવાદીઓ સાથે વાતચીત નહી કરે..!! એ રાજ્ય સરકાર પર નિર્ણય છોડવામાં આવશે કે તેમને આ લોકોને માફ કરવા કે સજા આપવી..!! જો કાશ્મીરની આઝાદી સામે મારી શાંતિની અપીલ વધારે પડતી લાગતી હોય તો મને કહો..??'' ભીડમાંથી ફરીથી ચિચિયારીઓ ઉઠી..!!

આજથી અને અત્યારથી જ મિલિટ્રીને રાજયના તમામ ભાગોમાંથી હટાવી લેવામાં આવશે..!! હાલમાં જેટલા પણ કાશ્મીરી લોકો મિલિટ્રીના કબ્જામાં છે, તેમને રાજ્ય સરકારને સોંપવામાં આવશે..!!! અને એ નિર્ણય રાજ્ય સરકાર કરશે કે એ લોકોને તેમના પરિવારો પાસે પાછા મોકલવા કે નહી..!! કાશ્મીર આજથી જ આઝાદ છે, કાશ્મીરના સારા-નરસાની જવાબદારી બધી રાજ્ય સરકાર પર..!! કાશ્મીરની બાહ્ય સુરક્ષા સિવાય ભારતની હવે કોઇ જ જવાબદારી નહી રહે..!! સિવાય કે રાજ્ય સરકાર સામેથી કોઇ મુદા પર કેંદ્ર સરકાર પાસે મદદ માંગે..!! અને તમે મદદ માંગશો, તો એ મદદ કરતા હું અચકાઇશ નહી..!!

મારી બીજી પણ વિનંતી છે, કે આ એક વર્ષ દરમિયાન ભારતવાસીઓ કાશ્મીરના પ્રવાસે આવે તો તેમનું ઉષ્માભર્યું સ્વાગત કરજો, એ લોકો મારા આ નિર્ણયથી દુખી હશે એટલે કદાચ તમારા સાથે તોછડું વર્તન કરે તો, મારા વતી તેમને માફ કરજો પણ આ એક વર્ષ તમે શાંતિથી પસાર કરો એવી મારી નમ્ર વિનંતી છે..!! પણ જો મારી આ વિનંતીનું માન રાખવામાં ના આવ્યું, અને તમે ભારત વિરોધી કોઇપણ પ્રવૃત્તિમાં ભાગ લીધો તો, મેં આપેલું વચન મારે પાછું ખેંચવું પડશે..!! અને પછી જે પરિસ્થિતી ઉભી થશે તે વધારે ખતરનાક હશે, જે મને બિલકુલ પસંદ નહી પડે..!!! તો આજે તમે અને હું એકબીજા સાથે એ વચને બંધાઇએ કે આપણે Live and Let Live ના સિદ્ધાંતને માન આપી, આ વર્ષ કાઢી શાંતિપૂર્ણ રીતે પસાર કરીએ..!!''

કહિ રુદ્ર હાથ જોડી પાછો મંચ પર બેઠો. રુદ્ર જ્યારે પોતાની વાત કહી ત્યારે તેને ખ્યાલ આવી ચુક્યો હતો, કે દેશના લોકોનો કેવો પ્રતિભાવ હશે..!!

રુદ્રના આવા અભુતપુર્વ નિર્ણય સામે પુરા કાશ્મીરને જુમી ઉઠ્યુ હતું. રાત્રે રુદ્રના માનમાં ખાસ પ્રોગ્રામો ગોઠવવામાં આવ્યા હતાં, પણ રુદ્ર રોકાયો નહી અને તરત દિલ્હી પાછો ફર્યો.

રુદ્રએ મુખ્ય શહેરોમાં પહેલીથી કરફ્યુની વ્યવસ્થા કરી રાખી હતી, જેથી પરિસ્થિતી વણસે નહી. છતાં ઘણી જગ્યાએ રુદ્રના અનુમાન પ્રમાણે,પુતળા બાળવામાં આવ્યા અને રુદ્ર વિરોધી સુત્રોચ્ચાર પણકરવામાં આવ્યાં. રોજે રોજ રેલીઓ નિકળવા લાગી. રુદ્ર મીડિયા સામે ઓછો આવતો પણ તેના માટે પણ તેને નિંદાનો ખુબજ સામનો કરવો પડ્યો.

લોકશક્તિ પાર્ટીના બીજા નેતાઓને રુદ્રના આ નિર્ણય વિષે કશો જ અંદાજ ન હતો. તે પોતે પણ ચોંકી ગયાં હતાં. રુદ્રને સલાહ આપવાની હિમ્મત કોઇની ના થઈ. પરિસ્થિતી દિવસે ને દિવસે તંગ થઈ રહી હતી. એવું ન હતું કે બધા જ રુદ્રનો વિરોધ જ કરી રહ્યા રહ્યો હતાં. દેશનો એવો પણ વર્ગ હતો, જે રુદ્રના નિર્ણયને આવકાર્યો પણ ખરો..!! કદાચ એ વર્ગને અંદાજ હતો કે રુદ્ર શું કરવા જઈ રહ્યો છે..!!

ગૌરી અને માથુર સાહેબ પોતે પણ ચોંકેલા હતાં..!! કે રુદ્રએ આવો નિર્ણય કેમ લીધો..?? ગૌરીએ રુદ્રને સતત કામમાં જોઇ સવાલો કરવાનુ બંધ કરી દિધું હતું. માથુર સાહેબે બે વખત રુદ્રને આ બાબતમાં સવાલ કર્યા, પણ રુદ્રએ કોઇ જ જવાબ ના આપ્યો. રુદ્રએ તમામ વાતોને અવગણી માત્ર કામમાં ધ્યાન આપ્યું.

અનિકેત મંદાર અને પ્રદિપ સિંહા, મનન આહુજા આ ત્રણેય મળી, એક દિવસ રુદ્રને ખુબ સમજાવ્યો. પણ રુદ્ર એકનો બે ના થયો..!! ડિફેંસ સેક્રેટરી રાહુલ બોઝે રુદ્રને ત્યાં સુધી કહી દિધું કે તેણે દેશનો સોદો કરી નાખ્યો છે..!! તેણે રુદ્રને એ વાત પણ સમજાવી કે કાશ્મીરને ગુમાવવું એટલે ભારતની અભેદ સુરક્ષા કરતી દિવાલને જાતે તોડી નાખવી!! પણ રુદ્ર પોતાની વાત પર ટક્યો રહ્યો.

વિશ્વ મીડિયામાં રુદ્રના આવા પગલાને ખુબ આવકાર્યુ. માનવતાવાદી જૂથોએ પણ રુદ્રના નિર્ણયને આવકાર્યો. બે દેશોના આપસી ટકરાવનો ભોગ બનેલું કાશ્મીર હવે અંતે શાંતિનો શ્વાસ લેશે, તેવું લાગી રહ્યુ હતું. વધુમાં બધાને ઝટકો વધારે ત્યારે લા³યો કે જ્યારે પાકિસ્તાને POK માં મિલેટ્રી પ્રેઝંસ(હાજરી) ઘટાડવવા લાગ્યું.

આ બંન્ને દેશોના અચાનકના આવા વલણને હજમ કરવું બીજા દેશોને વિચારવા માટે મજબુર કરી રહ્યુ હતું. રુદ્ર સતત યુનુસખાનના સંપર્કમાં હતો. રુદ્રએ તેને એ વાત સમજાવી દિધી હતી કે જ્યારે એક વર્ષબાદ કાશ્મીર આઝાદ થશે, ત્યારે તેની પાસે સૈનિક બળ નહી હોય..!! તે તરત 1947નું પુનરાવર્તન કરી શકશે..!! રુદ્રએ સંયુક્ત રાષ્ટ્રોના સંઘમાં દાખલ કાશ્મીરનો કેસ પણ પાછો ખેંચી લીધો..!!

શું ભારત કાશ્મીર પરનો પોતાનો હક જતું કરી રહ્યું છે..?? આ સવાલ આંતરરાષ્ટ્રીય મીડિયાને અકળાવી રહ્યો હતો. પણ સૌથી કફોડી સ્થિતી ચીનની થઈ હતી. ભારત-પાકિસ્તાન

જે મુદ્દા પર આટલા વર્ષોથી લડી રહ્યા હતાં, તેને રુદ્ર એમજ જતું કરી દીધો..!! ભારતમાં રુદ્રના પ્રચંડ વિરોધ છતા, રુદ્ર એકનો બે ના થયો..!!

વિપુલ મહાજન, અને લોકશક્તિ પાર્ટીના મુખ્ય ચાર નેતા ખુબજ ખુશ હતાં..!! એકને હવે રુદ્રની સત્તાને ચુનોતી આપવાનો મોકો મળશે એટલે ખુશ હતો, જ્યારે બીજા ચારને રુદ્રની સત્તા હડપવાનો મોકો મળશે એટલે ખુશ હતાં. આ પાંચેય જણા પરિસ્થિતી વધારે બગડવાની રાહ જોવા લાગ્યા..!!

પણ થયું ઉલટું, રુદ્રએ છેલ્લા મહિનાઓમાં દેશમાં જે સફાઇ પ્રકિયા હાથમાં લીધી હતી. તેમાં મોટાભાગના ઉપદ્રવી નેતાઓને નિશાન બનાવી લીધા હતાં. હવે રુદ્રની સામે ટક્કર આપી શકે તેવું કોઇ જ બચ્યું ન હતું. અને જે હતાં, તેમની પાસે પુરતા સાધાનો ન હતાં (પૈસા અને વગ). અને તે લોકોને એ પણ ડર લાગતો કે રુદ્રની આંખમાં આવશું, તોતે ગમે તે કેસમાં તેમને ફસાવી પણ દે..!! ખુદ વિપુલ મહાજન સમયની રાહ જોઇને બેઠો હતો.

નેત્રુત્વ વગર લોકોના દેખાવો ઓછા થવા લાગ્યાં. બે મહિનામાં જ રુદ્રના વિરોધમાં નોંધપાત્ર ઘટાડો થઈ ચુક્યો હતો. આ બધા પાછળ મીડિયા અને લોકોની શ્રધ્ધાએ ભાગ પણ ભજવ્યો હતો. મોટાભાગની પ્રજા જે હકીકતમાં રુદ્રને ભગવાનનો અવતાર કે ખુદાનો ફરિસ્તો માની બેઠી હતી,તેમણે આ વાતને સ્વીકારી લીધી હતી. તે લોકો તો ત્યાં સુધી કહેતા કે માત્ર ભગવાન કે ખુદા જ હોઇ શકે જે આવો કપરો નિર્ણય લઈ શકે..!! પોતાની બદનામીની પરવા કર્યા વગર બીજાનું ભલું કરી શકે..!! જ્યારે એવા જ એક સમયે, મીડિયાએ એવા એક રાજનીતિજ્ઞના ઇન્ટરવ્યૂને વાંરવાર બતાવી રહ્યા હતાં. જેના કારણે લોકો વિચારતા થઈ ગયા હતાં..!!

તેમણે અમુક સવાલ દેશની જનતાને પુછ્યા, જેના જવાબ વિચારતા દેશવાસીઓ પોતે મુંઝાયા હતાં. એ રાજનીતિજ્ઞના તર્ક પ્રમાણે રુદ્ર કાશ્મીરને કોઇપણ સંજોગોમાં આઝાદ કરવા નથી ઇચ્છતો..!! તે બસ કાશ્મીરમાંથી અલગતાવાદીઓને જ દુર કરવા માંગે છે..!! અને કાશ્મીરના એ લોકો જે, આઝાદ કાશ્મીરની માંગ કરી રહ્યા છે, તેમનામાં ભારત પ્રત્યેનો સાચો પ્રેમ જગાવવા માંગે છે..!! જે લોકોએ કાશ્મીરને નજીકથી જોયું છે, જાણ્યું છે, એ લોકો જ ત્યાંના લોકની તકલીફ સમજી શકશે, અને એવું કંઇક રુદ્રએ ભારત ભ્રમણ દરમિયાન જોયું હતું.

કાશ્મીરની સૌથી મોટી સમસ્યા, ત્યાંના અલગતાવાદીઓ અને પાકિસ્તાને ઘુસાડેલા આંતકીઓ..!, ભારત સરકારે આવા લોકોને પકડવા માટેત્યાં સતત આર્મિનો પહેરો ગોઠવેલો છે..!! અને આ જ આર્મી વધારે તકલીફ ઉભી કરી છે..!! આ એક કડવું સત્ય છે, કે ત્યાં તૈનાત આર્મી કાશ્મીરના લોકો સાથે એટલી નર્મીથી પેશ નથી આવતી, જેટલી આવવી જોઇએ..!! રોજેરોજ આર્મી અને આ અલગતાવાદીઓ વચ્ચે થતા સંઘર્ષના કારણે

કાશ્મીરની પ્રજાને ખુબજ તકલીફ ભોગવવી પડે છે..!!

આર્મીના જવાનો ગમે તે ઘરોમાં ઘુસી તલાસીઓ લે છે, અને કેટલાય લોકો ધોળાદિવસે ગાયબ પણ થઇ જાય છે..!! તેમની લાશોનો પણ પત્તો નથી લાગતો..!! આર્મીના આવા કડક વલણનો આ અલગતાવાદીઓ લોકોને ભડકાવવામાં માટે હથિયાર તરીકે ઉપયોગ કરે છે, અને સફળ પણ થાય છે, અને આ સ્થાનીકો જ તેમની મદદ કરે છે..!! તેમના મનમાં દેશદ્રોહ નથી, પણ ગુસ્સો છે, તેમની સામાન્ય જીંદગી ના જીવી શકવાનો ગુસ્સો, તેમના પરિવારજનોના ગાયબ થવાનો ગુસ્સો, સતત ડર નીચે જીવવાનો ગુસ્સો..!! તે લોકો પણ શાંતિવાળી જીંદગી ઇચ્છે છે, અને એ તેમનો હક છે..!! અને એ સ્વર્ગની ખીણમાં અશાંતિ ફેલાવવામાં પરોક્ષ રીતે આપણો પણ એટલો જ હાથ છે..!!

રુદ્ર ચૌહાણ જેવો માણસ, આ સાઠ વર્ષની ભુલોને સુધારવાનો પ્રયત્ન કરી રહ્યો છે, જેના બદલામાં તેને બદનામી સિવાય કશું જ નથી મળવાનું..!! પણ જ્યારથી રુદ્ર ચૌહાણે આઝાદીની વાત કરી છે, ત્યારથી આજસુધીમાં કાશ્મીરમાં કોઇ અનિચ્છનીય ઘટના નથી બની..!!

પાકિસ્તાને પણ સામે જવાબમાં શાંતિમાં સાથ આપવા પીઓકેમાં મિલેટ્રી પ્રેજન્સ ઘટાડ્યુ છે, અને એવા પણ રિપોર્ટમળી રહ્યા છે કે મિલિટંટ ગ્રુપો પાછા ફરી રહ્યા છે, અથવા પાકિસ્તાન તેમને પાછા ખેંચી રહ્યું છે..!! હું હજી કાલે કાશ્મીર જઈને આવ્યો,આ બે મહિનાના આઝાદ કાશ્મીર અને એક વર્ષ પહેલા ગયેલો એ ગુલામ કાશ્મીરમાં જમીન-આસમાનનો ફરક છે..!!

મારી વાતને આ આંકડાઓ જ સાબિત કરશે,રુદ્ર ચૌહાણે 15 ઓક્ટોબરના રોજ જાહેરાત કરી હતી અને આજે 15 ડિસેમ્બર થઈ..!! અત્યાર સુધીમાં 500થી વધુ અલગતાવાદીઓએ સ્વેચ્છીક હથિયાર નાખી દિધા છે, અને ત્યાંની રાજ્ય સરકારે તેમને માફ પણ કરી દિધા છે..!!

હવે રહિ વાત રુદ્ર ચૌહાણે લીધેલા નિર્ણયની તો તમે માત્ર વિચારો, કે કોઇ વ્યક્તિ એટલો બધો મુર્ખ કેવી રીતે હોઇ શકે, કે જે આટલી મોટી જીત બાદ જાતે જ બદનામી વહોરી લે..!! જો તમે તેમનું ભાષણ સાંભળ્યું હોય, તેમણે કહેલું કે તેમના આ નિર્ણયનો તેમનો પ્રચંડ વિરોધ થશે..!! તેમણે આ જાણવા છતાંય આ પગલું ભર્યુ..?? શું કામ..?? તેમના મગજમા કોઇ તો ગણીત ચાલે જ છે, જે આપણા મગજમા નથી આવી રહ્યું..!! તે બધાને ઉલ્લુ બનાવી રહ્યા છે..!! જેમણે માત્ર બે-ત્રણ મહિનામાં બધા વિરોધીઓનો સફાયો કરી નાખ્યો હોય, એ માણસ આટલો મુર્ખ કેવી રીતે હોઇ શકે.?? જેમને ભગવાનની જેમ આપણે પુજવા લાગ્યા છીએ, તેમના પર આપણે થોડો ભરોસો તો મુકવો જ પડે..!! અને મને વિશ્વાસ છે, કે મિસ્ટર ચૌહાણ કદી કાશ્મીરને અલગ નહી પડવા દે..!! અને અલગ કરવામાં તેમનો સ્વાર્થ પણ શું જોઇ શકે..??શા માટેતે પોતાનું નામ જાતે કરીને ખરાબ કરે..??

આવાજ સવાલોએ દેશને વિચારતો કરી દીધો હતો..!! લોકો જાતે કાશ્મીરની મુલાકાત લેવા લાગ્યા..!! જે લોકો બીજીવાર જઈ રહ્યા હતાં, તેમને ફરક આંખે ઉડીને દેખાઇ આવતો હતો..!! ઘણા લોકો તો ત્યાંના સ્થાનીક લોકોને ત્યાંની પરિસ્થિતી વિશે પુછતા..!! ત્યારે તેમણે ભોગવેલી યાતનો સાંભળી ગમે તેનું હદય પણ દ્રવી ઉઠતું...!!

મીડિયા પણ પહેલાના કાશ્મીર અને અત્યારના કાશ્મીરની વાર્તાઓ ભારતના લોકોને બતાવવા લાગી હતી..!! જ્યારે જમ્મુના એક સ્થાનિકે મુલાકાત દરમિયાન એવું કહ્યું કે તેમને રુદ્રના શાસનમાં રહેવું છે..!! જો કાશ્મીર એક વર્ષ બાદ આઝાદ થશે, તો એ ભારતમાં રહેવા આવી જશે, અને આવો જ મત ઘણા કાશ્મીરીઓનો હતો..!! જેમણે દેશના લોકોની આંખો ખોલી નાખી, કે રુદ્ર શું કરવા ઇચ્છે છે..!!

પ્રકરણ - 32
કાવતરું

16 ડિસેમ્બર 2015, દિલ્હી,

જમ્મુ કાશ્મીરની ચળવળનો વેગ ધીમો પડતો જોઇ, વિપુલ મહાજન હરકતમાં આવી ગયો હતો. રુદ્રના નિર્ણયના વિરોધમાં લોકોને ફરીથી ભડકાવવાની યોજના બનાવવા લાગ્યો. જ્યારે દિલ્હીમાં આજે નાયડુના ઘરે ચારે પીઢ મંત્રીઓ આ ધીમા પડેલા આંદોલન ફરીથી કેવી રીતે સળગાવવું, તેની યોજના બનાવવા ભેગા થયા હતાં..!! તેજપાલને આ મીટીંગમાં હાજર ન હતો. આ ચારેયને હવે તેજપાલ પર પહેલા જેવો ભરોસો નહોતો રહ્યો.

‘‘મુકુંદરાયજી, આ ફરી વળતા પાણી થયા..!!’’ નાયડુના ચહેરા પર કડવાશ હતી. તેણે પરાણે દારુનો ઘુંટ ગળા નીચે ઉતાર્યો. મૂંકુંદરાયે માત્ર ડોકું હલાવ્યું.
‘‘ચલો સાલ્લાને મારી નાખીએ..!!’’ અજય સેન દાંત ભીંસતા બોલ્યો.
‘‘તેની સુરક્ષાનો ઘેરો જોયો છે..??’’ હરેશ પટેલ અજય સેનો વિચાર રદ્દ કરતા કહ્યું.
‘‘મારી પાસે એક યોજના છે, આ આંદાલનને સળગતું રાખવાની..!!’’ મુકુંદરાય ધીમેથી બોલ્યાં.
‘‘શું...??’’ બાકીના ત્રણેય એક સાથે જ પુછી લીધું.
‘‘આ યોજના તો મે, બહુ પહેલાની બનાવી હતી, પણ આ કાશ્મીરનો મુદ્દો, આપણે વધુ મદદ કરશે..!! હું ઇચ્છું કે ખાનગીમાં વિપુલ મહાજન સાથે હાથ મિલાવી લઈએ..!!”
‘‘અને એનાથી આપણને શું ફાયદો થશે..??’’ નાયડુએ જીણી આંખ કરતાં પુછ્યું.
‘‘ફાયદાની તો, ખબર નહી પણ નુકશાન નહી જાય..!!’’ મુકુંદરાય કંઇક વિચારતા બોલ્યાં.
‘‘સમજાય એવી, વાત કરોને..!!’’ હરેશ પટેલે અકળાતા કહ્યું.
‘‘જો, વિપુલ મહાજન, લોકોને ભડકાવી આ આંદોલનમાં સતત ઘી હોમતો રાખીએ.... તે અત્યારે તંગીમાં ચાલે છે, એટલે સભાઓ નથી ભરતો..!! આપણે તેને મુડી પૂરી પાડશું..!!

જ્યારે એ લોકોને ભડકાવતો હશે ત્યારે આપણે આપણે આ નવા નિશાળીયા જે સાંસદ બનીને બેઠા છે, તેમને દેશભક્તિની દુહાઇઓ દઇને ભડકાવશું..!! બે-ત્રણ મહિનામાં આપણે બધા એક થઈ રુદ્રને વડાપ્રધાન પદેથી હાંકી કાઢીએ અને પછી કાશ્મીરની સ્થિતી હતી, એવીને એવી જ કરી દઈએ, તો લોકોને આપણામાં વિશ્વાસ પણ બેસી જાય અને રુદ્ર નામનો કાંકરો પણ નીકળી જાય..!!’’ મુકુંદરાયે વિચારતા વિચારતા બોલ્યાં.

‘‘તમારું ચસકી ગયું છે, તમે જેને નવા નિશાળીયા ગણો છો, તે પ્રતિભાની દ્રષ્ટ્રીએ ઘણા આગળ છે, એમ ચડાવ્યા નહી ચડે..!! અને તમને શું લાગે છે, કે પેલો યમરાજ ચુપચાપ બેસી રહેશે..??’’ નાયડુ અકળાતા બોલ્યો.

''આપણે, તેને ભનક પણ નહી લાગવા દઇએ..!! તેનું ધ્યાન સતત બીજે ખેંચીને રાખશું..!!'' મુકુંદરાયને પોતાની યોજના બરાબર લાગી રહી હતી.
''કેવી રીતે..??''
''મરાઠા એકતા પાર્ટીના સુપ્રીમો અશોક આપટેને જનકલ્યાણ પાર્ટીના કારણે ખુબજ મોટું નુકશાન પહોંચ્યું છે..!! મે તેમની સાથે ખુબજ સાવધાનીથી વાત કરી લીધી છે..!! અને તે આપણો સાથ આપવા તૈયાર છે..!!'' મુકુંદરાય પોતાની યોજના બરાબર છે, તે સાબિત કરવા મથી રહ્યા હતાં.
''પણ એ શું કરશે..??'' અજય સેને પુછી લીધું.

બે બિહારીઓને મોતને ઘાટ ઉતારી, બિહારી અને મરાઠીઓ વચ્ચે ઉગ્ર ઘર્ષણ ઉભું કરવામાં આવશે..!! એ અથડામણ વચ્ચે, જ્યારે રુદ્ર અને તેમના સાથીદારોનું ધ્યાન મહારાષ્ટ્રમાં હશે, એ સમયે, વિપુલ મહાજનની મદદથી નકસલીઓ દ્વારા બે-ત્રણ હુમલાઓ બિહારમાં કરાવીશું અને હજી આ બંન્ને પરિસ્થિતીમાંથી રુદ્ર બહાર આવે તે પહેલા જમ્મ-કાશ્મીરના એક પોલીસ સ્ટેશન પર બોમ્બ બ્લાસ્ટ...!! અને પછી તો પરિસ્થિતિ ખરાબ થાય તે જોવાની મજા આવશે..!! રુદ્ર જ્યારે એકસાથે આ બધા પાછળ દોડી રહ્યો હોય ત્યારે, ચેતન પર હુમલો કરાવડાવશું,કદાચ એવું બને કે એટલા પહેરા વચ્ચે, તેને મારવો ખુબ અઘરો છે, પણ આપણા ભાગ્ય સાથ અને મરી જાય તો, સોના પર સુહાગો અને ના મરે તો પણ હુમલાના કારણે રુદ્રનો મગજ તો હલવાનો જ છે..!! એ સમયે લાગ જોઇ, જો આપણે તેને ખતમ કરી શક્યા, તો સમજો આપણો બેડો પાર..!! મુકુંદરાય ખુશીની લહેરકી સાથે આખો પેગ ગટગટાવી ગયાં.

''તમારી વાત સાંભળવાની તો મજા આવી, પણ તમને નથી લાગતું કે આ બધા કાંડ આપણે કરીએ અને રુદ્રને આ વાતની જાણ ના થાય..!!'' પટેલ શંકા સાથેબોલ્યો.
''બની શકે છે..!! પણ આ જ રસ્તો છે, જો જોખમ નહી લઈએ, તો સત્તા કદી હાથમાં નહી આવે..!!'' મુકુંદરાયે બધા સામે જોઇ લીધું.
''અને માની લો કે આપણે સફળ થયા..!! પણ પછી શું..?? કોણ સતા પર આવશે..?? વિપુલ મહાજન સાથે કેવા પ્રકારનું ગઠબંધન કરશું..?? આપટેને બદલામાં શું જોઇએ છે..?? અને જો આ મંદાર, સિન્હા અને શેખ જેવાને આપણા પર શક ગયો તો શું..??'' નાયડુએ એકસાથે ઘણા બધા સવાલ કરી લીધા..!!

''એ બધું મારા પર છોડી દો..!! હું તમને મારી યોજના નહી જણાવું, બસ બેઠા બેઠા ફળ ખાવ...!!'' મુકુંદરાય ઉભા થતા બોલ્યાં. બધા મુકુંદરાય તરફ શંકાભરી નજરે જોયા કર્યુ.
>>>>>>>>>>>>>>>>>>>>>><<<<<<<<<<<<<<<<<<<<<<
''આજે તું 80 કરોડ, વિપુલ મહાજનને પહોંચાડી દેજે, કોઇને કાનોકાન ખબર ના થવી જોઇએ,

અને એક ચિઠ્ઠીમાં લખજે કે તમારા શુભચિંતક તરફથી ભેટ..!! તમારા દુશમનો પર ફતેહ કરો..!!'' દિલ્હીની ભીડવાળા એરિયા એ જ બંન્ને જણ વાત કરી રહ્યા હતાં, જે ચેતનના અપહરણ બાદ આજે મળ્યાહતાં.

''હા..!! થઈ જશે..!!'' બીજાએ તરત ઉત્સાહ બતાવ્યો.
''પણ જો,તું પકડાઇ જાય, તો શું કરવાનું, એ ખબર છે ને, તને.??'' પહેલાએ આંખો બતાવી..!!
''તમને મે કહ્યું હતું, યાદ છે ને કે સાહેબ પર આંચ નહી આવવા દઉ..!! આવી આંચ..??'' પેલાને આ અવિશ્વાસ ના ગમ્યો.
''મને તારા પર પુરો ભરોસો છે, પણ આ ચૌહાણનો બચ્ચો ક્યારે શું કરે તેનો કાંઇ ભરોસો નહી..!!'' પહેલાના દાંત ભિસાયેલા હતાં.

>>>>>>>>>>>>>>>>>>>>>>>><<<<<<<<<<<<<<<<<<<<<<<<

17 ડિસેમ્બર 2015, પટણા

''ભૈયાજી, તમને શું લાગે છે, એ પૈસા કોણે મોકલ્યા હશે..!!'' વિપુલ મહાજન અને તેનો સેક્રેટરી બંન્ને તેની ઓફિસમાં બેઠા હતાં. કાલ રાત્રે જનકલ્યાણ કાર્યાલયે એકસાથે ઘણા બધા બોક્સ ઉતારવામાં આવ્યા હતાં. બોક્સના ઉપરના ભાગમાં રુદ્ર વિરોદ્ધી પત્રિકાઓ હતી, પણ એ પત્રિકાઓના થર નીચે હજારની નોટોના બંડલો હતાં...!!''

ખાનગીમાં હિસાબ કરતા ખબર પડી કે 80 કરોડ છે, વિપુલ મહાજન પણ આટલા રૂપિયા જોઇ ચકરાઇ ગયો, પહેલા તો તેને લાગ્યું કે આ રુદ્રની કોઇ ચાલ છે, પણ પછી તેણે જ પોતાના વિચારોનું ખંડન કર્યુ. એને મને ફસાવવો હોય, તો પૈસા આવી રીતે ઘોળાદિવસે ના મોકલે..!!

''મને ખ્યાલ નથી આવી રહ્યો, પણ હવે પૈસા આવી ગયા છે, તો એ મહાસંમેલનનું આયોજન કરો..!!'' વિપુલ મહાજન કાલનો આ બાબતમાં વિચારી રહ્યો હતો પણ હવે તેને આ બધામાં પોતાની તાકાત દેખાડવાની ઇચ્છા થઈ આવી..!!
''મને લાગે છે, કે આપણે આ બધાથી દુર રહેવામાં જ ફાયદો છે..!!'' સેક્રેટરી હળવેથી બોલ્યો.
''તારી સલાહના કારણે જ બે મહિનાથી ચુપ હતો, પણ હવે નહી..!! જે થવાનું હશે, તે થશે..!! આમ મરી ગયેલાની જેમ આબરુ વગરની જીંદગી જીવવા કરતા..!! મને જેલ વધુ ગમશે..!! અને આ પૈસા આવ્યા હોત કે ના આવ્યા હોત, આપણે આંદોલન તો કરવાના જ હતાં ને..?? પણ હવે થોડું વધારે શાનદાર રીતે થશે..!!'' વિપુલ હવે નક્કી કરી ચુક્યો હતો.

>>>>>>>>>>>>>>>>>>>>>>>><<<<<<<<<<<<<<<<<<<<<<<<

‘‘સર..!! આપણે જલ્દી કોઇ એકશન લેવુ પડશે...!!’’ મંદાર સાહેબના ચહેરા પર દહેશત હતી. રુદ્રનું ધ્યાન કોઇ પરથી હટ્યું ન હતું..!! વિપુલ પાસે પૈસા પહોંચી ગયા છે, એ વાત તેના ધ્યાનમાં આવ્યા વગરની રહી ન હતી..!! પણ તેને પણ એ જ પ્રશ્ન સતાવી રહ્યો હતો..!! કે આ નવો દુશ્મન કોણ છે..!!
‘‘તમે એ ટ્રક ડ્રાઇવરની તપાસ કરાવડાવી..??’’ રુદ્ર માટે અત્યારે નવા દુશ્મનની જાણકારીથી વિશેષ કોઇ ચિંતાનો વિષય જ ન હતો.

હા..!! તેણે એવું કહ્યું કે રાત્રે તે સુતો, ત્યારે ટ્રક ખાલી હતો અને ઉઠ્યો ત્યારે ભરેલો..!! તેની સીટ પર એક ચીઠ્ઠી અને એક લાખ પડ્યા હતાં...!! તેણે સામાન ખોલીને ચેક કર્યો તો, તમારા વિરોદ્ધ માટે પત્રિકાઓ હતી, તેને એ સામાન પહોંચાડવો બહુ વાંધાજનક ના લાગ્યો..!! બસ તેની પાસે આ જ માહિતી હતી..!! મંદાર સાહેબે નિશ્વાસ નાખતા કહ્યું. રુદ્ર પોતાની ખુરશીને ટેકો આપી, તેને ગોળ ગોળ ફેરવી રહ્યો હતો..!! તેની આંખો બંધ હતી..!!

‘‘મારી સાથે જોડાયેલા તમામની સુરક્ષા વધારી દો..!! તમારા સહિત...!! મને હમણા ઘણા દિવસથી કંઇક ખરાબ થશે, એવો ડર લાગ્યા કરે છે..!! રુદ્રના ચહેરા પર ચિંતા હતી..!! મંદાર સાહેબ, બીજા રિપોર્ટ્સ આપી જવા લાગ્યાં.

।‘સર..!! પાકિસ્તાનીથી ફોન છે..!!’’ ઈંટરકોમ પર વર્માએ રુદ્રને માહિતી આપી.
‘‘હા..!! ટ્રાંસફર કરો..!!’’ રુદ્રએ તરત બોલ્યો.
‘‘સલામ વાલીકુમ ખાન સાહેબ..!!’’ રુદ્ર ઉષ્માભર્યો આવકાર આપ્યો.
‘‘વાલીકુમે સલામ..!!’’ સામેથી થોડો ઠંડો પ્રતિસાદ મળ્યો.

‘‘શું થયું..?? કેમ ઉખડેલા લાગો છો..??’’ રુદ્ર છેલ્લા બે મહિનાથી સતત તેમની સાથે સંપર્કમાં હતો. રુદ્રએ જે આઝાદ કાશ્મીરની વાત કરી, અને ત્યારબાદ ખાન સાહેબને ફોન કરી, તેણે સમજાવી પણ દિધું હતું, કે આ બધું તેમના માટે જ કરી રહ્યો છે..!! અને રુદ્ર આટલા વિરોધ બાદ પણ પોતાની વાત પર ટક્યો રહ્યો, તે પરથી તેમને પણ રુદ્ર પર વિશ્વાસ આવી ચુક્યો હતો. અને તેમણે પણ મદદ માટે કાશ્મીરમાં ચાલી રહેલી તમામ આંતકી પ્રવૃત્તિઓ સામે ખુબજ કડક વલણ અપનાવ્યુ હતું..! તેમણે રુદ્રની વાતને માન આપી, તેમની વચ્ચે થયેલી વાતચીત જાહેર થવા નહોતી દિધી..!! તેમની ગુપ્તચર સંસ્થા અને આર્મી ચીફને તેમના વજીરેઆજમનું અચાનક ફરેલું વર્તન અલગ જ લાગતું હતું..!! પણ આઝાદ કાશ્મીરની રુદ્રની જાહેરાત તેમને પણ ગમી હતી, અને વજીરે આજમનું કડક વલણ તે એમ સમજી સહન કરી રહ્યા હતાં કે જો આએક વર્ષમાં કોઇ અનિચ્છનીય ઘટનાઓ નહી બને, અને શાંતિ બની રહેશે, તો કાશ્મીરને આઝાદ કરી દેવાશે, તો તેના પર તરત હુમલો કરી, આખું કબજે કરી શકાશે..!! અને 1947ના ઇતિહાસનું ફરીથી પુનરાવર્તન થશે..!! પણ રુદ્રની યોજના સફળ થઈ રહી હતી. કાશ્મીરમાં અત્યારે શાંતિ હતી.

‘‘મને લાગે છે, કે તમે આપેલું વચન તમે પૂરું નહી કરી શકો..!!’’ વજીરેઆજમના અવાજમા અણગમો હતો.

‘‘તમે મારી વાતનું માન રાખ્યું, તમે ત્યાં ચાલતી તમામ અલગતાવાદી પ્રવૃત્તિ બંધ કરાવી મને મદદ કરી,મારા ધ્યાનમાં એ પણ આવ્યુ કે તમે જીહાદીઓને પણ પાછા બોલાવવા માટે કડક સુચનાઓ આપી છે..!! તો હું પણ મારા વચનમાંથી શું કામ ચુકું..??’’ રુદ્રએ સમજાવતા કહ્યું.

‘‘પણ હવે તો ખુદ કાશ્મીરની આવામ જ તમારી સાથે જોડાવા માંગે છે..!!’’ વજીરેઆજમે પોતાને ખટકતી વાત કહી દિધી.

‘‘એ લોકો, મારા જ માણસો છે, મે દેશની જનતાને શાંત પાડવા માટે, આ રમત રમી છે..!! તમે નિશ્ચિંત રહો..!! કાશ્મીરના લોકોને ભારતથી આઝાદ જ થવું છે..!!’’ રુદ્રએ વિશ્વાસ અપાવતા કહ્યું.

ાઆપણે એક વખત મળવું પડશે..!!”

‘‘હું પણ એ જ વિચાર કરતો હતો..!! તમને વાંધો ના હોય તો 30 ડિસેમ્બર કેમ રહેશે..??’’ રુદ્ર સામે સુજાવ આપ્યો.

‘‘તમે પાકિસ્તાન આવશો..?? કે મારે ત્યાં આવવું પડશે..??’’ પ્રશ્નમાં કુતુહલતા વધારે હતી..!!

‘‘હું ઈસ્લામાબાદ આવીશ..!!’’ રુદ્ર તરત બોલ્યો.

>>>>>>>>>>>>>>>>>>>>>>>>><<<<<<<<<<<<<<<<<<<<

રુદ્ર રાત્રે 11 વાગ્યે ઘરે પહોંચ્યો. આવીને ડ્રોંઇગરૂમમાં ના સોફા પર જ ફસકાઇને પડ્યો. આખા દિવસની મિંટીગો અને દોડધામમાં હમણા રુદ્ર ખુબજ થાકી જતો. છેલ્લા ઘણા સમયથી તો ગૌરી સાથે પણ તેને બરાબર વાત નહોતી થતી. પણ આજે ગૌરી જાગતી હતી. ગૌરીનું વજન બાળકના કારણે ખાસ્સું એવું વધી ગયું હતું. તેમણે પોતાનો બેડરૂમ પણ નીચેના ફ્લોર પર શિફ્ટ કરી દીધો હતો. જેથી ગૌરીને દાદારાની ચડ-ઉતર ના કરવી પડે..!!

તે ધીમેથી બહાર આવી અને એક હાથે પોતાની કમરેને દબાવ દેતી, તેના પેટને સપોર્ટ આપતી, રુદ્રની પાછળ ઉભી રહી..!! અને ધીમેથી બંન્ને હાથે, રુદ્રના ખભા દબાવવા લાગી..!! રુદ્ર તરત સમજી ગયો અને બે મિનીટ આખો બંધ કરી એમજ જ બેસી રહ્યો. ત્યાર બાદ તે ઉભો થયો અને ગૌરીનો હાથ પકડી સોફાની આગળની બાજુએ લાવી, સોફા પર સુવડાવી, તેણે પહેરેલ ટોપને પેટ પરથી થોડું ઉપર સરકાવી, પોતાના કાન તેના પર રાખ્યાં.

‘‘શું કહે છે.. એ..??’’ગૌરીએ મોટા સ્મિત સાથે કહ્યું.

‘‘ફરિયાદ કરે છે, કે મને અને મારી મમ્માને સમય કેમ નથી આપતા..??’’ રુદ્ર ચહેરા પર હળવું સ્મિત લાવતા બોલ્યો. તે ગોઠણીયા ભેર ખસતો ગૌરીના ચહેરા પાસે પહોંચી ગયો.

બંન્ને થોડી ક્ષણો એકબીજાને નીરખતા રહ્યાં.
"તું શું કરવા ઇચ્છે છે..??" ગૌરીએ ઘણા સમયથી પોતાના મનમાં ઘોળાતો પ્રશ્ન પુછી જ લીધો.
"તને કહીશ, તો તું મને ગાંડો ગણીશ..!!" રુદ્રએ ઉડાવ જવાબ આપ્યો.

"તારે ના કહેવું, હોય તો મારે જાણવું પણ નથી, પણ આમ વાતને ઉડાવી ના દે..!!" ગૌરીએ છણકો કરતા કહ્યું. બે મિનિટ નિરવ શાંતિ છવાયેલી રહી. રુદ્રનો ચહેરો ગંભીર બની ગયો, તેને ગૌરીને એક વાત ઘણા સમયથી કહેવી છે, પણ પોતાને રોકી રહ્યો હતો, પાણ આજે તેને હિમ્મત કરવાનું મન થઈ ગયું.

।'મને કશું થશે, તો તું મારી જગ્યા સંભાળી લઈશ..??" રુદ્રએ એમજ પુછી લીધું. ગૌરીનો ચહેરો તંગ થઈ ગયો.
"આવું શા માટે બોલે છે..??" ગૌરીના અવાજમા ચિંતા હતી.
"ખબર નહી, હું તને ચિંતામાં નાખવા નથી માંગતો, પણ મને લાગે છે, કે કંઇક બહુજ ખરાબ થવાનું છે..!!" રુદ્ર નીચે જમીન પર જ બેસી ગયો. તેના ચહેરા પર ચિંતા દેખાતી હતી.

"કંઇક એવું છે, જેના પર મારું ધ્યાન નથી જઈ રહ્યું, કોઇ મને દગો આપી રહ્યું છે, અને મારી છઠ્ઠી ઈંદ્રીય કદી ખોટી ના હોય..!!" રુદ્ર હજી ક્યાંક ખોવાયેલો જ હતો.
"એવું કશું જ નહી થાય..!! આટલા બધા કામના કારણે તારા મગજને અસર થઈ છે..!!" ગૌરીએ ચીડવતા કહ્યું.

"ના..!! ગૌરી હું ગંભીર છું..!! મને વચન આપ કે મને કશું, થશે તો તું ભાંગી નહી પડે, અને આ દેશની કમાન તું તારા હાથમાં લઈ લઈશ..!! તને યાદ છે ને, પેલા રમેશના અર્થતંત્રવાળી વાત..?? તારે મારું અને રમેશનું સ્વપ્ન પુરૂ કરવાનું છે..!!" રુદ્રને અંદરથી વિશ્વાસ આવી ગયો હતો કે તેનો કાળ તેની નજીક પહોંચી ગયો છે..!!
"તું આ બોલે છે, તે વિચારીને પણ મને કાંઇક થાય છે, તો જવાબદારી ઉપાડવાની વાત તો બહુ દુર રહી, અને તને કશું જ નહી થાય...!!" ગૌરી બેઠી થતા બોલી. તેણે ગળામાંથી એક સોનામાં મઢેલો રુદ્રાક્ષ કાઢ્યો અને રુદ્રને પહેરાવી દીધો..!!

"આ રુદ્રાક્ષ મને રામાનુજકાકાએ આપેલો, હું નાની હતી ત્યારે, ખુબજ જ બિમાર રહેતી, એટલે...!! તે કહેતા આ મંત્રેલો રુદ્રાક્ષ છે, અને હંમેશા સદભાગ્યને જ આવકારે છે..!! આ તારી રક્ષા કરશે..!!" ગૌરીને રુદ્રના ગળામાં એ પારો જોઇ રાહત થઈ. રુદ્રએ રુદ્રાક્ષને હાથમાં લઈ જોઇ લીધો અને ફરી પાછું ગૌરી તરફ જોયું.

"હું દસેક દિવસમાં પાકિસ્તાન જવાનો બે દિવસ માટે..!!" રુદ્ર હળવેથી બોલ્યો. ગૌરીને હવે છેક અમંગલની શંકા ગઈ.

‘‘પણ, ત્યાં જવાની શી જરૂર છે..??’’ ગૌરીએ એકળાતા કહ્યુ. ‘‘અને મને આ આઝાદ કાશ્મીરની વાત બિલકુલ પસંદ નથી આવી રહી..!! આપણા દેશની સમસ્યાઓ ઓછી છે કે તું જમ્મુ કાશ્મીર પાછળ બધું લુંટાવી રહ્યો છે..!!’’ ઘણા દિવસથી દબાવેલી વાત આજે ઠપકા રૂપે બહાર આવી ગઈ..!!

‘‘સમય આવતા, તને જવાબ મળી જશે..!! પણ જો મને કાંઇ થાય તો, માહેશ્વરી હોટેલના કંટ્રોલ રૂમને નષ્ટ કરાવી દેજે..!! રુદ્ર ઉભો થઈ બહાર જવા લાગ્યો.
‘‘અત્યારે ક્યાં જાય છે..??’’ રુદ્રને બહાર જતો જોઇ ગૌરી અકળાઇ ગઈ.
‘‘હું આવું છું, અડધી કલાકમાં..!!’’ કહેતો તે બહાર ચાલ્યો ગયો.
>>>>>>>>>>>>>>>>>>>>>>><<<<<<<<<<<<<<<<<<<<
20 ડિસેમ્બર 2015,

વિપુલે જાહેરમાં ભડકાઉ ભાષણ ચાલુ કરી દિધા હતાં. તે દિલ્હીમાં આમરણ ઉપવાસ પર બેસી ગયો હતો. અને તેની સાથે બીજા હજાર લોકો પણ તેનો સાથ આપવા ઉપવાસ પર બેસી ગયા હતાં. દિલ્હીમાં આ ઉપવાસ અને સભાના ભાગરૂપે બે લાખ લોકો ભેગા થઇ ગયાં હતાં.

હજી મુકુંદરાય વિપુલ મહાજનનો સંપર્ક કરે, તે પહેલા જ વિપુલે સભાનું આયોજન કરી નાખ્યું હતું. એટલે મુકુંદરાયને લાગ્યું કે ભાગ્ય તેની સાથે છે..!! અને વિપુલ મહાજનના આ આંદોલન સમર્થન ઘણા લોકો સાથ આપી રહ્યા હતાં, તો ઘણા આ આંદોલનને ભગવાન સાથેનો દ્રોહ પણ ગણી રહ્યા હતાં.

બે દિવસની અંદર તો વિપુલ મહાજને રુદ્રની ઉંઘ હરામ કરી નાખી..!! વિપુલ મહાજનનું આ અહિંસાવાદી આંદોલન રુદ્રને ભારે પડી રહ્યું હતું. રુદ્રએ 22 ડિસેમ્બરે કેબીનેટ બેઠક બોલાવી.

‘‘આ વિપુલ મહાજનનો કોઇક રસ્તો કરો...!!’’ રુદ્ર અકળાતા બોલ્યો. રુદ્રની આ અકળામણ તેજપાલ, મુકુંદરાય, હરેશ પટેલ, નાયડુ અને અજેય સેનને અંદરથી ખુબજ ખુશ કરી રહી હતી.

‘‘આપણે સભા મંડપમાં અંદર આપણા અમુક માણસો ઘુસાડી, આ અહિંસક આંદોલનને હિંસક બનાવી દઈએ અને પછી વિપુલ મહાજને દંગા કરાવવાના ગુનામાં ઝડપી લઈએ તો..??’’ અજેય સેન પોતાની અફલાતુન યોજના સાથે તૈયાર જ હતો.
‘‘જો, નાયડુ સાહેબની મહેરબાની ના હોત, તો તમે અત્યારે મારી સામે પણ ના બેઠા હોત..!!’’ રુદ્રએ આંખ કાઢતા ગુસ્સામાં બોલ્યો.

''આપણે આપણા તરફથી તેમને સમજાવવા એક ડેલીગેશન મોકલીએ તો..??'' મુકુંદરાયે વાતને બીજા પાતે ચડાવી દધી.
''એટલે..??"
''આપણેતેની પાસે સમાધાનની વાત લઈને જઈએ તો કેમ રહે..??'' મુકુંદરાય બોલ્યાં. પેલા ત્રણેયને મુકુંદરાયનું આવું દોગલું વર્તન સમજમા નહોતું આવી રહ્યું.
''તમે કંઇ બાબતમાં સમાધાન કરશો..??'' રુદ્રએ ભવા ઉચા કરતા પુછ્યું.

તેના પર લાગેલા તમામ કેસમાંથી તેને બચાવી લેવા, તેની સીલ કરેલી સંપતિને કાયદેસર કરી આપવાની અને કેંદ્ર સરકારમાં અને તેની જે રાજ્યો સરકાર હતી અને અત્યારે છે, ત્યાં તેની પાર્ટીને થોડો સપોર્ટ આપવાનો એટલે તેની પાર્ટીના એક-બે નેતાને મંત્રી બનાવવા..!! મુકુંદરાય જવાબ સાથે તૈયાર હતાં.
''એ આટલાથી નહી માને તો..??'' રુદ્રએ શંકાથી પુછ્યું.
''એનાથી વધારે માંગવાની તેની ઓકાત પણ નથી..!!'' મુકુંદરાયે તીરસ્કારથી કહ્યું, પણ રુદ્ર આટલી જલ્દી માની ગયો, એ તેને નવાઇ લાગી રહી હતી.
''શું કહેવું તેજપાલ સાહેબ તમારું..??'' રુદ્રએ ઘણા સમયથી ચુપ બેઠેલા તેજપાલ રાણા તરફ જોતા પુછ્યું.
''હું, રાયસાહેબની વાતથી સહેમત છુ..!!'' રાણા તરત બોલ્યા.
''સારું, તમે અને નાયડુ સાહેબ બંન્ને આજે જ સરકાર તરફથી તેને મળવા જાવ..!!'' રુદ્ર મુકુંદરાય તરફ જોતા થોડું વિચારીને બોલ્યો.

બધા છુટ્ટા પડ્યા..!! નાયડુને વાત ગમી તો ન હતી, પણ રુદ્ર સામે વિરોધ કરવો પણ યોગ્ય ના લાગ્યો.

''શું તમે પણ ગાંડા કાઢો છો..??'' નાયડુ અને મુકુંદરાય એક જ કારમાં તેમની ઓફિસે જવા નીકળ્યાં.
''આપણને ભલે રુદ્રએમોકલ્યા હોય, તેનું કામ કરવા પણ આપણે આપણું કામ પાર પાડીને આવશું..!!'' મુકુંદરાય રહસ્યમય રીતે હસ્યાં.

>>>>>>>>>>>>>>>>>>>>>><<<<<<<<<<<<<<<<<<<

રુદ્ર સમાધાન કરવા ઇચ્છે છે, એ વાત આખા દેશમાં પહોંચી ચુકી હતી. સાંજે છ વાગ્યે મીટીંગનો સમય નક્કી થયો હતો. વિપુલ મહાજને પણ વાત કરવાની તત્પરતા દેખાડી હતી.

સમય અનુસાર નાયડુ અને મુકુંદરાય, વિપુલ મહાજનને મળવા પહોંચી ગયાં હતાં. ત્રણેયને મંચ પર જ વાત કરી પણ ત્રણેયને એકાંત મળી રહે એ માટે બીજા મહેમાનો દુર ખસી ગયાં હતાં. કલાક ચાલેલા વાટાઘાટામાં વિપુલ મહાજન છેલ્લે માની ગયો હોય, તેવું તેના ચહેરાના

ભાવો પરથી સ્પષ્ટ દેખાતું હતું..!!

ઉપવાસ તોડાવાની પરંપરા રૂપે જ્યુસનો ગ્લાસ મંગાવવામાં આવ્યો. મુકુંદરાયે જાતે વિપુલ મહાજનને જ્યુસ પાયું..!! જ્યુસ લાવનાર છોકરો, મંચ પરથી નીચે ઉતરતા પહેલા મંચની વચ્ચોવચ્ચ ઉભો રહી ગયો. અમુકનું ધ્યાન તેના પર ગયું.

કાશ્મીર પાકિસ્તાનનું છે, અને તેનું જ રહેશે...!! જીહાદ.........!!'' આવું જોરથી બોલી, પેલા છોકરાએ ડિનોનેટર દાબી દિધું..!! અને મોટો ધડાકો થયો..!! મંચ હાજર 30 લોકોનીચે પહેલી હરોળમાં બેઠેલા 20 લોકો ત્યાં જ મૃત્યુ પામ્યા..!! અને 50 વ્યક્તિઓ ઘાયલ થયા હશે..!! જેમાં વિપુલ મહાજન, વેંકટેશ નાયડુ અને મુકુંદરાય પણ સામેલ હતાં. ધડાકાના પગલે ભગદડ મચી ગઈ..!! દિલ્હીમાં હાઇએલર્ટ કરી દેવાયું હતું.

રુદ્રને ખુદ પણ બહુ મોટો આંચકો લાગ્યો હતો. રુદ્રએ તરત પોતાના બધા જ ચક્રો ગતીમાન કરી દિધા..!! કે એ છોકરો કોણ હતો એના રાત્રી સુધીમાં તો તેની પાસે રિપોર્ટ આવી ચુક્યા હતાં અને પાકિસ્તાનથી પણ ફોન આવી ચુક્યો હતો. યુનુસ ખાને રુદ્રને તરત કહ્યું કે તેમનો કોઇ હાથ નથી આ હુમલામાં..!! છોકરો પાકિસ્તાનનો જ હતો એ વાત રુદ્રએ યુનુસ ખાનને જણાવી, ત્યારે યુનુસ ખાને ખુદાની કસમ ખાઇ લીધી..!! રુદ્રને પણ અંદરથી વિશ્વાસ હતો કે યુનુસ ખાન કે તેના સાથીઓ આવું મુર્ખામીભર્યુ પગલું ના ભરે..!!

રુદ્રને એ ખાતરી થઈ ચુકી હતી, કે આ કામ અંદરના જ કોઇ માણસનું છે..!! જે જાણે છે કે તેને પાકિસ્તાન જવાનું હતું, અને કાશ્મીરમાં તેને શાંતિ નહોતી થવા દેવી..!! લોકોમાં રુદ્રને નફરતનું કારણ બનાવવો હતો..!! અને પોતાને અને પાકિસ્તાનના વડાને અંદરો અંદર ઝઘડો કરાવવો હતો..!!! તેના મગજમા એ નામ વાંરવાર આવી જતું હતું પણ સમય પર એ માણસને છોડી દેવા રુદ્ર પોતાને મનાવી લેતો..!!

તેને એ પણ ખ્યાલ આવી ચુક્યો હતો કે ચેતનનું અપહરણ કરાવનાર, વિપુલને પૈસા મોકલનાર અને બોમ્બ ફોડનાર એક જ સુત્રધાર છે..!! એ કોણ છે, એનો જવાબ પણ રુદ્ર પાસે હતો..!! પણ હજી તે પોતાના ભાગ્ય સાથે લડવા માંગતો હતો..!! મંદાર સાહેબ પોતાની પૂરી તાકાત લગાડી દિધી હતી, પણ તેને કોઇ જ પુરાવઓ ના મળ્યાં.

પ્રકરણ - 33

ઈસ્લામાબાદ...!!

27 ડિસેમ્બર 2015, દિલ્હી

જે લોકો એ બોમ્બ બ્લાસ્ટમાં મૃત્યુ પામ્યા હતાં. તેમને શ્રધાંજલી આપાઇ ચુકી હતી, લોકો ગુસ્સામાં હતાં. પાકિસ્તાન પર હુમલો કરવા માટે માંગ ઉઠી રહી હતી. રુદ્રએ મીડિયાને ચોખ્ખા શબ્દોમાં કહી દિધું હતું કે આમા પાકિસ્તાનનો કોઇ હાથ નથી..!! અને છતા જનતાની તસલ્લી માટે તે આ બાબતમાં પ્રશ્નો પુછવા ખુદ પાકિસ્તાન જશે, અને જો પાકિસ્તાન વાંકમાં હશે, તો તે સબક શિખડાવતા પણ નહી અચકાય..!!! રુદ્રના આ નિર્ણયથી લગભગ બધા જ ખુશ થયા હતાં પણ તેણે પાકિસ્તાનનો પક્ષ લીધો એ કોઇને ના ગમ્યું.

રુદ્રના પાકિસ્તાન જવા પર અમુક વિશેશજ્ઞોએ પ્રશ્નો પણ ઉભા કર્યા હતાં. પણ રુદ્ર હવે તેમને ગણકારે તેમ ન હતો. રુદ્રની જવાની તારીખ નજીક આવી તેમ બધાનો ઉચાટ વધી રહ્યો હતો.

''જુઓ, મને વિશ્વાસ છે, કે એ વ્યક્તિ મારી પીઠ પાછળ ઘા જરૂર કરશે..!! આપણે તેને છેતરવો પડશે, તમે બહાર દેખાતી ગૌરી અને ચેતનની સુરક્ષા સાવ ઓછી કરી નાખો, પણ એક મજબુત બેકઅપ પ્લાન રાખો, બંન્ને એક સેકેંડ પણ સુરક્ષા વગરના ના હોવા જોઇએ..!!'' રુદ્ર તેની ટીમ સાથે પૂર્વતૈયારીમાં લાગ્યો હતો.

''ગૌરી મેડમનું તો સમજાય પણ ચેતનને કેમ એ હાની પચોચાડવા માંગે..??'' સિન્હાએ પુછ્યું.

''ચેતન એક એવી કડી છે, જે જાણે છે કે તે રાત્રે શું થયું હતું અને તેને અત્યારેખતમ કરી ભવિષ્યનો રસ્તો સાફ કરી શકાય અથવા મને વધારે પીડા આપવા..!!'"

મંદાર સાહેબ નીચે મોં કરીને બેઠા હતાં, પ્રદિપ સિન્હાના ચહેરા પર અફસોસની રેખાઓ દેખાતી હતી..!!

"સર..!! હું રાજીનામું મુકવા ઇચ્છું છું..!!'' મંદાર સાહેબ, રુદ્ર કરતા આડી વાત કરતા બોલ્યા. રુદ્રએ થોડીવાર ચુપ રહ્યો.

''ઠીક છે, હું પાકિસ્તાનથી પાછો આવીશ, એ સમયે સ્વીકારી લઈશ, પણ મહેરબાની કરીને આપણે અત્યારે અહીયા ધ્યાન કેંદ્રીત કરીએ..!!'' રુદ્ર કંટાળા સાથે બોલ્યો.

''જી, તમે કહ્યું તેમ હું વ્યવસ્થા કરાવી દઈશ..!'' મંદાર સાહેબ ભોઠા પડતા બોલ્યા.

''બીજું, કે મારી સુરક્ષા માટે ખાસ, બંદોબસ્ત કરવાની જરૂર નથી..!! તમે લોકો જ્યાં સુધી, મારી સુરક્ષાની અવગણના કરી શકતા, હોવ ત્યાં સુધી કરો..!!'' રુદ્રએ બીજી સુચના આપી.

''કેમ..??'' એવું પુછવાની હિમ્મત કોઇની ના થઈ.

‘‘સર..!! તમારે પાકિસ્તાન જવાની કોઇ જરૂર નથી..!! તમે વિદેશ સચિવને પણ મોકલી શકો છો..!!’’ રાહુલ બોસ દબાતા અવાજે બોલ્યા.
મારે, પાકિસ્તાન જવાનો મતલબ હું તમને નહી સમજાવી શકું..!! પણ મને કંઇ થાય તો, એ વાતને યાદ રાખજો કે મારાબાદ સત્તા પર આવનાર વ્યક્તિ, આ પદને લાયક હોય..!! અને અને જો કોઇ અયોગ્ય વ્યક્તિ પોતાનો કબ્જો, જમાવવાની કોશિશ કરે, તો તેના પર છેલ્લા ઉપાય તરીકે, ગોળી ચલાવતા પણ અચકાતા નહી..!! રુદ્રએ ગંભીર હતો.

બે કલાક સુધી, બધાએ મળી, એક પાક્કી યોજના તૈયાર કરી લીધી હતી. રુદ્રને ઉંડે ઉંડે ખ્યાલ હતો, કે આ બધા પાછળ કોનું મગજ, ચાલી રહ્યું છે, પણ તેને ખાતરી થાય, તેવું એકપણ પુરાવો તેના હાથમાં નહોતો લાગ્યો.

>>>>>>>>>>>>>>>>>>>>>>><<<<<<<<<<<<<<<<<<<<<<

‘‘સર, મને માફ કરજો, તમારી વાત હું અડધેથી કાપું છું, પણ સમયના અભાવે મારે, તમને ટુંકમાં ઘણુંબધું કહેવાનું છે...!!’’ રુદ્રએ વાતની શરૂઆત કરી અને શાંતિથી રાષ્ટ્રપતિજી રુદ્રની વાત સાંભળતા રહ્યાં.

ત્રણ કલાકની ચર્ચા બાદન રુદ્ર રજા લઈને નીકળી ગયો. ત્યાંથી નીકળ્યા બાદ, તે સીધો સેક્રેટરીયેટ બિલ્ડિંગના સાઉથ બ્લોકમાં ગ્રુહપ્રધાનની ઓફિસે પહોંચ્યો.

ગ્રુહપ્રધાન મેહુલ ચક્રવર્તી તેમના કામમાં ડુબેલા હતા. રુદ્રએ દરવાજે ટકોરા કર્યા. ચક્રવર્તીએ માથું ઉંચું કરીને જોયું, તો રુદ્રહતો. તે તરત ઉભો થઈ રુદ્રને આવકારવા છેક દરવાજે પહોંચી ગયા. અને ઓફિસનો દરવાજો બંધ થયો.

>>>>>>>>>>>>>>>>>>>>>><<<<<<<<<<<<<<<<<<<<<

29 ડિસેમ્બર 2015, ઈંડિયા ગૈઈટ, સવારના પાંચ

રુદ્રએ આજે ફરી કુસુમને બોલાવી હતી..!! પણ આ વખતે, રુદ્રનો સુરક્ષા સ્ટાફ તેનો, પીછો કરી રહ્યો હતો. જેની રુદ્રને પણ ખબર હતી.

‘‘તો, બોલો મિસ્ટર ચૌહાણ કેમ મને પાછી યાદ કરવી પડી..??’’ કુસુમે આંખ ઉલાળતા મસ્તી કરતા કહ્યું.
‘‘વાત ક્યાંથી શરૂ કરવી, એ જ નથી સમજાતું..!!’’ રુદ્ર નીચે જમીન તરફ જોતા કહ્યું.
‘‘મારાથી, કોઇ વાતો છુપી નથી, અને તમારો અંદાજો સાચો જ છે..!!’’ કુસુમે હળવેથી કહ્યું. રુદ્ર ચોક્યો.
‘‘તને કેવી રીતે ખબર..?’’ રુદ્રએ તરત પુછ્યું.
‘‘મને શક તો હતો જ, અને હવે લગભગ ખાતરી જેવું થઈ ગયું છે......!!!’’ કુસુમ વિચારીને

બોલી રહી હતી. મને લાગે છે, કે તમારે પાકિસ્તાન ના જવું જોઇએ..!! તમે બધું જ બરબાદ કરી રહ્યા છો..!!'' કુસુમે ધીમેથી કહી પણ દિધું.

''હું જે વાત કરું છું, એ ધ્યાનથી સાંભળજે..!! મને છેલ્લા ઘણા સમયથી એવો અહેસાસ થઈ રહ્યો છે કે મૃત્યુ મારી નજીક છે..!! હવે જો મારે મરવાનું જ હોય, તો હું દેશને કામે લાગીને કેમ ના મરૂ..??'' રુદ્રએ અચકાતા કહ્યું.

''તમે મને ડરાવી રહ્યા છો..??''

''ના..!! હું તમને માનસીક તૈયાર કરી રહ્યો છું..!!''

''જો, કદાચ તમારી વાત સાચી હોય, અને પાકિસ્તાનમાં જ તમારું મૃત્યુ થશે, તો યુદ્ધ જેવી પરિસ્થિતી થશે..!!'' કુસુમના ચહેરા પર ના સમજાય, તેવા ભાવ હતાં.

''હું એ જ ઇચ્છું છુ..!!''

''તમને સમજવા ખુબજ અઘરા છે, એક બાજુ બહાર એવી ચર્ચા થઇ રહી છે, કે પાકિસ્તાની વજીરેઆજમ અને તમારે નજીકનો સંબંધ છે, બીજી બાજુ તમે કાશ્મીરને આઝાદ કરવાની વાત કરો છો..!! અને હજી દિનદયાલને કોઇપણ કારણ વગર જીવતો રાખ્યો છે, તેની પાસેથી કોઇ માહિતી પણ તમે નથી ઓકાવી રહ્યા..!! અને હવે તમે યુદ્ધની પરિસ્થિતી ઉભી કરવા તૈયાર થઈ ગયા..??'' કુસુમે ઘણા દિવસ બાદ અકળામણ કાઢી..!! રુદ્ર કાંઇ બોલે તે પહેલા કુસુમે હાથ ઉંચો કરી તેને રોકી લીધો.

''મને ખબર છે, તમે શું કહેશો..!! કુસુમ..!! શું બધું આજે જ જાણી લઈશ..?? ભવિષ્ય માટે પણ કાંઇક બાકી રાખ..!!!'' બંન્ને ખડખડાટ હસવા લા³યા. હસતા હસતા ગૌરીએ પોતાના ગળામાંથી માતા શેરાવાળીનું લોકેટ વાળો ચેઇન કાઢ્યોઅને રુદ્રને પહેરાવી દીધો..!!!

''આ લોકેટ, દાદા ગબ્બરથી લાવ્યા હતાં..!!''

''અને તારું લકી લોકેટ છે, અને મારી રક્ષા કરશે એમજ ને..??'' રુદ્રએ અધુરુ વાક્ય પુરૂ કરી નાખ્યું. બંન્ને ફરી હસવા લાગ્યા.

''મને એક વાત નથી સમજાતી, કે જો લોકેટ આપણા જીવની રક્ષા કરી શકતું હોત, તો કદી કોઇ મૃત્યુ જ ના પામત ને..!!'' રુદ્ર હસતા હસતા કહી દિધું.

''આ શ્રધ્ધાનો વિષય છે, જે તમારા જેવા નાસ્તિક લોકો ના સમજી શકે..!!'' કુસુમે છણકો કર્યો.

''ગૌરીનું અને મારા સંતાનનું ધ્યાન રાખજે..!! અને તારું પણ..!!'' રુદ્ર ઉભો થતા બોલ્યો.

''તમે પણ મને વચન આપો, કે તમે સુરક્ષીત પાછા આવશો..!!'' કુસુમે પોતાની હથેળી આગળ કરી..!!

''જે વચન હું, પૂરું નથી કરી શકવાનો એ શું કામ માંગે છે...??'' રુદ્રએ કંટાળતા કહ્યું.

''તમને મરવાનો આટલો શોખ કેમ છે..?? તમે હાર કેમ માની લીધી છે..??'' કુસુમ ગુસ્સે થઈ.

‘‘મે, હાર નથી માની, પણ મારો અંતરઆત્મા કહે છે, કે મૃત્યુ મારી નજીક છે, અને હું ભગવાન નથી કે તેનાથી દુર ભાગી શકું..!! આ કામ અધુરુ છોડીને જવાની મારી પણ ઇચ્છા નથી, પણ સમયને હરાવવો એ મારા સામર્થ્યની બહારની વાત છે..!! જો હું મારા મૃત્યુથી ભાગીશ અને કદાચ બચી પણ જાવ તો મારે તેની બહુ મોટી કિંમત ચુકવવી પડશે..!!’’

‘‘હું તમારું ભાગ્ય છીનવી લઉ તો..?? કુસુમે ભવા ઉચા કરતા પૂછ્યું.
‘‘શું ગાંડા જેવી વાતો કરે છે..?? પણ હા..!! મારી પાછળ હું ઘણા બધા સંકેતો મુકતો ગયો છું..!! અને એ શોધી, સમજી અને મારા અધુરા કામો પુરા કરવાની જવાબદારી તારી...!!!’’ રુદ્ર ઉભા થતા બોલ્યો.
‘‘તમે પાછા આવશો જ...!! મારું મન કહે છે, અને જો તમે મને છોડીને જવાના હોત, તો મને ખબર પડી જાત..!!’’ કુસુમે કહ્યું. રુદ્ર દર્દભર્યુ સ્મિત સાથે પાછો જવા લાગ્યો.
>>>>>>>>>>>>>>>>>>>>>>>><<<<<<<<<<<<<<<<<<
30 ડિસેમ્બર 2015,
‘‘તેજપાલ સાહેબ..!! આવો, આવો..!!’’ રુદ્ર પોતાની કેબીનમાં બેઠો હતો.
‘‘જી, સર તમે મને યાદ કર્યો..??’’ તેજપાલ અંદર પહોંચી ગયો.
‘‘હા..!! મારા જવાની બધી તૈયારીઓ તમે કરી નાખી..!!!’’ રુદ્રએ પુછ્યું.
‘‘હા..!! બધું ઓલ ઓકે છે, અને સર માફ કરજો, તબિયતના કારણે એક વિદેશ મંત્રી હોવા છતા હું તમને કંપની આપવા નથી આવી શકવાનો..!!’’ તેજપાલે અફસોસ વ્યક્ત કર્યો.

‘‘કશો જ, વાંધો નહી, હું કાલે સાંજે તો પાછો આવી જઈશ..!! મારા બાદ અહી બધાનું ધ્યાન રાખજો..!!’’ રુદ્રએ ભલામણ કરી..!! થોડી નાની-મોટી ચર્ચાઓ કરી બહાર નીકળ્યો અને હોસ્પિટલ પહોંચ્યો.
‘‘ચેતન..!! જવાનું મન તો નથી થતું..!! પણ કર્મ કર્યા વગર છુટકો જ નથી..!!’’ રુદ્ર ચેતનની બાજુમાં બેઠો હતો.

‘‘આજે, તને વળગીને રડી પડવાનું મન થાય છે, પણ હું ઢીલો પડવા નથી માંગતો..!!, તું અત્યાર સુધી ઉભો ના થયો, તો કાંઇ નહી, પણ હવે મારા બાદ તારે ગૌરી અને મારા સંતાનની રક્ષા કરવા ઉભું થવું જ પડશે..!!’’ રુદ્ર ભારે હૈયે ઉભો થયો. તેના ચહેરા પર હવે ભાર દેખાતો હતો.

।‘માથુર સાહેબ, તમને યાદ છે ને..?? તમારે શું કરવાનું છે..??’’ રુદ્રએ ફોન પર હોસ્પિટલની બહાર નીકળતા જ સુચના આપી.
‘કાલે, કામ થઈ જશે..!’’ માથુર સાહેબે તરત કહ્યું. રુદ્રએ ગૌરી અને કુસુમ શિવાય કોઇપણ સાથે, પોતાના મરવાની વાત નહોતી કરી..!!

રુદ્રની છઠ્ઠી ઈન્દ્રી ખુબજ સતેજ હતી..!! તેના મનમાં ઉભા થયેલા અંદેશાઓ કદી જુઠ્ઠા પડતા નહી, તેને સતત આવી રહેલા ડરામણા સપના તેને સ્પષ્ટ સંકેત આપીરહ્યા હતાં કે તેની સાથે કંઇક અઘટીત બનવાનું છે..!! ઘણી વખત તેણે સમયસુચકતા વાપરી, ઘણી અનહોની ટાળી હતી. પણ આ વખતે તેને ખુબજ મજબુત અહેસાસ થઈ રહ્યો હતો, કે મૃત્યુ નજીક છે, સામાન્ય સંજોગોમાં તેણે પોતાના બચવાનો રસ્તો કરી લીધો હોત..!! પણ તને આ વખતે એવું લાગી રહ્યું હતું કે આ મૃત્યુને ટાળવું અસંભવ છે..!!

રુદ્રને આમ અધુરુ કામ છોડી જવું ન હતું, પણ ભાગ્ય સામે જીતવું રુદ્રને અસંભવ જેવું લાગી રહ્યું હતું. તે મૃત્યુથી બચી શકે, એમ ના લાગતા તેણે પોતાના મૃત્યુને પ્લાનકરી લિધું..!! અને મૃત્યુ બાદ પણ પરિસ્થિતીને કાબુમાં રાખવાની વ્યવસ્થા કરી લીધી..!! તેણે જેમ ખજાનાના નકશામાં અમુક નિશાન છોડ્યા હોય, તેમ તેના આ વારસાના વારસદાર માટે પણ નાની નાની ચાવીઓ છોડતો ગયો હતો, જેથી તેમને રહસ્યોનો ખ્યાલ આવે અને આગળ શું કરવું તે જાણી શકે..!! રુદ્રની દિર્ઘદ્રષ્ટી માટે તે એમજ નહોતો વખણાતો...!!

>>>>>>>>>>>>>>>>>>>>>>><<<<<<<<<<<<<<<<<<<<<<

રુદ્રનું પ્લેન ટેકઓફ કરી ચુક્યુ હતું. ગૌરી તેને વિદાય આપવા નહોતી આવી..!! કે રુદ્ર છેલ્લેતેને મળ્યો પણ ન હતો. બંન્ને માટે વિદાયની વેળા વસમી થઈ પડે, તેમ હતી..!! રુદ્ર આજે જતો હતો, તે કોઇને નહોતું, ગમી રહ્યું..!! બધાના મનમાં એક પ્રકારનો ઉચાટ હતો. રુદ્રએ ઉંડો શ્વાસ લીધો અને પરિસ્થિતી માટે તૈયાર થઈ ગયો.

રુદ્રનું પ્લેન 30 તારીખે રાત્રે, આઠ વાગ્યે લેન્ડ થયું. રુદ્રને રિસિવ કરવા પાકિસ્તાની ઓફિસરોનું ડિલિગેશન આવ્યું હતું. પ્રોટોકોલ પ્રમાણે યુનુસ ખાન, પોતે રુદ્રને આવકારવા નહોતા આવ્યા..!! રુદ્રને તરત તેના ઉતારાની જગ્યાએ લઈ જવાયો. એ બંગલો, યુનુસ ખાનના નિવાસથી દુર ન હતો..!! પણ તેની સુરક્ષા દ્રષ્ટ્રીએ કિલ્લા જેવો લાગતો હતો.

રુદ્ર પોતે પણ પોતાની સુરક્ષાની તૈયારીઓ જોતા ચોંકી ગયો હતો. રુદ્રના આઝાદ કાશ્મીરના એલાન બાદ રુદ્રને પાકિસ્તાનમાં પણ લોકો પસંદ કરવાં લાગ્યા હતાં. પહેલી વખત એવું બની રહ્યું હતું, કે કોઇ ભારતીય નેતાના માનમાં ઈસ્લામાબાદને સજાવવામાં આવી રહ્યું હોય..!! રુદ્રને આ બધો તામ-જામ જોઇ મનમાં ઘણી રાહત થઈ કે તે તેના પ્રયત્નમાં થોડો તો સફળ થયો..!!

રાત્રે ડિનર ઉપર યુનુસ ખાને આમંત્રણ આપ્યું હતું. રુદ્ર ફ્રેશ થઈ પાકિસ્તાનના વજીરેઆજમના નિવાસસ્થાને પહોંચી ગયો હતો. યુનુસ ખાને રુદ્રનેગળે મળીને તેનું સ્વાગત કર્યુ અને બોમ્બ વિસ્ફોટમાં માર્યા ગયેલા લોકો માટે શોક પણ વ્યક્ત કર્યો. ટેબલ પર દેશની મોટી મોટી હસ્તીઓ બેઠી હતી.

યુનુસ ખાન એક બાદ એક બધાની ઓળખાણ કરાવતા ગયા. ડિનર ઉપર સામાન્ય હસી મજાક સિવાય કોઇ જ ચર્ચા થઈ ન હતી. રુદ્રના માનમાં, આજે મેન્યુમાં માત્ર અને માત્ર શાકાહારી ભોજન જ હતું. ટેબલ પર રુદ્રના ખુદાના ફરિસ્તા હોવાવાળી વાત પણ નીકળ્યા વગર ના રહી, ત્યારે રુદ્રએ પણ કુરાનમાં લખેલી શાંતિ અને ભાઇચારાની આયાતો અદાથી ઉર્દુમાં જ બોલી ગયો. ત્યારે બધા મોઢામાં આગળા નાખી ગયા..!! ઘણાને તો એમ પણ લાગ્યુ કે એ વાત સાચી તો નહી હોય ને..!!

નહિતર આ સાઠ વર્ષોમાં ભારતાના એવા ક્યાં વડાપ્રધાનને આવી ભવ્ય રીતે આવકારવામાં આવ્યા હતાં..!! આ રુદ્રનો કરિશ્મો જ હતો, કે તે જ્યાં જાય છે, ત્યાં માત્ર ખુશનસિબી જ વેરે છે..!!

ભારતીય મીડિયામાં પણ રુદ્રના સ્વાગતની જલક દેખાડતા દેશવાસીઓ છક્ક થઇ ગયા હતાં..!! ખુદ મીડિયાને પણ આવા સ્વાગતની અપેક્ષા ન હતી..!! રુદ્ર તો પાકિસ્તાનની ખબર લેવા ગયો હતો પણ અહી તો જાણે એમ લાગતું હતું, કે બે જુના મિત્રો મળી રહ્યા હોય...!! દેશવાસીઓને રુદ્રની અસીમ શક્તિઓની કલ્પના પણ કરવી અઘરી થઈ પડી.

>>>>>>>>>>>>>>>>>>>>>><<<<<<<<<<<<<<<<<<<<<<

31 ડિસેમ્બર 2015, લાહોર સવારના નવ

''તમે કંઇ માટીના બનેલા છો..??'' યુનુસખાન અને રુદ્ર વડાપ્રધાન ઓફિસમાં જ વાર્તા કરવાનું નક્કી કર્યુ હતું.

''આ જ માટીનો..!!'' રુદ્રએ જમીન તરફ ઇશારો કરતા કહ્યું.

''મે, આજ સુધી તમારા જેવો માણસ જોયો નથી..!! આજ સુધી મને લાગતું કે તમે આ બધું કોઇ મેલા ઇરાદાને છુપાવવા કરી રહ્યા છો, તમે મને દગો આપશો જ પણ જ્યારે તમે આ થયેલા બોમ્બ બ્લાસ્ટમાં એમ કહ્યું કે તમને યુનુસ ખાન પર તમારા પોતાના કરતા પણ વધારે ભરોસો છે..!! ત્યારે તમે મને તમારો બનાવી દીધો..!!! તમારી અચ્છાઇએ મારા ઝમીરને જંજોડી નાખ્યું'' યુનુસ ખાનની આંખો ભીની થઈ ચુકી હતી.

''ત્યાર બાદ મેં એમ પણ કહ્યું હતું, કે યુનુસ ખાન જો વાંકમાં હશે, તો હું પાકિસ્તાનમાં જ તેને વિંધી નાખીશ..!! અને એટલે જ તો હું પાકિસ્તાનઆવ્યો છું..'' રુદ્રએ હસતા કહ્યુ. રુદ્ર પોતે યુનુસ ખાનના આવા આવકારથી નવાઇ તો પામ્યો જ હતો. પણ તેણે વાતાવરણ ભારે કરવા મસ્તીકરી.

એ તો તમે તમારા દેશવાસીઓના આશ્વાસન ખાતર જ આવ્યા છો.!! બાકી તમને વિશ્વાસ છે કે મારો એમાં કોઇ હાથ નહોતો....!! યુનુસખાન હવે સાચા હદયથી રુદ્રનો મિત્ર બની ચુક્યો

હતો. તેણે હંમેશા રાજનેતાઓને પોતાની નબળાઇઓ છુપાવવા બીજા પર આરોપો નાખતા જોયા હતાં..!! પણ રુદ્ર એવો પહેલો વ્યક્તિ હતો, જે પોતાના માન-સમ્માન કરતા સામેવાળા આત્મસમ્માનની ચિંતા વધારે કરતો..!!

મેં કાશ્મીરના જ્યારે કાશ્મીરના લોકોના ઇન્ટરવ્યૂ ટીવી પર જોયા, ત્યારે મને લાગ્યું કે મારા અંદર કંઇક બદલાઇ રહ્યું છે..!! તમે તમારા વચનને ધ્યાનમાં લઈને કાશ્મીરમાંથી સેના હટાવી લીધી અને એ જ વચનના ભાગ રૂપે મે મારા માણસો પર દબાણ વધારી, ઉપદ્રવીઓને પાછા બોલાવડાવી લીધા અને આ બંન્નેના અવકાશમાં જે જમ્મુ કાશ્મીરનું ચિત્ર મેં જોયું, તે અદભુત હતું..!! યુનુસખાન બોલ્યે જ જતા હતાં.

પણ, છેલ્લા ચાર દિવસના મનોમંથન બાદ મેં પણ એક નિર્ધાર કર્યો છે..!! યુનુસખાન બોલ્યા. રુદ્રને આશા ન હતી, કે આ માણસ આ હદ સુધી બદલાઇ જશે..!! તેને લાગ્યુ કે તે ખોટી ધારણાઓ પર તે ખોટી સુચનાઓ આપીને આવ્યો છે..!! અત્યાર સુધી તેને મૃત્યુનો ડર ન હતો, પણ તેને હવે એ અહેસાસ થયો કે તેનું મૃત્યુ ભારતના દુરભાગ્યનું કારણ બનશે..!! તેણે મનોમન ભગવાન શિવને, પાર્થના પણ કરી લીધી કે જો તેનું મૃત્યુ આજે થવાનું હોય, તો માત્ર બે દિવસ વધારી આપે...!! એ પાછું બધું સરખું કરી નાખશે..!!

હું નથી ઇચ્છતો કે પાકિસ્તાન જમ્મુ કાશ્મીર પર કબ્જો કરે..!! એના માટે હું ગમે તે બલિદાન આપવા તૈયાર છું..!! તમારા જેટલી તો મારામાં હિમ્મત નથી, પણ હું હવે પીછેહઠ નહી કરું.!! અહિં પાકિસ્તાનના લોકો પણ શાંતિ જ ઇચ્છે છે, પણ ગંદું રાજકારણ, ગરીબી, આ કટ્ટરવાદ, પૂરી દુનિયાની અમારા પ્રત્યેની નફરત અને જીહાદ માટેની પોકારો, તેમને નફરત કરવા ઉકસાવે છે...!! પણ હવે નહી..!! જેમ તમે ભારતમાં કાશ્મીર માટે લડી ગયા, તેમ હું પણ એ લોકો માટે મારો જીવ આપી દઇશ..!! હવે આ બે દેશોના સ્વાર્થ વચ્ચે કાશ્મીર નહી પીસાય..!! યુનુસ ખાન ક્યાંક ખોવાઇ ગયા હોય, તેમ બોલી રહ્યાહોય તેમ લાગી રહ્યું હતું

મારે હવે, જીવવું પડશે..!!! મારા ભાગ્ય સાથે લડવું પડશે...!! રુદ્ર મનમાં વિચારી રહ્યો. તેના પેટમાં ડરના કારણે લોચા વળવા લાગ્યા હતાં. તે મગજમા એક જ ડર હતો કે જો તે પાકિસ્તાનમાં મર્યો તો, ભારત-પાકિસ્તાન ફરી કદી નજીક નહી આવી શકે..!! રુદ્રને અત્યારે પોતાની જ બુદ્ધિને ધિક્કારી રહ્યો હતો. જેના કારણે તેણે આવું ઉતાવળીયું પગલું ભરી લીધું..!! આ વિચારતા યુનુસ ખાનની અમુક વાતો પર તો તેનું ધ્યાન પણ ન હતું..!!
''મિસ્ટર ચૌહાણ, તમે મારી વાતથી સહમત છો ને..??'' યુનુસ ખાનને લાંબા સમય સુધી રુદ્ર પાસેથી કોઇ પ્રતિભાવ ના મળતા તેને ગોઠણ પર હાથ મુક્તા પુછ્યું.
''હા..!! બરાબર છે..!!'' રુદ્ર ભાનમાં આવતા તરત જ બોલ્યો.
''તો, હું એ ત્રણેય કેદિઓને તમારી સાથે જ મોકલાવવાની વ્યવસ્થા કરાવું છું..!!'' યુનુસ ખાન જવાબ વાળ્યો.

“ત્રણેય કેદી..??” રુદ્રને વચ્ચે આ નવો શબ્દ સાંભળતા ચોક્યો.
“લો, મે તમને કહ્યું તો, ખરૂ કે તમારા દેશવાસીઓનો વિશ્વાસ તમારા પર ફરી જગાવવા, હું 2005ના બોમ્બ બ્લાસ્ટના ત્રણેય આરોપીને તમને સોંપી દઈશ..!! અને આવું પહેલી વાર બનશે કે પાકિસ્તાન તેમના નાગરીકો સાથે આટલું કડક વલણ અપનાવ્યુ હોય..! અને તમને વિશ્વાસ નહી આવે, પણ આ ત્રણેયને ભારતને સોપવા માટે, હું છેલ્લા ચાર દિવસથી પુરા મનથી લાગેલો હતો..!! અને મેં જ્યારે મારા સાથીઓને કાશ્મીરનો લોલીપોપ બતાવ્યો, ત્યારે છેક મારી વાત ધ્યાનમાં લેવાઇ..!!” યુનુસખાનના ચહેરા પર રાહત હતી.

“પણ તમે, કાશ્મીરમાટે શું સમાધાન વિચાર્યુ..??” રુદ્રએ કંટાળીને પુછ્યું.
“હજી, મને મગજમા કશું જ નથી આવી રહ્યુ, પણ કોઇને કશું જ ગુમાવવું ના પડે, અને કાશ્મીરનો વિકાસ થાય, તેવું સમાધાન તમે શોધીને આપો..!!” યુનુસ ખાને બધો ભાર રુદ્ર પર નાખ્યો.
“ઠીક છે..!! હું સમાધાન શોધી લાવીશ, પણ અત્યારે આ મિત્રતાને લોકો સામે તો મુકીએ..!!” રુદ્રએ ઉભા થતા કહ્યું.બંન્ને ઉભા થયા અને ઓફિસની બહાર નીકળવા લાગ્યા.

કોઇપણ દેશ હોય, કોઇપણ ધર્મનો માનવી, પણ તેમને મહેસુસ થતી લાગણી, તેમને લાગતો ડર, અને તેમની જરૂરીયાતો હંમેશા સરખી જ હોય છે..!! યુનુસખાન ખુદ એક કટ્ટરવાદી હતો, રુદ્રએ કાશ્મીરનું વચન આપ્યા બાદ પણ તેને વિશ્વાસ ન હતો..!! પણ જ્યારે રુદ્રએ સામેથી પાકિસ્તાન પાસે કોઇપણ આશા વગર, કાશ્મીરને આઝાદ કરવાની વાત કરી, ત્યારે યુનુસખાનને ઝટકો લાગ્યો..!! ત્યાર બાદના ઘટના ક્રમે તેનું હદય પરિવર્તન કરી નાખ્યું. ભારતના સસ્તાઓ પર રુદ્રના પુતળા બળાઇ રહ્યા હતા, લોકો તેને ધિક્કારી રહ્યા હતાં, ત્યારે પણ રુદ્ર પોતાના નિર્ણય પરથી વિચલીત ના થયો..!!

બોમ્બ બ્લાસ્ટ બાદ પણ રુદ્રએ યુનુસખાનનો પક્ષ જાહેરમાં લીધો..!! પછી, ભલે તે લોકોને, શાંત કરવા પાકિસ્તાન રૂબરૂ જવાનું, બહાનું કાઢ્યુ હતું, પણ હકીકતમાં તો આ પ્રોગામ પહેલાનો હતો..!! યુનુસ ખાને રુદ્રના આખા ઈતિહાસની તપાસ કરાવડાવી હતી, ત્યારે તેને ખબર પડી કે રુદ્ર કદી પોતાના માટે જીવ્યો જ નથી..!! અને રુદ્રનો ઉદાર સ્વભાવ અને શાંતિ અને માનવતા માટે તેની મરી જવાની તત્પર્તાએ યુનુસખાનનું હદય પલટાવી નાખ્યું..!! પણ પાકિસ્તાન કે ભારતમાં બધા આવા લોકો નથી..!! એટલે હજી તેમની સામે નાટક કરવું જરૂરી હતું.

યુનુસ ખાને સારો તુક્કો લગાવ્યો, તેણે પોતાના માણસોને રુદ્ર સાથે થયેલી વાતચીત જણાવી, ત્રણ આંતકીઓ જે પાકિસ્તાની જેલમાં જલસા કરે છે, તેમને ભારતને સોંપવા મનાવી લીધા..! જેથી લોકોનો રુદ્ર પર વિશ્વાસ ટકી રહે અને તે સત્તા પર રહે...!! રુદ્રના ખુરશી પરથી ઉતર્યા બાદ, કાશ્મીર તેમને યુદ્ધ સિવાય મળવાનું નથી..!! અને શા માટે જો રક્તવગર

મળતા કાશ્મીરને જતું કરવું..?? એ વાત યુનુસ ખાન તેમના સાથીઓને સમજાવવામાં સફળ થયો હતો.

"આજનો દિવસ 31 ડિસેમ્બર 2015, ભારત અને પાકિસ્તાન માટે એક નવી શરૂઆત, લઈને આવ્યો છે...!!" પાકિસ્તાનમાં પત્રકાર પરિષદને સંબોધતા યુનસખાન રુદ્ર સામે જોતા બોલવાનું ચાલુ કર્યુ. રુદ્ર સ્મિત સાથે તેમની બાજુમાં જ બેઠો હતો.

"આજ સુધી એવી ધારણા બંધાયેલી હતી કે, ભારતમાં થતા તમામ આતંકવાદી હુમલાઓ પાકિસ્તાન જ કરાવે છે..!! પણ આ ધારણાને આ મારી બાજુમાં બેઠલા મહાન વ્યક્તિએ ખોટી પાડી છે..!! તેમણે તેમના દેશમાં પાકિસ્તાનનો પક્ષ લીધો..!! જે ઘટના બની, તે સ્પષ્ટ એવું જ ચિત્ર ઉભુ કરતી હતી, કે આ કામ આપણું છે, પણ આ માણસે કોઇપણ રાજકીય રંગ આપ્યા વગર, જે સાચું હતું એ જ કહ્યું અને જો એ સત્ય માટે પોતાનું પણ નુકશાન કરવા તૈયાર થતા હોય, તો હું પણ પાછો નહી હટું..!! 2005માં જે હુમલો તાલીબાને કરાવડાવ્યો હતો, તેના ત્રણ અપરાધીઓ પાકિસ્તાની જેલમાં છે, જે ભારતના ગુનેગાર છે..!! અને તેમને સજા આપવાનો અધિકાર પણ ભારતનો જ છે..!! હું તેમને ભારતને સોંપી મિત્રતાનો એક ડગલું હું પણ ભરવા માંગું છું..!!" યુનુસખાનની વાત સાંભળતા જ હોલમાં સોપો પડી ગયો.

યુનુસખાનને લાગ્યુ કે મીડિયાને તેની વાત ગમી નહી..!! પણ ત્યાંજ એક પત્રકાર ઉભો થયો અને તાળીઓ પાડવા લાગ્યો અને તેનું અનુકરણ લગભગ બધાએ કર્યુ..!! આખો હોલ તાળીઓના ગડગડાટથી ગુંજી ઉઠયો.

પ્રકરણ - 34
જીવન અને મૃત્યુ...!!

ભારતમાં જ્યારે આ વાત પહોંચી, ત્યારે કોઇની ખુશીઓનું કોઇ ઠેકાણું ના રહ્યું..!! રુદ્રએ ફરી એક વખત પોતાની શક્તિનો પરચો આપી દીધો હતો (આ વખતે અકસ્માતે..!!) હવે જે લોકો નહોતા માનતા તે પણ રુદ્રને ખુદા અને ભગવાન માનવા લાગ્યા..!! આજ સુધી કદી આવું નહોતું બન્યું..!!

રાજનિતિજ્ઞો આને એક નવી શરૂઆત તરીકે જોવા લાગ્યા..!! ભારત અને પાકિસ્તાન એક થઈ ગયુ..?? આવા પ્રશ્નો ફરતા થઈ ગયા હતા..!! જે લોકોએ રુદ્ર પર શક કર્યો હતો, તેમને હવે પસ્તાવો થવા લાગ્યો..!! આમપણ આજે 31ની રાત્રી હતી, અને રુદ્રના સફળ ધક્કાએ લોકોની ખુશીમાં ઉમેરો કર્યો હતો.

પણ વડાપ્રધાન ભવનમાં ઉદાસી છવાયેલી હતી..!! ગૌરી વાંરવાર રુદ્રના શબ્દો યાદ કરી રહી હતી, કે તેને મૃત્યુના ભણકારા સંભળાય છે..!! તે રુદ્રને પાકિસ્તાન પણ જવા દેવા નહોતી માંગતી, પણ દેશ પ્રત્યેનો પ્રેમઅને ફરજ, તેના પતિ માટેના પ્રેમ કરતા વધુ વજન ધરાવતી હતી..!! તે બસ રાહ જોતી હતી, કે તેને ક્યારે સમાચાર મળે કે રુદ્ર હવે નથી રહ્યો..!!!

રાત્રે અગીયાર વાગ્યે, મંદાર સાહેબ પોતે આવ્યા હતાં..!! ગૌરી હોલમાં જ બેઠી હતી..!! કુસુમ પણ તેની સાથે હતી..!! બંન્ને ઉચક હૈયે હતી..!!

''ગૌરી બેટા..!!'' મંદાર સાહેબનો અવાજ ખુબજ ભારે થઈ ગયો હતો.
''કંઇ જગ્યાએ રુદ્રનુ પ્લેન ક્રેશ થયું..??'' ગૌરીએ આંસુભરી આંખે પૂછી લીધું..!! મંદાર સાહેબ, તો જમીન સાથે જડાઇ ગયા..!!
''રુદ્રને ખબર હતી..!! કે તેની સાથે દગો થવાનો છે..!! તમે જાવ અને તેજપાલની ધડપકડ કરી લો..!!'' કુસુમ કઠણ હદયે બોલી..!! મંદાર સાહેબને ચક્કર આવતા હોય તેમ લાગવા લાગ્યું.
''કેવી રીતે..'' મંદાર સાહેબને અડધો પ્રશ્નતો મોઢામાં જ રહી ગયો..!!
''અત્યારે, એ બધું સમજાવવાનો પ્રશ્ન નથી, ચેતન સરની સુરક્ષા વધારો અને આ બંગલાની આજુબાજુ ચોકી પહેરો મુકી દો..!!! હું અહીયા ગૌરી સાથે જ છુ...!!'' કુસુમનો અવાજ કડક થઈ ગયો હતો, તે તેના બોસને ઓર્ડર આપી રહી હતી..!! પણ મંદાર સાહેબને પરિસ્થિતી સમજતા વાર ના લાગી..!!

પણ તે કંઇ કરે તે પહેલા, તેજપાલ રાણા પોતે અંદર આવતો દેખાયો..!! ગૌરી સતર્ક થઈ ગઈ,

કુસુમ અને મંદારની આંખોએ વાત કરી લીધી.

પરિસ્થિતી જોતા તેજપાલને લાગ્યુ કે મંદારે રુદ્રના પ્લેન ક્રેશના સમાચાર આપી દિધા છે..!! તે હળવેથી ગૌરી તરફ ચાલવા લાગ્યા. કુસુમને કશી હરકત ના કરવાની મંદારે ઇશારાથી ના પાડી દિધી..!! અને ચાલાકીથી પોતાના મોબાઇલમાંથી બે આંકડાનોએક સિક્રેટ નંબર દબાવી દીધો..!! અને સામાન્ય થઇ, તે પણ તેજપાલ પાછળ ગૌરી પાસે પહોંચ્યો.

"બેટા, હિમ્મત રાખજે..!!" તેજપાલે ગૌરીના માથા પર હાથ મુકતા કહ્યું. ગૌરી છેલ્લા ઘણા દિવસથી રુદ્રના મૃત્યુ માટે તૈયાર હતી. રુદ્રને અંદાજો હતો કે આવી જ પરિસ્થિતી થશે અને જો ગૌરી પોતાના દુખમાં હોશમાં નહી હોય તો, સામેવાળાને જીતતા વાર નહી લાગે..!!

ગૌરી કશુંજ બોલ્યા વગર પોતાના પેટને સંભાળતી સોફા પર બેસી ગઈ..!! મંદાર ચાલાકીથી તેજપાલ આગળ પહોંચી ગયો..!! અને તેમને સાંત્વના આપતો, ગૌરીથી થોડા દુરના સોફા પર ખેંચી ગયો. કુસુમ અને પોતાના નીશાના પર રહે એવી રીતે તેને સોફા પર બેસાડી દીધો..!!

"ભગવાન આટલો ક્રુર થશે, તેનો મને અંદાજો પણ ન હતો..!!" તેજપાલે નાટક ચાલુ રાખ્યું. મંદાર પર મોકાની જગ્યા પર બેસી ગયો અને રિવોલ્વર પર હલવેથી હાથ ફેરવી જોયો..!! પણ ત્યાં બહાર, એક સાથે ચાર ગોળી છુટવાનો અવાજ આવ્યો. મંદારે વીજળી વેગે પોતાની રિવોલ્વર તેજપાલ તરફ તાણી દિધી..!!! તો કુસુમે મંદાર સાહેબની પીઠ કવર કરવા દરવાજા પર રિવોલ્વર રાખી. ગૌરી એમજ શાંત બેઠી રહી..!!

અડધી મિનિટ બાદ ચેતન લોહીલુહાણ હાલતમાં ખુનથી નીતરતી બંદુક સાથે અંદર આવ્યો અને પાછળ SPGના કંમાંડોએ આખો રૂમ ઘેરી લીધો..!! ચેતનને જોઇ પલવાર માટે તો ગૌરીના ચહેરા પર ચમક આવી ગઈ પણ ચેતનની હાલત જોતા જ તે છળી પડી..!!

એક કંમાંડો ચેતનને ટેકો આપતો, મંદારની બાજુમાં બેસાડી દીધો. ચેતને રિવોલ્વર પોતાની બાજુમાં જ મુકી..!! અને ગૌરી સામે પીડાથી જોયું, બંન્ને એકબીજાનું દુખ સમજી ગયા હતાં.

।'તમે કેવી રીતે..??" કુસુમે પણ બધો ખેલ પતી ગયો, જોતા રિવોલ્વર નીચે કરી, અને ચેતન તરફ જોયું.

"કદાચ, રુદ્રની મદદની પુકાર મારા કાનમાં પહોંચી ગઈ હતી..!! અને એક વખત ફરી ઉભો થવા મે મન મનાવી લીધું..!! આ હરામીએ રુદ્રના ચીફ સિક્યોરીટી ઓફિસરને જ દબાવી દીધો હતો..!! તેના પુરા પરિવારને કબ્જે લીધો હતો..!!" ચેતને એક તિરસ્કારભરી નજર તેજપાલ તરફ નાખી..!! "અને મને મારવા પોતાના ચાર સાથીઓ સાથે મોકલ્યો હતો..!!

પણ પોતાની ફરજ સાથે ગદ્દારી ના કરી શકતા, તેણે રૂમમાં પેલા ચાર પર જ હુમલો કરી દીધો, અને એ મુઠભેડમાં મને એક ગોળી મારા હાથ પર વાગી..!! બધાનું ધ્યાન ચેતનના લોહીથી નિતરતા હાથ પર ગયું. ''ગોળીનું દર્દ અને રુદ્રની પુકાર મને કોમામાંથી બહાર ખેંચી લાવી..!! તે ઓફિસર મરતા પહેલા મને ગદ્દારોના નામ જણાવતો ગયો, મારી પાસે વિચારવાનો સમય ન હતો, મેં તરત શષઘ કમાંડ સાથે વાત કરી સુચના આપી, અને એ જ સમયે મંદાર સાહેબનો ખતરાનો સંદેશ પણ ત્યાં પહોંચી ગયો..!! અને મને ત્યાંથી બે જવાનો અહી સુધી લઈ આવ્યા..!! રસ્તામાં જ મને રુદ્રના પણ સમાચાર મળ્યા..!!'' ચેતનની આંખો ભીની થઈ ગઈ હતી..!!

''કેમ, તેજપાલ અંકલ ..!! તમારે કેમ આવું કરવાની જરૂર પડી..??'' ગૌરીએ નફરત ભરી નજર તેજપાલ તરફ ફેંકી હતી. તેજપાલને ખ્યાલ આવી ચુક્યો હતો, કે તે હવે નહી બચી શકે..!! તે જેલમાં જવા નહોતો માંગતો..!!

''હું રુદ્રનો ચમચો બનીને રહેવા નહોતો માંગતો..!!! મારે સત્તા જોઈતી હતી..!!'' તેજપાલ ઘ્રુણા સાથે બોલ્યો.
''ચેતનસર અને નિરુપમાજીના અપહરણથી તમને સત્તા મળી જાત..!!'' કુસુમે દાંત ભીસતા કહ્યું.

''એ બંન્ને રુદ્રની પૂરી વ્યવસ્થા વિષે બધું જ જાણતા હતાં, અને ચેતનના મનમાં રુદ્ર માટે ફાન્સમાં નફરત પેદા થઈ ચુકી હતી..!! જેનો હું ફાયદો ઉઠાવવા માંગતો હતો...!!'' તેજપાલ આમ પણ બધું ગુમાવી ચુક્યો હતો અને તે અહી ભાગવું કેવી રીતે તે વિચારી રહ્યો હતો..!! એટલે બધાને વાતોમાં વ્યસ્ત રાખવા માંગતો હતો..!
''તને કેમ ખબર પડી..??'' ચેતનની આંખમાં અંગારા હતા, પણ ચેતનના આ સવાલથી ગૌરી અને કુસુમ બંન્ને ચોંકી ગયા..!!

''કેમ તમે જ માત્ર કેમેરાનો ઉપયોગ કરી જાણો છો..?? રુદ્રની વ્યવસ્થાના કારણે અહી બધા પર નજર રાખવી અઘરી હતી..!! વિદેશમાં નહી..!!'' તેજપાલે ચેતન તરફ વિકૃત હસતા કહ્યું. ચેતન પોતાના હાથમાં રહેલી રિવોલ્વરનો તેજપાલના માથા પર ઘા કર્યો..!! રિવોલ્વર વાગવાના કારણે, તેજપાલના માથામાંથી લોહી નીકળવા લાગ્યું. તેજપાલે બંન્ને હાથ માથા પર દાબી દિધા..!! ચેતન હજી ક્રોધના કારણે હાંફી રહ્યો હતો..!!

''પણ તે બોમ્બ બ્લાસ્ટ શું કામ કરાવ્યો..?? એ તો તારા પોતાના જ માણસો હતા ને..??'' મંદારે જીણી આંખ કરતા કહ્યું.
''એ, જીવતા હોત, ત્યાં સુધી મારી પાસે કદી સત્તાના આવત..!! અને આજે જો પેલાએ ગદ્દારી ના કરી હોત તો, ગૌરી અને ચેતનના મૃત્યુ બાદ, હું આ દેશની સર્વોચ્ચ સત્તા

હોત..!!! મે રુદ્રને છેક સુધી મુર્ખ બનાવી જ દીધો હતો..!!'' તેજપાલ ગુસ્સા સાથે કહ્યું.

''એ કદિ મુર્ખ નહોતો બન્યો, કદાચ તું મને મારી પણ નાખત, તો પણ સત્તા તારા હાથમાં ના આવત..!! રુદ્ર પાકિસ્તાન જતા પહેલા, સાવધાનીના ભાગ રૂપે રાષ્ટ્રપતિજીને એક પત્ર આપતો ગયો હતો..!! જેમા મેહુલ ચક્રવર્તીનું નામ હતું...!! અને રુદ્રને પહેલેથી ખબર હતી, કે આજે તેનો સમય પુરો થવાનો છે, તે એની સાથે દગો કર્યો છે..!!'' ગૌરી તિરસ્કારથી બોલી.

''જો, એમને ખબર જ હતી, આ બધા પાછળ તેજપાલ છે, તો કેમ તે એ જ પ્લેનમાં ગયા..??જે પ્લેનમાં તેમનો જીવ જવાનો છે..!! શા માટે..??'' મંદાર સાહેબ અકળાતા પુછ્યું.

''તે એમ માનતા હતાં, કે મૃત્યુ એમની સમીપ આવી ચુક્યુ છે, અને તે તેજપાલના દગાથી નહી, તો કુદરતી મોત પણ મરશે...!! પણ મરશે ખરા..!! તો એ કહે હું શા માટે દેશને કામ ના લાગતો જાવ..!! તેમના પાકિસ્તાન જવાના ઉદેશો વિષે મેહુલજી સિવાય કોઇને ખબર ન હતી..!!'' બધાનું ધ્યાન કુસુમ પર હતું. તેજપાલને ભાગવું અસંભવ લાગતું હતું. એટલે મરતા પહેલા તે રુદ્ર પર પોતાનો ગુસ્સો ઉતારવા માંગતો હતો..!! એ જ સમયે તેજપાલે ચાલાકીથી બાજુમાં પડેલી રિવોલ્વર ઉપાડી, ગૌરી પર એક ગોળી છોડી દિધી..!!પણ ત્યાં હાજર કંમાંડોએ તેજપાલને ગોળીઓથી છલ્લિ કરી દીધો..!!

>>>>>>>>>>>>>>>>>>>>><<<<<<<<<<<<<<<<<<

1 જાન્યુઆરી 2016,

રુદ્રના પ્લેન ક્રેશના સમાચારે બધે હલચલ મચાવી દિધી હતી, અને એ દુખમાં ગૌરીની ગંભીર હાલતે ઉમેરો કર્યો હતો..!! પણ ગૌરીની ગર્ભાશયની કોથળી ફાટી જતા ઓપરેશનથી બાળકીનો જીવ બચાવી લેવાયો હતો..!! તેણે બાળકીનું મોં જોયું, તેના માથા પર ચુંબન કર્યુ. ''નિરુપમા...'' એટલું બોલતીક સંતોષથી મૃત્યુને ભેટી પડી..!!

ગૌરીના બેડની આજુબાજુ ઉભેલા રુદ્ર અને ગૌરીના સાથીઓ અને મિત્રો હૈયાફાટ રડી પડ્યા. કુસુમે બાળકીને પોતાના હાથમાં લઈ હૈયાસરસી ચાંપી દિધી..!! ચેતન અશક્તિના કારણે એક ખુણામાં બેસી ગયો હતો. તે કોના માટે રડે એ જ નક્કી કરી નહોતો શકતો...!! ગૌરી, રુદ્ર અને નિરુપમા ત્રણેય તેને પ્રીય હતાં..!! કુસુમના હાથમાં બાળકી જોતા તેને થોડી રાહત તો થઈ..!!

રુદ્રને મારવા પાછળ કોનો હાથ હતો, એ તો સ્પષ્ટ થઈ ચુક્યું હતું. પાકિસ્તાનમાં યુનુસ ખાને રુદ્રના અભુતપુર્વ નિર્ણયો માટે અને તેણે દાખવેલી હિમ્મતના માટે, અને તેને શ્રધાંજલી આપવા,

ત્યાં આ દિવસને જાહેર રજા જાહેર કરવામાં આવ્યો હતો..!! મેહુલ ચક્ર્વર્તીને કાર્યકારી વડાપ્રધાન બનાવી દેવાયા હતાં. ભારતીયો અને પાકિસ્તાની માટે રુદ્ર એક મિસાલ જેમ બની ગયો હતો. રુદ્રની પોતાના જ મોતની ભવિષ્યવાણીએ એ ખાતરી આપી દિધી હતી કે તેના કંઇક તો અલૌકિક હતું..!!

રુદ્ર તેની પાછળ ઘણા સળગતા પ્રશ્નો મુકીને ગયો હતો. ચેતને તે બાળકીને કુસુમ પાસેથી લઈને બધાથી દુર એક ખુણામાં એકલો અટુલો બેઠો હતો. માથુર અને મિનાક્ષી એકબીજાને સાંત્વના આપી રહયા હતાં અને દુરથી જ રુદ્રના અંશને નિહાળી રડી રહ્યા હતાં.

પણ હજી સુધી રુદ્રની કે તેના સાથીઓની લાશ નહોતી મળી..!! માત્ર એ ત્રણ આંતકીઓના શરીર અને પાયલોટની લાશ ભડથું થઈને પડી હતી..!! કુસુમનું દિલ હજીયે માનવા તૈયાર ન હતું કે રુદ્ર બધાને છોડીને જતો રહ્યો છે..!! બધાના રુદનના અવાજથી દુર તે બારી બહાર ઉગતા સુર્યને જોતી રહી..!! રુદ્ર પાછો આવશે..!! તેનું અંતઃકરણ કહેતું હતું...!!